ரத்தம் ஒரே நிறம்

D1770807

சுஜாதா

விசா பப்ளிகேஷன்ஸ்
புதிய எண்.16, பழைய எண்.55,
முதல் மாடி, வெங்கடநாராயண சாலை,
தி.நகர், சென்னை–600 017.
தொலைபேசி : 2434 2899, 24327696
Cell No.: 9952973378 / 9444384743

முதற் பதிப்பு	:	டிசம்பர், 2019
இரண்டாம் பதிப்பு	:	டிசம்பர், 2020
மூன்றாம் பதிப்பு	:	நவம்பர், 2021
நான்காம் பதிப்பு	:	நவம்பர், 2022
ஐந்தாம் பதிப்பு	:	அக்டோபர், 2023
ஆறாம் பதிப்பு	:	அக்டோபர், 2024

உரிமை : © ஆசிரியருக்கு

RATHTHAM ORENIRAM
By : SUJATHA

Sixth Edition	: October, 2024
No. of Pages	: 360
Paper used	: 18.6 kg. N.S. Book Print
ISBN	: 978-93-48027-79-5

விலை : ரூ.360/-

VISA PUBLICATIONS
New No.16, Old No.55, 1st Floor,
Venkatanarayana Road,
T.Nagar, Chennai - 600 017.
Phone : 044 - 24342899, 24327696
Cell No.: 9952973378 / 9444384743
E-mail : enquiry@thirumagalnilayam.com
website : www.thirumagalnilayam.com

Available at :
THIRUMAGAL NILAYAM
New No.16, Old No.55, 1st Floor,
Venkatanarayana Road,
T.Nagar, Chennai - 600 017.
Phone : 044 - 24342899, 24327696

Laser Typeset By : MMA DESIGNS, Chennai - 600 017
Printed at : Novena Offset Printing Co., Chennai - 5 ☎ 28446891, 28446166

முன்னுரை

நான் இதுவரை இரண்டு சரித்திர நாவல்கள் எழுதியுள்ளேன். 'ரத்தம் ஒரே நிறம்', 'காந்தளூர் வசந்தகுமாரன் கதை.' ரத்தம் ஒரே நிறம்' கதைக்கே ஒரு சிறிய சரித்திரம் உண்டு. முதலில் அது 'கருப்பு சிவப்பு வெளுப்பு' என்ற தலைப்பில் குமுதத்தில் தொடர்கதையாக அட்டகாசமாகத் துவங்கியது. மணியம் செல்வனின் அழகான சித்திரங்களுடன், மூன்று வாரங்கள் சிறப்பாக வந்த பின் எதிர்பாராத ஓர் எதிர்ப்பு அதற்கு நாடார் இனத்தவர்களிடமிருந்து வந்தது. நான் அப்போது பெங்களூரில் இருந்தேன். எனக்கு ஏகப்பட்ட மிரட்டல் கடிதங்கள் வந்தன. தமிழில் புதுப்புது திட்டு வார்த்தைகள் எல்லாம் எனக்குப் பாடமாயின. தொலைபேசியில் கொலை பேசினார்கள். குமுதம் இதழைக் கடைகளில் எரித்தார்கள். அதன் ஆசிரியருக்கு நாடார் சங்கத்தைச் சார்ந்தவர்கள் கதையை உடனே நிறுத்தும்படியும், மன்னிப்பு கேட்கும்படியும் வற்புறுத்தினார்கள். ஆசிரியர் எஸ்.ஏ.பி. எனக்கு போன் போட்டு 'நீங்கள் என்ன சொல்கிறீர்கள்?' என்று கேட்டார். நான் 'ஓர் இனத்தின் மனத்தைப் புண்படுத்திவிட்டதாகத் தெரிகிறது. அவர்கள் தற்போதைய கோபத்தில் கதையின் நோக்கம் அதுவல்ல, அடுத்து வரும் அத்தியாயங்களைப் படித்தால் தெரியும் என்று என்னதான் விவாதித்தாலும் அந்த உணர்ச்சி பொங்கும் கணத்தில் யாரும் ஒத்துக்கொள்ளப் போவதில்லை. மேலும் தொடர்ந்து எழுதினால் என் வலது கையை வெட்டுவேன் என்று சொல்லியிருக்கிறார்கள். எனக்கு இடது கையால் எழுத வேறு பழக வேண்டும். நிறுத்திவிடுங்கள். அடம் பிடித்து மரணத்துடன் விளையாடுவதற்கு இது ஏதும் பிரெஞ்சுப் புரட்சி அல்ல' என்றேன்.

கதை நிறுத்தப்பட்டது.

ஆசிரியர் எஸ்.ஏ.பி. ஆறு மாதம் கழித்து கோபம் அடங்கியதும் இதே கதையை தலைப்பை மாற்றி வெளியிடலாம் என்றார். 'கருப்பு சிவப்பு வெளுப்பு' அதே போல் ஆற அமர 'ரத்தம் ஒரே நிறமாக' வெளிவந்தது. சிப்பாய்க் கலகத்தைப் பற்றி நிறைய படித்தபின் அதில் ஒரு தமிழன் கலந்துகொண்டால் எப்படி இருந்திருக்கும் என்பதைக் கற்பனை செய்து பார்த்த கதை இது.

இப்போது இதைப் படித்துப் பார்க்கும்போது எதற்காக அதை எதிர்த்தார்கள் என்ற கேள்வி உங்களுக்கு எழலாம். அதை மறுபடி கிளற இஷ்டமில்லை. ஆனால் இந்த சம்பவத்தில் எனக்குப் பல விஷயங்கள்

புலனாயின. தமிழ்ச் சமூகத்தில் சில கதைகளை சிலர்தான் எழுதலாம் என்ற எழுதப்படாத ஓர் விதி இருக்கிறது. அதை மீறினதால் வந்த வினை என்பது இப்போது புரிகிறது. எழுத்தின் மேல் பிடிவாதம் இருப்பதோ, எழுதினது வேத வாக்கு, அதை யாராவது வழி மறித்தால் உயிருள்ளவரை போராடுவேன் என்பதெல்லாம் விஞ்ஞானச் சூழ்நிலையில் வளர்ந்த எனக்கு சிறுபிள்ளைத்தனம்.

எல்லா போராட்டங்களும் அலுத்துவிடுகின்றன. புதிய காரணங்கள் தேடப்படுகின்றன. 'ரத்தம் ஒரே நிறம்' மீண்டும் வந்தபோது முதலில் எதிர்த்தவர்கள் எவரும் அதைக் கண்டுகொள்ளவில்லை.

இந்தப் புதிய பதிப்பை சிறப்பாக வெளியிடும் விசா பப்ளிகேஷனுக்கு என் நன்றி.

18.12.2005 சுஜாதா

முதல் பதிப்பின் முன்னுரை

குமுதம் என்னை 'சரித்திர நாவல் எழுதிப் பாருங்களேன்' என்று கேட்ட போது சற்றுத் தயங்கினேன். சரித்திர நாவல் எழுதுவதற்கு என்று சில எழுதப்படாத விதிகள் இருக்கின்றனவாம். சரித்திர நாவலில் சரித்திரம் மட்டும் இல்லாமல், சில தீப்பந்தங்களும் உறையூர் ஒற்றர்களும் கட்டாயம் வேண்டும். கரிய கண்களுடைய அழகான ராஜகுமாரிகளை நீண்ட வாக்கியங்களில் வருணிக்க வேண்டும். அடிக்குறிப்புக்கள் தாராளம் வேண்டும். சோழனாக இருந்தால் நல்லது. பாண்டியன் பரவாயில்லை. தமிழ்ச் சாதியின் மேம்பாடு, கடல் கடந்த நாகரிகம், இவைகளைச் சொல்வது உத்தமம். குதிரைகள் தாங்கித் தேர்கள், முத்துக்கள் இறைந்திருக்கும் வீதிகள், யவன வியாபாரிகள், யாழ், இன்னபிறவும் வேண்டும்.

இப்படியெல்லாம் இந்த நாவலில் எதுவும் இல்லை. முதலில் என் தமிழ் நடை சரித்திர நாவலுக்கு ஒவ்வாது என்றுதான் தோன்றியது. அதனால் சமீபத்திய சரித்திரத்தை எடுத்துக்கொண்டால் என்ன என்று தோன்றியது. சிப்பாய்க் கலகத்தைத் தேர்ந்தெடுத்து அதைப் பற்றி படிக்கத் துவங்கினேன். சிப்பாய்க் கலகம் வடக்கே நடந்திருக்கிறது. தக்காணத்தில் அதன் பாதிப்பு அதிகம் இல்லை. இந்திய சர்க்கார் வழவழப்பான காகிதத்தில் சிப்பாய்க் கலகத்தில் செத்துப்போனவர்களின் பெயர்களை எல்லாம் பதிப்பித்திருக் கிறார்கள். அதில் தமிழ்ப் பெயர் ஏதாவது இருக்கிறதா என்று தேடினேன். இல்லை. ஆனால் கர்னல் நீலின் தலைமையில் சென்னையிலிருந்து ராணுவம், பெரும்பாலும் ஆங்கிலோ இந்தியர்களைக் கொண்டு, கலகத்தை அடக்க வடக்கே போயிருக்கிறார்கள் என்கிற செய்தி கிடைத்தது. அவர்களுடன் ஒரு தமிழனை அனுப்பத் தீர்மானித்தேன். ஒரு வெள்ளைக் காரன் மேல் சொந்த வெறுப்பும் வைத்துக்கொண்டு அவனைத் தொடர்ந்து கலகத்தை நோக்கிச் செல்வதாக கதைக்கரு அமைத்துக் கொண்டபோது தமிழன் அங்கே போக எனக்குச் சந்தர்ப்பம் கிடைத்துவிட்டது.

சிப்பாய்க் கலகத்தைப் பற்றி ஆங்கிலேயர்களும் இந்தியர்களும் ஆயிரக்கணக்கான பக்கங்கள் எழுதியிருக்கிறார்கள். நேஷனல் ஆர்க்கைவ்ஸிலும் மற்ற நூலகங்களிலும் அந்த விவரங்கள் எனக்குக் கிடைத்தன. சிப்பாய்க் கலகத்தை வீர சவர்க்கார் நம் முதல் சுதந்திரப் போர் என்று சொல்வதை மஜும்தார் போன்ற இந்திய சரித்திர ஆசிரியர்களே ஒப்புக் கொள்ளவில்லை. ஆங்கிலேயர்கள் அந்த தினங்களில் நம்மை

ஆண்ட சில விசித்திரமான கொள்கைகளால் இந்துக்களுக்கும் முஸ்லிம்களுக்கும் அவர்கள் மேல் ஏற்பட்ட பொது விரோதத்தின் விளைவாக ஏற்பட்ட எழுச்சி என்றுதான் அதைச் சொல்ல வேண்டும். கல்கத்தாவிலிருந்து மீரட் வரை ஆச்சரியகரமாகப் பரவி, சரியான தலைவர்கள் இல்லாததால் அடங்கிப்போன ரத்த வருஷம் 1857. அதன் பின் இந்திய சரித்திரம் திசை திரும்பிவிட்டது என்னவோ உண்மைதான்.

இந்தச் சூழ்நிலையில் கதையை எழுதுவது என் நடைக்குப் பொருத்தமாக இருந்தது. இந்தக் கதையில் வரும் பெரும்பாலான சம்பவங்கள் உண்மையானவை. சென்னை ராணுவம் கல்கத்தா சென்றது. அங்கிருந்து லக்னோ, கான்பூர் சென்றது. பீபிகரில் வெள்ளைக்காரப் பெண்கள் மாட்டிக்கொண்டது, நாநாவின் எழுச்சியும், வீழ்ச்சியும் தாத்யா தோப்பேயின் வீரம் எல்லாம் நிஜம்தான். இந்த நிஜ சம்பவங்களுக்கு இடையில் என் முத்துக்குமரனையும் பூஞ்சோலையையும் பைராகியையும் உலவ விடுவது எனக்கு எளிதாக இருந்தது. அவர்கள் கற்பனைப் பாத்திரங்கள் என்றாலும் அவர்கள் பேச்சும் நடவடிக்கைகளும், அவர்கள் நாட்டுப் பாடல்களும், அவர்கள் வடக்கே யாத்திரை செய்யும்போது பார்க்கும் காட்சிகளும், சரித்திர ஆதாரமுள்ளவை. ஒரு முத்துக்குமரன் அங்கே போய் அல்லல்பட வாய்ப்புக்கள் இருந்தன என்றுதான் சொல்ல வேண்டும். கற்பனைப் பாத்திரங்களையும் நிசமானவர்களையும ஊடாட வைப்பதில் எனக்கு ஒரு தனிப்பட்ட சந்தோஷம் ஏற்பட்டது.

இந்த நாவலின் ஒவ்வொரு பத்தியையும் எழுதும்போது எனக்கு நிறையப் புத்தகங்கள் தேவைப்பட்டன. அந்தப் புத்தகங்களையும் சரித்திரக் குறிப்புக்களையும் பட்டியலிட மற்றொரு புத்தகம் வெளியிட வேண்டும். கதையின் இறுதியில் முக்கியமான ஆதாரங்களை மட்டும் கொடுத்திருக்கிறேன்.

இந்த நாவலை குமுதம் பத்திரிக்கையில் வெளியிட்டு என்னை ஊக்குவித்த ஆசிரியர் எஸ்.ஏ.பி. அவர்களுக்கும், என்னிடம் நீங்காத அன்பு கொண்டு அணிந்துரையும் எழுதியுள்ள ரா.கி. ரங்கராஜன் அவர்களுக்கும், சிறப்பான புத்தகமாக வெளியிடும் விசா பப்ளிகேஷனுக்கு மிக்க நன்றி.

சுஜாதா

சுஜாதா என்ற சிநேகிதர்

சுஜாதாவின் பொழுதுபோக்கு, வேலிகளை உடைப்பது. கதைக்கு எடுத்துக்கொள்கிற விஷயத்திலேயும், கதையை எழுதுகிற நடையிலேயும், கதைக்குக் கொடுக்கிற அமைப்பிலேயும் பழைய வேலிகளை உற்சாகமாக உடைத்துக்கொண்டு தனிக்காட்டு ராஜாவாய்த் துள்ளுகிறார் அவர். என்ன புதுமைகளைப் புகுத்தினாலும் தமிழினால் தாங்க முடியும் என்பதை உணர்ந்திருப்பதால் பேனாவை வைத்துக்கொண்டு சுதந்திரமாய்ச் சிலம்பு விளையாடுகிறார். ஒரோர் சமயம் அவருடைய கையெழுத்துப் பிரதியைப் பார்க்க நேர்கையில், "டெலிபோனை வைத்துவிட்டு, 'வஸந்த், பதினைஞ்சு நிமிஷத்திலே தயாராகணும்'!" என்று வாக்கியம் மொட்டையாக நின்றுவிடுவதைக் கண்டு நான் திடுக்கிட்டதுண்டு. அந்த இலக்கண விநோதத்தை அனுமதிக்கக் கூடாதென்று முடிவுசெய்து, உடனே பேனாவை எடுத்து, 'என்றான்' என்று முடிப்பேன். முடித்துவிட்டு வாசித்துப் பார்த்தால், அவர் மொட்டையாக விட்டிருந்தபோது இருந்த அழுத்தம் இந்தப் பூர்த்தியான வாக்கியத்தில் இல்லை போலிருக்கும். முணுமுணுத்தபடியே அந்த 'என்றானை' அடித்துவிடுவேன்.

ஒரு மனிதன் வாழ்க்கையில் எத்தனை முனைகளைத் தொடுகிறானோ அத்தனைக்கத்தனை வெற்றிகரமாய் விளங்குகிறான் என்பதற்குச் சரியான எடுத்துக்காட்டு சுஜாதா. சங்கப் பாடலை ரசிக்கிற மாதிரியே ஞானக்கூத்தனைச் சுவைக்கிறார் அவர். கம்ப்யூட்டரின் மர்மங்களை விளக்குகிற அதே ஆர்வத்துடன் மதங்களின் தத்துவங்களை எடுத்துச் சொல்கிறார். பிரியமான அப்பாவைப் பிரிந்த சோகமாகட்டும், பரூரில் மின்னணுக் கருவி மூலம் நடந்த தேர்தலின் கோலாகலமாகட்டும், சமமான சுவாரஸ்யத்துடன் விவரிக்கிறார். இளையராஜாவின் இசையில் லயித்தபடியே, திரைப்பட விழாக்களை விமர்சனம் செய்தபடியே, 'மியான்டாட் போயிட்டானா! அப்பாடி!' என்கிறார். இவ்வளவுக்கும் சிகரமாய், பிரமாதமான நகைச்சுவை உணர்வு வேறே.

இப்படிப்பட்ட ஒரு சகலகலா வல்லவன் ஒரு சரித்திர நாவல் எழுதாமல் இருந்திருந்தால் அது தமிழுக்குச் செய்த துரோகமாக இருந்திருக்கும். அந்தக் குற்றத்தைச் செய்யவில்லை. இதோ :

சிப்பாய்க் கலகம் என்பது தப்பாய் வர்ணிக்கப்பட்ட முதலாவது இந்தியச் சுதந்திரப் போரைப் பின்னணியாகத் தேர்ந்தெடுத்து, அந்த யுத்தத்தில் தமிழனுக்குக் குறிப்பிடத்தக்க பங்கு இல்லாமல் போய்விட்டதே என்ற குறையைத் தீர்க்கும் வகையில், 'கருப்பு சிவப்பு வெளுப்பு', மன்னிக்கவும், 'ரத்தம் ஒரே நிறம்.'

நுட்பமான அறிவு கொண்ட எழுத்தாளராக இருந்தாலும் கொம்புத் தனத்துக்குப் போய்விடாமல் எச்சரிக்கையாக இருப்பவர் சுஜாதா.

வித்தியாசமாக எழுத வேண்டுமென்பதற்காகக் கசப்பாகவோ அருவருப்பாகவோ எந்தக் கதையையும் அவர் முடித்தது கிடையாது. மனிதாபிமானக் கண்ணோட்டம் அவருடைய வலு. மனிதனின் குணாதிசயம் இப்படி என்று காட்டுவாரே தவிர எவரையும் கீழ்மைப்படுத்துவதில்லை. எந்தப் பொல்லாத கூட்டத்துக்குள்ளும் ஒரு நல்லவன் இருப்பான் என்று நம்புகிறவர். வாழ்க்கையின் நல்ல பகுதியையும் பார்க்கிறவர். இந்த நாவலில், அவர் விரும்பியிருந்தால் அத்தனை பிரிட்டிஷ்காரர்களும் அக்கிரமக்காரக் கொடியவர்கள் என்று சித்தரித்திருக்க முடியும். அல்லது நல்லவர்களைப் பற்றிச் சொல்லாமலே இருந்திருக்கலாம். ஆனால் மனசாட்சியுள்ள ஆஷ்லியைப் படைத்து, 'நீ கறுப்பர்கள் என்று சொல்கிறாயே, அதில் இருக்கும் வெறுப்பும் ஆணவமும்தான் இன்று கலகம் துவங்கியிருப் பதற்குக் காரணம்' என்று அவனைப் பேச வைத்திருக்கிறார். "இந்தியர் களைப் பொறுத்தவரை இரக்கம், அனுதாபம் என்பதே நமக்கில்லை," என்று தன் இனத்தையே சாடுகிறான் அந்த ஆங்கிலேயக் காப்டன். எதிரியான முத்துக்குமரனை சந்தர்ப்பம் கிடைக்கும் போதெல்லாம் தப்பிக்க வைக்கிறான்.

அதேபோல், துன்பத்துக்கு மேல் துன்பமாகத் தாங்கிக்கொண்டு, 'ஆலப்பாக்கம் ... யோவ் ஆலப்பாக்கம் ...' என்று பித்துப் பிடித்தவளாக முத்துக்குமரனைப் பின்தொடரும் பூஞ்சோலை, எல்லாம் இழந்தாகி விட்டது என்று கையறுநிலையை அடையும்போது, யுத்த பயங்கரத்தின் நடுவே சிரித்துக் கொண்டிருக்கும் அந்த அனாதைக் குழந்தையை வளர்க்கத் தீர்மானித்து அதன் கன்னத்தைக் கண்ணீரால் தேய்த்துக் கொண்டு புறப்படுவதும் சுஜாதாவின் ஆப்டிமிஸ்ட் கண்ணோட்டத்தின் இன்னொரு வடிவம்தான்.

இருந்தாலும்கூட, தான் எழுதுவது ஒரு சரித்திர நாவல் என்று சுஜாதா நடுநடுவே தன்னைக் கிள்ளி விட்டுக்கொண்டிருப்பாரோ என்று எனக்கு ஒரு சந்தேகம். சமூக நாவலாயிருந்தால் சில இடங்களை வாசகர்களின் ஊகத்துக்கு விட்டுவிட்டு அலட்சியமாக மேலே போய்க்கொண்டிருப்பது அவர் வழக்கம். இங்கே அப்படிச் செய்யவில்லை. விளக்க வேண்டிய இடங்களில் நின்று விளக்கிவிட்டுத்தான் அடுத்த வரிக்குப் போகிறார். இன்னொன்று : சரித்திர நாவலுக்குக் 'கலர்' சேர்க்க வேண்டுமென்றால் நிச்சயம் ஒரு சாமியார் இருக்க வேண்டும் என்று கல்கி காலத்திலிருந்து நிலவி வரும் சம்பிரதாயம். அதற்கு விரோதமில்லாமல் சுஜாதாவும் ஒரு பைராகியைச் சிருஷ்டித்திருக்கிறார். இருந்தாலும் இவன் வித்தியாசமான பைராகி. வைத்தியம முதல் வாள்வீச்சு வரை எல்லா வித்தைகளையும் அறிந்த இந்தப் பைராகி சமயத்தில் பச்சையாக ஜோக்கும் அடிக்கத் தெரிந்தவன். கலகலப்பில் வசந்தின் சரித்திரப் பாதிப்பு.

இப்படி, தன் தனித்தன்மையையும் விட்டுவிடாமல், அதே சமயம் சரித்திரக் கதை எழுதும்போது செய்ய வேண்டிய தியாகங்களையும் செய்து, இறங்கிவிட்டால் இரண்டிலொன்று பார்த்துவிடுவது என்ற விஞ்ஞானியின் தீவிரத்துடனும் அக்கறையுடனும், கூடைகளாக விவரங்களைத் திரட்டிக் காப்ஸ்யூல்களாக வாசகருக்கு வழங்கியிருப்பதால், சுஜாதாவின் வெற்றி கரமான நாவல்களில் ஒன்றாக 'ரத்தம் ஒரே நிறம்' விளங்குவதில் ஆச்சரியமில்லை.

அன்றைய எழுத்தாளர்கள் கல்கி கோத்திரம். இன்றைய எழுத்தாளர்கள் சுஜாதா கோத்திரம். என் அன்புக்குரிய சினேகிதரான இந்த ரிஷியை நினைக்கும் போதெல்லாம் எனக்குப் பொறாமையாகவும் இருக்கிறது, பெருமையாகவும் இருக்கிறது.

சென்னை - 23   **ரா.கி. ரங்கராஜன்**
14-1-83

1

1857 இந்தியா, சென்னை, ஜனவரி மாதம், வியாழன், அதிகாலை. கொஞ்சம் படிகளைக் கடந்து பல வடிவக் கட்டிடத்தைச் சுற்றியிருக்கும் தட்டி கட்டின வராண்டாவில் நடந்து கால் கட்டைவிரலால் பங்க்காக் கயிற்றை இழுத்து விடுவிக்கும், இழுத்து விடுவிக்கும் முண்டாசனைப் புறக்கணித்து முன்வாசலுக்கு வரலாம். கதவு திறந்த உடனே சற்றுக் களேபரமான ஹால், மேஜை நாற்காலிகள் தன்னிச்சையாகப் பரவி இருக்கின்றன. நட்ட நடுவே இருக்கும் மேஜையில் நேற்றைய மது மிச்சம். அருகே காலிக் கோப்பைகள், பாதி நிரம்பிய பிராந்தி பாட்டில், ஒரு கைத்துப்பாக்கி, கடிதங்கள், கண்ணாடி, சுருட்டுப் பெட்டி, புத்தகங்கள்.

நாற்காலிகள் எல்லாம் ஓய்வு பெறும் முதுநிலையில் இருந்தன. சுவரில் குத்தீட்டி செருகியிருந்தது. அதற்குத் தோழனாகக் கத்தி, இரட்டைக் குழல் துப்பாக்கி, ஒரு சவுக்கு, சற்றுத் தள்ளி ஆணியடித்து மாட்டப்பட்ட படங்களில் 'டகாரோ' டைப்பில் மீசை வைத்த வெள்ளைக்காரர்கள். கர்னல் நீல் என்பவர் கைப்பட எழுதிய கண்டன கடிதம்.

இவை எல்லாவற்றிற்கும் சொந்தக்காரனான லெப்டினன்ட் எட்வர்ட் மக்கின்ஸி அடுத்த அறையில் தூங்கிக்கொண்டிருந்தான்.

அந்த அறைக்குள் நுழைவோம். கயிற்றுக் கட்டில் மேல் பஞ்சுப் படுக்கை, மக்கின்ஸி கொசு வலைக்குள் தூங்கிக்கொண்டிருக்க, அதன் ஓரத்தை நாசூக்காக உயர்த்தி ஒரு ஆள் அவனுக்குத் தூக்கத்தில் சவரம் செய்துகொண்டிருந்தான். மேலே பங்க்கா கான்வஸ் மரச்சட்டத்தில் சோம்பேறித்தனமாக ஊசல் ஆடிக்கொண்டிருந்தது.

மக்கின்ஸிக்கு இருபத்து ஐந்து வயது இருக்கலாம். நீண்ட நாசியிலும், பென்சில் கோட்டு உதடுகளிலும், நெற்றிச் சுருக்கத்திலும், உயர்ந்த தாடை எலும்புகளிலும் பிடிவாதமும் மூர்க்கத்தனமும் தெரிந்தன. அவன் முகத்தைச் சன்னமாகக் கத்தி வருடிக் கொண்டிருந்தது. அவன், எசமான் விழித்துக்கொண்டால் உடனே சவுக்கால் வீறிவிடுவான் என்கிற அச்சத்தில் இயங்கிக் கொண்டிருந்தான். துரை எழுந்திருப்பதற்குள் சிரைத்து முடித்துவிட வேண்டும். ரத்தக் கீறல் கூடாது. அரைகுறை வேலை கூடாது. சிரமம்தான்.

மக்கின்ஸி எழுந்துவிட்டான். அந்த ஆள் உடனே விலகி, தூரத்திலிருந்து கண்ணாடி காட்டினான். மக்கின்ஸி ஒரு கணம் தன்னைப் பார்த்துக் கொண்டான். முன்தினம் அருந்திய மதுவின் ரகளை கண்களில் தெரிந்தது. கன்னம் பூராவும் பரவியிருந்த சவரப் பச்சைக்குப் போட்டியாக

பச்சைக் கண்கள்.

“குட்மார்னிங் ஸார்!”

மக்கின்ஸி அவனிடம் ஓரணா நாணயத்தை வீசி எறிந்தான். பொறுக்கிக் கொண்டு அடைப்பத்துடன் விலகினான். வெளியே, “துரை எழுந்துட்டாரு” கேட்டது. மூன்று வேலைக்காரர்கள் மௌன வரிசையாக உள்ளே நுழைந்தார்கள்.

மக்கின்ஸி தன் உள்ளாடைகளில் நடந்து, அறையை விட்டு வெளியே வந்து, அருகே இருந்த குளியலறைக்குள் நுழைந்து, தன் உடைகளைக் கழற்றி எறிய, அவற்றை ஒரு கறுப்பன் பிடித்துக் கொள்ள, மக்கின்ஸி இப்போது உரித்த கோழியைப் போல பிறந்த மேனியாக இருந்தான். வெள்ளை வெளேர் என்று உருவி விட்ட அம்புத்தனமான உடற்கட்டு, கொப்பளிக்கும் தசை நார்கள். திருகி விட்ட கயிறு போல, ஒரு அவுன்ஸ் ஊளைச்சதை இல்லாத ஆரோக்கியம்.

வேலையாட்களில் ஒருவன் மண்பானையிலிருந்து குளிர்ந்த நீரை ஆதரவுடன் ஊற்ற, அவன் தன்னைத் தேய்த்துக் கொண்டு கைநீட்டு முன் மற்றொரு கறுப்புக் கை சோப்புடன் தயாராக இருந்தது. மக்கின்ஸி உற்சாகமாகப் பாடத் துவங்கினான்.

ராணியின் ராணுவத்தின் இளம் அதிகாரி. இன்று மாலை எமிலி அட்கின்ஸனின் இளந்தளிர்க் கரங்களைப் பற்றி, ‘எமிலி! நீ என்னை மணம் புரிவாயா?’ என்று கேட்கப் போகிறவன்.

எமிலி அட்கின்ஸன்! அவன் பாடல் இன்னும் அபசுரமானது.

பாடல் வேலைக்காரர்களிடம் எந்தவிதச் சலனத்தையும் ஏற்படுத்தவில்லை. அவர்களுக்கு அந்த நேரம் உயிரில்லை. எல்லோரும் பொம்மைகள் என்று சொன்னால் நம்பலாம்.

துரை குளித்து முடிக்கக் காத்திருந்தார்கள். ஓர் அடிமைக் கை துடைத்துக்கொள்ளும் துண்டுடன் மக்கின்ஸி கை நீட்டியதும் சித்தமாகியது. அதை இடுப்பில் சுற்றிக்கொண்டு குளியலறையை விட்டு வெளியே வந்ததும் அவன் ராணுவ உடைகள் தயாராக இருந்தன. நீல நிற மேலங்கி, உடைவாள், துப்பாக்கி, காலை நீட்டினவுடன் மாட்டிவிட முழங்கால் வரை காலணிகள்.

லெப்டினன்ட் மக்கின்ஸி போன்ற மணமாகாத அதிகாரிகளுக்கே ராணியின் ராணுவம் அதிகமான வேலைக்காரர்களை வைத்துக் கொள்ள வசதி தந்திருந்தது. எத்தனை பேர்! மாதம் பத்து ரூபாய் சம்பளத்துக்கு ஒரு ‘மேட்டி.’ ஆறு ரூபாய்க்கு ஒரு சமையல்காரன். வீடு பெருக்கு ‘முஸால்ச்சி’ ஒருத்தி. தண்ணீருக்கு ஒருத்தன். தையலுக்கு ஒரு தர்ஜி, வெளுக்க ஒரு ‘டோபி’ வீட்டு வேலைக்கு ஒருத்தன், புல் வெட்ட ஒரு கிழவன்,

தோட்டக்காரன். எல்லோருக்கும் மூன்றிலிருந்து ஆறு ரூபாய் சம்பளம். தவிர, குதிரைக்காரர்கள், அவ்வப்போது நாவிதன். அத்தனை பேரும் வெவ்வேறு கரிய முகங்கள். எவனையும் சவுக்கால் அடிக்கலாம். தயக்கம் வேண்டாம். அவர்கள் ஆசியர்கள். நான் பிரிட்டிஷ்காரன். உயர்ந்த பிரஜை! எட்வர்ட் மக்கின்ஸி அன்று தினத்தை - குறிப்பாக மாலையை எதிர்நோக்கிக் கொண்டிருந்தான்.

மக்கின்ஸியைக் கொல்ல நினைத்திருந்த முத்துக்குமரனும் எதிர்பார்த்துக் கொண்டுதான் இருந்தான்.

மதராஸ் பட்டணத்தின் விளிம்பில் ஆலப்பாக்கம் கிராமம். முத்துக்குமரனைச் சந்திக்கலாம். பச்சை வயல்கள் கட்டி அணைத்துக் கொண்டிருக்கும் கிராமம். ஆளேறுந்திலா என்னும் ஏற்றத்தின் சாலைப் பிடித்துக் கொண்டிருந்தவன் வரி வரியாக,

"நாற்பத்தியாலெட்டா நாரதன் பிறக்க

பாரதம் நடக்க ஐவரும் பிறக்க

அனந்தங்கள் நடக்க பாஞ்சாலி பிறக்க

மத்தினித் துயிலுரிய அன்னச் செடலாட

அம்பதியால் ஒண்ணு . . ."

என்ற பத்துச் சால் இறைப்பதற்குள் பாரதக் கதை ஏற்றப்பாட்டில் பறந்து கொண்டிருந்தது. முத்துக்குமரன் ஏற்றத்தின் மிதிமரத்தில் மேலும் கீழும் நடந்து கொண்டிருந்தவன் -

"அண்ணே! பத்துப் பரியம் இறைச்சாச்சு. எனக்குச் சோலியிருக்குது. நான் வரேன்" என்றான்.

"எங்கடா கிளம்பிட்ட முத்து?"

"மதராஸ் பட்டணம் போறேண்ணே, பொருள் வாங்கணும்."

"சாக்கிரதடா. வெள்ளைக்காரன் சோலிக்குப் போவாதே!"

"இல்லண்ணே. அங்க யாரு போவாங்க? சந்தைல வாங்க வேண்டியது நிறைய இருக்கு. கவுறு, ஜகட."

முத்துக்குமரன் ஏற்றத்திலிருந்து இறங்கி வரப்போட நடந்து கிராமத்துக்குள் நுழைந்தான். ஈர நெல் வாசனை அடித்தது குடிசை வாசல்களில்.

"ஒம்போது வள்ள நெல்லை நீங்க

ஓடி ஓடிக் குத்துங்கடி . . .”

என்று பெண்கள் பாட்டுடன் குத்திக்கொண்டிருந்தார்கள்.

முத்து தன் தோளில் இருந்த கீற்றுக் காயத்தை ஒரு முறை தடவிக்கொண்டு வீட்டை அடைந்து “அம்மோவ்” என்று கூப்பிட்டான். வெளியே காத்திருந்தான்.

அவனுக்குப் பத்தொன்பது வயதிருக்கும் சதுர முகத்தில் நாவற் பழக் கறுப்பில் கண்கள், பெரிய உதடுகள், சற்று உள்ளமுந்திய மூக்கு.

அள்ளிப் பின்னே செருகப்பட்டு எண்ணெய் பளபளக்கும் முடி.

இடுப்பில் தாண்டலாகக் கட்டியிருந்த சிறு துண்டு. புஜத்தில் அம்மன் தாயத்து, மக்கின்ஸியுடன் ஒப்பிட்டால் இவன் உடல் சற்றுக் கனமானது. வயற்காட்டு உழைப்பும் ஜல்லிக்கட்டும் சிலம்ப விளையாட்டும் உடம்பில் கரணை கரணையாகத் தெரிந்தன.

அவன் தாய் வெளியே எட்டிப் பார்த்தாள். “என்னடா இந்நேரத்திலேயே வந்துட்ட? எத்தனை பரியம் இறைச்ச?”

“பாதில வந்துட்டம்மா.”

“ஏனாம்?”

“பட்டணம் போறன்னு சொன்னனில்ல?”

“அங்க எதுக்கடா போற? அந்தச் சண்டாளன் அங்க காத்துக் கிட்டிருப்பாண்டா!”

“அங்க யாரும்மா போறாங்க? நாம் பாட்டுக்கு புரசவாக்கம், முத்தியால்பேட்டன்னு போய்ட்டு ரவைக்குள்ள வந்துருவன்.”

“எனக்கென்னமோ நீ அந்த வெள்ளைக்காரனைப் பார்க்கத்தான் போறன்னுட்டு மனசு கிடந்து அல்லாடுது. ஏள்ரை நாட்டுச் சனிடா அவங்க! குளிக்கிறியா?”

“அதுக்குத்தான் வந்தன். தண்ணி ஊத்து.”

தன் தாயின் கரங்கள் முதுகில் சுகமாகத் தேய்ப்பது முத்துக்குமரனுக்கு உறுத்தியது. ‘இவளை விட்டுப் போகிறேன். அனாதையாகி விடுவாள். சே! என்ன நினைப்பு! அப்படி நடக்காது. ஒருவருக்கும் தெரியக் கூடாது. இரவோடு இரவாகச் செய்ய வேண்டும். இன்னிக்கு விட்டா வேற வேளை வராது. வித்தைக்காரங்க வந்துருவாங்க. அவங்களைப் பாட்டையில வெச்சுப் பிடிக்கணும். அவங்க கூடப் போனாத்தான், பரங்கியைப் பார்க்க முடியும். முதல்ல பார்க்கணும். பாத்து? பாத்து . . . கருக்கரிவாள் இல்ல? பொளுதன்னிக்கும் தீட்டித் தீட்டி வெச்சிருக்கேனே, எதுக்கு? ஒரே சீவு!

பாத்தியாடா ரத்தத்தை? என் அப்பன் ரத்தமும் அதே நிறந்தாண்டா சண்டாளப் பயலே!' அம்மா அவன் தலைமயிரைப் பிடித்து நிமிர்த்தினாள். "இத பாருடா, மற!" அது ஆச்சு, தீந்துபோச்சு. நானே மனசைக் கல்லாக்கிட்டேன். வேண்டாம்! நீ ஒண்டியாளு. அம்பு படை வெச்சிருக்கறவங்களை எதுக்க முடியாது. நீயும் உங்கப்பன் மாதிரிச் செத்துப்போவே!"

"அட! அங்க போவலைன்னு சொன்னனில்ல!"

"அப்ப என் கைல சத்தியம் பண்ணிக் குடு"

"அந்த வெள்ளக்காரனைப் பாக்கப் போறதில்லைன்னுட்டு."

நீட்டிய கை மேல், "சத்தியமா," என்று சொல்லிவிட்டு அரைகுறையாக நிறுத்தினான். மனசுக்குள் 'அவனைத்தான் பாக்கப் போறேன்,' என்று சொல்லிக் கொண்டான். தன் தோள் காயத்தைப் பார்த்துக் கொண்டான். 'தொர, நிச்சயம் உன்னைப் பாக்கத்தாண்டா வரேன்! பாக்காம விட்டுப் போடறதில்லை! கயவாணிப் பயலே! வித்தைக்காரங்க வராங்க. என்னைக் கூட்டிட்டுப் போறாங்க!'

"ஐத்லக்கா!"

வித்தைக்காரர்கள்! பூஞ்சோலையின் ஞாபகம் வந்தது.

பெரிய விழிகள். துடிக்கும் உதடுகள். சீலைக்குள் தெரிந்த அபரிமிதமான மார்பின் வட்டங்கள்.

'அம்மாப் பாருங்க! அய்யாப் பாருங்க. மந்திரமில்ல மாயமில்ல!'

'ராஜவசியம், குளந்தை பயம், கண்திட்டி, கண்ணேறு, நாவேறு கட்டி, சிலந்திப் பரு, தொடை வாளை, பிசாசு ஏதாவது இருக்கய்யா உங்க வீட்ல?'

'இல்லியே!'

'தாயத்து வேண்டாம்! நீ வேணும்!'

'அய்! அது என்னா கதை? எனக்கு முறைல முப்பது பேரு இருக்காங்க. நீ என்ன சாதியோ?'

வித்தைக்காரர்களுடன் பூஞ்சோலை வருவாள்!

குடிசைக்குள் சென்றான். வேட்டி மாற்றிக்கொண்டான். மூட்டைக்குள் அம்மா பார்க்காது இருக்கையில் அரிவாளைச் செருகிக்கொண்டான்.

"ரவைக்குள்ள வந்துருவ இல்ல?"

"ஆமம்மா. அண்ணன் வந்துருவாரு."

“ஹும். அவன் எங்க கெடக்கானோ? அப்பாரு போனதில இருந்து கேக்க ஆளில்ல.”

“வந்துருவாரம்மா.”

“வந்துருவாருன்னுதான் அன்னைக்கும் உங்கப்பாருக்காகக் காத்திருந்தேன். வரவே இல்லையே! ரத்தத்தில மூடித் தூக்கியாந்தீங்களே?”

இஞ்சி மரம் வெச்சி

எலுமிச்சை தோப்பு வெச்சி

“இஞ்சி கிணறிடிஞ்சா எலுமிச்சை யார் பாப்பா ...?”

“த ... சும்மாப் புலம்பாத. நான் போய்ட்டு வந்தர்றன்.”

அங்கே இருக்கப் பிடிக்காமல் குடிசைக்கு வெளியே வந்தான். அம்மாவின் மெலிதான அழுகை இன்னும் கேட்டுக்கொண்டிருந்தது. நடந்தான். அப்பா! கண்களில் நீர் திரையிட்டது.

அறுபது நாட்கள்! மனசுக்குள் மறைத்து வைத்திருந்த நெருப்பு வெறுப்பு.

‘தகர தகர தம், தகர தகர தம்!’ அம்மன் திருவிழாவின் தாரை தப்பட்டை அவனுள் ஒலித்தது. கழுத்தில் மாலையுடன் நனைந்த ஒரு ஆடு காத்திருக்க, சப்பரத்தில் அலங்கார ராணியாக அம்மன் கிராமத்துத் தெருக்களில் பவனி வர, சுற்றுப்புறத்து ஜனங்கள் எல்லாம் முத்துக்குமரனின் சிலம்பாட்டத்தைப் பார்ப்பதற்கென்றே கூடியிருக்க. . .

பதமாகச் சீவிய மூங்கிலை நட்ட நடுவே பிடித்துச் சாகசமாகச் சுழற்றிக்கொண்டிருந்தான். கிட்டே வரத் தைரியமில்லாத சில இளைஞர்கள் அவ்வப்போது விளிம்பிலிருந்துகொண்டு தத்தம் குச்சிகளால் அவனைப் பரிசோதித்து உசுப்பிக்கொண்டிருக்க, அவன் பாய்ச்சலுக்கும் சுழற்சிக்கும் வெண் வட்ட மின்னல் தகட்டிற்கும் ஈடுகட்ட ஆளில்லாமல் –

“வாங்கடா! ரெட்டை ரெட்டையா வாங்கடா!”

அம்மன் மெதுவாக வீதிகளில் வலம் வர தூரத்தில் புழுதிப் படலம் தெரிந்தது.

“அண்ணே! வெள்ளக்காரங்க வராங்க!”

“எதுக்கடா இந்தப் பக்கம்?”

“தெரியலிங்களே! என்ன சோலியோ?”

முதலில் ஒரு முண்டாசுக்காரன் ஓடி வந்து. “ஒதுக்குங்க, ஒதுங்குங்க, தொரைமாருங்க வராங்க” என்றான்.

அதன் பின் பட்டி நாய்கள் குரைத்தன. பத்துப் பதினைந்து குதிரைகள் ஓட்ட நடையில் வந்தன. குதிரைகள் மேல் பரங்கி அதிகாரிகளும் சில மனைவிகளும் சிரித்துப் பேசிக்கொண்டே வந்தார்கள். அவர்களைத் தொடர்ந்து கை வண்டிகளில் அவர்கள் வேட்டையாடிய காட்டுப் பன்றிகள் ரத்தக் குத்துடன் நிரம்பியிருந்தன. கால்நடையாக வேலைக்காரர்கள் ஓடி வந்தனர். அம்மன் அவர்களுக்கு வழி விட்டாள். கடக்கையில் ஒரு வெள்ளைக்காரன் முத்துக்குமரன் கையில் இருந்த குச்சியைப் பார்த்தான். பக்கத்தில் ஏஜண்டிடம் என்னவோ கேட்டான். அவன் பிஷி பிஷி என்று இங்கிலீஷில் பேசிப் பதில் சொல்ல, சற்று நேரத்தில் முண்டாசு, முத்துவின் அருகில் வந்து, "உங்களுக்குள்ள யார்றா நல்லா குச்சி சுளட்டுவீங்க?" என்று கேட்டான்.

"இத! முத்துதான்! என்று பலர் பதிலளிக்க, "தொரை பாக்கணுமாம். கொஞ்சம் ஆடிக் காட்டுங்கடா" என்றான்.

முத்து சிரித்துக்கொண்டே இரண்டு மூன்று சுழற்சிகள் செய்து காட்டினான். கம்பு சுற்றிய வேகத்தில் காற்றுப் பாடியது.

குதிரை மேல் உட்கார்ந்திருக்க மக்கின்ஸி குதித்து இறங்கினான். முத்துவிடம் வந்தான்.

"மாக்!" என்று ஒருவன் கூப்பிட்டதைப் பொருட்படுத்தாமல் அருகில் இருந்த கிராமத்து இளைஞனிடம் ஒரு கம்பைப் பிடுங்கிக் கொண்டான். "கமான்" என்று தலையை அசைத்து முத்துவைச் சண்டைக்குக் கூப்பிட்டான்.

"தோத்துவருவான்னு சொல்லுய்யா! அவுங்களுக்கெல்லாம் ஆட வராது."

"த பாருப்பா. நீ அவர்கிட்ட தோத்துப் போயிரு! கோவக்கார மக்கி துரை!"

"அதெப்படி?"

இதற்குள் மக்கின்ஸி கம்பின் பிடிப்பைப் பரிசோதனை பார்த்து, ஒன்றிரண்டு வெற்றுச் சுழற்றல் செய்துவிட்டு, திடீரென்று முத்துவின் மேல் பாய்ந்து தாக்கினான். முத்து சுலபமாக அதைச் சமாளித்துவிட்டு ஒதுங்கிக்கொண்டு சிரித்தான்.

"ஏய்! தோத்துப் போயிருடா!"

"அதெப்படி? அவந்தான் வலுக்கட்டாயமாகக் கூப்பிட்டான்?"

இப்போது இருவரும் ஒருவரை ஒருவர் நோக்கியபடி சுற்றி வந்தார்கள். தாரை தப்பட்டங்கள் நின்றுவிட்டன. வெள்ளைக்காரர்கள் தம் கட்சி ஆளை

உற்சாகப்படுத்திச் சிரித்தார்கள். பெண்கள் கைக்குட்டைகளை அசைத்தார்கள். மக்கின்ஸி ஒரே பாய்ச்சலாக அருகில் வந்து முத்துவின் மண்டை மேல் குறிவைத்தான். முத்து அதை உயரத்திலேயே அணைத்துவிட, சற்று நேரம் மக்கின்ஸியின் முழுச் சக்தியையும் அழுத்தத்தையும் அந்தரத்திலேயே நிறுத்தினான். அடுத்து அடுத்து மக்கின்ஸி அவனைப் பல்வேறு திசைகளில் தாக்க முற்பட, அந்தப் பல்வேறு திசைகளிலும் முத்து தன் கம்பால் சுலபமாகத் தடுத்தான். ஒரு சிக்கலான சுழற்சியில் மக்கின்ஸியின் கம்பை நெம்பி உதிர்த்துவிட்டு அவன் தோளில் ஓங்கி அடிப்பது போல் பாவனை செய்து லேசாக அவனைக் கம்பால் தொட்டான். சிரித்தான்.

"போதுமான்னு கேளுய்யா?"

"கமான் மாக்!" என்று பெண் குரல் கேலியுடன் கேட்டது.

கீழே விழுந்திருந்த கம்பை எடுத்துக்கொண்டு நிமிர்ந்தவன் முகத்தில் ரத்தம் பாய்ந்திருந்தது.

"இத பாருய்யா ஏஜண்டு! உங்க எஜமானங்கிட்ட சொல்லிப் போடு போதும்னு."

"டேய் தோத்துப் போயிருடா! கம்பை விட்டுர்றா!"

"அவன் கீள போடட்டும். எக்குத்தப்பா தாக்கிடப் போறான் கோவத்தில் இருக்கான். இந்த ஆட்டத்துக்குக் கோவமே கூடாதுன்னு சொல்லு."

மக்கின்ஸி அவன் பேசிக்கொண்டிருக்கும்போதே எதிர்பாராவிதமாக முத்துக்குமரனின் இடுப்பில் அடித்துவிட்டான். ஒரு நிமிடம் துடித்துப்போய்விட்டான். மக்கின்ஸி மேன்மேலும் ஓங்கி அடிக்க ஒன்றிரண்டு அடிகளை வாங்கிக்கொண்டு சாதகமாக நிலை மாற்றிக் கொண்டதும் முதன் முறையாக முத்துக்குமரன் தாக்க ஆரம்பித்தான். அவனுக்கும் மண்டைக்குள் ரத்தம் பாய்ந்திருக்க வேண்டும். தகடு தகடாகச் சுற்றிப் பிரமிக்கும் வேகத்தில் வெள்ளைக்காரனை மூன்று முறை வீசிவிட்டு அதே வேகத்தில் அவன் கம்பைப் பறக்கவிட்டுத் தடுமாறி கீழே வைத்தான். "இனி அந்த மாதிரி செய்யாத துரை! தப்பாட்டம்!"

கிராமமே சிரித்துக் கை கொட்டியது! முத்துக்குமரன் திரும்பாமல் பின்வாங்க, அவமானப்பட்ட, புழுதிப்பட்ட மக்கின்ஸி சற்றும் எதிர்பாராத விதமாக உடைவாளை உருவி ஓடி வந்தான்.

அவன் கத்தியின் முதல் வீச்சைத் தன் கம்பால் தடுக்க, அது உடனே இரண்டு துண்டாகியது. அடுத்த வீச்சில் கால் பாகமாகியது.

"என்னய்யாது! துரைக்குப் பைத்தியம் புடிச்சிடுச்சா? வேணாம் வேணாம். விளையாட்டு துரை இது!"

"விஷ்!" முத்துக்குமரனின் தலைமுடி உதிர்ந்து பறந்தது . . .

"விஷ்!" தோளில் ரத்தம். தடுமாறி விழுந்தான்.

அடுத்து கத்தி ஓங்கப்படுவதையும் அது அவன் மார்பை நோக்கி இறங்குவதையும் கவனித்த குறைந்த அவகாசத்தில் கூட்டத்திலிருந்து ஓடி வந்த தன் தந்தையைக் கவனிக்கவில்லை.

"அய்யோ. . ." என்ற சப்தம்தான் கேட்டது ஒரு கணம் நம்பிக்கையின்றி.

அந்த நேரான கத்தி வீச்சு தந்தையின் கழுத்தில் வெட்டுவதை அருகே, மிக அருகே பார்த்தான். குபுக்கென்று கிடா வெட்டுப் போல் ரத்தம் பொங்குவதைப் பார்த்தான்.

"அப்பா!"

அவர்கள் சடுதியில் குதிரை ஏறிப் புறப்பட்டுவிட்டார்கள்.

2

வடக்கே செல்லும் பாட்டையை வெய்யிலிருந்து காப்பாற்றிய ராணுவ வரிசை போன்ற புளிய மரங்களின் நிழலில் முத்துக்குமரன் விரைவாக நடந்தான். காற்றின் மென்மையோ, சாலை விளிம்பு வரை தொட்டுக்கொண்டிருந்த வயல்களின் பச்சை அசைவுகளோ, ஆங்காங்கே அவன் வழியில் குறுக்கிட்ட ஈர நெல் படுகைகளோ, வேலி உயரத்தில் இரட்டை இரட்டையாக அம்பு போலப் பறந்து செல்லும் செந்தலை வல்லூறுகளின் உச்ச த்வனி கீச்சிட்ட கூப்பிடல்களோ அவனைக் கவரவில்லை.

'மக்கி துரை!' அவன் பெயரை ஒரு முறை ஏஜண்ட் சொல்லும் போது கேட்டுக் கொண்டுவிட்டான்.

இனி மறக்க மாட்டான். பெயரை மறந்தாலும் முகத்தை மறக்க மாட்டான். ஆயிரம் வெள்ளைக்காரர்கள் மத்தியில் அந்தப் பச்சைக் கண்களையும் கோடு போட்ட உதடுகளையும் நீட்டமான மூக்கையும் சத்தியமாக அடையாளம் கண்டுகொண்டு விடுவான். நெஞ்சில் பழுக்கக் காய்ச்சிச் சூடு போட்டிருந்த அந்த வடிவத்தை எப்படி மறக்க முடியும்?

"தண்ணி!" அப்பா இறப்பதற்கு முன் சொன்ன ஒரே ஒரு வார்த்தை. முக்கால் பாகம் வெட்டப்பட்ட கழுத்து. ரத்தம் பொங்கப் பொங்க அங்கங்களில் மிச்சமிருந்த உயிர் துடித்தது. துடித்து வடிந்தது.

அரை மனதாகக் கிராமத்து ஜனங்கள் வெள்ளைக்காரர்களைத் துரத்த அவர்கள் வானத்தில் சுட்டுவிட்டுச் சிரித்துக்கொண்டே புறப்பட்டனர்.

கை வண்டிகள் நிறைய காட்டுப் பன்றிகள், கடைசியில் அகப்பட்ட ஒரு வேலைக்காரனைக் கிராமத்தார் கைக்கோடரியால் பிளந்தனர். ராப் பூரா விளக்கின்றி, சுற்றுப்பட்ட பெண்களின் இயந்திர ஒப்பாரி. முத்துவின் மனத்தில் பழிவாங்கலின் தாகச் சிவப்பு.

அதோ! வித்தைக்காரர்கள் சொன்னபடி வந்துவிட்டார்கள்.

ஆலமர நிழலில் தற்போதைக்கு இளைப்பாறிக் கொண்டிருந்தார்கள். வண்டிகள் கூண்டு கூண்டாகச் சாய்ந்திருக்க எருதுகள் அசைபோட்டு நின்று கொண்டிருந்தன. கற்களின் இடையில் உற்சாகப் பானை பொங்கிக் கொண்டிருந்தது. வித்தைக்காரர்கள் பழகிக்கொண்டிருந்தார்கள். ஆலம் விழுதில் ஒருத்தன் குரங்கேறினான். இன்னொருவன் ஏணியை நிற்க வைத்து யாரும் பிடித்துக்கொள்ளாமலே சரசரவென்று ஏறினான். சின்னக் குழந்தை அந்தரடித்தது. மற்றொருவன் மற்றொரு குழந்தையை வயிற்றில்

துணி சுற்றிக் கம்பின் உயரத்தில் நிறுத்தப் பிரயத்தனித்துக்கொண்டிருந்தான். மத்தளம் 'தும்' 'தும்' என்று சாதகம் செய்துகொண்டிருந்தது.

முத்து அவர்களை நெருங்கினான்.

"தாத்தா, நான் வந்துட்டேன்."

"யாரது?" அந்தக் கிழவன் கண்களுக்கு நிழல் தந்து பார்த்தான்.

"நான்தான் முத்துக்குமரன் தாத்தா! ஆலப்பாக்கம் கிராமத்திலே சந்திச்சேனே! அம்மன் திருவிழாவிலே தடங்கல் ஆயிருச்சே! கியாபகம் இல்லே?"

"நீ! நீயா? வாப்பா வா! சொன்னாப்பல வந்துட்டியே. பட்டணம் போவணுமின்னு சொன்னல்ல?"

"ஆமாம். உங்ககூட வரன்."

"எதுக்குப்பா?"

"நானும் உங்ககூட வெள்ளைக்காரனுக்கு வித்தை காட்டத்தான் வரன் தாத்தா."

"உனக்கு என்ன வித்தை தெரியும்?"

"சிலம்பம் ஆடுவேன், காட்டட்டுமா?"

"இப்ப வேண்டாம்! விருந்தாளி வந்திருக்கே. முதல்ல சொனைலே போயி கை கால் கழுவிட்டு வா. வந்து எங்ககூடக் கஞ்சி குடி அப்புறம் ஆடலாம்."

"இன்னிக்கு மதராஸ் பட்டணம் போயிருவோமில்ல."

"தாராளமா. பொழுது சாயறதுக்குள்ள போயிருவோம்."

அவன் அங்கிருந்து அருகே இருக்கும் சுனைக்குச் சென்று அதன் விளிம்பில் உட்கார்ந்து, காலை நீட்டி ஆழம் பார்த்து இறங்கி முழங்கால் தண்ணீரில், தன் மேல் நீரை வாரி இறைத்துக்கொண்டான் லேசாகப் பாட்டுச் சப்தம் கேட்டது.

"மானத்தில் மீனிருக்க

மதுரையில நானிருக்க

சேலத்தில் நீயிருக்க

சேருவது எக்காலம் . . ."

சப்தம் வந்த திசையை நோக்கி நடந்தான். மரத்தடியில் நீட்டமான சீலைத்திரை கட்டியிருந்தது. மரத்துக்குப் பின்பக்கம் வளையல் சப்தம் கேட்டது. இவன் வருகையைக் காய்ந்த இலைகளின் சரக் சரக் அறிவித்துவிட, "யாராயிருந்தாலும் இங்கே வர வேண்டாம். குளிச்சிக் கிட்டிருக்கேன்" என்ற குரல் கேட்டது. அந்தக் குரலை முத்துக்குமரன் இன்னும் மறக்கவில்லை.

பூஞ்சோலை!

"நான்தான் முத்துக்குமரன் வந்திருக்கேன்."

"முத்துக்குமரனா, அது யாரு?" மரத்தின் பின்னிலிருந்து ஒரு வட்ட முகம் எட்டிப் பார்த்தது.

உடனே அடையாளம் கண்டுகொண்டு, "அட நம்ம ஆலப்பாக்கம் சிலம்பக்காரரு. நல்லா இருக்கீங்களா?" முகம் மறைந்தது.

"பரவாயில்லையே, ஞாபகம் வெச்சிருக்கியே."

"சில முகத்தை மறக்க மாட்டன், தாயத்து வாங்காம ஏமாத்தின வருதான நீங்க?" என்றது மரம்.

"சரிதான், அதையும் மறக்கலையா!"

"கொஞ்சம் இருங்க! சேலை கட்டிட்டு வந்துர்றேன்." அந்தச் சீலைத்திரை மெதுவாகப் பற்றி இழுக்கப்பட அதைச் சுற்றிக் கொண்டிருக்கும்போது ஒரு கணம் ஜாக்கிரதைக் குறைவினால் சற்றே தெரிந்து மறைந்தாள்.

"எதுக்காக வந்திருக்கீங்களாம்?"

"நானும் உங்ககூடப் பட்டணம் வரன்."

"அப்படியா?" இப்போது மரத்தின் பின்னாலிருந்து முழுதும் வெளிப்பட்டாள். குளித்த ஈரம் இன்னும் நெற்றி அருகில் இருந்தது. மார்பை இறுக்கிச் சீலையைச் சுற்றி இருந்தது அவன் கவனத்தைக் கவர்ந்தது.

"அப்புறம் சவிக்கியமா இருக்கீங்களா? பெண்டாட்டி பிள்ளைங்கள்ளாம் நல்லா இருக்காங்களா?"

"எங்க! கல்யாணமே ஆவலியே?"

"அப்படியா, சரிதான்."

"உனக்கு?"

"ஆயிரும்! தை மாசம் வரப்போவுதில்ல? அப்பாரு சொல்லிக்கிட்டே இருக்காரு. யாரைக் கட்டிக்கிறதுன்னு தான் ரோசனை பண்ணிக்கிட்டிருக்கேன்.

கூட்டத்திலேயே எத்தனையோ பேரு கேக்கறாங்க. ஒண்ணும் மனசில பதியல. அத விடுங்க. நீங்க எங்ககூட எதுக்கு வரிங்க?"

"வித்தை காட்டறதுக்குத்தான். சிலம்பாட்டம். வெள்ளைக்காரன் பார்க்க!"

"தாத்தாகிட்ட போய்ச் சொல்லிட்டீங்களா?"

"சொல்லியாச்சு. பூஞ்சோலை, நீ என்ன வித்தைங்கள்ளாம் செய்வே?"

"நானா? நான் ஒண்ணுத்துக்கும் உபயோகம் இல்லீங்க. மத்தளம் அடிப்பேன். கொஞ்சம் ஆடுவேன். குறி சொல்லுவேன். வித்தை முடிஞ்சதும் தவறாம காசு கேக்கறதுக்கு மடடும் நான்தான் போவேன். பல்லைக் காட்டிக்கிட்டே போடுவாங்க" என்று சிரித்தாள்.

"நிச்சயம் போடுவாங்க."

"எப்படிச் சொல்றீங்க?"

"உன்னைப் பார்த்தா சொத்தையே கொடுத்துறலாமே?"

"அப்ப நீங்களும் அந்த மாதிரிதானா? அய்யய்யே!"

"இல்லை பூஞ்சோலை. நல்லா அளவா இருக்கேன்னு சொல்ல வந்தேன்."

"நிறையக் கேட்டாச்சு. புதுசா ஏதாவது சொல்லுங்க."

கைகளில் நிறையச் சங்கு வளையல்கள் அணிந்திருந்தாள். நீண்ட கழுத்தில் ஒரே ஒரு கறுப்பு மாலை. குதித்துக் குதித்து நடந்தாள். வண்ணத்துப்பூச்சியைத் துரத்தினாள். புளியம் பழத்தைக் கல்லடித்து வீழ்த்தி அவனிடம் எறிந்து, "சாப்பிடுங்க. இனிப்பா இருக்கும்" என்றாள். அவள் எம்பிக் குதிக்கும்போது சலங்கை பேசியது. முழங்காலுக்கு மேல் பளபளப்பு சற்றே தெரிந்தது. கிராமத்துப் பெண்கள் போல இல்லை. இந்த நாடோடி. எல்லோருடனும் பழகுகிறாள். சிரித்துப் பேசுகிறாள். தினம் தினம் சதிராடுகிறாள். ஆண்கள் முன் காசு கேட்கிறாள். சிரிப்பிலேயே தன்னைச் சுற்றிலும் வலை வீசுகிறாள். இவளைக் கட்டிக்கொள்ளப் போகிறவன் அதிர்ஷ்டக்காரன்.

"எங்க போய்ட்ட பூவு இன்னேரமா?" என்று ஓர் இளைஞன் அவளருகில் வந்தான்.

"நான் எங்கை வேணாப் போவன். கேக்க நீ யாரு? என்னைக் கட்டிக்கிட்டிருக்கியா?"

"கட்டிக்கத்தானே போறேன்."

“ஆங்! சாந்து பூசின திண்ணையில, சாய்ந்திருக்கிற அத்தானே! கூட்டுங்க பெருக்குங்க. கொட்டாணிச் சாணியை அள்ளுங்க!” என்று சொல்லி மணியோசை போல் சிரித்தாள்.

வந்தவன் கேட்டான்: “எப்பப் பார்த்தாலும் உனக்குக் கேலிதானா பூவு? ஆமா, இந்தாளு யாரு? புதுசா இருக்கு?”

“இவரு ஆலப்பாக்கத்துக்காரரு. எனக்குப் பரிசம் போட வந்திருக்காரு.”

“பேரு”

“உம்பேரு முதல்ல சொல்லு; சொல்லுவாரு.”

“எம்பேரு ராக்கன்.”

“இவரு பேரு மூக்கன்!” என்று சிரிப்புச் சரமாக ஓடினாள்.

ராக்கன் ஒரு முறை முத்துவை விரோதமாகப் பார்த்தான்.

“அதெல்லாம் பரிசம் கிரிசம் இல்லை. எம்பேரு முத்துக்குமரன் உங்ககூடச் சேர்ந்துகிட்டு வித்தையாடலாமுன்னு வந்திருக்கேன்.”

“ஓ, நீதானா அந்தாளு, சிலம்பம்? தாத்தா சொன்னாரு.”

“நான்தான்.”

“அந்தப் பொண்ணு என்னைத்தான் கட்டிக்கப்போவுது. தெரியுமில்ல?”

“அப்படியா?”

“சிலம்பாட்டம் ஆடினா பத்தாது, வேற ஏதாவது தெரியுமா?”

“தெரியாது.”

“உன் சிலம்பாட்டத்தை யாரு பார்க்கப் போறாங்க?”

“ஒருத்தன் பார்த்தாப் போதும் எனக்கு.”

பூஞ்சோலை திரும்பி வந்தாள்.

“என்னய்யா அந்த ஆளோட வெட்டியாய்ப் பேசிகிட்டு? போயி நாலு கரணம் போடுவியா? பாருங்க ஆலப்பாக்கம், நம்ம ராக்கன் நல்லா கரணம் போடுவாரு. என்னை ஒரு தடவை முளங்கால்ல வெச்சு ஒரு எத்து எத்தி குட்டிக்கரணம் போடறதுக்குச் சொல்லித் தந்தாரு. சின்னப் புள்ளைலதான். நான் முளங்கால்ல ஏறினேன். குதிச்சேன். இவருக்கு . . .” சிரிக்க ஆரம்பித்தாள். “இடுப்பு . . .” மேலும் சிரிப்பு. “பின்முதுகு, கழுத்து எல்லாம் சுளுக்கிக்கிச்சு! செக்குல போயி தனியா ஆட்டி

வெளக்கெண்ணெய் வாங்கி வந்தோம்.'' இப்போது பூஞ்சோலை கீழே உட்கார்ந்துகொண்டு சிரித்தாள்.

''ஏய்! எளுந்திரு. எப்பப் பார்த்தாலும் இதுக்கு வெவஸ்த கெட்ட சிரிப்புதாங்க.''

முத்துவுக்கு முதல் தடவையாகத் தன் குறிக்கோளை மறந்த உற்சாகம் ஏற்பட்டது.

பூஞ்சோலை திடீரென்று சிரிப்பை நிறுத்திவிட்டு, ''பாத்தியா! சொல்ல மறுந்துட்டன். தாத்தா உங்களைக் கூழ் குடிக்க அழைச்சிட்டு வந்துறச் சொன்னாங்க.''

அவளுடன் அவள் கன்றுக்குட்டித் துள்ளல் நடையையும் அதற்கேற்பக் குலுங்கும் அங்கங்களையும் பார்த்துக்கொண்டே நடந்தான்.

''இந்தாய்யா குடி! கேவரகு புடிக்குமில்ல?''

''நீ கொடுத்தா எதுவும் நல்லா இருக்கும்.''

''இந்தப் பேச்சுக்கெல்லாம் மயங்கறதா இருந்தா நான் இந்நேரம் கல்யாணம் கட்டி ரெண்டு புள்ளை எடுத்திருப்பேன். ஏய்! இங்க வாடி, வெக்கப்படாத. நாடோடிக் கும்பல்ல இருந்துட்டு கோஷாப் பொண்ணுக் கணக்கா வெக்கப்படுது பாருங்க. இதான் என் தங்கச்சி.''

அந்தப் பெண்ணுக்குப் பதின்மூன்று வயசிருக்கும். பூஞ்சோலையின் மறுபிரதியாக இருந்தாள். அவளைவிடச் சற்று நிறம். உயர்த்தியாக, ஆனால் அதிகம் வெட்கக் கன்னியாக.

''என்ன பேரு?''

''ஏய், பேர் சொல்லு.''

''சிவகாமி!'' என்றாள் சன்னமாக.

''பூவுக்கு நேர் எதிர்!''

''அ! நாங்ககூட அவ வயசில அப்படித்தான் இருந்தன்.''

''சிவகாமி வித்தையைப் பார்க்கணும் நீங்க! உடம்பா இல்ல பந்தா தெரியாது!''

கேழ்வரகுக் கஞ்சியை பசியாரக் குடித்தான். எல்லோரும் வட்டமாகச் சூழ்ந்திருக்கச் சிலம்பம் கொஞ்சம் ஆடிக் காட்டினான். பூஞ்சோலை பார்க்கிறாள் என்ற ஞாபகத்தில் அவன் சுழற்சிகளில் மெருகும் ஆணவமும் இருந்தன. ஒரு முறை இரண்டு கைகளையும் விட்டுவிட்டுக் கம்பை முதுகில் சுற்றி வாங்கினான்.

பூஞ்சோலை கைதட்டி, "தாத்தோவ்! நான் இவரைத்தான் கல்யாணம் கட்டிக்கப்போறன்" என்றாள்.

"தினப்படி பேரை மாத்தக்கிட்டே இரு! நீ இருக்கிறவங்களை எல்லாம் கரகம் ஆட வைக்கறது போறாதுன்னு இந்த ஆளை வேற சேத்துக்கிறியா?"

வித்தைக்காரர்களுடன் முத்துக்குமரன் சென்னையை அடைந்தபோது சூரியன் சாயத் தொடங்கிவிட்டான். மூன்று வண்டிகள் நிறைந்து அவர்கள் ஆடி ஆடிக்கொண்டு செல்ல முத்துக்குமரனுக்கு மறுபடி பழைய ஞாபகங்கள் வந்தன.

மதராஸ் பட்டணம்! தூரத்தில் ஜார்ஜ் கோட்டையின் மேல் காற்றில் அசைந்து கொண்டிருந்த வெள்ளைக்காரன் கொடி. பச்சைப் புல்வெளிகளில் துரிதமாக ஓடிக்கொண்டிருந்த குதிரைகளின் மேல் தொப்பி அணிந்தவர்கள் வெண்பந்தைத் தள்ளித் தள்ளி விளையாடிக்கொண்டிருந்தார்கள்.

சிந்தாதிரிப்பேட்டையின் நெருக்கமான தெருக்களில் நெசவுத் தொழிலாளர்களின் சாயப் பானைகளும் கலிக்காத் துணி மூட்டைகளும் நெசவுத் தறிகளும் தெரிந்தன. எத்தனை ஜனங்கள்! தமிழும் தெலுங்கும் விரவிய சத்தம். சிறுவர்களின் குறுக்கே ஓட்டம். ஹை ஹோ என்று ஆடி ஆடி வந்த பல்லக்கில் ஒரே ஒரு வெள்ளைக்காரன் குழந்தை.

கூடவே ஓடும் சேவகர்கள். பூதக் கண்ணாடி மூலம் வைரங்களைப் பார்வையிட்டுக்கொண்டிருந்த செப்புநிற அரமனையர்கள்.

இந்த வினோத நகரத்தில் மக்கி துரை எங்கே இருக்கிறான்?

மெல்ல மெல்ல அவர்கள் தொடர் நகரத்தின் சந்தடியை விட்டு விலகி மைதானத்தை நெருங்கியபோது வானத்தில் அவசர நட்சத்திரங்கள் தோன்றிவிட்டன. வண்டிகள் நிறுத்தப்பட்டன.

"இறங்குய்யா - ராத்திரி இங்கதான் தங்கப் போறோம்."

முத்துக்குமரன் மெதுவாக இறங்கி நின்று சோம்பல் முறித்துச் சுற்றும்முற்றும் பார்த்தான். நகரத்தின் சர விளக்குகள் கீழ் வானத்திற்கு நகை போட்டிருந்தன. கடற்காற்று வீச தூரத்தில் கோட்டை தெரிந்தது.

"வெள்ளைக்காரங்கள்ளாம் எங்க தங்கியிருப்பாங்க தாத்தா?"

"அதோ பாரு கோட்டைக்குத் தெக்கால, வெள்ளைப் பட்டணம்னு சொல்லுவாங்க."

"இப்ப அங்க போவ முடியுமா!"

"முடியாது. சீட்டில்லாம உள்ள விட மாட்டாங்க."

"நீங்க எப்படிப் போவீங்க நாளைக்கு?"

"நாங்க வேலியோரம் வரைக்கும்தான் போவோம். துரைமாருங்க அந்தப் பக்கத்தில் இருந்து பார்ப்பாங்க."

"எல்லோரும் வருவாங்கல்ல?"

"வருவாங்க. நாளைக்கு அவங்களுக்கு ஓய்வில்ல?"

முத்துக்குமரன் தன் மூட்டையிலிருந்து அரிவாளை எடுத்து வெட்டவெளியில் உட்கார்ந்து ஒரு கல்லைத் தேர்ந்தெடுத்து தீட்டத் துவங்கினான்.

3

எமிலி அட்கின்ஸன் ஒரு சிக்கலான கார்ஸெட்டுக்குள் தன்னை நுழைத்துக்கொண்டிருந்தாள். சாம்ராஜ்யம் முழுவதும் பிரபலமான டிவில்ஃபிட் உள்ளுடைகளின் மாதிரியில் ஸிம்ப்ஸன் கம்பெனியில் தயாரித்தது; அவளுக்காகத் தருவிக்கப்பட்டது. விலைச் சீட்டு ஆறு ரூபாய் பதினைந்தணா என்று இன்னும் தொங்கிக் கொண்டிருந்தது. இடுப்பில் இலாஸ்டிக், மார்புப் பகுதியில் வலை. அதற்குள் தன் மார்பகங்கள் கொள்ளாமல் திணிக்க வேண்டியிருந்தது. சற்றுப் பெரிதாக மூச்சு விட்டுக்கொண்டு கண்ணாடியில் பார்த்துக் கொண்டாள். லேசான ரோஜா நிற உள்ளாடையில் அங்கங்கள் அழுத்தி இழைக்கப்பட்டுத் தோன்றினாள். எமிலி தன் முழு உதடுகளைக் கடித்துக்கொண்டு ரத்தச் சிவப்பாக்கிக்கொண்டாள். இந்திய வெய்யில் அவள் கன்னத்தை விசாரித்திருந்தது. வண்ண வண்ணக் குடைகள் பிடித்துக்கொண்டாலும் வெய்யில் பட்டு விடுவதைத் தவிரிக்க முடியாமல் நிறம் குறைந்துவிட்டாள். எமிலிக்கு இது பிடித்திருந்தது. வீதிகளில் பார்க்கும் பெண்களின் காஃபி பழுப்புக்கு நாம் வர மாட்டோமா என்று ஏங்கினாள். இந்த அலங்காரங்கள் யாருக்காக? என் எதிர்காலக் கணவனுக்காகவா? அவன் எங்கே இருக்கிறான்? இன்று நடனத்திற்கு வரப்போகும் இளைஞர்களில் ஒருவனா?

எமிலி தன் நடனச் சீட்டைப் பார்த்துக்கொண்டாள். மொத்தம் பன்னிரண்டு நடனங்கள். பன்னிரண்டு பேருடன் ஆட வேண்டும். நான், நீ என்று போட்டி போட்டுக்கொண்டு எமிலியை அந்த இளைஞர்கள் கேட்டிருக்கிறார்கள். வந்து சேர்ந்த இரண்டு மாதத்திற்குள் எல்லார் கவனமும் தன் மேல் திரும்பிவிட்டதில் எமிலிக்குச் சந்தோஷமும் பெருமையும் கலந்த கவலை.

தலை வழியாக அந்த ஏராளமான கவுனை அணிந்துகொண்டாள்.

“எமிலி, தயாரா?”

“ஒரு நிமிஷம்! எல்லன், கொஞ்சம் உள்ளே வாயேன்.”

கதவைத் திறந்து உள்ளே வந்த எல்லன் பிரமித்து, “ஓ எமிலி! கவர்னரே உன்னைக் கல்யாணத்திற்குக் கேட்கப்போகிறார்!”

“கேலி செய்யாதே. இதையெல்லாம் மாட்டிக்கொண்டு எப்படி நடக்கப்போகிறேன் என்று எனக்குக் கவலையாக இருக்கிறது.”

அக்காவும் தங்கையும் ஒரே அச்சில் வார்த்தவர்கள் போல்

இருந்தார்கள். மூன்று வயது வித்தியாசமும் பிள்ளைப்பேறும் எல்லன் உடம்பில் களைப்பையும் சோர்வையும் தந்திருந்தன. "எல்லன், நீயும் வந்துவிடேன்! எனக்கு எல்லோரும் அன்னியர்கள். ஒருவரையும் தெரியாது."

"கவலைப்படாதே. இன்றிரவு ஆண் பரிவாரமே உன் பின்னேதான் அலையப்போகிறது. பட்டணத்தில் உன்னைவிட அழகான ஆங்கிலப் பெண்ணில்லை."

"கவலையாக இருக்கிறது. என்ன நடனம்?"

"இரண்டடி க்வாட்ரில் ஆடுவார்கள். நிறையச் சாப்பிடுவார்கள், 'காலாஜகா' என்று யாராவது கூப்பிட்டால் போகாதே."

"அப்படியென்றால்?"

"தனியான மறைவிடம். அங்கே அழைத்துக்கொண்டு சென்று ஆண்கள் கண்ட இடத்தில் தொட ஆரம்பிப்பார்கள். விஷமம் செய்வார்கள்."

எமிலி வெட்கப்பட்டாள். "நான் ஜார்ஜ் பின்னாலேயே அலையப் போகிறேன்."

"கூடாது! வந்திருக்கிற இளைஞர்கள் எல்லோருடனும் பேசிப் பார். யாரையாவது பிடிக்கிறதா என்று சொல்."

"எனக்கு நீ வராததில் வருத்தம்தான்."

குழந்தை அழும் சப்தம் கேட்டது. "இந்த ராட்சசனை வீட்டில் விட்டுவிட்டு எப்படி என்னால் வர இயலும்? மெட்றாஸ் வந்த பின் முதன் முறையாக நடனத்துக்குப் போகிறாய். உனக்கும் ஏதாவது கேளிக்கை வேண்டாமா?"

அறைக்கு வெளியே ட்ரெவர் வரும் ஓசை கேட்டது. "எமிலி தயாரா? நேரமாகிறது."

"ஒரு நிமிஷம் ஜார்ஜ்!"

எமிலி வெளியே வந்தாள். எல்லனின் கணவன் காப்டன் ஜார்ஜ் ட்ரெவர் அவளை ஏற இறங்கப் பார்த்தான். சீட்டியடித்தான், "யார் இது? ஷேக்ஸ்பியரின் வேனில் காலத்துக் கனவுகளிலிருந்து இறங்கி வந்த தேவதையோ!"

எமிலி வெட்கத்துடன் தலை குனிந்தாள்.

"எல்லன், இந்தியாவில் இருதார மணம் உண்டு, தெரியுமா?" "ஜார்ஜ்!" என்று அதட்டினாள் மனைவி.

“கவலையாக இருக்கிறது. இந்தப் பெண்ணை அழைத்துக்கொண்டு போய் எப்படி அத்தனை பேரை சமாளிக்கப் போகிறேன்! கர்னல் நீல் கூட இவளை விட மாட்டாரே. எமிலி, ஆண்பிள்ளை வேஷம் போட்டுக் கொண்டுவிடு.”

“ஜார்ஜ், கேலிப் பேச்சு போதும். அவளை அழைத்துச் செல். சீக்கிரம் வா. பின்னிரவில் தனியாகக் குழந்தையைச் சமாளிக்கக் கஷ்டப்படுவேன்.”

“எப்படி இருக்கிறான் என் வாரிசு?”

தன் மகனைத் தொட்டிலிலிருந்து எடுத்து வைத்துக்கொண்டான். இரண்டு மாதக் குழந்தை. புஷ்டியாக வளர்ந்திருந்தது. அம்மாவை நீலக் கண்களால் பார்த்துச் சிரித்து அவள்பால் தாவ முற்பட்டது. பிரசவம் எல்லனுக்குக் கப்பலில் வரும்போதே நிகழ்ந்துவிட்டது. அதை நினைத்தபோது எமிலிக்கு ஒரு முறை உடல் சிலிர்த்தது. பூமத்திய ரேகைக்கு நாலு டிகிரி வடக்கே நடுக்கடலில் கப்பலில் பிறந்த கிளமெண்ட் எட்வர்ட் ட்ரெவர் பொக்கையாகச் சிரித்தான்.

எமிலி, ஜார்ஜைப் பின்தொடர்ந்து வீட்டுக்கு வெளியே வந்தாள். வாசலில் அந்த வினோத ரிக்ஷா காத்திருந்தது. இரண்டு கறுப்பர்கள் இழுக்க, ஒருத்தன் பின்னே தள்ள, ஆடிக்கொண்டு செல்லும் ரிக் ஷாப் பயணமும், கூடவே குதிரையில் வரும் சகோதரி புருஷனும், அவ்வப்போது பாதையில் ஒதுங்கிக்கொண்ட இந்தியர்களின் பளிச்சிடும் பார்வைகளில் தெரிந்த விரோதமும் பயமும் எல்லாமே அவளுக்கு வினோதமாகத்தான் இருந்தன. புரியாத தேசம் வெல்வெட்டுக்குள் பொதிந்த சர்ப்பம் போல்.

தண்ணீருக்காக உபயோகப்படுத்தும் தோல் பைகள், பல்லக்குகள், அவைகளைத் தூக்குபவர்களின் ஓட்ட நடை, கொய்யாப் பழங்கள், பேரிக்காய், பச்சை வண்ணம் அடிக்கப்பட்ட அவள் வீட்டு உத்தரங்கள், அவைகளில் சதா அசையும் பங்க்காக்கள், சர்ச் சதுக்கத்தில் கறுப்பு சலவைக் கற்கள், ஆர்ச் டீக்கன், கிளமெண்ட் எட்வர்ட் ட்ரெவருக்குப் பெயர் வைக்கும்போது பிரார்த்தித்தில் இருந்த கவிதை . . .

மவுண்ட் ரோடின் ஆரம்பத்தில் இருந்த மெட்ராஸ் கிளப்பின் வாசலைப் பார்த்துப் பிரமித்தாள். எத்தனை படிகள், எத்தனை உயரத் தூண்கள். அதில் மிகவும் தன் நினைவுடன் படியேறும்போது, பக்கத்தில் ட்ரெவர் பெருமையுடன் நடக்க, சம்பாஷணைகள் ஆங்காங்கே நின்றுபோய் வாலிபக் கண்கள் தன்னை வருடுவதைக் கவனித்து உள்ளுக்குள் பயந்தாள். ஆர்வம் தொட்ட பயம்.

அலங்கார வாசலில் கண்ணாடியில் தெரிந்தாள். வராந்தாவில் சர விளக்குகள் தொங்கின. கிழக்கத்தி மலர்களின் நறுமணங்கள் சுவாசத்தில்

நிறைந்தன. வண்ண வண்ணக் காகிதத் தோரணங்கள் பங்காக்களின் வீசலில் ஆடின.

மேல் ஓரத்தில் ரெஜிமண்டின் வாத்தியக்காரர்கள் தயாராகிக் கொண்டிருந்தார்கள். ஆங்கிலேயர்கள் இங்குமங்கும் உலாவிக்கொண்டிருக்க, தூய வெண்ணிற அங்கியும் இடுப்பில் சிவப்புப் பட்டையும் அணிந்த இந்திய வேலைக்காரர்கள் தட்டுத் தட்டாக மதுக் கோப்பைகளுடன் அவர்கள் ஊடே வழிந்துகொண்டிருந்தார்கள். எமிலி, ராணியின் ராணுவ அதிகாரிகளின் துல்லியமான சீருடைகளையும் நிர்வாக அதிகாரிகளின் கருநீலக் கோட்டுக்களையும் அவர்கள் மனைவிகளின் ஜொலிக்கும் நகைகளையும் பார்த்தாள். வாத்தியக்காரர்கள் திடீர் என்று புறப்பட, பேசிக்கொண்டே இருந்தவர்கள் ஜோடி சேர்ந்து கொண்டார்கள். நடனமாடத் துவங்கினார்கள். வெள்ளி உருக்கியது போல் வயலின் ஒலிக்க அவர்கள் உடைகளின் வீச்சும் காலடி ஒலிகளும் கலந்துகொண்டன. ஒரு செகண்ட் லெஃப்டினன்ட் பக்தியுடன் அருகில் வந்து, காப்டன் ட்ரெவருக்கு மரியாதை செய்து விட்டு, எமிலியிடம், “இந்த முதல் நடனத்தின் மகிழ்ச்சியை எனக்குக் கொடுப்பீர்களா?” என்று கேட்க, ஜார்ஜ் புன்னகைத்து, “போ” என்றான்.

அவனுக்கு இருபது வயதிருக்கும். படபடப்பாக இருந்தான். எமிலியைக் கண்ணாடிப் பாத்திரம் போல் பத்திரமாகத் தொட்டான். அவளைத் தன் மார்பின் நெருக்கத்துக்கு எடுத்துக்கொள்ளத் தயங்கினான். முகத்தைத் தீவிரமாக வைத்துக்கொண்டு, நடன அடிகளிலேயே கவனமாக இருந்தது வேடிக்கையாக இருந்தது.

“இந்தியாவுக்குப் புதுசா நீ?”

“ஆம் ! நான் உங்களைக் கப்பலில் பார்த்திருக்கிறேன். மடீராவுக்கு அருகில் கடல் நிலாவில் உங்களுடன் நிறையப் பேசியிருக்கிறேன். மறந்துவிட்டீர்கள்.”

“அப்படியா? மன்னிக்கவும்.”

“உங்களைப் பற்றி நான் அயாம்பிக் சந்தத்தில் ஒரு கவிதைக் காவியம் எழுதி வைத்திருக்கிறேன். படித்துக் காட்ட விரும்புகிறேன். ஞாயிறன்று சர்ச்சுக்குப் போகும்போது உங்களுடன் நடந்து வர அனுமதித்தால் பெரும் பாக்கியமாகக் கருதுவேன். என் பெயர் ஆஷ்லி!”

பதிலளிப்பதற்கு முன் நடனம் முடிந்துபோக அவன் தோளில் மற்றொருவன் தட்டி, “மன்னிக்கவும், இந்த நடனம் என்னுடையது” என்றான். ஆஷ்லி கட்டுப்பாடாக எமிலியை நோக்கி ஒரு முறை குனிந்துவிட்டு விலகினான்.

புதியவன், "செங்கல்பட்டில் உதவி நீதிபதியாக இருக்கிறேன்" என்றான். அவனுக்கு மிடில்செக்ஸில் சொத்து உள்ளதாம். யார்க்ஷைரில் பங்களாவாம். "இந்தியாவுக்குப் பணம் சம்பாதிக்கத்தான் வர வேண்டும். குளியல் அறையில் இத்தனை பெரிய பாம்பு. ராணுவக்காரர்கள் எல்லோரும் ஊரில் வைப்பாட்டி வைத்துக் கொண்டிருக்கிறார்கள். யூரேசியர்கள் இனம் தோன்றியதே ராணுவக்காரர்களால் தான். அவர்களை மட்டும் நம்பாதே."

"என் அக்கா கல்யாணம் செய்துகொண்டிருப்பது ஒரு ராணுவக் காரனை."

"காப்டன் ட்ரெவர் ரொம்ப நல்லவன். விதிவிலக்கு. மற்றவர்கள் போக்கிரிகள்."

சட்டென்று பாண்டு வாத்தியம் நின்றது.

கர்னல் (பிற்பாடு மேஜர் ஜெனரல்) ஜேம்ஸ் ஜார்ஜ் ஸ்மித் நீல் உள்ளே நுழைய உடனே பேச்சுவார்த்தை அடங்கிப்போய் நடன அரங்கில் திடீரென்று தெய்வ சன்னிதான அமைதி நிலவியது.

அடர்த்தியான மீசையுடன் போட்டி போடும் புருவ ரோம அடர்த்தி. நாற்பத்தியேழு வயதுக் கர்னல் அஞ்சாத ஆசாமி என்பதை அறிவிக்கும் உடற்கட்டும், ஆணவ நடையும், பார்வையும், அலட்சியப் புன்னகையும், முதல் மதராஸ் ஃப்யூஸிலியர்ஸின் தலைவரை எடுத்துக்காட்டின.

"ஏன் எல்லோரும் நிறுத்திவிட்டீர்கள்? நடனம் தொடரட்டும்," என்று அட்டகாசக் குரலில் சொல்லிவிட்டுக் கூட்டத்தினிடையே கையில் மதுக் கோப்பையுடன் உலவினார்.

அந்த விருந்து மாளிகைக்கு அரை மைல் தூரத்தில் முத்துக்குமரன் இருட்டில் பார்த்துக்கொண்டிருந்தான். விளக்குகள் தெரிந்தன. துல்லிய ராத்திரியால் சங்கீதம் லேசாகக் கேட்டது. முத்துக்குமரன் எதிரே அணுகிக்கொண்டிருந்த மாட்டு வண்டியை நோக்கினான்.

"ஓவ்! ஓவ்! யாரப்பா அது?"

"துரைமாருங்களுக்கு வண்டி போவுதுங்க. விருந்துக்கு."

"எதுக்கப்பா"

"ஐஸ் கட்டிங்க! விருந்துக்கு."

"சரி போ !"

முத்துக்குமரன் இருட்டில் அந்த வண்டிக்குப் பின் நடந்தான்.

நீல், விருந்தினர் ஒவ்வொருவராக விசாரித்துக்கொண்டே வந்தார்.

“ஜார்ஜ் ட்ரெவர்! எப்படி இருக்கிறாய்? குழந்தை ஆணா பெண்ணா?”

“ஆண் சார்.”

“அவனை ராணுவத்தில் சேர்க்காதே. கிழக்கிந்தியக் கம்பெனியில் அதிகாரியாகப் பழக்கு. நிறையக் கொள்ளை அடிக்கலாம். யார் இந்த இனிய ராஜகுமாரி?”

“ஸர், இது எமிலி அட்கின்ஸன். என் மனைவியின் தங்கை.”

“ஓ, இதுதானா! வெள்ளைப் பட்டணம் முழுவதும் பேசப்படும் புதிய பெண்! இளம் பெண்ணே, அடுத்த நடனத்தை உன்னுடன் ஆடும் சந்தோஷத்தை எனக்குக் கொடுப்பாயா?”

“அது என் சந்தோஷம்,” என்றாள் எமிலி.

கர்னல் நீல் கை கொடுக்க, பாண்டு வாத்தியக்காரர்கள் உடனே துவங்கினார்கள். எமிலியை அணைத்துக் காற்றில் தூக்கிச் சென்றார் நீல். ஒரு தப்பு அடியில்லாமல், ஒரு தவறான திருப்பம் இல்லாமல் சுருதி சுத்தமாக ஆடினார்.

“இந்தியா உனக்குப் பிடித்திருக்கிறதா எமிலி?”

“இல்லை! இந்தத் தேசத்தையே புரியவில்லை.”

“புரிந்துகொள்ள முயற்சிக்காதே. நாம் இவர்களைப் காப்பாற்ற வந்திருக்கிறோம். அவ்வளவுதான்.”

எமிலி மற்ற பெண்களின் பொறாமைக் கண்களைக் கவனித்தாள்.

“கர்னல்! இங்கிருக்கும் ஆங்கிலேயர்களைப் பற்றி என்ன நினைக்கிறீர்கள்?”

“நீ என்ன நினைக்கிறாய், அது முக்கியம்.”

“எல்லோரும் சந்தேகப் பிராணிகள் போலத் தோன்றுகிறார்கள். எல்லோரும் மூச்சுத்திணறுவது போல் எனக்குப் படுகிறது. சுதந்திரமாக ஒருவரும் இல்லையே, ஏன்?”

“எல்லோரும் இந்த நாட்டை, வினோத ஜனங்களை, பைத்திய மடிக்கும் உஷ்ணத்தை வெறுக்கிறார்கள்.”

“பின் எதற்காக இங்கு வர வேண்டுமாம்?”

“பணம்!” என்றார் நீல் சிக்கனமாக. “எமிலி! அடுத்த தடவை பார்ட்டிக்கு உன்னை நிச்சயம் அழைக்கப்போகிறேன். உன் போன்ற அன்றலர்ந்த முகங்களைப் பார்த்து ரொம்ப நாளாச்சு.”

நடனத்துக்கு இடைவேளையாக விருந்து அறிவிக்கப்பட்டது.

வாயகன்ற பாத்திரத்தில் பாளமாகக் காத்திருந்த ஐஸ் கட்டியைத் தன் கைவிளக்கின் வெளிச்சத்தில் பார்த்த காவலாளி, "சீக்கிரம் போ! விருந்து துவங்கிடுச்சு," என்றான். அந்த வண்டியின் அடிப்பாகத்தில் தொற்றிக்கொண்டிருந்த முத்துக்குமரனை அவன் கவனிக்கவில்லை.

மக்கின்ஸி அந்தக் கூட்டத்தை மேலாகப் பார்த்தான். எமிலியைப் பார்த்தான். அவளை நோக்கி நடந்தான். எமிலி வயசான மேஜருடன் பேசிக்கொண்டிருந்தாள்.

"புலி என்னை நோக்கிப் பாய்ந்து வந்தது. ஒரு குண்டுதான் பாக்கி. எனக்கும் அதற்கும் எவ்வளவு தூரம் என்கிறாய்?"

"மேஜர் ஸர்! உங்களிடம் ஆயிரம் மன்னிப்புகள். இந்த நடனம் என்னுடையது."

மேஜர் மக்கின்ஸியைத் துச்சமாகப் பார்த்து, "எமிலி, பாக்கிக் கதையை நடனம் முடிந்ததும் சொல்கிறேன்," என்றார்.

எமிலி, எட்வர்ட் மக்கின்ஸியின் நீலக் கண்களைப் பார்த்து, "நாம் சந்தித்திருக்கிறோம்," என்றாள்.

"காப்டன் ட்ரெவரின் மகனுக்குப் பெயர் சூட்டும்போது, சர்ச்சில். அப்போதே நான் சகலத்தையும் இழந்துவிட்டேன். கிழவன் என்ன சொன்னான்?"

"புலி சுட்டாராம்."

"பன்றி சுடவே பயப்படுவான். எல்லாம் பொய். இவ்வளவு அழகான நீ புராதனப் பொருட்களின் மத்தியில் நேரத்தை வீணடிப்பது குற்றம். இளைஞர்களின் உலகம் இது. வா ஆடலாம்!" மக்கின்ஸி தைரியமாக அவளை இடுப்பில் அணைத்துக்கொண்டு, விரல்களால் முதுகில் தடவி மார்போடு ஒட்டிக்கொள்ள முயன்றான். "எமிலி! நான் உன்னைப் பார்த்த மாத்திரத்திலேயே காதலிக்கிறேன்."

எமிலி புன்னகைத்து, சாமர்த்தியமாக அவன் கரத்தை விலக்கினாள்.

"உன்னிடம் எவ்வளவோ பேச வேண்டும். வருகிறாயா?"

"எங்கே?"

"அதோ தெரிகிறது பார், அந்த வாசலைத் திறந்துகொண்டு வா. அங்கே காத்திருக்கிறேன்." மக்கின்ஸி இப்போது அப்பட்டமாக அவள் மார்பில் கை வைத்து ஒரு முறை அழுத்திவிட்டான். எமிலி அவனைத் தன் அலங்கார விசிறியால் அடித்தாள்.

"இந்த நடனம் முடிந்ததும் குழந்தைகள் போட்டி இருக்கிறது. கிளியோபாட்ரா, கடல் கொள்ளைக்காரன், விக்டோரியா என்று அபத்தமான உடைகளில் குழந்தைகள் வருவார்கள். அப்போது கழன்றுகொள். ரகசியம் பேசலாம்."

"நான் வர மாட்டேன்."

"வருவாய், நிச்சயம் வருவாய்!"

முத்துக்குமரன் மெல்ல எட்டிப் பார்த்தான். நீண்ட வராந்தா. ஆள் நடமாட்டமில்லாமல் இருந்தது. எம்பிக் குதித்து எதிர்ப்பக்கம் கடந்து சன்னலோரத்திலிருந்து எட்டிப் பார்த்தான். வெள்ளைக்காரர்கள் நடனமாடிக் கொண்டிருந்தார்கள். உள்ளே புரியாத சங்கீதம் கேட்டது. முத்துக்குமரனின் கண்கள் ஒரு வெள்ளைக்காரனைத் தேடின.

"மற்றொரு நாள் பார்த்துக்கொள்ளலாமே லெஃப்டினன்ட்."

"பெயர் சொல்லி அழை, எமிலி. எங்கே சொல்லு? எட்வர்ட்! எட்டி!"

"எட்வர்ட்."

முத்துக்குமரன் மக்கின்ஸியைப் பார்த்துவிட்டான். உயரமான கதவு தந்த நிழலில் ஒதுங்கிக்கொண்டான். அவன் ஒரு பெண்ணுடன் ஆடும் நடனத்தை, அதன் சுழற்சி வேகத்தைக் கண்கொட்டாமல் பார்த்தான்.

"துரை! நீ இங்கயாடா இருக்க? வந்துட்டன்டா வந்துட்டன்!"

நடனம் முடிந்துவிட, 'வருகிறாயா எமிலி? காத்திருக்கிறேன்!'

எமிலி தலையசைத்தாள். அக்கா சொன்ன அறிவுரை ஞாபகம் வந்தது. 'காலாஜகா! போக வேண்டாம்!' போகக் கூடாது! எட்வர்ட் மக்கின்ஸி மற்றவர்களைவிடத் துணிச்சல்காரன். அவன் தொட்ட இடம் நினைவு வந்து உள்ளுக்குள் ஒரு சின்ன மின்னல் ஊடுருவியது. போகலாம், போய்ப் பார்க்கலாம்!

வேண்டாம் சைத்தானே, விலகு. போகலாம் . . . வேண்டாம் . . .!

குழந்தைகளுக்கான உடைப் போட்டி என்று அறிவிப்பு கேட்டது.

முத்துக்குமரன், மக்கின்ஸி தனியாகப் பிரிந்து தான் ஒளிந்து கொண்டிருக்கும் கதவை நோக்கி வருவதைப் பார்த்தான். இடுப்பில் செருகியிருந்த அரிவாளைத் தொட்டுப் பார்த்துக்கொண்டான்.

'வா துரை!'

4

எட்வர்ட் மக்கின்ஸி வராந்தாவுக்கு வந்து சுருட்டு பற்ற வைத்துக் கொண்டான். கதவு ஜன்னல் வழியாக எமிலி வருகிறாளா - எட்டிப்பார்த்தான். வருவாள், வந்தே தீருவாள். பொறுமை! பெண்களை அணுகும்போது அசாத்தியப் பொறுமை வேண்டும். வரவில்லை என்றாலும் கோபப்படக் கூடாது. அடுத்த சந்தர்ப்பத்தை எதிர்பார்க்க வேண்டும். எமிலி ஒரு ஏராளமான மனைவியுடன் சிரித்துப் பேசிக்கொண்டிருந்தாள். அடிக்கடி கதவின் பக்கம் அவள் பார்வை பட்டு உடனே துணுக்குற்று விலகுவது தெரிந்தது. வரப்போகிறாள். மக்கின்ஸி புன்னகைத்துக்கொண்டான். அவன் முறை தவறியதே இல்லை. பெண்கள் வேண்டுமென்றால் ராணியின் ராணுவம் சௌகரியங்கள் செய்து கொடுத்திருக்கிறது, உபாதைகளின் அபாயமின்றி சதங்கை ஒலிக்க, கிழக்கத்திய சங்கீதத்தின் வினோத அலைச்சல்களுக்கு இடையில் ஜாஸ்மின் வாசனை தரும் ஓரிரவுப் பெண்களை மக்கின்ஸி ஆரம்பக் காலங்களில் அதிகம் பார்த்துவிட்டான். இப்போது அவனுக்குத் தேவை துணைவி. சர்ச்சில் சந்தோஷ விவாகம். தேனிலவு நார்மன் டியூட்டானிக் ஜாதியின் உன்னத விதைகளை அவளுள் விதைத்த வாரிசு, 'வா எமிலி!'

'வா துரை!' முத்துக்குமரன் செடிகளுக்குப் பின் மறைந்திருந்தான், 'வா துரை, கிட்டக்க வா! வராமப் போயிருவியா? காத்துக்கிட்டிருக்கேன். வாடா!' முத்துக்குமரன் வயிற்றில் கருக்கரிவாள் செருகியிருந்த இடத்தில் தித்தித்தது.

உள்ளே ஆங்கிலேயக் குழந்தைகள் கிளியோபாட்ரா, கடல் கொள்ளைக்காரன் என்று வெவ்வேறு வேஷங்களில் தத்தம் அம்மாக்களைப் பார்த்துக்கொண்டே நடந்து சென்று திரும்பி, ஒரு முறை முழங்காலை வளைத்து, குனிந்து, சபையின் ஆரவாரத்தைப் பெற்றுக்கொண்டு உடனே ஓடின.

விருந்து தயார் என்று மணி அறிவித்தது. அத்தனை பேரும் அடுத்த அறைச் சுவைகளை நோக்கிப் படையெடுத்தார்கள். எமிலி தயக்கத்துடன் அங்கே அல்லது வராந்தாவில் காத்திருக்கும் மெல்லிய பாவத்திற்கு ஆட்படலாமா என்று தீர்மானமின்றி மெல்ல நடந்தாள். கதவுக்கு வெளியே எட்வர்டின் கவனம் தெரிந்தது. இச்சையில்லாமல் விருந்து மேசைக்குச் சென்று ஒரு தட்டை எடுத்துக்கொண்டாள். மக்கின்ஸி பார்த்துக்கொண்டே இருந்தான். 'நம்பிக்கை இழக்காதே! வருவாள், வந்தே தீருவாள்!'

முத்துக்குமரன் பார்த்துக்கொண்டே இருந்தான். 'நம்பிக்கை இழக்காதே! வருவான். வந்தே தீருவான்!'

மேஜை மேல் வெள்ளி, பீங்கான் தட்டுக்களில் ஆர்மலு பளபளப்பு. வகைப்படுத்த முடியாத இந்திய, மேற்கத்திய உணவுகளின் கலவைகள்.

கொஞ்சம் கேக், கொஞ்சம் பிஸ்கட், காப்பி, ஒயின், மீன் (வறுத்தது, வேக வைத்தது), எத்தனையோ கறி வகைகள், எண்ணெயில் துவட்டப்பட்ட கோழி, ஒர்ஸெஸ்டர் ஸாஸ், ஏல், கிளாரெட், ஹாக், போர்ட் ரக மது, பதப்படுத்தப்பட்ட ஸால்மன், பன்றி மாமிசம், மாங்கனி, கோவா, திராட்சை . . . எமிலி அந்தத் திராட்சைகளில் ஒன்றே ஒன்றை எடுத்துக்கொண்டு மறுபடி பாவ ஜன்னலைப் பார்த்தாள். மக்கின்ஸியின் சுருட்டு முனை நெருப்பு கூப்பிட்டது. சைனாவும் வெள்ளியும் போராடும் சப்தங்களுக்கு மத்தியில் மற்றப் பேர் பார்க்காமல் மெதுவாக அந்தக் கதவு நோக்கிச் சென்றாள். மக்கின்ஸி தன் சுருட்டை அணைத்துத் தூர எறிந்தான்.

எமிலி காலியான ஹாலில் பாண்டு வாத்தியக்காரர்களை நோக்கி ஒரு முறை புன்கைத்துவிட்டு, கதவை திறந்து வராந்தாவுக்கு வந்தாள்.

“வா எமிலி, உனக்காக நான் எத்தனை நேரம் வேண்டுமானாலும் காத்திருப்பேன்.”

“இங்கே வேண்டாம், தோட்டத்துக்குப் போகலாம்.”

மக்கின்ஸி எமிலியை இடுப்பைச் சுற்றி அணைத்து, அழைத்து, படிகளில் முத்துக்குமரன் மறைந்திருந்த செடிகளை நோக்கி வந்தான். குமரன் மூச்சுப் பிடித்துக் கொண்டான்.

“இங்கே உட்கார ஒரு சௌகரியமான இடம் இருக்கிறது.”

“விருந்து முடிவதற்குள் திரும்பிப் போய்விட வேண்டும்.”

“அதற்கென்ன, நிறைய நேரம் இருக்கிறது. எல்லோரும் தின்பதில் அரக்கர்கள். எமிலி! ஓ, என் சர்க்கரைப் பொம்மையே!”

எட்வர்ட் மக்கின்ஸி அவள் உடையின் மார்புத் திறப்பில் கை செலுத்தினான். மெல்லத் தடவிக்கொடுத்தான். அடிபட்ட புறா போல் மார்பு துடிப்பதை உணர்ந்தான்.

“எட்டி! வேண்டாம்!”

“சரி, வேண்டாம்!”

அவள் கவுனின் அலங்காரக் கயிறுகளை அவிழ்க்க முற்பட்டான்.

“எட்டி! வேண்டாம். ப்ளீஸ்! உன்னைக் கெஞ்சிக் கேட்கிறேன். என் அக்கா கண்டுபிடித்து விடுவாள்.”

“எமிலி, நான் உன் அக்காவிடம் வந்து நேராக உன்னை மணம் செய்துகொள்ளப்போகும் விருப்பத்தை அறிவிக்கப்போகிறேன்.”

மக்கின்ஸி இப்போது அவளை ஏறக்குறைய வீழ்த்திவிட்டான். கிருஷ்ணபட்சத்து நிலா சோம்பேறித்தனமாய் புறப்பட்டு வெள்ளி

வினியோகத்தைத் துவங்கியிருந்தது. மக்கின்ஸி அவள் கவுனை உயர்த்திவிட்டதில் அவள் தொடைகள் சலவைக்கல் போல் தெரிந்தன. கார்ஸெட்டின் எலாஸ்டிக் சிக்கல்களை விடுவிக்கத் துவங்கினான்.

“எட்டி ! அது மட்டும் வேண்டாம். தொட்டுக்கொள்ளலாம்; முத்தமிடலாம். தயவுசெய்து அது மட்டும் வேண்டாம்!”

“எமிலி, நான் உனக்கு ஒரு துன்பமும் தரப்போவதில்லை.”

இப்போது எமிலி அவன் மடியிலா அல்லது தரையிலா என்று சொல்ல முடியாதவாறு எக்கச்சமான நிலையில் இருந்தாள். அவன் கைகளின் தைரியத்தை எதிர்க்க வேண்டும் போலிருந்தது. இருந்தும் அவள் ரத்தத்தில் இப்போது சுரந்திருந்த ஆர்வம் அதை நிலா வெளிச்சத்தில் தெரிவதையும் பார்க்க வெட்கப்பட்டு எட்வர்ட் மக்கின்ஸி என்னும் ஆண் புயலைச் சற்றே அடக்க விரும்பி அவனைக் கட்டியணைத்துக்கொண்டாள். அவன் முதுகின் மறைவில் அவன் செய்கிற விரும்பத்தக்க அக்கிரமங்களைப் பார்க்காததால் ஒரு அந்தஸ்து ஏற்பட்டது போல் கண்களை மூடிக்கொண்டாள். கண்ணுக்குள் வெல்வெட் நதிப் பிரயாணங்கள் மத்தியில் ஓர் ஆரஞ்சு வண்ண நெருப்புப் படகு. சுடாத படகு. அதன் தீவிரம் அதிகமாக அதிகமாக ஒரு மகா மவுன மத்தாப்பு அவளுக்குள் வெடிக்கும் வேளை வருவதற்குள் ஏதோ ஓர் எச்சரிக்கையில் கண்ணை திறந்தாள். உடனே வீறிட்டாள்.

“என்ன எமிலி?”

“அங்கே! அங்கே!”

“என்ன அங்கே!”

“முகம்! கரிய முகம். எட்டி! யாரோ ஒருத்தன் ஒளிந்து கொண்டிருக்கிறான். நான் சத்தியமாகப் பார்த்தேன்.”

மக்கின்ஸி அவள் காட்டின இருட்டைப் பார்த்தான். சலனமற்று இருந்தது. காற்றில் இலைகள் மிக லேசாக ஆடின. மக்கின்ஸி தன் உடைவாளைத் தேடினான். விருந்துக்குள் நுழையும்போது சுழற்றி வைத்துவிட்டது நினைவுக்கு வந்தது. மக்கின்ஸி மெல்ல அந்த இருட்டை அணுகினான்.

முத்துக்குமரன் ஒரு கணம் தன்னைத் தயார்படுத்திக் கொள்ள அசைய அந்தச் சலனம் மக்கின்ஸிக்குக் கேட்டுவிட்டது.

“கரிய முகத்தைப் பார்த்தேன். கனல் போலக் கண்கள்! திருடன் போலும்! எட்டி! எச்சரிக்கையாக இரு!”

மக்கின்ஸி, “பயப்படாதே எமிலி. எந்த தாசிக்குப் பிறந்த ஆசியனும் என்னருகில் வர முடியாது.”

முத்துக்குமரன் சரேல் என்று வெளிப்பட்டுத் தாக்கினான். ஒரு கணம் கருக்கரிவாள் மின்னல் காட்டிவிட்டு மக்கின்ஸியின் தோளில் இறங்கியது. எமிலி வீறிட்டாள். "கார்ட்ஸ்! கார்ட்ஸ்!" என்று காவலாளர்களை விளித்தாள்.

மக்கின்ஸி முதல் வெட்டைச் சமாளித்துக்கொண்டு உடனே எழுந்து நின்றான். எமிலி அவன் தோள் இரத்தத்தைப் பார்த்து அலறினாள். மக்கின்ஸிக்குத் தோளைப் பார்த்துக்கொள்ள நேரமில்லை. முத்துக்குமரன் மறுபடி தாக்கினான். இம்முறை மக்கின்ஸி அவன் கரத்தை ஏறக்குறைய பிடித்துவிட்டான்.

"துரை!" என்று அவன் உலை மூச்சு விட்டுக்கொண்டு "உன்னைத் தீத்துவிட்டுத்தாண்டா போவேன்," என்று ஓங்கினான்.

மக்கின்ஸி முழங்காலால் அவன் இடுப்புக்குக் கீழ் குறி வைத்து உதைத்தான். முத்து ஒதுங்கிக்கொண்டு சிரித்தான். மறுபடி அரி வாள் மின்னியது. அந்தக் கை! அந்தக் கை! அதைப் பிடிக்க வேண்டும்! நிலா வெளிச்சத்தில் அந்தக் கறுப்பன் சரியாகத் தெரியவில்லை. மக்கின்ஸி சற்றுப் பின்வாங்க முத்து பாய்ந்தோடி வந்தான். அஜாக்கிரதையால் முதல் அடி வாங்கிக்கொண்டான். கன்னத்தில் வெடித்த மக்கின்ஸியின் முஷ்டி உடனே புளித்தது. முத்துவின் ஆத்திரம் அந்த வலியைச் சாப்பிட்டது. "வாடா பேய்! எங்கப்பன் எப்படிச் செத்தானோ . . . எப்படிச் செத்தானோ . . ." மறுபடி வீச்சு!

கையில் பட்டு, "ஓ காட்! எமிலி ஓடு! அவர்களைக் கூப்பிடு. துப்பாக்கி எடுத்துவரச் சொல்லு. சீக்கிரம்!"

எமிலி ஓடினாள்.

முத்து வாகான நிலையில் இருந்தான். ஏறக்குறைய மக்கின்ஸியை வீழ்த்திவிட்டான். இரண்டு கைகளாலும் அரிவாளைப் பத்திரப்படுத்திக்கொண்டு ஓங்கித் தன் அத்தனை பளுவாளும் தாக்கினான். மக்கின்ஸி புரண்டு உருண்டு அந்த இறக்கத்தை முதுகின் ஓரத்தில் வாங்கிக்கொண்டான். இப்போது முத்துக்குமரன் படுத்திருந்த மக்கின்ஸியின் மேல் பாய்ந்து, அவன் இரண்டு கைகளையும் சிறைப்படுத்தி, முழங்காலால் கழுத்தில் அழுத்த, மக்கின்ஸி ஒரு அரசு முயற்சியாக அவனை உதறித் தள்ளி முத்து – மக்கின்ஸி, முத்துவை – மக்கின்ஸி, மக்கின்ஸியை – முத்து, முத்துவால் மக்கின்ஸி, முத்துன்சி என்று குழப்பமாக உருண்டார்கள்.

"அடிடா! பிடிடா!"

காலடி ஓசை கேட்டது. வானத்தில் சுடப்பட்ட துப்பாக்கி வெடித்தது.

முத்து உடனே எழுந்து ஒரு பாய்ச்சலாக இருட்டில் சரசரவென்று

வேலியைத் தாண்டி மைதானத்தில் திரும்பிப் பார்க்காமல் ஓடினான்.

தீப்பந்தங்கள் நடனமாட அவர்கள் கீழே விழுந்திருந்த மக்கின்ஸியைக் கவனிக்க, "மடையர்களா! அவனைப் பிடியுங்கள்," என்று அடித்தொண்டையில் கத்தினான்.

காவலர்கள் வேலி நோக்கி விரைந்து தூரத்தில் முத்துக்குமரன் ஓடுவதைப் பார்த்தார்கள். நிலா வெளிச்சத்தின் உதவியால் குறி வைத்துச் சுட்டார்கள். "டுமில்!"

முத்துக்குமரன் காலடியில் சீய்த்துக்கொண்டு தவறியது குண்டு. முத்து உடம்பு பூராவிலும் மூச்சு விட்டுக்கொண்டு ஓடினான். "டுமீல்! டுமீல்!" இரண்டாவது குண்டு அவன் கால்களில் பட்டது தெரியாமல், வலியைக் கவனிக்க நேரமின்றி ஓடினான். நிலா வெளிச்சத்தில் ரத்தப் பாதை அமைத்துக்கொண்டு ஓடினான்.

"குதிரைகள் கொண்டு வாருங்கள்! நாய்களை அழைத்து வாருங்கள்! அவனைப் பிடித்தே ஆக வேண்டும்!"

விருந்தினர் அனைவரும் வேலியோரத்தில் நிற்க, மக்கின்ஸியைப் பத்திரமாக நால்வர் தூக்கிக்கொண்டு சென்றார்கள். அவன் தோள் காயம் ரத்தம் சுரந்துகொண்டிருந்தது. நெற்றியில் ரத்தம் கசிந்து ஒரு கண் பார்வையை மறைத்தது. அவன் வாயில் பிராந்தி ஊற்றிக் கொண்டிருந்தார்கள். "கில் தட் பாஸ்டர்ட்! கெட் தட் பாஸ்டர்ட்! கில் ஹிம்!" என்று மக்கின்ஸி ஸ்மரித்துக்கொண்டிருந்தான்.

அங்கே மைதானத்தில் முத்துக்குமரனைத் தேடித் தீப்பந்தங்கள் புறப்பட்டன. குதிரைக் கனைப்புக்களும் நாய்களின் உற்சாகமான குரைப்புக்களும் கேட்டன. ரத்தத் தடயத்தை முகர்ந்துகொண்டே வாலை ஆட்டிக்கொண்டு சென்ற நாய்களின் பின் ஆங்கிலோ இந்திய ஸோல்ஜர்கள் கனமான காலணிகள் ஒலிக்க, சரக் சரக் என்று வேகமாக நடந்து சென்றார்கள்.

முத்துக்குமரனுக்குத் தூரத்து நாய்களின் குரல் கேட்டது. மயக்கம் வரும் போல் இருந்தது. உதிரத்தில் குளித்திருந்தான். மரத்தடியில் உட்கார்ந்து தன் காலைத் தொட்டுப் பார்த்துக்கொள்ளக் கூடச் சமயமின்றி மறுபடி வலிப் பிரவாகமாக ஓடினான். இன்னும் கொஞ்ச தூரம்தான். 'இதோ வந்துவிடும் வித்தைக்காரர்கள் கூடாரம். நதியைக் கடந்துவிட்டால் கூடாரம் வந்துவிடும். அங்கே பூஞ்சோலை இருப்பாள். அவள் பச்சிலை போடுவாள். எனக்குச் சரியாயிரும். சே! அந்தப் பயலை இன்னும் கொல்லவில்லை! அதற்குள் ஆட்காரர்கள் வந்துவிட்டார்கள்!' கால் மோசமாக வலித்தது. நெருப்பால் பந்து செய்து அதன் மேல் நடந்து நடந்து செல்வது போல் ஒவ்வொரு தப்படியிலும் ஒரு கத்திக் குத்து. தூரத்தில் இன்னும் நாய்கள்

குரைத்துக் கொண்டிருந்தன. முத்துக்குமரன் நதிக்கரைக்கு வந்து விட்டான். நிலாவின் செங்குத்தான பிம்பத்தை வரி வரி வெள்ளியாக அணிந்த நதி சலசலவென்று அந்த வெள்ளைக்காரக் காதலர்கள் போல் பேசிக்கொண்டிருந்தது. முத்துக்குமரன் இப்போது நொண்டிக் கொண்டே ஆற்றைக் கடந்தான். அவர்கள் இன்னும் அருகே வந்து விட்டார்கள். ஓடத்தான் வேண்டும். ஆனால் வேதனையின் எல்லையில் இருந்த அவன் உடல் எதிர்த்தது. சளக் சளக் என்று தட்டுத் தடுமாறிக் கடந்தான். அக்கரையில் தொடர்ச்சியாக மரங்களின் இருட்டு நிழல் பத்திரத்தில் கொஞ்ச நேரம் உட்கார்ந்து கொண்டு விட்டான்.

எதிர்க் கரையில் அந்தக் குதிரைச் சிப்பாய்கள் வரும் சப்தமும் ஆற்றுக் குறுக்கீட்டால் மோப்பம் இழந்த நாய்கள் அங்கும் இங்கும் திரிவதையும் ஆற்றைக் கடக்கத் தயங்குவதையும் உட்கார்ந்தவாறே பார்த்தான். குதிரைகள் தடுமாறிச் சிரிப்பதையும் கேட்டான். தீப்பந்தங்கள் எதிர்க் கரையில் சற்று நேரம் இணையாக மேலும் கீழும் அலைவதைப் பார்த்தான். அவர்கள் ஆங்கிலத்தில் பேசிக் கொள்வது கேட்டது. கொஞ்ச நேரம் பேசிவிட்டு அவர்கள் திரும்பிப் போவதைப் பார்த்து முத்துக்குமரன் பெருமூச்சு விட்டான். இனி ராத்திரி வர மாட்டார்கள்! மெல்ல எழுந்து வித்தைக்காரர்களின் கூடாரங்களை நோக்கி நடந்தான். சே! கொன்றிருக்க வேண்டும்.

பூஞ்சோலையின் கூடாரத்துக்குள் சின்னதாக விளக்கு எரிந்து கொண்டிருந்தது. பூஞ்சோலையும் அவள் தங்கையும் ஒரே போர்வை போர்த்திக்கொண்டு உறங்கிக் கொண்டிருக்க, "பூஞ்சோலை பூஞ்சோலை!" என்று லேசாகக் கூப்பிட்டான்.

திடுக்கிட்டு எழுந்து, "யாரு?" என்றாள்.

"நான்தான் முத்து"

"எங்கய்யா போய்ட்டே? உன்னை எங்கல்லாம் . . . அடப்பாவி என்னய்யாது ரத்தம்?"

"அவங்க எளுந்திரப்போறாங்க. மெல்லப் பேசு, உள்ள வரட்டுமா?"

"வாய்யா."

உள்ளே விளக்கைப் பெரிசாக்கி, "எங்கய்யா உளுந்தே?" என்றாள்.

"இல்லை! வெள்ளைக்காரன்கூடச் சண்டை போட்டேன்."

"எதுக்காம்?"

"அவனைக் கொல்றதுக்கு."

"என்னது!"

"அது பெரிய கத. காலைல சொல்றேன். நோவு அதிகமா இருக்கு. கால்ல சுட்டுட்டாங்க. வீக்கம் இருக்குது. குண்டு கிண்டு பட்டிருக்கோ என்ன எளவோ, பச்செலை ஏதாவது வெச்சிருக்கியா?"

"இரு தாத்தாவைக் கேட்டு வாங்கியாரேன்."

"அவரை எளுப்பணுமா?"

"எளுந்திரிக்கட்டும்."

பூஞ்சோலை எழுந்திருக்கையில் முத்துக்குமரனின் உபரி சக்திகள் அத்தனையும் அத்துடன் செலவழிந்துபோக, அப்படியே அவள் மேல் மயக்கமாகச் சாய்ந்தான்.

"தாத்தா ! தாத்தா ! சீக்கிரம் வாங்களேன் ! என்னய்யா, செத்து கித்து போய்ட்டியா ! மூச்சு வருதா ! ஏய் சிவகாமி ! எளுந்திரு ! தாத்தாவைக் கூட்டியா. ராக்கா, மாடா, எல்லாரும் வாங்க !"

முத்துக்குமரன் அவள் மேல் பற்றிக்கொண்டு சாய்ந்திருந்தான் "என்னய்யா இது, உடுப்பு கணக்கா மேல ஒட்டிக்கிட்டியே. தாத்தா சீக்கிரம் வாயேன்!"

எல்லோரும் எழுந்து அவள் கூடாரத்துக்குள் கூடி முத்துக்குமரனைக் கவனித்து முகத்தில் தண்ணீர் தெளித்து, ஆசுவாசப்படுத்தி, காயங்களுக்குப் பச்சிலை வைத்துக் கட்டத் துவங்கியபோது தூரத்தில் நாய்கள் குரைப்பதும் குதிரைக் குளம்பொலிகளும் கேட்டன.

5

தூரத்தில் அந்தச் சப்தம் கேட்டது. கொஞ்ச நேரத்தில் அவர்கள் தன்னை விரும்பித்தான் வந்துகொண்டிருக்கிறார்கள் என்பது முத்துக்குமரனுக்குப் புலனாயிற்று. துரத்திக்கொண்டு வந்தவர்கள் ஆற்றங்கரையுடன் நின்றுவிட்டார்கள் என்று நினைத்தது தப்பு. ஆற்றில் இறங்கிக் கடக்காமல் சுற்றி வந்து பாலத்தில் கடந்து வர அவர்களுக்கு நேரமாகியிருக்கிறது.

கிட்ட வந்துவிட்டார்கள். நாய்கள் உற்சாகமாகக் குரைத்தன. பூஞ்சோலை, கூடாரத்தின் திரையைச் சற்றே விலக்கிப் பார்த்தாள்.

பந்த வெளிச்சத்தில் செவ்விரத்தம் பாய்ந்த ஆங்கிலோ இந்தியச் சிப்பாய்களின் முகங்கள் ஜொலித்தன. "இங்க வந்தாங்கோ? கரப்பா டப்ட் வெச்சுக்கிணு?"

"கால் ரத்தம் பார்த்துட்டு வந்திருக்கும். பொய் சொல் கூடாது. துரை தலை வெட்டிருவான். நாய் கண்பிட்ச்சுரும்."

பூஞ்சோலை, "யோவ்! ஆலப்பாக்கம்! உன்னைப் பாக்கத்தான் சிப்பாய்ங்கள்ளாம் வந்திருக்காங்க. இப்ப என்ன செய்யலாம்," என்றாள்.

"பார்த்துட்டுப் போயிருவாங்க. கொஞ்சம் இரு."

"அவங்கள்ளாம் யாரு?" என்றாள் சிவகாமி சின்னக் குரலில்.

"ம்? உனக்குப் பரிசம் போட வந்திருக்காங்க. வெள்ளைக்காரச் சிப்பாய்ங்க!"

"தொந்தரவுய்யா உன்னோட. இப்ப உன்னை உள்ள வெச்சுக்கிட்டு என்ன செய்யறது?"

வெளியே, "இங்க ஒருத்தரும் வரலிங்களே," என்று தாத்தா மழுப்பும் குரல் கேட்டது.

தபக் என்று ஒருத்தன் குதிரையிலிருந்து இறங்கும் சப்தம் கேட்டது.

"பாக்ப் போறம். கமான் ஜான்." பூஞ்சோலை எட்டிப் பார்த்து, "போச்சுறா" என்று திரும்பி முத்துக்குமரனை அளப்பது போல் பார்த்தாள். அவன், "பின்பக்கம் வளியிருக்கா?" என்றான்.

"எல்லாப் பக்கத்திலேயும் சூழ்ந்துக்கினாங்களே. சீலை கட்டிக்கிறியா சட்டுனு?"

சரக் சரக் என்று வெளியே அவர்கள் நிதானமாக அடியெடுத்து வைப்பது கேட்டது. நாய் குரைத்தது. துப்பாக்கியின் கத்தி முனையால் அவர்கள் கூடாரங்களின் திரைகளை விலக்கிப் பார்த்தார்கள். "எல்லோரும் வெளிய வாங்க. எத்தினி பேரு?"

சளசளவென்று பேச்சுக்குரல் கேட்டது.

"கறுப்பா சட்டை போடாம இருந்தான்."

"கால்ல கட்டிருக்க. காயம் இருக்கும். ரத்தம் பாரு."

"லெட்ஸ் ஹூட் தெம் ஆல்..."

"இரு இரு! இங்க இருந்தா கண்டுபிடிக்காம போயிருவமா? ஏ ஓல்ட்மேன், கிட் வா." சுளிர்!

"அய்யய்யோ! தாத்தாவை அடிக்கிறான் படுபாவி," என்றாள் சிவகாமி. முத்துக்குமரன், "அப்படியா! அந்தக் களவாணிப் பயலை இப்ப என்ன செய்யறேன் பாரு," என்று புறப்பட இருந்தவனைப் பூஞ்சோலை தடுத்து நிறுத்தி அடக்கமான குரலில், "போவாதே! போவாதே! உனக்குப் பைத்தியம் புடிச்சிருக்கா? அவங்க எத்தனை பேர் இருக்காங்க. துப்பாக்கி வெச்சிருக்காங்க, மாட்டிக்கிட்டியானா அங்கேயே தீத்துருவாங்க."

"எங்க அவென் சொல்!"

"யாருங்க? யாரைப் பத்திக் கேக்கிறீங்க?"

"தாத்தா லேசில காட்டிக்கொடுக்காது."

மறுபடி அடி விழும் சப்தம் கேட்டது. முத்துக்குமரன் பதறினான். "சே! பொம்பளைப் புள்ளையாட்டமா இங்க வந்து..."

"ஷ்! சும்மாரு! என் கூட வா," என்று கூடாரத்தின் பின்பகுதிக்கு அவனை அழைத்துச் சென்று ஒரு பெரிய மரப்பெட்டியைத் திறந்து, "உக்காரு உள்ள!" என்றாள். முத்துக்குமரனைக் கையைப் பிடித்து இழுத்து அதில் திணிக்காத குறையாகச் செலுத்தி அவன் மேல் சீலைகளைப் போட்டு மூடினாள். முத்துக்குமரன் இருட்டில் குமைந்தான். "சே! என்னால எவ்வளவு சிரமம்?"

"பூஞ்சோலை, பூஞ்சோலை! உங்க கூடாரத்தைப் பார்க்க வராங்க. வரலாமில்ல." வெளியே தாத்தாவின் குரல் கேட்டது.

"யாரது தூக்க வேளையில?"

"சிப்பாயிங்க யாரையோ தேடிக்கிட்டு வந்திருக்காங்க. வரலாமில்ல."

"வரலாம் வரலாம்! இங்கு என்ன இருக்குது?... ம் புளியங்காயும்!"

"யாரு நீ?"

"நாந்தான் பூஞ்சோலை துரை! இது என் தங்கச்சி!" அவர்கள் நிதானமாக அந்தக் கூடாரத்தில் நடந்து பார்க்கும் சப்தம் கேட்டது.

ஒவ்வொரு காலடி ஓசையும் தனித்தனியே சரக். சரக். சரக் ...? "இந்தக் கூடைக்குள் என்ன?"

"கோளி முட்டை பாக்கறிங்களா?"

"திற."

"இதுக்குள்ள ஒரு ஆளைப் பொட்லம் கட்ட முடியுங்களா"

"இந்தப் பொண் பேர் என்ன?"

"சிவகாமி."

"அக்கா, என்னமோ செய்றாரக்கா."

"துரை விளையாடுறாரு! இல்லை துரை?"

"ரெண்ட் பொண்ம் ஷோக்காருக்கு. பாரக்ஸ் வரதா?"

"நாளைக்கு வித்தை காட்ட வருது!"

"வேற வித்தை காட்ட வரதா?" இருவரும் சிரிக்கும் சப்தம் கேட்டது.

"லெட்ஸ் டோன் ஹர்."

"நாட் நௌ ஜான்! பொட்டிக்குள் என்ன?"

"துணி. பளந்துணி."

"திற."

"பளந்துணிதான் துரை!"

"திறக்கறியா, உன்னைக் கத்தில திறக்கட்டுமா?"

தன்மேல் அழுந்தியிருக்கும் மூடி திறப்பது கேட்டது முத்துக்குமரனுக்கு.

"சொன்னனில்ல? துணிதான்!"

மெல்ல மெல்ல முத்துக்குமரனை மறைந்திருந்த சீலைகள் ஒவ்வொன்றாக வெளியே நீக்கப்பட்டன. முத்துக்குமரன், மாட்டிக் கொண்டாயிற்று, எழுந்துவிடலாம் என்று தீர்மானித்த கணத்தில் பூஞ்சோலையின் குரல் கேட்டது.

"எங்கிட்டு வரணும் துரை? பாரக்சு? அது எங்க இருக்குது?"

துணிகளைப் புரட்டுவதை நிறுத்திவிட்டார்கள். "வரியா?" என்றான்.

“வரன்.”

“நாளைக்குச் சாயங்காலம்.”

“ஆள் அனுப்பறேன்.”

“அனுப்புங்க, நல்லாப் பாத்துட்டிங்களா.”

“பாத்தாச்சு. உன்னைத்தான் நல்லாப் பாக்கணும்” என்று சிரிப்பொலி கேட்டது.

“உன்னை, இவளை ரெண்ட் பேரையும் ...!”

“பார்த்துட்டாப் போச்சு.”

“சாக்கிரதை! வெள்ளைக்காரத் துரையைக் குத்திட்டு ஒருத்தன் தப்பிச்சு இந்தப் பக்கம் வந்திருக்கான்.”

“அப்படியா! அய்யோ பயமா இருக்குதுங்களே.”

“பயப்படாத! நாளைக் காலில் கண்டுபிடிச்சிருவோம்.”

“கண்டுபிடிச்சு?”

“தூக்கில போட்டுருவோம். இல்லை ஷுட் பண்ணிருவோம்.”

“செய்யுங்க. நல்லா செய்யுங்க!” வெள்ளைக்காரங்களைக் குத்தலாமா?

“அவன் வந்தாச் சத்தம் பண்ணுங்க. உடனே வரம். வரவா? உன் பேர் திரியும் சொல்லு.”

“பூஞ்சோலை.”

“பூஞ்சு சொல்லிக் கூப்பிடலாமா . . . அது?”

“சிவகாமி.”

“சிவ? . . . காமி! காமின்னா ஷோன்னு அர்த்தம்! நல்லா காமிக்குமா?”

“ரெண்டு பேரும் நாளைக்கு நல்லா காமிக்கிறோம். வேற ஏதாவது பாக்கணுமா? இந்த டப்பாக்குள்ளாற கேவரகு!”

“வேண்டாம் பூஞ்சு! நா மறுபடி வரன் உனக்காக.”

“காமி. நான் வரன் உனக்காக.”

“போயிட்டு வாங்க!”

முத்துக்குமரன் பதைத்து வெளியே வந்தான். "இருய்யா இருய்யா. அவங்க இன்னும் போயிருக்க மாட்டாங்க. திரும்பி வந்துறப்போறாங்க."

முத்துக்குமரன் அவள் சொன்னதைக் கவனிக்காமல், "பூஞ்சோலை, நான் எல்லாத்தையும் கேட்டுக்கிட்டுத்தான் இருந்தேன். அவன் உங்க ரெண்டு பேத்தையும் எப்படிச் சிறுமையாப் பேசினான் பாத்தியா?"

"பேசட்டுமேய்யா ! வித்தைக்காரங்களுக்குப் பளகிப்போனதுதானே இது ! இப்ப அவங்க கூப்பிட்டான்னு நாளைக்குப் போய் நிக்கப் போறமா என்ன? தாத்தா எங்க? தாத்தா ! தாத்தா !"

உள்ளே தாத்தா கன்னத்தைப் பிடித்துக்கொண்டு வந்தார்.

"என்ன தாத்தா, அடிச்சுட்டானா?"

தாத்தாவின் காலை முத்துக்குமரன் தொட்டு, "என்னாலதானே உங்களுக்கு இத்தினி சிரமம்? என்னை மன்னிச்சுருங்க தாத்தா."

"கிடக்கட்டும். பூவு, நல்ல வேலை செஞ்சே நீ! புத்திசாலி!"

"பொம்பளையைப் பாத்து பல்லிளிக்காத பயலை இதுவர நான் பாக்கலை!"

"ஆமா ! என்ன செஞ்சுட்டு இப்படி நாயா அலையற நீ? விடிஞ்சதும் இன்னும் சிப்பாய்ங்க வரப்போறாங்க !"

"தாத்தா ! என் அப்பனை அநியாயமாக கொன்னுபோட்ட வெள்ளைக்காரனை இன்னிக்கு அங்க பாத்துட்டேன். தனியா மாட்டிக்கிட்டான். சரியான சந்தர்ப்பத்தைத் தப்ப விட்டுட்டுத் தோத்துட்டு வந்து நிக்கேன் !"

"என்ன செய்தே, கொல்லப் பாத்தியா?"

"அருவாளை எசகேடா வீசிட்டுக் காயம் பண்ணிப்போட்டுத்தான் வந்தேன். உயிர் தப்பிச்சுட்டான் தாத்தா !"

"எதுக்குய்யா அவனைக் கொல்லணும்?"

"எங்கப்பா துடிச்சுச் செத்ததைப் பார்த்திருக்கணும் பூவு நீ."

"அப்ப நீ எங்ககூட வந்தது வித்தை காட்ட இல்லையா?"

"இல்லை பூவு. என் வாழ்க்கையில ஒரே ஒரு ஆசை அவனைக் கொல்றதுதான். சோறு வேண்டாம். ஆத்தா, அண்ணன் யாரும் வேண்டாம்."

"சரி, ஏதோ தப்பிச்சே இன்னிக்கு – பேசாம ஆலப்பாக்கத்தைப் பாக்கப் போய்ச் சேரு," என்றார் தாத்தா.

“இல்லை தாத்தா. மறுபடி அவனைக் கொல்ல நாளைக்குப் போவணும்.”

“சரித்தான் தாத்தா. இந்தாளை முத வெளியே தள்ளு! தினம் தினம் சிப்பாய்ங்களுக்குப் பதில் சொல்லிக்கிட்டு இருக்க முடியாது நம்மாலே! போய்யா, போயிரு.”

“அதையேதான் நானும் சொல்ல வந்தேன் தாத்தா. உங்களுக்கெல்லாம் நா சிரமம் கொடுத்துட்டன். அதும் அந்தக் களவாணிப் பசங்க பூவுகிட்டயும், பாவம் ஒண்ணும் அறியாத தங்கச்சி சிவகாமி கிட்டயும் பேசின பேச்சைக் கேட்டபோது நம்மால இந்த நல்ல சனங்களுக்கு எவ்ள கஷ்டம் பாத்தியான்னு ரொம்ப வருத்தமா இருந்துச்சு தாத்தா. என் கதை வேற மாதிரிக் கதை. எனக்கு ஒரே ஒரு குறிதான்! மக்கி துரை! நான் என்னவோ செய்துக்கறேன். எங்கேயோ போய் எங்கேயோ பதுங்கிக்கிறேன். இனி உங்களுக்குத் தொந்தரவு தர விரும்பலை. நான் வரட்டுமா தாத்தா? பூவு, சிவகாமி, ராக்கா, வடிவேலு, செந்தாமரை . . .”

பூஞ்சோலை அவனையே பார்த்துக்கொண்டிருந்தாள், “இருய்யா இரு. அப்படியே விட்டுவிட்டுப் போயிருவியா? நல்லா இருக்கே! உன்னைக் கிராமத்தில் இருந்து கூட்டி வந்ததுக்கு வண்டிச் சத்தம் யாரு கொடுக்கறது? போட்ட சோத்துக்கெல்லாம் நீ என்ன செஞ்சே எங்களுக்கு? ம். சும்மா மாட்டிவிட்டுட்டுப் பாட்டைல போய்கிட்டே இருந்தா ஆவுறதா என்ன?”

“என்னது பூவு! அந்தாளு உயிருக்குத் தப்பிச்சுக்கிட்டுப் போணும் கிறாரு! முத்து, நீ கிளம்பிப் போப்பா.”

“அதெப்படி? இப்படி நம்மை நாட்டத்திலே விட்டுட்டுப் போயிர்றதா?”

“என்ன செய்யணுங்கறே?”

“கொடுத்த காசுக்கு, செஞ்ச உதவிக்கு நாளைக்கு நம்ம கூட வந்து வித்தை காட்டிட்டுப் போயிரட்டும். சும்மா ஏதும் வராது. ஆமா !”

“நாளைக்கு வித்தை காட்ட இந்தாளை அளைச்சுட்டுப் போனாச் சத்தியமா மாட்டிப்பாரு !”

“அதெல்லாம் நான் பாத்துக்கறேன். யோவ்! பொம்பளை வேசம் போட்டுருய்யா. முடி நீளமா வளத்திருக்கே, இல்லை கோமாளியாக் கிடறேன்!”

“அப்படித்தான் ஆக்கியிருக்கே இப்ப அவரை.”

“எப்படியோ நீ இந்த ராத்திரியிலே எங்களை விட்டுட்டுப் போவக் கூடாது!”

“சரி போவலை !”

"போய்ப் படு. உன்னைக் காப்பாத்தினமே அதுக்கு எதினாச்சியும் பணியாரமாவது வாங்கிக் கொடுத்துட்டுப் போ !"

முத்துக்குமரன் அவளைப் பார்த்தான். ஏதோ தீர்மானமாகத்தான் இருக்கச் சொல்கிறாள்.

அவள் நிலைமையைச் சமாளித்த விதத்தின் ஆச்சரியம் இன்னும் அடங்கவில்லை. "ஆலப்பாக்கம் சிலம்பக்காரரே ! கொஞ்சம் தனியா வாங்க ! உங்ககிட்ட ஒண்ணு சொல்லணும்" என்றாள்.

"என்னமோ நல்லால்லை. பாம்பை மடில கட்டி வெச்சிருக்காப்பல காரியம் இது" என்றான் வடிவேலு.

"பயப்படாதிங்கய்யா. ஆம்பிளைகூட இப்படிப் பயப்பட்டிங்கன்னா எங்களை எல்லாம் எப்படிக் காப்பாத்தப்போறீங்க. நீ வாய்யா. உங்கிட்ட சுருக்கமா ரெண்டு வார்த்தை பேசணும்."

கூடாரத்துக்கு வெளியே வந்தார்கள். தூரத்தில் நகர விளக்குகள் தெரிந்தன. நில உச்சத்தில் தொங்கிக்கொண்டிருந்தது. பூஞ்சோலையின் முகம் தெளிவாகத் தெரிந்தது. கொஞ்ச தூரம் பேசாமல் நடந்தாள். அவள் வளையல்கள் மட்டும் பேசிக்கொண்டு வந்தன.

"நல்லாத் தூக்கத்தைக் கெடுத்தய்யா !" சிரித்தாள். "எப்படிய்யா சடக்குனு பொட்டிக்குள்ற நுளைஞ்சுட்டியே! எட்டா மடங்கி உக்காந்துக்கிட்டியே !"

"என்ன செய்யறது. அடுத்த முறை முயற்சி செய்யறதுக்காவே உசிரோட இருக்கணுமே !"

"உயிரு அதுக்குத்தானா . . ."

"அதுக்குத்தான் பூவு."

"வேற ஒண்ணுமே கிடையாதா?"

"வேற ஒண்ணுமே வேண்டாம். வேற ஏதும் எனக்குக் கிடையாது !"

"இருக்குய்யா இருக்கு! நான் இருக்கேன் உனக்கு."

"என்னது !"

"என்னை நேராப் பாத்துச் சொல்லு. என்னை உனக்குப் புடிச்சிருக்கா?"

"என்ன சொல்றே பூவு!"

"புரியலையா, அவ்வளவு முட்டாளா நீ? உன்னை எனக்குப் புடிச்சுப்போச்சு. கைல சத்தியம் அடிக்கச் சொல்லு. 'இனிமே வெள்ளக்காரன்

வளிக்குப் போக மாட்டேன், உங்ககூடப் பத்திரமா இருக்கேன்னு" என்று கையை நீட்டினாள்.

முத்துக்குமரன் தயங்க அவன் கையை எடுத்து அவள் தன் மார்பில் பத்திரப்படுத்தவதைப் பின்னால் ஒளிந்துகொண்டிருந்த ராக்கன் பார்த்துக்கொண்டிருந்தான்.

6

மக்கின்ஸியின் தோளில் உற்சாக ரத்தம் பொங்கிக் கொண்டிருக்க -- "டாக்டர் மாரிஸனைக் கூப்பிடுங்கள்!"

"மாரிஸனையா! இந்த வேளையிலா?"

"இல்லை, பாதிரியைக் கூப்பிட்டு வாருங்கள்! செத்துக்கொண்டிருக் கிறான். அதற்குள் பிரார்த்தனையாவது..."

"மடையா! நான் செத்துப்போகவில்லை!" என்றான் மக்கின்ஸி சிரமத்துடன் தொடர்ந்து, "அவனை... பிடித்துத் தண்டிக்கும் வரை சாக மாட்டேன்."

"எட்டி! எட்டி!" என்று விசித்தாள் எமிலி.

"எமிலி! நீ வீட்டுக்குப் போ! என்னைப் பற்றிக் கவலைப்படாதே! என்னைக் கொல்வது அவ்வளவு சுலபமில்லை."

"எட்டி! நீ எவ்வளவு தைரியமானவன்! ஐ லவ் யூ!" அவள் ஆடை திட்டுத் திட்டாக நிறம் மாறியிருந்தது.

"எமிலி! அந்த வார்த்தை போதும் எனக்கு. வேறு சிகிச்சை வேண்டாம்."

"ஒதுங்கு, ஒதுங்கு. கர்னல் வருகிறார்."

கர்னல் நீல் அவர்களை அணுக, கூட்டத்தின் வட்டம் சிதைந்தது. "வேடிக்கை பார்த்துக்கொண்டிருக்காதீர்கள். யாராவது டாக்டருக்குச் சென்றிருக்கிறார்களா? எட்வர்ட், என்ன ஆயிற்று? யார் இதைச் செய்தது?"

"ஒரு கறுப்பன்!" என்றான் மக்கின்ஸி. எழுந்திருக்க முற்பட்டான்.

"எழுந்திருக்காதே! ஆஷ்லி! சீக்கிரம் வண்டி கொண்டு வரச்சொல். அடடா! மிகுந்த ரத்த சேதம்... விருந்து மாளிகைக்குள் ஒருவன் நுழைந்து தாக்கும்வரை காவலாளர்கள் பார்த்துக் கொண்டிருந்தார்களா? எல்லோரையும் நீக்கிவிடு! அவனைப் பிடித்தாயிற்றா?"

"ஸர்! ஆள் போயிருக்கிறது."

"தப்பிவிட்டானா? வெட்கம்! அவமானம்!"

"ஓடிப் போய்விட்டான்."

"பேஷ்! ராணுவத்தைச் சிறப்பாக நடத்துகிறோம். மேஜர் வில்லியம்ஸ்! காலைக்குள் அவனைப் பிடித்தாக வேண்டும். அவனை என்னிடம்

கொண்டுவந்து நிறுத்தியாக வேண்டும் ! வட்டாரம் முழுவதையும் தேடுங்கள். மெட்றாஸ் ராணுவம் முழுவதையும் பயன்படுத்துங்கள் ! முகத்தை யாராவது பார்த்தார்களா ! அந்தக் கரிய முகங்களிலிருந்து அடையாளம் சொல்வார்களா?"

"என்னால் முடியும் !" என்றான் மக்கின்ஸி. ரத்த சேதத்தினால் இப்போது மயக்கம் அவனைத் தொட்டுக்கொண்டிருந்தது.

"நீ உன்னைப் பார்த்துக்கொள்."

"ஸர் ! அவன் அகப்படும் வரை நான் சாக மாட்டேன் !"

"உன்னை யார் சாக விடப்போகிறார்கள்?"

மக்கின்ஸின் கை கர்னல் நீலின் கரத்தை வலுவாகப் பற்றி அழுத்திவிட்டுத் தளர்ந்தது.

"மயங்கிவிட்டான் ! என் சிறந்த ஆபீசர்களில் ஒருவன் கோழைத் தனமாகத் தாக்கப்பட்டிருக்கிறான். பார்த்துக்கொண்டிருந்தீர்களா ! வெட்கமில்லை? போங்கள் ! ஏதாவது செய்யுங்கள் ! அவன் இருப்பிடத்தைத் தகவல் சொல்லுகிறவனுக்குப் பரிசு கொடுங்கள். பிடிக்காமல் என் கண் முன் வந்து நிற்காதீர்கள். பிடித்து விசாரித்துத் தண்டனை கொடுத்து அவன் தூக்கில் தொங்குவதை எனக்குக் காட்டுங்கள் ! ஒழியுங்கள் !"

"ட்ரெலப் ! வா, இவனைத் தூக்கு."

மக்கின்ஸியின் தலை தொங்கி, மூச்சு லேசாகிக்கொண்டிருந்தது. "ஸர் ! இவனைத் தாக்கியவன் எந்தக் கிராமத்தைச் சேர்ந்தவன் என்பது எனக்குத் தெரியும்."

"அதெல்லாம் அப்புறம்! முதலில் இவனை நேரந் தாழ்த்தாமல் ஆஸ்பத்திரிக்கு எடுத்துச் செல் !"

"என்னை விட்டுரு பூவு !" என்றான் முத்துக்குமரன். "நான் போறேன். என்னால் உங்களுக்கெல்லாம் பேராபத்து."

பூஞ்சோலை அவனைக் கண்கொட்டாமல் பார்த்தாள். 'எங்கய்யா போவ?'

"எங்கேயோ போறேன். கிராமத்துக்கே திரும்பிப் போறேன் !"

சற்று நேரம் கழித்து, "ம்ஹூம். அங்க போக மாட்டேன். அந்தப் பயலை இன்னும் தீர்க்கலியே ! அதுவரைக்கும் பட்டணத்தில இருந்து தான் ஆவணும். ப்ச் ! களுத்தில் பட்டிருக்க வேண்டிய வெட்டு தோள்ல விழுந்திருச்சு."

"இத பாரு."

பார்த்தான். அவள் பெரிய விழிகளின் தாக்குதலைச் சமாளிக்க முடியாமல் தாழ்ந்தான்.

"உனக்குப் பயித்தியம் பிடிச்சிருக்கா?"

"இல்லை. தெளிவாகத்தான் இருக்கேன். பளிச்சினு இருக்குது. முக்கா பாகம் என் அப்பன் கழுத்தை அந்தப் பாவி வெட்டினான் பாரு! என் கண் முன்னால 'தண்ணி'ன்னு ஒரு வார்த்தை கேட்டுட்டு செத்தாரு பாரு... தெளிவா இருக்குது. நான் உங்ககூட வந்ததே அதுக்குத்தான்னு சொன்னனில்லை? முத தடவையே முடிச்சிருக்கணும். அடுத்த தடவை தப்பு வரக் கூடாது."

"ஒரு முறை தப்பிச்சுட்ட! அடுத்த முறை ஆப்ட்டுக்கிடுவே!"

"பரவாயில்லை."

"இனிமே அவங்கிட்ட போயிர முடியுமா? எத்தினி ஆளு படை? நடுராத்திரியிலே எத்தினி பேரு நாயும் குதிரையுமா வந்தாங்க! எத்தினி காவல்! எத்தினி ஆயுதம்! ஒண்டியாளு இதையெல்லாம் மீறி சமாளிக்கப் போறியா? முடியுமா? இத பாரு, நீ பகல் வெளிச்சத்தில வெளியே உலாத்த முடியாது."

"அப்ப நான் இப்பவே போயி எங்காவது மறைஞ்சுக்கிறேன்."

"அதையேதான் நான் சொல்றேன்! மறையறதுக்கு இப்போதிக்கு இந்த இடத்தை வுட்டா பத்திரமான இடம் கிடையாது உனக்கு."

"எப்படி?"

"ஒரு முறை இங்க வந்து தேடிட்டுப் போய்ட்டாங்க. திரும்ப வர மாட்டாங்க."

அவன் யோசித்தான். "அதுகூடச் சரிதான்"

"இத பாரு. நீ இப்போதைக்கு அவனை ஒண்ணும் செய்ய முடியாது. இன்னும் கொஞ்ச நாளைக்காவது மறைஞ்சிருந்துதான் ஆவணும். பேசாம பீப்பாக்குள்ள போய்ப் பதுங்கிக்க. நான் சோறு, தண்ணி கொண்டாரேன். போ! கூடாரத்துக்குள்ள போய்ப் படு," என்று அவனைத் தோளில் பிடித்துத் தள்ளினாள்.

முத்துக்குமரன் தனக்குள் 'அவனைக் கொல்லணும்' என்று சொல்லிக்கொண்டே செலுத்தப்பட்டான்.

"புலம்பாதே வா!"

அவர்கள் சென்றதும் செடிகள் சிலிர்த்துக்கொள்ள ராக்கன் வெளிப்பட்டான். 'இரு இரு ! அப்படியா சேதி ! எங்க போற நீ !'

ராக்கன் எதிரே வெள்ளைப் பட்டணத்தைப் பார்த்தான். இருந்த இடத்திலிருந்தே தலைகீழாகக் குதிக்க வல்ல ராக்கன், ஒற்றைக் கம்பியில் நடக்க வல்ல ராக்கன், ஒரு சிக்கலில்லாத மனிதன். அவன் உணர்ச்சிகள் அத்தனையும் ஆதாரமானவை. பசி, ஆசை, சந்தோஷம், கோபம், பயம் . . . பசி, பூஞ்சோலையின் கண்களின் கனவுச் சுனைகளுக்கு; ஆசை, பூஞ்சோலையைப் பார்த்தால்; சந்தோஷம், பூஞ்சோலை திரும்பிப் பார்த்தால்; திரும்பிப் பார்க்காவிட்டால் கோபம்; பயம், பூஞ்சோலையைப் பிரிந்துவிடுவோமோ என்று நினைத்தால் . . . அந்தப் பயத்தின்போது உடலை வருத்திக்கொண்டு பயிற்சி செய்து விட்டு வியர்வை வெள்ளத்தில் அந்தப் பயத்தைக் கரைத்துவிட்டு மறுபடி ஆசைப்படுவான். வித்தையின்போது அவளைத் தொடலாம் என்று அடுத்த எதிர்பார்ப்பில் உயிர் வாழ்வான்.

ராக்கனுக்கு இப்போது புதுசாக ஓர் உணர்ச்சி, பட்டியலில் சேர்ந்துகொண்டுவிட்டது. பொறாமை. 'சிலம்பக்காரனை நடுராத்திரியில் கூட்டி வெச்சு இந்தப் பேச்சுப் பேசுறியே. எத்தினி நாளுக்கு நானும் நீயும் நிலாவும் தனியா இருந்திருக்கோம்? பரிவா ஒரு வார்த்தை? தாத்தாகிட்ட பேசி முடிச்சாச்சு. "அவ சரின்னா பந்தக்கால் நட்டுற வேண்டியதுதான்" – கூட்டத்தில தீர்மானமாகத் திருப்பித் திருப்பி, பூவு என்னதுதான். பூவு எனக்குத்தான்னு, ராக்கனுக்குத் தான்னு முடிஞ்சுபோன விஷயம். ஆட்டுக்கிடா, கோளி, காராம் பசு எல்லாம் வாங்கி வெச்சு . . . வெள்ளில ஓலை பண்ணி வெச்சு, தை மாசத்துக்குக் காத்துக்கிட்டு இருக்கிற விசயம் . . . இப்பவே போயி அவர்களை எளுப்பி . . . கேட்டுறலாமா?'

'வேண்டாம் ! வேற ஒரு காரியம் செஞ்சு போடலாம் ! அவனை மறைச்சுத்தானே வெக்கப்போறே? பீப்பாக்குள்ளதானே? விடியறதுக்குள்ள அவங்கிட்ட சொல்லிப்போட்டு வந்துரலாம் . . .'

ராக்கன் தீர்மானித்து மைதானத்தில் நடந்தான். 'இந்த வளியாகத்தான் போனாங்க ! அங்கிட்டுத்தான் எங்கயாவது தேடிக்கிட்டு இருப்பாங்க . . . குறுக்குப் பாதைல நதியைக் கடந்து மைதானத்தில் ஓடிப்போயி அவங்களைச் சந்திச்சுறலாம்.'

ராக்கன் சிறுத்தைப் புலி போல சரசரவென்று ஓடினான்.

உள்ளே விளக்கைக் காட்டினாள். "சரிய்யா ! படுத்துறு !" விளக்கின் மஞ்சள் நாக்கின் நடனத்தில் பூஞ்சோலையின் வதனம் தங்க மாற்றம் கண்டிருந்தது. உதடுகள் நிழல்களின் அழுத்தத்தால் இன்னும் பெரிதாகத் தெரிந்தன.

"என்னய்யா அப்படிப் பார்க்கிற?"

“நீ என் கையை எடுத்து மார்ல வெச்சுக்கிட்டது, இன்னும் என் மார்ல அடிச்சுக்குது.”

“சிப்பாயிங்க உன் பொட்டியைத் திறந்தபோது என் மாரு அடிச்சுக்க ஆரம்பிச்சுது! இன்னும் ஓயலை! சத்தியம் பண்ணிக் கொடுக்கிறியா? மறுபடி வெச்சுக் காட்டறேன் !”

“என்னது !”

“இனிமே வெள்ளைக்காரன் சோலிக்குப் போறதில்லைன்னுட்டுச் சத்தியம் பண்ணிக்கொடு.”

“இன்னும் ஒரே ஒரு முறை !”

“பாருய்யா ! என்னை முளுசாப் பாருய்யா ! நான் வேணுமா உனக்கு?”

“வேணும்தான்.”

“ஆசைதானே?”

“ஆமா !”

ராக்கன் குறுக்கு வழியில் நதியைக் கடந்து சலசலக்கும்போது தூரத்தில் கீறலாக நகர்ந்து கொண்டிருந்த ஒளிப்பந்தங்களைக் கவனித்தான். ‘அதோ போய்க்கிட்டு இருக்காங்க ! ஓடிப்போனா புடிச்சுறலாம்.’

பூஞ்சோலை முத்துக்குமரனின் கையைக் கோத்துக்கொண்டு மற்ற கையால் அவன் மார்பில் எழுதினாள். “கதவுக் கணக்கா இருக்குது, ரெண்டு ஆள் படுக்கலாம் போல !”

“என்னைத் தொட்டுப் பாரேன் !” என்றாள்.

“சூடா இருக்குது.”

“எதனால?”

“உம்மேல ஆசைல!”

ராக்கன் இரைக்க ஓடினான். நாய்களின் குரைப்புக் கேட்டது! “அய்யா ! அய்யாமாரே! தொரைமாரே !” என்று இங்கிருந்தே கத்த ஆரம்பித்தான்.

“எங்க சுவட்டத்தில கல்யாணம் நல்லா செஞ்சு தருவாங்க ! தாத்தா என கல்யாணத்துக்காகப் பத்து ஆட்டுக்கிடா, இருபது கோளி ...ம், அப்புறம் பொட்டி நிறைய வளை ... அதுல ஒண்ணு வெள்ளிச் சோடி, அப்புறம் காராம் பசு எல்லாம் வாங்கி வெச்சிருக்காரு. பட்டு நூல் சேலை ரெண்டு வெச்சிருக்கேன் . . . தை மாசம் பொறக்கப் போவுது.”

"எஜமானரே ! எஜமானரே !" என்று ராக்கன் வீறிட்டுக்கொண்டு ஓடினான். "நாயைப் புடிச்சுக்குங்க ! அவுத்து உட்டுடாதீங்க ! நான் சேதி சொல்ல வந்திருக்கேன் ! நான்தான் ராக்கன் ! அந்தக் கூட்டத்தைச் சேர்ந்தவன்."

"ஜான் ! ஸ்டாப் ! ஸம் ஒன் தேர் !"

ஒரு கணம் வஞ்சங்கள் எல்லாம் பஞ்சாய்ப் பறந்திட அவள் முகத்தில் கை வைத்து நிமிர்த்தினான் முத்துக்குமரன். அவள் விழிகள் அவன் மேல் நீந்தின. உதடுகள் பிரிந்தன. பற்களும் தெரிந்தன விரலை லேசாகக் கடித்தாள்.

"சீ ! எச்சி !"

"யார் நீ?"

"ஹஹ ! ஹஹ ! ஹஹ ! நான் ராக்கன் ! அந்தாளு அங்கருக்கான். ஒளிஞ்சிக்கிட்டிருக்கான். நான் சொன்னதாச் சொல்லிடாதீங்க ! கூட்டத்தில கொன்னு போட்டுருவாங்க !"

"உன்னை நான் மனசால அப்பவே கட்டிக்கிட்டேன்யா !"

"கமான் ஜான் !"

"பூஞ்சோலை."

"இருங்க, இருங்க ! நீங்க என் பின்னாடி வர வேண்டாம். நான் திரும்பிப் போயிடறேன். நான் அங்க இல்லைன்னு என் மேல சந்தேகப்படுவாங்க ! என்னைக் கூட்டத்தை விட்டு விலக்கிவிடுவாங்க. நான் போயி கொஞ்ச நேரம் களிச்சு வாங்க. சத்தம் போடாம வாங்க. விளக்கில்லாம வாங்க. கூட்டமா வந்தா தப்பிச்சுப் போயிருவான்."

"ஜான், இட்ஸ் எ ட்ராப்."

"பொய் சொல்றே?"

"சத்தியமா ! சத்தியமா ! இல்லை, என்னைச் சுட்டு போடுங்க."

"வெளக்கை அணைச்சுறவா?"

இருட்டில் அவள் மார்பின் மேல் முகத்தை வைத்து அழுத்தினான்.

"இத பாருய்யா ! நான் உன்னைக் கல்யாணம் செஞ்சுக்கிட்டதா வெச்சுக்க !" தன் உடைகளை மெல்ல அவன் நீக்குவதை அவள் தடுக்கவில்லை. "அங்கெல்லாம் தொடாதய்யா."

"நான் முன்னாடி ஓடிப் போயிடறேன். நீங்க கொஞ்சம் விட்டுட்டுப் பெறவு வாங்க!" ராக்கன் குறுக்கு வழியில் கூடாரங்களை நோக்கி ஓடினான்.

“சத்தம் போடாதே !”

“முத்தம் கொடுப்பேன் !”

“கத்துக்கிட்டியே ! இப்ப சொல்லு !”

“என்ன?”

“உனக்கு நான் வேணுமா?”

“வேணும் ! வேணும் !”

“அப்ப வெள்ளைக்காரனை மற.”

“பூஞ்சோலை, எனக்கு நீயும் வேணும். வெள்ளைக்காரனையும் பளி தீர்க்கணும்.”

“தத்!” அவனை ஒரே தள்ளாகத் தள்ளிச் சடக்கென்று எழுந்து, “உனக்கு விவஸ்தையே கிடையாதுய்யா ! செத்து ஒளி ! எனக்கு என்ன ஆச்சு? படு ! பேசாமப் படு ! நான் போறேன்” என்று உடைகளைச் சரிசெய்துகொண்டு கூடாரத்தை விட்டு வெளியே வந்தாள்.

“பூஞ்சோலை.”

“சத்தம் வரக் கூடாது ! காலைல எங்கனாச்சியும் போயிரு.” அவன் பதிலுக்குக் காத்திராமல் இருட்டில் எதிரே தன் கூடாரத்தை நோக்கி நடந்தாள்.

ஆளரவம் கேட்டது. “யாரு ?” என்றாள்.

பதிலில்லை.

“யாராது, சொல்லு. இப்ப எல்லோரையும் எளுப்பிருவேன்.”

இருட்டு, “நான்தான் பூவு !” என்றது.

“யாரு ராக்கனா? என்ன இன்னோரத்தில்?”

“வவுறு சரியில்லை. முளிப்புக் கண்டுருச்சு. ஒதுங்கிட்டு வர்றேன்.”

“ஏய், ராக்கா !”

“என்ன?”

“இங்கே வா. கிட்ட வா.”

“என்ன பூவு?”

நிலா வெளிச்சத்தில் ராக்கன் பெரிசாக இரைப்புடன் மூச்சு விடுவதையும் அவன் உடல் பூராவும் வியர்வையில் குளித்திருப்பதையும் பூஞ்சோலை பார்த்தாள்.

7

பூஞ்சோலை ராக்கனைப் பார்வையால் எரித்தாள். “கெடுத்துத் தொலைச்சியே ! நீ நல்லா இருப்பியா? எதுக்காகய்யா இப்படி கெஞ்ச?”

“பூஞ்சோலை ! பூஞ்சோலை ! உன் மேல . . . உன் மேல ஆசைப்பட்டுத்தான் . . .”

“இப்படி செஞ்சதால உன் மேல எனக்கு ஆசை அதிகமாயிரும்னு நெனச்சியா? உன்னையக் கூட்டத்தை விட்டே ஒதுக்கிறணும்யா. காலைல பாரு.”

“பூஞ்சோலை ! அப்படிச் செய்துராதே !”

“செத்துப் போ! கூடாரத்துக்குள் ஓடினாள். உறங்கிக்கொண்டிருந்த முத்துக்குமரனை எழுப்பி, “யோவ் ஆலப்பாக்கம்! உனக்கு நிம்மதியே கிடையாதுய்யா. எந்திரி ! உன்னைச் சிப்பாய்ங்க மறுபடியும் தேடிக்கிட்டு வராங்க. எங்க கூட்டத்தில ஒருத்தன் காட்டிக்கொடுத்துட்டான்.”

முத்துக்குமரன் சரேல் என்று சகலமும் விழித்துக்கொண்டு எழுந்து நின்றான்.

“உடனே போயிரு ! அதிக சமயம் இல்லை.”

“சரி, நான் வரேன். பூவு, ஞாபகம் வச்சுக்க.”

“எங்கே போறே? சொல்லிட்டு ஓடு.”

“எனக்கே தெரியாது. எங்கயாவது பட்டணத்துக்குள்ளாறதான் கண் மறைவா இருக்கணும்.”

“எங்க போவியோ . . . இத பாரு. கொஞ்சம் கிட்டக்க வா.” அவன் காதருகில், “பெருமா கோயிலு இருக்குது பாரு, பொளுது சாஞ்சு இருட்டிப் போட்டதும் அங்க ராத்திரி வந்துரு. நான் வந்து சேதி சொல்றேன் . . .”

“வரேன் பூவு ! எனக்காக இத்தனை செஞ்சதுக்காக . . .”

“சரி சரி. அதெல்லாம் அப்புறம் சொல்லலாம், ஓடு !”

கிழக்கே வெடிக்க இருந்த மெலிதான வெளிச்ச விளிம்பில் முத்துக்குமரன் ஓடுவதைப் பார்த்துக் கண்ணீரைத் துடைத்துக் கொண்டாள். தடக் தடக் என்று குதிரைகள் அதிவேகமாக நெருங்கும் சப்தம் கேட்டது. தீப்பந்தத் தீற்றல்கள்; வாய் நுரைத்த குதிரைகள். பயங்கர வேகத்தில் வந்து நிற்க முடியாமல் சீய்த்தன. சிப்பாய்கள் ஆக்ரோஷத்துடன் இறங்கினார்கள்.

“வாங்க வாங்க ! அந்தநாள் ஆப்ட்டானா?”

“அவன் இங்கதான் இருக்கான்.”

“அடியாத்தே ! எங்க ?”

“பொய் பேசாத. ஒதுங்கு.” இறங்கின ஆங்கிலோ இந்தியச் சிப்பாய் துப்பாக்கி முனையால் திரையைக் கிழித்து உள்ளே சென்று, “எல்லோரும் வெளியே வா” என்று அதட்டினான். “வரிசயா நில்!”

பெட்டிகளை உதைத்தார்கள். மரப் பாத்திரங்களை உருட்டி, தானியங்களை இறைத்தார்கள். கோழிகள் கக்கக்கக் என்று சிதறின. அனாவசியமாக மூர்க்கத்தனம் காட்டினார்கள். எல்லோரையும் வரிசையாக நிறுத்தினார்கள். தீப்பந்தத்தைக் காட்டி முகத்தை ஆராய்ந்தார்கள். காலைக் காட்டு என்று கால் குண்டடி காயத்தைத் தேடினார்கள். உள்ளே சாமான்கள் உருளும் சப்தம் கேட்டது.

“ஜான், டு யூ ஸீ ஹிம்?”

அந்த ஜான், “நோ” என்று தலையாட்ட, “இத பாரு ! கேளுங்க. அவனை எங்கயாவது ஒளிச்சு வெச்சிருந்தா சொல்லிடுங்க. தொரையைக் குத்திட்டுப் போயிருக்கான். அவன ஷுட் பண்ணிடுவோம்.” அவனுக்கு எல்ப் பண்ணவங்களையும் ஷுட் பண்ணிடுவோம். அனாவசியத்துக்கு ஒருத்தன் வானத்தில் சுட்டுக் காட்டினான்.

“தெரியாதுங்க.”

ராக்கனைப் பார்த்து, “ஏய், இங்க வா,” என்று கத்தியால் கூப்பிட்டான்.

ராக்கன் பயந்துகொண்டு முன்னே வர, “பொய் சொன்ன?”

“இல்லை ! இல்லை துரை.”

“பொய் சொன்ன !” கத்தி முனை ராக்கனின் கழுத்தை லேசாக நிரடியது.

“இல்லை, இல்லை ! என்ன விட்டுருங்க . . . என்ன விட்டுருங்க.”

“எங்க அவன் ! சொல்லு?”

“தெரியாது ! தெரியாது !”

“தெரியும் ! தெரியும் !” சுள் என்று ஒரு முறை கத்தி பேசியது. ராக்கனின் மார்பில் லேசாக, சற்றுத் தயக்கத்துடன் ரத்தம் தெரிந்தது. “அடுத்த தடவ இன்னும் கொஞ்சம் கிட்ட வெட்டும்.”

“அய்யோ ! விட்டுருங்க சொல்றேன். அவன் ஓடிப்போய்ட்டான். கொஞ்ச நேரம் முந்திதான் போனான்.”

“எங்க போனான்? எந்தப் பக்கம்?”

"வடக்கால போனான். பட்டணத்துக்குள்ளாறதான்."

"எந்த இடத்துக்குப் போனான்?"

"தெரியாது துரை."

"ஜான் !" என்றான். இருவரும் யோசித்தார்கள். குதிரை மேல் தாவி ஏறிக்கொண்டார்கள். ஒரு முறை மீசையைப் பின்தள்ளி விட்டுக் கொண்டு அங்கே வரிசையாக, கண்களில் பயத்துடன் அவர்களையே பார்த்துக்கொண்டிருந்த வித்தைக்காரர்களின் கூட்டத்தையும் அவர்களது தற்காலிகக் கூடாரத்தையும் பார்த்தான். அவன் பார்வை மெல்ல மெல்லத் தன் மேல் படர்ந்து சற்று நேரம் அங்கேயே நிற்பதைப் பூஞ்சோலை கலவரத்துடன் பார்த்தாள். இருவரும் ஆங்கிலத்தில் பேசிக்கொண்டார்கள். பூஞ்சோலையின் பக்கத்தில் ஓண்டிக் கொண்டு எட்டிப் பார்த்துக்கொண்டிருந்த சிவகாமியைக் குறிப்பிட்டு அவர்கள் ஏதோ சொல்வது புரிந்தது. பூஞ்சோலைக்கு வயிற்றைக் கலக்கியது. 'அய்யோ ! மகமாயி, மாரியாத்தா, ஒண்ணும் நடக்கக் கூடாதும்மா ! அவங்களைப் போக வை என் அம்மா . . . அம்மா . . .'

"இங்க வா," என்றான் குதிரைக்காரன் சிவகாமியைப் பார்த்து.

அவள் இன்னும் அக்காவின் பின் ஒட்டிக்கொண்டாள். அவன் குதிரையை உந்த அது மெல்ல நடந்து தன்னை நோக்கி வருவது தெரிந்தது. "சிவகாமி, ஓடிப் போயிரு," என்றாள்.

சிவகாமி உடனே ஓடத் துவங்க அவன் சிரித்துக்கொண்டே அவளைத் துரத்திச் சுலபத்தில் பிடித்து ஒரு கையால் லாவகமாகத் தூக்கிக் குதிரை மேல் சேர்த்துக்கொண்டு, "கம் ஜான்!" என்றான்.

"அய்யோ ! அக்கா ! அக்கோவ் !" என்று சிவகாமி அலற, "சண்டாளா ! அவளை விடு! என்னய்யா ஆம்பளைங்க பார்த்துக்கிட்டு இருக்கிறீங்க ! புடிய்யா அவனை ! புடி !"

"அவர்கள் குழப்பத்துடன் ஓட, சிவகாமி அலற, கல்லெறிய, குச்சிகளைச் சுழற்ற, அவர்கள் சிரித்துக்கொண்டே வானத்தில் சுட்டு, தூரத்தில் நிறுத்தி, "இத பாரு, அந்த ஆளு - தப்ச்ச ஆளு - அவனைக் கூட்வாங்க. பொண்ணு திருப்பித் தரம்" என்று சிவகாமியின் திமிறல்களைச் சந்தோஷமாக அடக்கிக்கொண்டு புறப்பட, மற்ற குதிரைக்காரர்கள் போகிற போக்கில் அத்தனை கூடாரங்களுக்கும் தீ வைத்துவிட்டுச் சென்றார்கள்.

சூரியன் முழுவதும் எழுந்தபோது மக்கின்ஸி விழித்துக்கொண்டான். மேலே ஆடும் பங்க்காவைப் பார்த்தான். தன் மேனியைப் பார்த்தான். தோள் பூராவும் கட்டுப் போட்டிருந்தது. நான் எங்கே இருக்கிறேன்? கழுத்தைத் திருப்பிப் பார்க்க முயற்சித்தான். வலி கவ்வியது. முனகினான்.

“எட்டி,” என்று மெல்லிய குரல் கேட்டது. அவன் முகத்தருகே எமிலியின் புதிய முகம் தெரிந்தது. சட்டென்று அவனுக்குள் ஒரு மெல்லிய சந்தோஷ ஓடை நெளிந்தது.

“எட்டி ! எப்படி இருக்கிறாய்?” அவன் நெற்றியில் பரவியிருந்த மயிர்க் கற்றைகளை விலக்கினாள்.

“எமிலி ! நீதானே? நிஜமாக நீதானே?”

“ஆம்.” புன்னகைத்தாள்.

“நான் எங்கே இருக்கிறேன்?”

“எங்கள் வீட்டில். ஜார்ஜ்தான் உன்னை அழைத்துக்கொண்டு வந்தான்.”

“உன் கை பட்டதும் எனக்குச் சரியாகிவிடும்.”

“எட்டி !” என்று அவன் கன்னத்தைத் தொட்டாள். அவன் காற்றை முத்தமிட்டான்.

காப்டன் ஜார்ஜ் ட்ரெவர் உள்ளே வந்து, “எப்படி இருக்கிறான் நம் ராணுவ வீரன்?” என்றான்.

“ஜார்ஜ் ! அவன் அகப்பட்டானா?” என்றான் மக்கின்ஸி.

“இல்லை ! இன்றைக்குள் பிடித்துவிடுவார்கள். எட்டி ! அவன் யார்?”

“அவனை ஒரு கிராமத்தில் பார்த்தேன். என்னுடன் வம்புக்கு வந்து சண்டையிட்டான். என்னைக் காப்பாற்றிக்கொள்ள கத்தியை உபயோகிக்க வேண்டியதாயிற்று. கிராமத்தில் ஒருத்தன் இறந்து போய்விட்டான். அதற்குப் பழிவாங்க வந்திருக்கிறான். அவனை உயிருடன் விட்டு வைப்பது ஆபத்து. மற்ற வெள்ளையர்களைத் தாக்கலாம்.”

“அவனைப் பிடித்துக் கோர்ட் மார்ஷியல் செய்துவிடுமாறு கர்ணல் நீல் சொல்லியிருக்கிறார்.”

“அவன் அகப்பட்டால் என்ன செய்வீர்கள்?” என்றாள் எமிலி.

“வேறு என்ன? தூக்கிலிடப்படுவான்.”

எமிலி மனதுக்குள், ‘பாவம்’ என்று சொல்லிக்கொண்டாள்.

“கர்னல் நீல் உன்னிடமிருந்து அந்தக் கிராமத்துச் சம்பவத்தின் ரிப்போர்ட் கேட்பார். எழுதிக் கொடுத்திருக்கிறாயா?”

“எழுதிக் கொடுத்திருக்கிறேன்.”

“எதற்கு அதெல்லாம் ... பிடித்துச் சுட்டுத் தள்ள வேண்டியது தானே?”

“கூடாது ! வெள்ளைக்காரர்கள் எந்தக் காரியததைச் செய்தாலும் செய்ய வேண்டிய மரபுகளை விட மாட்டார்கள். என்ன? ஒரு அரை தினம் விசாரணை நடக்கும். அதிகாலையிலும் தூக்கிலிடப்படுவான்.”

“ஜார்ஜ் ! அதை நான் பார்க்க வேண்டும்.”

மக்கின்ஸியின் கண்களில் தெரிந்த கோபத்தைப் பார்க்க எமிலிக்குச் சற்று பயமாக இருந்தது.

“ஜார்ஜ் ! எட்வர்டை அதிகம் பேசக் கூடாது என்று டாக்டர் வின்ஸ்லே சொல்லியிருக்கிறார்.”

“எட்டி ! நான் வரட்டுமா? சீக்கிரமே குணமாகிவிடுவாய்.”

மக்கின்ஸி அவளைப் பார்த்துச் சிரித்தான்.

“ஏதாவது தேவை என்றால் சொல்லி அனுப்பு.”

“என் ஒரே தேவை நீதான் எமிலி !”

எமிலி வெளியே வந்து ஜார்ஜை வாசல் வரை கொண்டு விட்டாள். ஆயாவிடமிருந்து குழந்தையை வாங்கிக்கொண்டு, “க்ளெம் ! க்ளெம் !” என்று அதைச் கொஞ்ச, அது கக்கக் என்று பொக்கையாய்ச் சிரித்தது. மூக்கால் அதன் மூக்கைத் தடவினாள். குழந்தையை உள்ளங்கையில் நிறுத்தினாள்.

அப்போது வேலைக்காரர்களில் ஒருத்தன் பணிவுடன் வெள்ளித் தட்டில் ஒரு கடிதத்தைக் கொடுத்துவிட்டு ஓசைப்படாமல் விலகினான்.

கன்னங்கரேல் என்று சித்திர எழுத்துக்களில், ‘மிஸ் எமிலி அட்கின்ஸன்’ என்று எழுதியிருந்தது. யாரது?

அதைத் திறந்ததும் வெல்வெட் நிறத்தில் ஒரு ரோஜா இணைக்கப்பட்ட கடிதத்தில் அழகான எழுத்துக்களில் –

“நேற்று என்னுடன் நடனமாடினபோது என் வாழ்விலேயே இத்தனை இன்பமான கணம் இருக்க முடியுமா என்று மலைப்பாக இருந்தது. இருக்க முடியும் – அது உன்னுடன் இன்னும் கொஞ்சம் பேசும் தருணம் வாய்க்கும்போது என்கிறது என் மனப்பறவை. மற்றொரு தருணத்திற்காகக் காத்திருக்கும் – ஆஷ்லி.”

ஆஷ்லி ! யாரிது? நேற்று எத்தனையோ பேரைச் சந்தித்தோம். யார் யாரென்று நினைவு வைத்துக்கொள்ள முடியவில்லை. யோசித்துப் பார்த்தாள். ஓ ! அந்த இளைஞன். முதல் நடனம் ! மஏரா ! கடல் நிலா, அயாம்பிக் சந்தக் கவிஞன். எமிலி புன்னகைத்துக் கொண்டாள். மறுபடி

எமிலி அந்தக் கடிதத்தைப் பார்த்தாள். அயாம்பிக் சந்தத்தில் எதுகை மோனையுடன்தான் எழுதியிருக்கிறான். அவனுக்கு இருபது வயதுதான் இருக்கும். இளமையும் கவிதையும் ஆதர்சக் காதலும் . . . நடனமாடும்போது அவன் அதிக வெட்கப்பட்டது ஞாபகம் வந்தது.

குழந்தையுடன் வாசல் பக்கத்துத் தோட்டத்துக்கு வந்தாள். மல்லிகைக் கொடியிலிருந்து நறுமணம் மூச்சு முட்டியது. தூரத்தில் மாங்கனிகள் தாழத் தொங்கிக்கொண்டிருந்தன. மாங்கனி இன்னும் பழுக்கவில்லை அவளுக்கு. டர்ப்பண்டைன் வாசனை வருகிறது! இவர்கள் எல்லாம் வீட்டுக்குப் பின்பக்கம் போய் எப்படி சூப்பிச் சாப்பிடுகிறார்கள்!

நேற்றைய இரவின் அந்தக் கரிய முகம் ஒரு கணம் அவள் நினைவில் பளிச்சிட்டது. அந்தக் கண்களில் இருந்த வெறுப்பு! மக்கின்ஸி மேல்தான் அந்த வெறுப்பு. வெள்ளையர்கள் மேல் அல்ல. அவனைக் கண்டுபிடித்துத் தூக்கிலிடுவார்கள். தூக்கிலிடும் போது உடம்பு எப்படித் துடிக்கும்? சேச்சே ! அதை என்னால் பார்க்கக்கூட முடியாது. மயக்கம் வந்துவிடும். எமிலி தன் நினைவுகளைக் கலைத்துக்கொண்டு குழந்தையின் சிரிப்பில் கவனம் செலுத்தினாள்கள்.

1762-ல் கவர்னர் பிகோவின் துபாஷியாக இருந்து மணலி முத்துகிருஷ்ண முதலியார் கொஞ்சம் கவர்மெண்ட் அன்பளிப்பிலும் கொஞ்சம் பொதுஜன சந்தாவிலும் சேர்த்து தன் கையிலிருந்து ஐயாயிரம் பகோடாக்கள் செலவழித்துக் கட்டிய சென்னகேசவ பெருமாள் கோயிலைப் பெத்த நாயக்கன் பேட்டையில் தேடிக் கொண்டு சென்ற முத்துக்குமரன் தன் உடல் முழுவதும் போர்த்தியிருந்தான். சந்துகளிலேயே நடந்தான். அங்குமிங்கும் பார்த்துக் கொண்டு கோயிலை நெருங்கினான். கெண்ட்டுக்களும் மலபார் வியாபாரிகளும் காணிக்கை செலுத்த, கூட்டமாக இருந்தது. முத்துக்குமரன் வாசல்புறத்தைத் தவிர்த்து, பிராகாரத்தில் ஒரு மூலையில் உட்கார்ந்து கொண்டான். மதிலுக்கு வெளியே பூக்கடை ஆரவாரமும் வாசனையுடன் கேட்டது. கால் வலித்தது. 'எப்படி மறுபடி மக்கி துரையைப் பார்க்கப் போறன்? இப்ப எங்க இருப்பான்? படுத்துக்கிட்டிருப்பான். எங்க? அவனுக்குக் கல்யாணம் ஆகியிருக்குமா? இருக்காது! கல்யாணம்!' ஒரு நிமிஷம் பூஞ்சோலையின் முகம் மனதில் திரும்பியது. எப்படி, எப்ப, எங்க கல்யாணம்? பூஞ்சோலை வருவாள். பிரகாரத்தைச் சுற்றி வருகிறவர்களைக் கவனித்துக்கொண்டே வந்தான்.

சற்று நேரத்தில் அங்குமிங்கும் பார்த்துக்கொண்டு கலவரத்துடன் அவசரத்துடன் அவள் வருவதைப் பார்த்தான். "பூவு ! நான் இங்கதான் இருக்கேன்," என்றான் மெல்லிய குரலில்.

அவனைப் பார்த்ததும் அழ ஆரம்பித்தாள் அவள்.

"என்ன பூவு, என்ன ஆச்சு?"

"சிவகாமி . . . சிவகாமி! . . . அவளைக் கடத்திக்கிட்டுப் போயிட்டாங்க"

"எதுக்கு?"

"உனக்கு மறைய இடம் கொடுத்ததுக்குத் தெண்டனையா?"

முத்துக்குமரன் அதிர்ந்துபோய் நின்றான்.

"உன்னைத் திருப்பிக் கொடுத்தாத்தான், அவளைக் கொடுப்பாங்களாம்."

"அடப்பாவி !"

முத்துக்குமரன் யோசித்தான். தீர்மானித்தான்.

"எங்கய்யா போற?"

"சிவகாமியைக் கூட்டிவர."

8

முத்துக்குமரன் தன் போர்வையைத் துறந்தான்.

பூஞ்சோலை பதற்றத்துடன், “போகாதய்யா, நிச்சயம் மாட்டிக்குவே,” என்றாள்.

“இல்லை பூவு. அவங்க என்னைப் புடிச்சிக்கிட்டு உன் தங்கச்சியை விட்டுறட்டும்.”

“தங்கச்சியை எங்க அடைச்சு வெச்சிருக்காங்க தெரியுமா உனக்கு?”

“தெரியாது. ஆனால் விசாரிச்சுக்கலாம்.”

“எப்படி விசாரிப்ப? இத்தனை பெரிய ஊர்ல எந்தப் பேட்டையில எந்த மூலையில போட்டு வெச்சிருக்காங்களோ. அப்படியே கண்டு பிடிச்சாலும் உன்னை எடுத்துக்கிட்டு அவளை விட்டுருவாங்கன்னு என்ன நிச்சயம்? ரெண்டு பேரையும் உள்ளே கொண்டு போய்ட்டாங்கன்னா . . .?”

“இப்ப நீ என்னதான் சொல்ற?”

“கொஞ்சம் பொறு ! இது சாமர்த்தியமாச் செய்ய வேண்டிய காரியம். சும்மா மோதறதில லாபமில்ல. நான் வந்தது உன்னையக் கூட்டிப் போகத்தான். இப்பவே போயி ஒண்ணும் ஆயிறப் போறதில்ல. நாளைக்கு காலைல பார்க்கலாம்.”

“காலைல என்ன?”

“வித்தை காட்டற மாதிரி வெள்ளைக்காரன் பட்டணத்துக்குப் போவலாம்.”

“யாரு?”

“நானும் நீயும் ! இன்னும் கூட்டத்து ஆளுங்க மூணு பேரும் ! நாசமாப் போறவங்க எல்லாத்தையும் எரிச்சுப் போட்டுட்டாங்க. மத்தளமும் சலங்கையும்தான் மிச்சம்; ஒண்ணு ரெண்டு மூங்கிக் குச்சி.” சற்று நேரம் யோசித்தாள்.

முத்துக்குமரன், “என்னாலதானே எல்லாம் நேந்துபோச்சு. எனக்கு ரொம்ப வருத்தமா இருக்கு.”

“வருத்தப்படு. ஆனா இப்பப் போகாதே. உன் உதவி தேவையா இருக்குது. உனக்காக நாங்க செஞ்சதுக்கு நீ எங்ககூட நாளைக்கு வரணும். மீசை வெச்சிரு. முண்டாசு சுத்திரு. மத்தளம் அடிப்பியா?”

“சிலம்பக் குச்சிதான் சுத்த வரும் பூவு.”

“வெள்ளைக்காரனைக் குத்திட்டுப் பொம்பளை பின்னால ஒளிஞ்சுக்க வரும் !” அவன் முகத்தில் அடிபட்ட பார்வையைக் கவனித்து, “சும்மா சொன்னேன்யா. எனக்கு ரெண்டு பேரும் வேணும். நீயி, என் தங்கச்சி ! இப்ப என் கூட வா.”

“வரேன். எப்படியாவது உன் தங்கச்சியைக் காப்பாத்தாம சோறில்லை எனக்கு.”

“முதல்லே போய் வித்தை காட்டலாம். அவளை எங்க அடைச்சு வெச்சிருக்காங்கன்னு வேவு பார்க்கலாம். அதுக்கு முன்னாடி கோயிலுக்கு வந்தாச்சு, சாமி கும்பிட்டுப் போயிறலாம் !”

இருவரும் கூட்டத்துடன் கலந்து சாமியைச் சுற்றி வந்தார்கள். முத்துக்குமரன் சுற்றும்முற்றும் பார்த்துக்கொண்டு அவள் பின் சென்றான். அவனுக்குச் சாமி கும்பிடுவதில ஆர்வம் இல்லை. கும்பிட்டுக் கொண்டிருந்த இந்த வினோதப் பெண்ணைப் பார்த்துக் கொண்டிருந்தான்.

அவள் செயல்கள் ஒவ்வொன்றிலும் தீர்மானம் இருந்தது. இதோ கண்ணை மூடிக்கொண்டு உதட்டசைவிலே சாமியை என்னவோ கேட்கிறாள். எந்தவித நிலைமையையும் அவளுக்குச் சமாளிப்பதில் சிரமம் இருக்காது என்று தோன்றியது. நாளைக்கு எப்படியோ ஆடிப் பாடி, தங்கை இருக்கும் இடத்தைக் கண்டுபிடித்துவிடுவாள்.

“பூஞ்சோலை ! நீ ஆம்பிளையாப் பொறந்திருக்க வேண்டியவ.”

“சும்மாயிருய்யா ! சாமிகிட்ட பேசிட்டிருக்கேன்.”

வெளியே நடக்கும்போது, “என்ன கேட்ட சாமியை?” என்றான்.

“சாமி ! இந்த ஆளுக்கு வெள்ளைக்காரனை மறந்து போற புத்தியைக் கொடு. இந்தாளைக் காப்பாத்து. என் தங்கச்சியைக் காப்பாத்து. அப்படிச் செஞ்சா, என் வெள்ளி நகையைக் கொண்டாந்து உனக்குப் போட்டுபுடறேன். முடி எடுத்துக்கறேன். பிரகாரத்திலே உருள்றேன்னு...” பூஞ்சோலை கண் ஓரக் கண்ணீரை அவசரமாகத் துடைத்துக் கொண்டாள்.

வெளியே கறுப்புப் பட்டணத்தில் கடைக் கதவுகள் பட்டென்று அடைக்கப்பட்டன. பீதி பரவியிருந்தது. எதிரே குதிரைக்காரர்கள் மெதுவாகப் போகிற வருகிறவர்களை எல்லாம் கூப்பிட்டு உற்றுப் பார்த்து அனுப்பிக் கொண்டிருந்தார்கள்.

பூஞ்சோலை உடனே, “வாய்யா திரும்பிப் போயிறலாம்,” என்று அவனைக் கைப்பிடித்து இழுத்து ஒரு சந்துக்குள் நுழைந்தாள். சந்திரன் எதிர்ப் பக்கத்திலும் சிப்பாய்கள் தெரிந்தார்கள்.

“என்னடாது ரோதனையாப் போச்சு,” என்று சட்டென்று ஒரு வீட்டின் நுழைவாசலைத் தட்டினாள். சற்று நேரத்தில், “யாரு?” என்று குரல் கேட்டது.

“நாந்தான் பூஞ்சோலை !”

கதவு திறந்து அவளைப் பார்த்ததும், “ஒண்ணும் போடறதில்ல போ ! போ !” என்றான் ஒரு முப்பது வயதுக்கார வியாபாரி. பூஞ்சோலை அவனைப் பார்த்து வசீகரமாகச் சிரித்துத் தன் மார்புக்குள்ளிருந்து வாசசை-னயாக எதையோ எடுத்து, “அய்யா, இதை மூந்து பாருங்க,” என்று அவன் மூக்கில் வைத்தாள். அவன் சற்றுப் பின்வாங்க, “உங்க பேரு? உங்க கண்ணில மச்சம் இருக்கு. புதன் சூரியனுக்கு முன்பாவத்தில் இருக்காருன்னு அர்த்தம். நல்லா சோசியம் பார்ப்பன். அதாருங்க சம்சாரங்களா?”

“ஜோசியம் எதும் வேண்டாம் போம்மா.”

“அப்படிச் சொல்லாதீங்க. வந்த மகாலச்சுமியை விரட்டாதீங்க. லக்கினாதிபதியா சப்தமாதிபதியா, பாவதிருஷ்டியா சுபதிருஷ்டியான்னு பாத்துச் சொல்லிப் போடுவாங்க. உங்க மூக்கு நீட்டமா இருக்குது. அம்மா பண்டிதருங்க. சமர்த்தங்க. ஆசாரமுள்ளவங்க. பெலத்தவங்க. லக்கினாதிபதி ரெண்டிலயும் ரெண்டாமதிபதி லெக்கினத்திலும் இருக்காங்க. . ”

“எங்கிட்டு வேணா இருந்திட்டுப் போவட்டும். இப்ப நீ போறியா இல்லையா?”

“சோசியம் வேண்டாங்களா?”

“வேண்டாம், வேண்டாம்.”

“அப்ப காலணாக் காசாவது கொடுங்க.”

“அதும் கிடையாது.”

“அப்ப ஒரு வாத்தண்ணி? அம்மா மகாலச்சுமி !”

“போனாப் போவுது. தண்ணி கொடுங்க.”

“மவராசி !” என்று அந்தக் கதவைச் சற்றே சாத்தி உள்ளே உட்கார்ந்தாள். “வாய்யா ! ஒதுங்குய்யா !” கொண்டுவந்த தண்ணீரை மெல்லக் குடிக்கும்போது குதிரைக்காரர்கள் கடப்பதை சன்னல் வழியாகப் பார்த்தாள். அவர்கள் சென்று மறைந்தும், “நான் வாரம்மா. மவராசியா இருப்பம்மா.”

“அப்புறம் பகல் வேளையில வா பொண்ணு ! எனக்கு சாதகம் பார்த்துப் பலன் சொல்லு.”

“ஆவுட்டும்மா ! வாய்யா !” என்று உற்சாகமாகப் புறப்பட்டாள்.

வெளியே இருவரும் நடக்க ஆரம்பிப்பதற்கு முன் முத்துக்குமரன் நின்று நிதானமாக, “உனக்குத் தெரியாதது எதும் உண்டா?”

“பாத்துக்கிட்டே இரு; நாளைக்குக் கோளி முட்டையை வெச்சுக்கிட்டு ஒரு ஆட்டம் காட்டறேம் பாரு என்ன செய்யறது? நீயானா நொண்டி நொண்டிக்கிட்டு வர. பாத்த உடனே புடிச்சுப் போட்டுருவாங்க. எங்கயாவது கொஞ்ச நேரத்துக்கு ஒளிஞ்சாவணும். சோசியம் இருக்கவே இருக்கு !”

“இப்ப எங்க போறம்?”

“நம்ம கூட்டத்துக்குத்தான். மரத்தடியில மறுபடியும் கூடாரம் போட்டுட்டம். நாங்கள்ளாம் கரயாங்கய்யா. லேசில எரிக்க முடியாது. அந்த ராக்கன் பயலைக் கூட்டத்தை விட்டுத் தள்ளிறப்போறம் உன்னை அவந்தான் காட்டிக்கொடுத்தான்.”

“ஏன் அப்படிச் செஞ்சான்?”

“என் மேல ஆசையினாலயாம்” என்று சிரித்தாள்.

“அப்ப அவனை மன்னிச்சுர வேண்டியதுதான். உம்மேல ஆசை வைச்சா ஒரு ஆளுக்குப் பைத்தியமே புடிச்சுரும்.”

“ஏன்யா அப்படிச் சொல்ற?”

“உன்னைப் பாக்கப் பாக்க எனக்கு ஆச்சரியம் குறையலை. நீ ஒரு பூஞ்சோலை இல்லை. உனக்குள்ற எத்தனை பூஞ்சோலை இருக்குது? ஒவ்வொண்ணா வெளியே வந்துகிட்டே இருக்கே !”

“இன்னும் பாரு ! நம்பிக்கையை விட மாட்டேன். அதான் எங்கிட்ட ! இப்ப சிவகாமியைக் கூட்டிட்டுப் போயிட்டாங்கல்ல. கொஞ்ச நேரம் ஒண்ணும் புரியமா அழுதேன். அவ்வளவுதான். அதுக்கப்புறம் வைராக்கியம் வந்திருச்சு. எப்படியாவது காப்பாத்திப்பிடணும்னு. . . சாமி எங்கியாவது ஒரு வளி வெச்சிருப்பாரு.”

மறுபடி மைதானத்துக்கு வந்தபோது முத்துக்குமரன் எரிந்த கூடாரங்களைப் பார்த்துக் கண்ணீர் விட்டான். அதே சமயம் சுறுசுறுப்பாக உற்சாகமாக அவர்கள் பக்கத்திலேயே மறுபடி கம்பங்களை நட்டு நிமிர்த்திக் கொண்டிருப்பதையும் பார்த்தான். அவர்களுக்கு உதவி செய்யச் சேர்ந்துகொண்டான்.

“என்ன பூவு, மறுபடியும் இவனைக் கூட்டியாந்துட்ட? பட்டது பத்தாதா?”

பூஞ்சோலை கவனிக்காமல், “எங்க ராக்கன்?” என்றாள்.

“மரத்தில கட்டி வெச்சிருக்கோம். நாளைக் கூட்டத்திலதான் தீர்மானிக்கப் போறம்.”

“அவனை விட்டுரு. நாளைக்கு அவனை வெச்சுத்தான் சிவகாமியை மீட்டுக் கொண்டாரணும். எங்க அவன்? நான் போயிப் பேசிட்டு வரேன். வாய்யா ஆலப்பாக்கம்.”

சிவகாமிக்குப் புரியவில்லை.

அந்தச் சிப்பாய் அவளைக் குதிரை மேல் ஏற்றி அழைத்துச் செல்லும்போது அவன் அவளைத் தப்பாகத் தொட்டபோது அவனைக் கடித்தாள். பயமாக இருந்தது. அவன் புரியாத பாஷையில் அவளைத் திட்டினதும், அவளைப் பற்றி அந்த இரண்டு பேருக்கும் சண்டை வந்ததும். ராத்திரி போகிற வழியில் அவர்கள் மைதானத்தில் நிறுத்தினதும், மற்றவர்களைப் போகச் சொல்லிவிட்டு இரண்டு பேர் நிலா வெளிச்சத்தில் அவளை ஒருத்தன் பிடித்துக்கொள்ள மற்றவன் அவள் இடுப்பைப் பிடித்ததும், சிவகாமிஒரு வித்தைக்காரியின் திறமையுடன் நெளிந்து, திருகி, உதைத்து, கடித்து, அவன் அவளை அடிக்க முயற்சித்தபோதெல்லாம் தப்பித்துக்கொண்டு, அவனுக்கு மிகுந்த ஆயாசமும் கோபமும் ஏற்படச் செய்ததும் அவளுக்குச் சற்றுச் சிரிப்பாகக்கூட இருந்தது. குதிரைக்காரர்களால் அவளைச் சமாளிக்க முடியாமல், “ரொம்ப டக்றார் பண்ற பொண்ணு நீ. ராத்திரி பாரக்ஸ்ல பாத்துக்கறம்,” என்று அவளை மறுபடி குதிரை மேல் அழைத்துச் செல்லும்போது அவன் ஒவ்வொரு முறை முயற்சித்தபோதும் கையைப் பிடுங்கிப் பிடுங்கித் தூர எறிந்தாள். நாள் பூரா ஒரு செங்கல் கட்டிடத்தில் அடைத்துவிட்டுச் சூரியன் கிழக்கே கோடு போட்ட நேரத்தில் சிவகாமியைக் கம்பி போட்ட வேலியைத் தாண்டி அழைத்துக்கொண்டு சென்றார்கள்.

மாமரத்தடியில் நிறுத்தி ஒருத்தன் அவளைப் பிடித்துக்கொண்டிருக்க மற்றவன் எதிரே தாழ்வாக இருந்த கட்டிடத்தின் கதவைத் தட்ட, திறந்த கதவுடன் கொஞ்சம் பேசிக்கொண்டிருந்துவிட்டு அங்கிருந்து கையை அசைத்து அவளைக் கூட்டிவரச் சொல்வதைக் கவனித்தாள். மற்றவன் பின் அலட்சியப் பார்வை பார்த்துக்கொண்டு சென்றாள். இப்போது அவள் பயம் விலகியிருந்தது. முதலில் அவர்கள் தன்னைக் கொல்லப் போகிறார்கள் என்று நினைத்தாள். அதிகமாகப் பயப்பட்டாள். நாள் பூரா கழிந்துவிட்டது. அவர்கள் தன்னைக் கொல்ல விரும்பவில்லை என்பது தெரிந்ததும் அவர்கள் என்ன செய்யப்போகிறார்கள் என்பது சரியாகப் புரியவில்லை.

அவர்கள் தனக்குச் செய்யப்போவது நல்ல காரியமில்லை என்பது அவள் உள்ளுணர்வில் தெரிந்தது. அந்தக் கட்டிடத்தின் வாயிற் கதவில் நடுத்தர வயதுப் பெண்ணைப் பார்த்துச் சிவகாமி சந்தோஷப்பட்டாள். அவள் ஏதும் உணர்ச்சியில்லாமல், "உள்ளே வா," என்றாள். சிப்பாய்களை அனுப்பிவிட்டுக் கதவை தாழிட்டுக்கொண்டாள். உள்ளே நீளமாக இருட்டாகப் பாதை தெரிந்தது.

"இது என்ன எடம்?" என்று கேட்டாள்

"தெரிய வரும் !" பாதையின் முடிவில் சற்று உயரமான, சதுரமான பெரிய அறைக்குள் பல பெண்கள் படுத்திருந்தார்கள். "போய் அந்த ஓரத்தில் படுத்துக்க. உம் பேர் என்ன?"

"சிவகாமி ! இங்க எதுக்குப் படுக்கணும்?"

"தூங்கறதுக்கு. ராத்திரியெல்லாம் முளிச்சிக்கிட்டு இருக்கணும் இல்லை," என்று சொல்லிவிட்டு அவள் விலகிச் சென்றாள். சிவகாமி அங்கே படுத்திருந்தவர்களைப் பார்த்தாள். படுத்திருந்த விதத்தில் களைப்பு இருந்தது. வெட்கம் இல்லை. ஒவ்வொருத்தியும் மல்லாந்து வாய் திறந்து அசிங்கமாக, சில பேர் மார்பில் ஒன்றுமே இல்லாமல், இடுப்பில் சின்னதாகக் துணி மட்டுமே மறைக்க . . . "இவர்கள் எல்லாம் யார்?" நெற்றியில் பொட்டுகள் பெரிசாக இடப்பட்டு அழிந்திருந்தன. வெற்றிலைக் காவி படிந்த உதடுகள். கைகளில் நிறைய வளையல்கள். காலில் சில பேருக்குச் சலங்கை. வித்தைக்காரர்களா என்ன? என்ன வித்தை?

"என்னம்மா?" என்று சத்தம் கேட்டுத் திரும்பினாள். அந்தப் பெண் படுக்கையில் இருந்து எழுந்து பரட்டைத் தலையாகத் தூக்கக் கண்களுடன் உட்கார்ந்திருந்தாள். சிவகாமி அவள் அருகே சென்று பக்கத்தில் உட்கார்ந்தாள்.

"புதுசா இருக்கிறியே? எப்ப வந்த?"

"இப்பதான். இங்க என்ன நடக்குது?"

"தெரியாதா?"

"தெரியாது. வெள்ளைக்காரங்க என்னைய குதிரை மேல கூட்டிட்டு ஒரு நா களிச்சு இங்க கொணாந்து விட்டுட்டாங்க. ஆமா, இவங்கள்ளாம் யாரு? எதுக்காகக் களைப்பாத் தூங்கறாங்க?"

"தொளில் செஞ்ச அலுப்பு !"

சிவகாமி புரியாமல் சுற்றிலும் பார்த்தாள். "எப்ப கதவு திறப்பாங்க.?"

"இனி ராத்திரிதான். சோறெல்லாம் இங்கியே தருவாங்க. சும்மாத் தூங்க வேண்டியதுதான், சாயங்காலம் வரைக்கும்."

“சாயங்காலம் என்ன?”

“நிசமாவே தெரியாதா உனக்கு? படுபாவிப் பயலுவளா ! சின்னக் குளந்தையைப் புடிச்சுக்கிட்டு வந்திருக்கீங்களே, என்ன அக்கிரமம் இது!”

சிவகாமி அந்த இடம் சிறை போல் இருப்பதைப் பார்த்தாள். சுவர்கள் உயரமாகவும் ஜன்னல் இல்லாமலும் இருந்தன. ஒரே ஒரு ஓரத்தில் மட்டும் மிக உயரத்தில் ஜன்னல் இருந்தது.

“என்ன பாக்கற? இங்கிருந்து தப்பிக்கவே முடியாது . . . நமக்குத் துரைமாருங்க சம்பளம் கொடுப்பாங்க. சாயங்காலம் அவங்கள்ளாம் நமக்காக வருவாங்க. பாத்து அளைச்சிக்கிட்டுப் போவாங்க. இன்னி ராத்திரி உனக்கு ஒரு ரகளையே இருக்குது. பச்சைப் புள்ளை! பாவிங்களா !”

சிவகாமி மேலே பார்த்தாள். வலிய இரும்புக் கம்பிகள் குறுக்கே அமைத்து . . . கூரை வழியாகத் தப்புதல் இல்லை . . .

“ஆபீசருங்க வந்தாக்க ஒரு ரூபா கொடுப்பாங்க. மத்ததெல்லாம் நாலணா எட்ணா, இப்படி. காட்டர் மாஸ்ட்டர் கச்சேரில அட்டை கொடுப்பாங்க. கொடுத்துட்டாங்களா உனக்கு?”

“ம் !” சிவகாமி இன்னும் அந்த இடத்தை ஆராய்வதிலேயே இருந்தாள். ம்ஹும். வெளி உதவி இல்லாமல் தப்பிக்க முடியாது. “அவுங்கள்ளாம் என்ன பண்ணுவாங்க? இங்க வர முடியுமா. . . உள்ள எப்படி விடுவாங்க?” சிவகாமிக்கு அழுகை வந்தது.

“அளுவரதா இருந்தா சத்தம் போடாம அளு. அவங்களுக்குத் தூக்கம் முளிச்சிருச்சுன்னா கீறிப்புடுவாங்க. ஒவ்வொருத்தியும் ராட்சச சன்மம். நாங்ககூட வந்த புதுசில ரெண்டு நா அளுதேன். அளு அளு. பரவாயில்லை. ஆனா உரக்க அளாதே.” அந்தப் பெண் சிவகாமியைத் தொட்டுப் பார்த்தாள்.

“மலராத பூவு!” என்றாள்.

“பூவு ! பூவு ! எங்கக்கா !” என்றாள் சிவகாமி.

சட்டென்று அழுகையை நிறுத்திவிட்டாள். வெகு தூரத்தில் லேசாக மத்தள ஒலி கேட்டது.

9

சிவகாமிக்கு உற்சாகம் பொங்கியது. "அது எங்கக்கா ! கொட்டு சத்தத்தில் இருந்தே தெரிஞ்சுபோச்சு."

"உன்னைய காப்பாத்த வந்திருக்காங்களா?"

"ஆமா !" என்றாள் சிறு குழந்தை போல் தலையாட்டிக் கொண்டு.

"ப்ஹ் !" என்று சிரித்தாள் அந்தச் சோழிப் பல் பெண்பிள்ளை. "இந்த இடத்தில இருந்து வெளியே போக ஒரே வளிதான் இருக்குது பொண்ணே! அது சிப்பாய்ங்க மடில வெச்சு தூக்கிட்டுப் போறப்ப !" என்று சொல்லிவிட்டு மறுபடி உரக்கச் சிரித்தாள்.

சிவகாமி தீர்மானமில்லாமல் அவளைப் பார்த்தாள். வெளியே கொட்டும் சப்தம் அதிகரிக்க அதிகரிக்க அவள் பதற்றம் அதிகரித்தது. 'கிட்ட வந்துக்கிட்டிருக்காங்க. எப்படியாவது என்னைய இங்க அடச்சு வெச்சிருக்கிறதை அடையாளம் காட்டிப் போடணும். எப்படி?" யோசித்தாள்.

பல்லவள் இன்னும் சிரித்துக்கொண்டுதான் இருந்தாள். சிவகாமி மேலே பார்த்தாள். உத்தரத்தில் குறுக்குக் கம்பிகள் போட்டுத் தப்பிக்க முடியாதபடி வலை கட்டி இருந்தது. ஜன்னல் வழியாக எட்டிப் பார்க்கலாம் என்றால் மிக உயரத்தில் இருந்தது. சரியான கோட்டைதான். சிவகாமி சுற்றிலும் பார்த்தாள்.

"அவங்க பாட்டுக்கு அடிச்சுட்டுப் போவட்டும். நீ வந்து படுத்துக்க. பகல்ல நாமெல்லாம் தூங்கியே ஆவணும்."

சிவகாமி அவள் சொன்னதைக் கவனிக்காமல் படுத்திருந்த ஒருத்தியின் சீலை விலகியிருப்பதைப் பார்த்தாள். மெல்ல அவளை அணுகி சீலையை உருவினாள். பந்தாக்கினாள். தூக்கி லாவகமாக மேலே எறிந்தாள். முதலில் சிக்காமல் கீழே விழுந்தது. அடுத்த தடவை மேலே பந்தாக எறிந்தபோது, கம்பியைத் தாண்டி மறுமுனை கீழே விழுந்தது. சுருக்கிட்டு இழுத்து மேலே அனுப்பி அதன் பலத்தை ஒரு முறை சோதித்துப் பார்த்துவிட்டுக் கையில் எச்சில் துப்பிக்கொண்டு ஒரு முறை அந்தச் சிரிப்பியைப் பார்த்து விட்டுச் சரசரவென்று மேலே ஏறினாள்.

அவள் சிரிப்பதை நிறுத்திவிட்டு, "அட, இத பார்ரி !" என்றாள்.

சிவகாமி அந்த ஜன்னல் வரை ஏறி எட்டிப் பார்த்தாள். அக்கா வேலியோரமாக மத்தளம் தட்டிக்கொண்டே கண்கள் அலைய நடப்பதைப் பார்த்தாள். "எக்கோவ் எக்கோவ்" என்று கூப்பிட்டாள். கேட்கவில்லை. அக்கா அவள் பார்வையிலிருந்து மறைய, சிவகாமி அப்படியே தொங்கிக்கொண்டு மறுபடி தோன்றுவதற்குக் காத்திருந்தாள்.

பூஞ்சோலை, "வாங்கய்யா, வாங்கய்யா," என்று உற்சாகமாக விளித்துக்கொண்டு வேலியோரமாக நடந்தாள். "எங்க அடைச்சுத் தொலைச்சிருக்காங்களோ?"

அவளுடன் முத்துக்குமரனும் நடந்துகொண்டிருந்தான். அவன் முகத்தைக் கோழி வடிவத்தில் ஒரு முகமூடி மறைத்தது.

"சுருக்க வாய்யா கோளி !"

"கண்ணே தெரியலை," என்றது கோழி.

"அதுக்குத்தான் பொத்தல் வெச்சிருக்கு. பாத்துகிட்டே நட. அப்பப்ப கோழி மாதிரி தலையை வெட்டிக்க. பாக்கறவங்க நம்பணுமில்ல? இல்லை, கொஞ்சம் வேடிக்கையாவாவாது நடந்து காட்டு."

"எனக்கு ஒண்ணும் தெரியாது. என்னைப் போட்டு இப்படிப் பொத்தி வெச்சிருக்கியே?"

பூஞ்சோலை இடுப்பில் வண்ணப் பாவாடையும் மார்பில் சற்றுச் சின்னதான கச்சும் அணிந்திருந்தாள். கண்ணுக்கு ஏராள மை தீட்டியிருந்தாள். இரட்டையாகத் தலை பின்னி, கண்ணாடி மாலைகள் அணிந்திருந்தாள். தலை மேல் ஒரு மூங்கில் சக்கரம், கையில் ஒரு கூடை நிறைய முட்டைகள். மற்றொரு கையில் மத்தளக் குச்சி. தொம்த தொம்த தொம்த. . .

'இந்தக் கொட்டு நிச்சயம் தங்கச்சிக்குத் தெரியும்.'

அவளுடைய விநோத உடையலங்காரத்தைப் பார்த்து வேலிக்குள்ளே சிப்பாய்களும் சில வெள்ளைக்காரர்களும் அருகில் வந்தார்கள். 'வாங்க, வாங்க' என்று வாய்தான் வரவேற்றதே தவிர, கண்கள் அந்தக் கட்டிடங்களை வருடின. எல்லாம் ஒரே மாதிரியான, தாழ்வான செங்கல் கட்டிடங்கள். வரிசை வரிசையாக எத்தனை இருக்கிறது என்று எண்ணிப் பார்க்க முடியாது. அத்தனை கட்டிடங்கள். இவைகளில் சிவகாமி எங்கிருக்கிறாள் என்று எப்படிக் கண்டுபிடிப்பது? கண்டுபிடித்தாலும் அவளை எப்படிக் காப்பாற்ற முடியும்? உயரமாக வேலி போட்டிருக்கிறார்கள். எத்தனை காவல்? காவல்காரன் விறைப்பாக நின்றுகொண்டிருக்க, அவன் துப்பாக்கியும் அதன் முகத்தில் கத்தி முனையும் ரத்தத்துக்காகக் காத்திருக்கிறது. ம்ஹூம், ரொம்பச் சிரமம் ! பூஞ்சோலை தன் கழுத்து மத்தளத்தைக் கழற்றி வைத்தாள்.

"பேசாம இங்கதான் உக்காருய்யா கோளி," என்றாள்.

முத்துக்குமரன் தரையில் உட்கார, கூட வந்த வடிவேலு மத்தளத்தை வாங்கி ஓசைப்படுத்த, அதே சமயம் மற்றொருவன் அபசுரமாகப் பீப்பி

ஊதினான். 'வாங்கோ ! வாங்கோ !'

மத்தளத் துடிப்புக்கு ஏற்ப, பூஞ்சோலை கால் சதங்கையால் ஜல்ஜல் என்றாள். மெல்லக் கிறக்கம் வராத மாதிரி சுற்றினாள். அவள் சுற்றும்போது அவள் தலை மேல் வைத்திருந்த மூங்கில் சக்கரமும் சுற்றியது. அதனுடன் விளிம்பில் கட்டப்பட்டிருந்த மெல்லிய கயிறுகள் சுழன்றன. அந்தக் கயிறுகளின் முனையில் இணைத்திருந்த மணிகள் சுற்றின. அந்த மணி முடிச்சில் கோக்கப்பட்டிருந்த சுருக்குகளும் சுழன்றன:

பூஞ்சோலை ஆடிக்கொண்டே முன்னே முன்னே வந்தாள். சுற்றலின் சக்தியால் அந்தத் தலைத் திகிரி ஏறக்குறைய சமதளமாகச் சுழல இப்போது பூஞ்சோலை ஆச்சரியகரமான ஒரு காரியம் செய்தாள். தன் சட்டைக்குள்ளிருந்து ஒரு முட்டையை எடுத்துச் சரக்கென்று அதை ஓர் ஆரக்கயிற்றின் முனையில் மணிச் சுருக்கில் செருகினாள். முட்டை சுழற்சியின் வலுவால் சுருக்குத் தளராமல், விழாமல் அவளுடன் சுற்ற, பூஞ்சோலை மெல்ல மெல்ல ஒவ்வொரு முட்டையாகச் செருகிக்கொண்டே தன் சுழற்சி வேகத்தையும் அதிகரித்தாள். சற்று நேரத்தில் பல முட்டைகளால் ஆன சக்கரம் அவளோடு தலையில் ஒரு சக்கரத் தொப்பி வைத்தது போலச் சுற்றியது. வேகத்தில் பூஞ்சோலையின் முகம் தெளிவாகத் தெரியவில்லை. கொஞ்சம் வேகத்தைக் குறைத்தாலும் முட்டைகள் ஒன்றோடொன்று மோதிக்கொண்டு சிதறிவிடும். அல்லது இழுவை குறைந்து தொய்ந்து விழுந்து விடும். இரண்டுமே நிகழாமல் முட்டைகள் காற்றில் ஒட்ட வைத்தது போல அவளுடன் சுற்றிக்கொண்டிருந்தன. அத்தனை கண்களும் பூஞ்சோலை மேல் ஒட்டியிருந்தன.

சிவகாமி இன்னும் தொங்கிக்கொண்டிருந்தாள். "ஏ குரங்கே, இறங்கு !"

"எங்கக்கா வந்துட்டாங்க. எங்கக்கா வந்துட்டாங்க. இங்கருந்து தெரியறாங்க. வித்தை காட்டறாங்க . . ."

எமிலி அந்தச் சத்தத்தைக் கேட்டு வாசலுக்கு வந்தாள். வேலியோர வித்தைக்காரர்களைப் பார்த்தாள்.

"அக்கா, நான் அங்கே போய்ப் பார்த்துவிட்டு வரட்டுமா?" என்று கேட்டாள்.

"அதிக தூரம் போகாதே. சீக்கிரம் வந்துடு. அவர்களுக்குப் பணம் ஏதும் தராதே."

எமிலி மர நிழல்களில் நடக்க, "ஹாலோ" என்ற குரல் கேட்டுத் திரும்பிப் பார்த்தாள்.

காப்டன் ஆஷ்லி சற்றுத் தூரத்திலிருந்து சிரித்துக்கொண்டே அருகே வந்தான். அவளை நெருங்கியதும் சற்று மரியாதையான தூரத்தில் நின்று,

“நான் உங்களுடன் நடக்கலாமா? அதை ஒரு பாக்கியமாகக் கருதுவேன்” என்றான்.

எமிலிக்குச் சிரிப்பு வந்தது. காதலர்கள்தான் எத்தனை வகை!

நேராக உடலைத் தாக்கும் மக்கின்ஸி, பூப்போலத் தூரத்திலிருந்தே கவிதை எழுதி அனுப்பும் ஆஷ்லி–

“தாராளமாக! நான் இந்த வித்தைக்காரர்களைப் பார்க்கச் சென்று கொண்டிருக்கிறேன். அதிகத் தூரமில்லை.”

“பரவாயில்லை. நான் உங்களுடன் வருவதில் உங்களுக்கு ஏதும் தொந்தரவு இருக்காதே?”

“இல்லை, சந்தோஷம்தான்.”

“நான் எழுதிய கடிதம் கிடைத்ததா?”

“கிடைத்தது.”

“அதற்கு பதில் தருவீர்களா?”

“நேரில் வந்துவிட்டீர்களே! பதில் எதற்கு?”

“மிஸ் அட்கின்ஸ்ன். . .”

“என்னை எமிலி என்றே கூப்பிடலாம்.”

“அப்படியா !” என்றான் ஆச்சரியப் பார்வையுடன்.

“அந்தப் பெண்ணைப் பாருங்கள்!”

இருவரும், சுற்றிச் சுற்றி வரும் பூஞ்சோலையைப் பார்க்க, “ஆச்சரியம்!” என்றான்.

“எப்படி இது சாத்தியம்?”

“இந்தியர்கள் இம்மாதிரி வித்தைகளில் எல்லாம் தேர்ந்தவர்கள். ஒரு வித்தைக்காரன் ஒரு சிறுவனைத் தரைமட்டத்திலிருநது ஆறடி உயர்த்தி நிறுத்தி வைப்பதைப் பார்த்திருக்கிறேன்.”

“இந்தப் பெண் எப்படி நிறுத்தப் போகிறாள்? எல்லா முட்டைகளும் நொறுங்கப் போகிறது.” அகலமாகக் கண்களை விரித்துப் பூஞ்சே-சாலையையே பார்த்துக்கொண்டிருந்தான் ஆஷ்லி.

பூஞ்சோலை சுற்றலை நிறுத்தாமல் அவ்வப்போது ஒரு கையால் பூக் கொய்வது போல முட்டைகளை ஒவ்வொன்றாகப் பிடுங்கி மறுபடி கூடைக்குள் சேர்த்துக்கொண்டிருந்தாள்.

ஒரு பிசகல் இல்லாமல் வேகமாகச் சுழலும் ஆரக்கயிறுகளில் சற்றும்

படாமல் அதிலாவகமாக எல்லா முட்டைகளையும் பத்திரப்படுத்திக்கொண்ட பின் அவள் சட்டென்று சுற்றுவதை நிறுத்தினாள். அத்தனை சுற்றியதில் கொஞ்சம்கூடத் தடுமாற்றம் இன்றி மெல்ல எமிலியை நோக்கிச் சிரித்துக்கொண்டே வந்து ஒரு முட்டையை அவளிடம் நீட்டினாள்.

பூஞ்சோலை ஒரு முட்டையை உடைத்துக் காட்டினாள். "நிச முட்டைதான் துரையம்மா!"

எல்லோரும் அவளையே பார்த்துக்கொண்டு கைதட்டினார்கள். இப்போது வேலியோரத்தில் நிறையப் பேர் சேர்ந்திருந்தார்கள். சிவகாமி அடைபட்டிருந்த கட்டிடத்துக் காவல்காரர்கள்கூட மெல்ல அவர்களை நெருங்கி வேடிக்கை பார்க்க வந்தனர்.

பூஞ்சோலை பேசிக்கொண்டே வேலியோரமாக நடந்தாள்.

அவள் கண்கள் அலைந்தன.

சிவகாமி, "அக்கோவ்! அக்கோவ்!" என்று கூப்பிட்ட சப்தம், அவளுக்கு மத்தள சப்தத்தில் கேட்கவில்லை.

சிவகாமி ஒரு கையால் தொங்கிக்கொண்டு மற்றொரு கையை வேகமாக அசைத்தாள். "அக்கா! அக்கா! இங்க பாரேன். நான் இங்க இருக்கன்!"

வேறு வித்தைக்காரர்கள் வேடிக்கை வேடிக்கையாகப் பல செய்தார்கள். ஒரு கைக் கண்ணாடி கண்ணைச் சட்டென்று பிடுங்கி எடுத்துக் காட்டி, பயப்பட வைத்து, சிரிக்க வைத்தான். ஒருத்தன் கத்தி விழுங்கிக் காட்டினான். ஒருத்தன் கூழைப் பாம்பைக் கழுத்தில் போட்டுக்கொண்டு அதைச் சற்றே கடித்துக் காட்டினான். இன்னொருத்தன் ஏணியில் தானாக ஏறிக்கொண்டு நடக்க அவன் சகா நூறு கெஜம் நூல் பந்தை விழுங்கிவிட்டு வயிற்றில் ஒரு வெட்டு போட்டுக் கொண்டு அந்தக் காயத்தின் ரத்தத்தின் ஓடே அந்த நூலை ஒற்றை இழையாக இழுக்க ஆரம்பித்தான்.

எமிலி அதைப் பார்த்துப் பயந்துபோய்ச் சிறு குரலில் கத்தினாள்.

"பயப்படாதீர்கள். எல்லாம் கண்கட்டு வித்தை!"

"என்னால் பார்க்க முடியவில்லை ஆஷ்லி! வாருங்கள், போகலாம்!"

அவர்கள் இருவரும் விலக, மற்றவர்கள் அந்த வித்தைகளை ஆர்வத்துடன் பார்த்துக்கொண்டிருக்க, பூஞ்சோலை அந்தச் சன்னலைப் பார்த்துவிட்டாள்.

நடன அடி தவறாமல் கீழே உட்கார்ந்திருந்த கோழியிடம் வந்து, அதன் மூக்கைத் திருகுபவள் போல, "அடைச்சு வெச்சிருக்கிற இடம் தெரிஞ்சுபோச்சுய்யா," என்றாள்.

“எங்க ?” என்றது கோழி.

“எதித்தாப்புல புங்க மரத்து நிளல்ல ரெண்டாவது கட்டடம். சன்னல் வழியாகத் தெரியுது.”

“சரி, நீ வித்தை காட்டிட்டு இரு. நான் பாத்துக்கறேன்” என்றான் முத்துக்குமரன்.

“சாக்கிரதைய்யா.”

“கவலைப்படாத.”

இப்போது ஏணிக்காரன் தன் சகாவைக் கூட அழைத்துக்கொண்டு அந்தரத்தில் ஏற, பூஞ்சோலை தன் மார்புச் சேலையைச் சற்றே விலக்கி இறுக்கக் கட்டிக்கொண்டு பாவாடை விசிற, சுற்றிச் சுற்றி நடனம் ஆட ஆரம்பித்தாள்.

ஆண் கண்கள் அவள் முழங்காலுக்கு மேல் சற்றே தெரியும் தொடை-களை எதிர்பார்த்து, பார்வைகள் ஈயம் பூசிப் பற்ற வைத்தது போல அவளை விட்டு விலகவில்லை. கோழி மெல்ல நழுவி மரத்தடிக்கு வந்து பின்புறம் சென்று தன் தலையைத் துறந்து முத்துக்குமரனாகியது. நேராக ஓடினான். ஒரே பாய்ச்சலில் வேலியைத் தாண்டிக் குதித்தான். மரத்தின் பின்னழல்களில் தாவித் தாவிப் பூஞ்சோலை சொன்ன புங்க மரத்துக் கட்டிடத்தை நெருங்கினான். காவல்காரர்கள் முப்பது நாற்பது அடி முன் வந்து முதுகு காட்டிக்கொண்டு பூஞ்சோலையைப் பார்த்துக் கொண்டிருந்தார்கள். முத்துக்குமரன் மர மறைவிலிருந்து கட்டிடத்தைப் பார்த்தான். சிவகாமியின் முகம் சன்னலில் தெரிந்தது. “சத்தம் போடாதே. வந்துட்டன்,” என்று சைகை காட்டினான்.

சிவகாமி உள்ளே குதித்து மார்பைப் பிடித்துக்கொண்டாள்.

“என்ன ஆச்சு?”

“வந்துகிட்டிருக்காரு !”

“உள்ளே வர முடியாது. எல்லாரும் காவல் காத்துக்கிட்டிருக்காங்க.”

“எல்லாரும் வித்தை பாத்துக்கிட்டிருக்காங்க ! வெளிய போற வாச எந்தப் பக்கம்?”

“அந்த வளியா நிச்சயம் உள்ள நுழைய முடியாது. பின்பக்கம்தான் உடைக்க முடியும்.”

“ஏ பொண்ணு, என்னையும் இட்டுட்டுப் போறியா?”

“உங்க எல்லாரையும் !”

முத்துக்குமரன் வாயிற் கதவைப் பார்த்தான். தனியாளால் அதை உடைக்க முடியாது. உடைத்தாலும் சப்தம் கேட்டு அவர்கள் கலந்து விடுவார்கள்.

பின்பக்கத்தில் மாமரம் இருந்தது. அதில் ஏறிப் பார்த்தான். சுவர் உயரமாக இருந்தது. எல்லாமே மூடி இருந்தது. சுவருக்கு அப்புறம் குதித்தான். காய்ந்த இலைகள் மேல நடந்து சமையலுக்கு என்று தனியாக இருந்த பகுதியைப் பார்த்தான். அதைக் கடக்கும்போது உள்ளிருந்து வாசனையடித்தது. எட்டிப் பார்த்தான். ஒரு கிழவி பெரிய பானையைக் கலக்கிக்கொண்டிருந்தாள். சுவரில் சாவி தொங்கிக் கொண்டிருந்தது. "எங்க போய்ட்டான் இந்தப் பொன்னன்? குட்டிகளுக்குக் கஞ்சி கொடுக்கற நேரமாயிருச்சு."

முத்துக்குமரன் உள்ளே சென்று, "பொன்னன் வித்தை பாத்துக்கிட்டிருக்கான பெரியம்மா ! என்னை அனுப்பினான்."

"நீ ஆர்றா?"

"பொன்னனுக்குப் பக்கத்து வீட்டுக்காரன். கொடுங்க, நான் எடுத்துட்டுப் போறேன்."

அந்தக் கிழவி பெரிய பானையிலிருந்து ஓர் அடுக்கின் ஆவியாகக் கஞ்சி ஊற்றி அதன் விளிம்பில் குவளையை மாட்டினாள். சூடு தாங்க இரண்டு துணிகளைத் தந்தாள்.

"இந்தா ! எடுத்துட்டுப் போ."

முத்துக்குமரன் அதைத் தூக்கி எடுத்துக்கொண்டு புறப்படுகையில், "சாவி எடுக்காமப் போறியே," என்றாள். சுவரில் மாட்டியிருந்த சாவியை எடுத்துக் கொடுத்தாள். "சாக்கிரதை ! ஆள் புதுசு. சிப்பாயிங்க இல்லாமத் தொறக்காதே. சத்தம் போடுவாங்க. என்ன?"

"சரி ! வெளிய வித்தை பாருங்க. நல்லாருக்குது பெரியம்மா."

முத்துக்குமரன் அந்தக் கதவை நெருங்குகையில் கூட்டத்தில் வேடிக்கை பார்த்துக்கொண்டிருந்த பொன்னன் எழுந்தான்.

10

பொன்னனுக்கு சட்டென்று ஞாபகம் வந்தது. பெண்களுக்குக் கஞ்சி கொண்டுபோய்க் கொடுக்க வேண்டும் ! 'அய்யோ நேரமாயிடுச்சே ! கிளவி சத்தம் போடும் !' இன்னும் கொஞ்ச நேரம் வித்தை பார்க்கலாம் போலிருக்கிறது. ஆனால் வேளைக்கு அங்கே போய்ச் சேராவிட்டால் வேலையிலிருந்து சுபேதார் அய்யா நீக்கிவிடுவார். 'ஓ பொன்னா, ஓடு !'

முத்துக்குமரன் கதவைத் திறந்து இருண்ட நடையில் கஞ்சிப் பாத்திரத்துடன் விரைவாக நடந்தான். உள்ளே பெண்கள் சப்தம் கேட்டது. நிறையப் பெண்கள் இருக்கிறார்கள் போலும். சட்டென்று சிவகாமியைத் தேடிக் கண்டுபிடித்து, தப்பிக்க வைத்து, விடுவித்து, நானும் தப்பித்து... முத்துக்குமரனின் நரம்புகளில் பதட்டம் சேர்ந்துகொள்ள இங்கும் அங்கும் பார்த்துக்கொண்டே நடக்க, பொன்னன் அதே சமயம் பின் வழியாகச் சமையல் கட்டிடத்துக்குள் நுழைந்து, "ஆத்தா ! வந்துட்டேனில்ல? பாத்திரம் எங்கே? கொண்டா ! என் அருமைத் தங்கச்சிகள்ளாம் பசியோட காத்திருப்பாங்க" என்றான்.

"அட பொன்னா ! வந்துட்டியா?"

"அட ஆலப்பாக்கம், வந்துட்டிங்களா? எப்படி வந்தீங்க?"

"என்னது? நான் ஆள் அனுப்பிச்சனா? எப்ப? எங்க?"

"சிவகாமி ! அதிக சமயமில்ல... ஓடியா... ஓடியா..."

"இல்லை ஆத்தா. நான் ஒருத்தரையும் அனுப்பலை. யாரோ வேத்து மனுசன் பூந்திருக்கான். உடனே சுபேதார்கிட்ட சொல்லிப் போடணும் !"

முத்துக்குமரன் சிவகாமியைத் தரதரவென்று பற்றி இழுத்துக் கொண்டு ஓட, "இத பாரு பொண்ணு ! என்னையும் கூட்டிப் போறதாத்தானே சொன்ன" என்று ஒருத்தி கெஞ்ச. . .

"அவங்கள்ளாம் வித்தை பார்த்துக்கிட்டிருக்காங்க போல. ஒருத்தரையும் காங்கலியே !"

"சிவகாமி ! இப்ப இரக்கத்துக்கெல்லாம் நேரமில்லை. வா ! வந்துரு ! ஒரே ஓட்டமா ஓடிரணும். சிப்பாய்ங்க பார்த்தா சுட்டுப் போடுவாங்க !"

"ஏய் ! அவங்ககிட்ட சொல்லித்தாண்டா ஆவணும் நீ ! உள்ற போய் அவன் யாருன்னு பார்த்துக்கிட்டு வறேன். நீ அதுக்குள்ளற போயி சிப்பாய்களுக்குச் சொல்லிப் போட்டுட்டு வந்துரு. என்ன?"

சிவகாமியின் சலங்கை புலம்ப இருவரும் ஓடிக்கொண்டிருக்கும் போது எதிர்ப்பட்ட கிழவியைப் பார்த்துவிட்ட முத்துக்குமரன், "பெரியம்மா ! ரொம்ப

நன்றி. நான் வர்றேன்'' என்றான்.

''ஏய் ! ஏய் ! எங்க போற? யாரு நீ? களவாணிப் பயலே. நில்லுரா !'' அவன் வழியில் நின்றவளைத் தள்ளிவிட்டு ஓடிக்கொண்டே இருந்தான்.

சிவகாமி திரும்பி, ''கிழவிக்கு அடிபட்டு விட்டதா?''என்று பார்க்க, ''சீ ! வா !'' என்று அதட்டினான்.

''என்னது ? ஆளா ! ஆள் புகுந்திருக்கா ! எப்படி?''

''தெரியாதுங்க எசமானரே. யாரோ என் பேர் சொல்லி உள்ற வந்துட்டதாகச் சமையக்காரக் கிழவி சொல்லிச்சு.''

''நீ எங்கேடா போயிருந்தே?''

''உங்க மாதிரியே வித்தை பார்த்துக்கிட்டு இருந்தேனய்யா !''

''போடா !'' என்று அவனைப் பளீர் என்று கன்னத்தில் அறைந்து விட்டு, காவலிலிருந்த இந்தியச் சிப்பாய் உடனே கட்டிடத்தை நோக்கி ஓடும்போது, மற்றவர் சேர்ந்துகொள்ள, ஒலியெழுப்பிக் கொண்டே சென்றான். ஓரத்தில் இருந்த வெண்கல எச்சரிக்கை மணியை ஒருவன் அடிக்க, வித்தை பார்த்துக்கொண்டிருந்த அத்தனை பேரும் வேடிக்கையைத் துறந்து அந்தக் கட்டிடத்தின்பால் ஓடினார்கள்.

பூஞ்சோலை தன் நடனத்தை நிறுத்திவிட்டாள்.

முத்துக்குமரன் சிவகாமியை இடுப்பைப் பிடித்துத் தூக்கிவிட, அவள் சட்டென்று ஒரே தாவலில் மரக்கிளையைப் பிடித்துக்கொண்டு ஊஞ்சாலடி சுவரைத் தாவி வெளியே சுதந்திரப் பிரதேசத்தில் விழுந்து, உடனே எழுந்திருந்து முத்துக்குமரன் சுவருக்கு மேல் தோன்றக் காத்திருந்தாள். ''சிவகாமி ! ஓடிரு. ஓடிப் போயிரு. அக்கா அப்புறம் வரும் ஓடு... ஓடியே போயிரு !'' என்று முத்துக்குமரனின் குரல் கேட்டது.

முத்துக்குமரன் பாதிச் சுவர் ஏறி வலது காலை வைத்துவிட்டான். இடது காலைத் தூக்கிச் சாடும் தருணத்தில் குண்டடி பட்ட காயம் சுரீர் என்று வேதனைச் சங்கிலியால் சொடுக்கிட்டு இழுக்க, சற்றே தடுமாறினான். அப்போது சிப்பாய்கள் ஓடி வந்து அவனை நெருங்கிக் காலைப் பற்றிவிட்டனர். அசாத்திய முயற்சியால் காலை உதறிக்கொண்டு சுவரின் மேல் பெரும்பாலும் ஏறிவிட்டான். துப்பாக்கி முனைக் கத்தியால் காலில் குத்தப்பட்டான். ஆறலாமா என்று யோசித்துக்கொண்டிருந்த அவன் காயம் உடைந்து ரத்தம் பீறிட்டது. சுவரில் அவன் ரத்தம் வழிந்தது.

சிவகாமி வெகு தூரத்தில் ஓடிக்கொண்டிருப்பதைப் பார்த்துவிட்டு முத்துக்குமரன் சுவரோரத்தில் தடுமாறிச் சரிந்து விழுந்தான்.

பத்துப் பேர் அவனைச் சூழ்ந்துகொண்டனர்.

“எந்திரிடா ! எந்திரி !”

“முடியலை ! முடியலை !” என்று முனகினான்.

“ஒதுங்கு, ஒதுங்கு.” என்று ஒருவன் குரல் கொடுக்க ஆங்கிலோ இந்தியச் சிப்பாய்கள் இருவர் ஆர்ப்பாட்டமாகக் குதிரையிலிருந்து இறங்கி உள்ளே ஓடி வந்தார்கள்.

“ஜான் ! தி ஸேம் மான் ! காட் ஹிம் !”

“ஏய் ! துரையைக் கத்தியால குத்திப் போட்டுத் தப்பிச்சுக்கிட்டவன் நீதானே?”

முத்துக்குமரன் பதில் சொல்ல முடியாத நிலையில் வெற்றுப் பார்வை பார்த்தான். அவன் கண்களுக்குள் மயக்கம் சஞ்சரித்தது. சிவகாமி தப்பித்துவிட்டாள், என்னால் யாருக்கும் துக்கமில்லை என்கிற எண்ணம் ஓர் ஓரத்தில் வலியைச் சற்றே மீறி ஆறுதலளித்தது. அவர்கள் அவனை மூர்க்கத்தனமாக உயர்த்தினார்கள். நிற்க முடியாமல் சாய்ந்தான். அவனை இழுத்துக்கொண்டு சென்றார்கள். கால்கள் தொங்கிக்கொண்டு வர அவன் நகர்த்தப்பட்டான். கட்டிடத்துக்கு வெளியே கூட்டம் சேருவதைக் கலவரத்துடன் பார்த்தாள் பூஞ்சோலை. என்ன ஆகியிருக்கும் அந்த ஆளுக்கு?’ வித்தை எப்போதோ நின்றுபோய் விட்டது. எல்லோரும் ஒருமித்துக் கட்டிட வாசலையே பார்த்துக் கொண்டிருக்க, சிலர் ஓட, எமிலி ஆஷ்லியிடம், “என்ன ஆயிற்று?” என்று விசாரித்தாள்.

“நான் போய் விசாரித்து வருகிறேன்,” என்று ஆஷ்லி கிளம்ப, முத்துக்குமரன் கழுத்தில் கயிறு சுற்றி இருவரால் இழுக்கப்பட்டு வெளிப்பட்டான்.

“அய்யோ !” என்று பூஞ்சோலை வாய் பொத்திக்கொண்டு உடனே கண்களில் நீர் தெரிய வேலியோரத்துக்கு வந்து, முத்துக்குமரன் தரதரவென்று இழுத்துச் செல்லப்படுவதைப் பார்த்தாள். “யோவ் ! மாட்டிக்கிட்டியா? அய்யய்யோ !”

ஆஷ்லி அங்கே சென்று ஒரு சுபேதார் மேஜரைக் கேட்டான்.

“ஸர், நேற்று லெப்டினன்ட் மக்கின்ஸியைத் தாக்கினவன் பிடிபட்டு விட்டான்.”

ஆஷ்லிக்கு முத்துக்குமரனைப் பார்த்தபோது ஒருவித பச்சாத்தாபம் பிறந்தது. ஒரு சமயத்தில் அவனைப் பிடித்திருந்தது. மக்கின்ஸியைத் தாக்கினவன் ! மக்கின்ஸி என் போட்டிக்காரன்.

“எங்கே கூட்டிப் போகிறார்கள்?”

“சிறைக்குத்தான். கர்னல் அய்யா உத்தரவு, அவனைக் கண்டுபிடித்த மாத்திரத்தில் அவருக்குத் தகவல் சொல்ல வேண்டும் என்று.”

எமிலி மரத்தடியில் வந்து சேர்ந்துகொண்டு, “என்னவாம்?” என்றாள்.

“மக்கின்ஸியைத் தாக்கினவன் பிடிபட்டுவிட்டான் !”

“இவன்தானா?”

“ஆம்.”

“கடவுளே ! எவ்வளவு ரத்தம் !”

மண்பாதை உறிஞ்சிய பிற்பாடும் ரத்த ஓடை தயங்கிக் கொண்டிருந்தது. இப்போது முத்துக்குமரன் அவர்களுக்கு முழு கவன–மாகவே இருந்தான்.

“வா பூஞ்சோலை !” என்றான் ராக்கன்.

“போய்யா ! உன்னாலத்தான் எல்லாம் ! காட்டிக்கொடுத்த களவாணிப் பயதானய்யா நீ !” என்றாள் அழுதுகொண்டே.

வேலியோரத்தில் தூரத்திலிருந்து ஒருவன் ஓடி வந்துகொண்டிருந்தான். பூஞ்சோலை முத்துக்குமரன் இழுத்துச் செல்லப்பட்ட பாதைக்கு இணையாகத் தவிப்புடன் அழுகையுடன் நடந்தாள்.

“பூவு ! பூவு ! சிவகாமி வந்துருச்சி, சிவகாமி வந்திருச்சி !” என்றான் ஓடி வந்த வடிவேலு.

“என்னது ?”

“ஆமா, சிலம்பக்காரன் தப்பிக்க வெச்சுட்டான் !”

“அங்க அது?”

“மரத்தாண்ட பதுங்கிக்கிட்டு நிக்குது. உனக்காகக் காத்திருக்குது எங்க ஆலப்பாக்கம்?”

“அவரைக் கொண்டுபோய்ட்டாங்க. அவரைக் கொண்டு போய்ட்டாங்க வடிவேலு !”

முத்துக்குமரன் இப்போது தூரத்தில் ஒரு வாசலில் மறைவதைப் பார்த்தாள்.

“யோவ் ஆலப்பாக்கம் ! நான் வரன்யா ! எப்படியாவது என் உசிரைக் கொடுத்தாவது உன்னயக் காப்பாத்தலைன்னா எம்பேரு பூஞ்சோலையில்லை ! ஆமாம் பாத்துக்கிட்டே இரு,” என்று அந்தத் திசையைப் பார்த்துச் சொல்லிவிட்டு, கம்பி வேலி கையில் தந்த ரத்தத்தை மதிக்காமல் நின்றுகொண்டு அழுதாள்.

"அவனைத் தூக்கிலிட்டுவிடுவார்கள் இல்லையா?"

"ஆம்! பாவம்!"

"ஏன்? அவன் எட்வர்டைத் தாக்கியதை நான் பார்த்தேன்!"

"மக்கின்ஸி தாக்கப்பட வேண்டியவன்!"

"ஆஷ்லி!"

"மிஸ் எமிலி, சினேகிதர்களைத் தேர்ந்தெடுக்கும் சுதந்திரம் உங்களுக்கு உண்டு. இருந்தும் மக்கின்ஸி அவ்வளவு விரும்பத்தக்க சினேகிதனல்ல. இதை உங்கள் நல்வாழ்வில் அக்கறை கொண்டவன் என்கிற தகுதியில் உங்களுக்குச் சொல்ல கடமைப்பட்டவனாகிறேன்."

"வந்தனம்," என்று நடந்தாள்.

"கோபமா?"

"இல்லை."

"உண்மை சில சமயங்களில் கோபத்தைத் தரும்."

முத்துக்குமரன் சென்ற வாசலின் வழியாக, "அய்யோ!" என்று ஒரு பயங்கர அலறல் கேட்டது.

"என்ன சப்தம்?"

"கோர்ட் மார்ஷியலுக்கு முன் நம் ஆங்கிலோ இந்தியச் சிப்பாய்கள் கொஞ்சம் கைதியைக் கவனிப்பார்கள்! நாளைக்கு முழுசாக அவன் வர மாட்டான்."

"இது நியாயமல்ல."

"நியாயத்திற்கு இந்தியாவில் இரண்டு அர்த்தம் இருக்கிறது மிஸ் எமிலி! ஒன்று கரிய நிறம், மற்றது வெள்ளை."

"என் மனசு சரியில்லை. நான் வருகிறேன்."

"வீடு வரை நடந்து வரட்டுமா?"

"இஷ்டமிருந்தால்."

அவர்கள் வீட்டை அடைந்தபோது வாயிலில் மக்கின்ஸி ஆவலுடன் உட்கார்ந்திருந்தான்.

"ஓ எமிலி! நான் கேள்விப்பட்டது நிஜமா? அகப்பட்டுவிட்டானா?"

"ஆம்! எட்டி, இது ஆஷ்லி, தெரிந்திருக்குமே?"

மக்கின்ஸி ஒரு கணம் ஆஷ்லியை அலட்சியமாகப் பார்த்து, "அவன் அகப்பட்டுவிட்டானாம். உடனே அங்கே போக என் உள்ளமெல்லாம் துடிக்கிறது. உடல்தான் மறுக்கிறது. அவன் கழுத்தை நெரிக்க என் விரல்கள் துறுதுறுக்கின்றன. அப்படியே அவனை அங்கம் அங்கமாகக் கிழித்து மெல்ல நிதானமாக மூன்று நாள் துடிக்க வைத்துச் சாகடிக்க வேண்டும்."

ஆஷ்லியும் எமிலியும் ஒரு முறை பார்த்துக்கொண்டார்கள். எமிலி உடனே ஜன்னலுக்கு வெளியே பார்த்தாள்.

"ஏய் ஆஷ்லி ! கர்னல் நீலுக்குத் தகவல் போய்விட்டதா பார். கோர்ட் மார்ஷியலுக்கு ஏற்பாடு செய்ய வேண்டும்."

ஆஷ்லி சற்றுத் தயக்கத்துடன், "மிஸ் எமிலி, நான் வரட்டுமா? மறுபடி சந்திக்கலாம்" என்றான்.

மக்கின்ஸி அவனைப் பார்த்து, "இதோ பார் ஆஷ்லி, நீ இனி இவளைச் சந்திக்க வேண்டிய அவசியமில்லை. எமிலி, இவனிடம் சொல்லிவிட்டாயல்லவா - நானும் நீயும் கல்யாணம் செய்துகொள்ளப் போகிறோம் என்பதை?"

"என்ன?" என்றாள் எமிலி ஆச்சர்யத்துடன்.

"ஆம்! இதோ பார் லெப்டினன்ட்! இனி இவளிடம் நீ பேசுவதையோ சினேகிப்பதையோ நான் விரும்பப் போவதில்லை. உனக்குப் பெண் துணை வேண்டும் என்றால் கறுப்புப் பட்டணத்திற்குப் போ. ஒரு ராத்திரிக்கு நாலணா போதும்."

"எட்டி !" என்று அதட்டினாள் எமிலி.

ஆஷ்லி புண்பட்டவன் போல் ஏதும் பேசாமல் புறப்பட்டுச் செல்ல, எமிலி, "எட்டி ! நீ சில சமயம் மிகவும் கொடூரமாக நடந்துகொள்கிறாய். உன்னைக் கல்யாணம் பண்ணிக்கொள்வதாக யார் சொன்னது?"

"யாரும் சொல்ல வேண்டாம் பெண்ணே ! தீர்மானித்தாயிற்று."

"யார்?"

"நான்தான்."

"என் சம்மதம்?"

"உன்னுடைய சம்மதம் கிடைக்காவிட்டால் கிடைக்குமாறு செய்து விடலாம். வேறு ஒருத்தனும் உன்னை அண்ட முடியாதபடி செய்து விட்டால் போகிறது."

"எட்டி, நீ பேசுவதே நன்றாக இல்லை !"

"எனக்குப் பேச்சு தெரியாது. செயல்தான் எல்லாம். அந்த கறுப்புப் பன்றி மட்டும் நேற்று முன்தினம் குறுக்கிட்டிராவிட்டால் என் செயல்களின் சிறப்பை உன் உடலில் கத்தி குத்தினது போல் இன்னும் உணர்ந்து கொண்டிருப்பாய்."

எமிலியின் கன்னங்கள் கோபத்தில் சிவந்து பேசாமல் விருட்டென்று உள்ளே சென்றாள்.

மக்கின்ஸி சிரித்துக்கொண்டே தன் கையைக் கட்டுப்படுத்தியிருந்த துணி ஊஞ்சலைத் தொட்டுப் பார்த்துக்கொண்டான். ஒரு கை இருக்கிறது பத்திரமாக; அது போதும்! நாளைக்கு வழக்கு, கைது என்று எல்லாம் அதிகாரபூர்வமாக ஆகிவிடும். அப்புறம் அந்தக் கறுப்பனை விசாரித்துக் தூக்கில் தொங்க விட்டுவிடுவார்கள். மக்கின்ஸிக்கு அதில் அதிக திருப்தி இல்லை. தனியாக நேருக்கு நேர் அவனைச் சிறையில் போய்ப் பார்த்து, அவன் என் கழுத்தருகே வெட்டினதுக்கு எதிர் வெட்டு கொடுக்க வேண்டாமா!

இன்று இரவுக்குள் அவனைப் போய்ப் பார்த்தே ஆக வேண்டும்.

மக்கின்ஸி உள்ளே சென்று சுவரில் மாட்டியிருந்த சவுக்கை எடுத்து ஒரு தடவை உதறிப் பார்த்துக்கொண்டான்.

"ஜார்ஜ்! ஜார்ஜ்!" என்று கூப்பிட்டான்.

"என்ன?" என்று காப்டன் ஜார்ஜ் ட்ரெவரின் குரல் கேட்க.

"உன் சவுக்கைச் சற்று எடுத்துக்கொண்டு போகிறேன். நாளை திருப்பித் தந்துவிடுகிறேன்."

"எங்கே போகிறாய்?"

"என் இந்திய நண்பனைச் சந்திக்க."

11

இரண்டு கைகளும் பின்பக்கம் பிணைக்கப்பட்டு இடுப்பிலும் கழுத்திலும் சுருக்கப்பட்ட கயிற்றினால் முத்துக்குமரன் தேவைக்கு அதிகமாக அடிக்கடி இழுக்கப்பட்டு மிக உயரமான மரக் கதவு திறந்த பின் தள்ளப்பட்டான். ஒற்றைக் கால் நொண்டிக்கொண்டே உள்ளே நடந்தான். அந்த இடம் அவன் எதிர்பார்த்த அளவு பயங்கரமாக இல்லை. மகா உயரக் கற்சுவர்கள், நீண்ட சதுர வடிவில் செம்மண் முற்றத்தைப் பத்திரமாகப் பார்த்துக்கொண்டிருந்தது. இடது வலது பக்கங்களில் வரிசையாகச் சிறை அறைகள் தெரிந்தன. நடுவே சில மரங்களும், ஏன் – ஒரு மல்லிகைப் பந்தலும் தெரிந்தன. ஓரத்தில் காய்கறித் தோட்டமும்கூட இருந்தது.

முத்துக்குமரன் அந்த வரிசையான சிறைக் கதவுகளின் முன் செல்லும்போது எல்லோரும் கம்பியைப் பிடித்துக்கொண்டு வேடிக்கை பார்த்தார்கள். "வாய்யா ! என்ன செஞ்சே? கொள்ளை அடிச்சியா, கொலை செஞ்சியா, வழிப்பறியா?"

அவர்களைப் பார்க்கவே அச்சமாக இருந்தது. அடர்ந்த மீசை தாடிகளுக்குள் கண்கள் ஒளிர்ந்தன. உடம்பில் அங்கங்கே சவுக்கு வீறல் காயங்கள் தென்பட்டன. எல்லோரும் மெலிந்து சீவனற்று எலும்பு தெரியச் சிறைக் கம்பிகளைப் பிடித்துக்கொண்டு முத்துக்குமரன் கடப்பதைப் பார்த்தார்கள்.

ஒரு காலி அறை திறக்கப்பட்டது. அதில் தள்ளப்பட்டான். உடனே பூட்டிவிட்டுச் சிப்பாய்கள் வேகமாக விலகினார்கள்.

முத்துக்குமரன் எழுந்து பார்த்துக்கொண்டிருக்க, அடுத்த அறைக்காரன் சட்டென்று ஒரு சிப்பாயின் சட்டையைப் பிடித்து, "அய்யா, அய்யா ! ஒரு நிமிஷம் கேட்டுட்டுப் போங்களேன். நானும் நீயும் ஒரே சாதிதானே? நானும் தமிளு, நீயும் தமிளு. எனக்கு ஒதவி செய்ய மாட்டியா? கிராமத்தில வீடு இருக்குது, பொந்தில தங்கம் இருக்குது, பதினெட்டு வயசில பெண்டாட்டி இருக்குது. எல்லாத்தையும் உனக்கே தர்றேன். சத்தியமா சாமி சாட்சியாத் தர்றேன். என்னை விட்டுருய்யா. வேண்டாம்யா. ஒரு தடவை மன்னிச்சுருங்கய்யா," என்று உரத்த குரலில் கதறினான்.

சிப்பாய், "போடா." என்று உதறிக்கொண்டு செல்ல, இவன் கூக்குரல் கொஞ்சம் கொஞ்சமாகத் திட்டாக மாறி உச்ச த்வனியில் கற்சுவர்களில் எதிரொலித்தது. கொஞ்ச நேரம் அழுதுவிட்டு ஓய்ந்தான்.

முத்துக்குமரனுக்கு மலைப்பாக இருந்தது. காலைப் பார்த்துக் கொண்டான். ரத்தம் உறைந்துபோயிருந்தது. வலி தீரவில்லை. ஒவ்வொரு முறை அந்த அடி எடுத்து வைக்கும்போதும் வேதனை குத்தியது.

சிரமப்பட்டுத் தரையில் உட்கார்ந்தான். காலை நீட்டுவது சாத்தியமில்லை போல இருந்தது.

அந்த அறையில் மேல்புறத்தில் கையகலத்துக்கு ஒரு ஜன்னல் இருந்தது. அதிலிருந்து ஒரு கூரிய ஈட்டி செருகியிருந்தது. முத்துக் குமரனுக்குக் களைப்பில் மயக்கம் வந்தது.

“யாருய்யா புது ஆளு?”

பக்கத்து அறை கேட்டது.

“நான்தான் ! முத்துக்குமரன்,” என்றான் சோர்வாக.

“எம்பேரு தாண்டவராயன். நாளைக்கு என்னையக் கொல்லப் போறாங்க. ஆமாம், நீ என்ன குத்தம் செஞ்சே?”

“வெள்ளைக்காரனைத் தாக்கிட்டேன்.”

“நான் ஒண்ணும் செய்யலைய்யா. ஏதோ வளிப்பறி செஞ்சேன். ரெண்டு மூணு கூண்டு வண்டில போய்க்கிட்டிருந்தாங்க. கத்தியைக் காட்டி எல்லாத்தையும் களட்டிக் கொடுன்னு சத்தம் போட்டு சொன்னேன். பேசாம களட்டிக் கொடுத்துற வேண்டியதுதானே? ஓடப் பார்த்தான். ஒருத்தன் என்னைக் குத்தப் பாத்தான். வாங்கிட்டான் களுத்தில நல்லா ! என் குத்தமா? சொல்லு தம்பி, என் குத்தமா? பேசாம தங்கத்தை கொடுத்திருக்கலாமில்ல. அவனவன் சோத்துக்கு அலையறான். இத்தனை நகை போடலாமா? நீ சொல்லு தம்பி. எந்த ஊர் நியாயம் இது? தம்பி, தூங்கிட்டியா?”

“இல்லய்யா. கால்ல பலமா அடிபட்டிருக்கு. ரத்தம் நிறையக் கொட்டிருச்சு.!”

“எச்சத் துப்பிக் கட்டுப் போட்டுரு. இல்லை. அது மேல மூத்திரம் போயிரு. சரியாப் போயிரும். நான் காட்டில வெட்டுப்பட்டு ஓடிருக்கேன். அரைத் துணியைக் கிளிச்சுக் கட்டுப் போட்டுரு தம்பி, ஏதாவது அரம் கொண்டுவந்திருக்கிறயா?”

“இல்லைங்க.”

“நாளைக்கோ அடுத்த நாளோ என்னயக் கொல்லப் போறாங்க.”

இப்போது அவன் குழந்தை போல் அழுதது முத்துக்குமரனுக்குத் தாலாட்டாக இருந்தது. களைப்பில் தூங்கிப்போய்விட்டான். அவன் கனவுக்குள் பூஞ்சோலையும் பக்கத்து அறைக் குற்றவாளியும் குழப்பமாக உலவினார்கள். சிவகாமி சிரித்தாள். பூஞ்சோலைக்குக் கல்யாணம் செய்துகொண்டு மூன்று வண்டி நிரம்பி வெளியூர் சென்றுகொண்டு இருக்கும்போது வழிப்பறிக் கள்ளன் முகத் திரையைப் பிரிக்க, ‘அட நீயாய்யா! அப்ப நீ போய்க்க, உங்கிட்ட திருட மாட்டன்...’

கதவின் உலுக்கல் சப்தம் அவனை எழுப்பியது.

"எந்திரிய்யா எந்திரி, தொரை உன்னைப் பார்க்க வரார்."

"யாரு?"

"மக்கி துரை." வெளியே காலணிகள் சரக் சரக் என்று பிடிவாத நிதானத்துடன் ஒலிக்க, முத்துக்குமரன் அப்படியே படுத்திருந்தான்.

"எந்திரியான்னா?"

"முடியாது! கால்ல அடிபட்டிருக்கு."

மக்கின்ஸி சிறைக் கதவைக் கடந்து உள்ளே வந்து கை கட்டிக்கொண்டு அவன் மேல் படர்ந்தாற்போல் நின்று புன்னகை செய்தான்.

"உன் பேர் என்ன?" என்றான் ஆங்கிலத்தில்.

"பேர் கேக்கறாருய்யா துரை."

முத்துக்குமரன் அவனை நேராகப் பார்த்து, "முத்துக்குமரன்," என்றான்.

"என்னைக் கொல்ல விருப்பமா உனக்கு?"

"தொரையை ஏன்யா கொல்லப் பாத்தேன்னு கேக்கறாரு தொரை."

"அவன் ஏன் எங்கப்பனைக் கொன்னானாம்?"

"ஹி ஸேஸ் யு கில் ஃபாதர் ஸர்!"

மக்கின்ஸியின் சிரிப்பு மாறவில்லை. கூட வந்திருந்த காவல்காரச் சிப்பாயின் துப்பாக்கியை எடுத்துக்கொண்டான். அதன் கார்ட்ரிட்ஜைச் சரிபார்த்துக்கொண்டு கட்டக் என்று இயக்கி நேராக முத்துக்குமரன் மேல் குறி வைத்துப் பார்க்க, முத்துக்குமரன் சலனமின்றி அவனை எதிர்த்துப் பார்வை பார்க்க, காவல்காரன் கரங்கள் நடுங்கின.

"கொன்னுறச் சொல்லுய்யா! என்னைய உயிரோட விட்டா திருப்பி உன்னைக் கொல்ல முயற்சி பண்ணிக்கிட்டே இருப்பேன் துரை."

"என்ன சொல்கிறான்?"

"ஹி ஸேஸ் கில் சர்."

மக்கின்ஸி சிரித்து, "ம்ஹும்! கொல்ல மாட்டேன். கொல்லக் கூடாது. உடனே கொல்லக் கூடாது. மெல்ல, மிக மெல்ல! இவன் பார்க்க வேண்டியது நிறைய இருக்கிறது. இப்போது இவனைக் கால் பாகம்தான் கொல்லப்போகிறேன்."

மக்கின்ஸி துப்பாக்கியின் பின்புறக் கட்டையால் வீசி முத்துக்குமரன் தாடையில் வெடித்தான். சப்தம் எதிர்ச் சாரி அறைகளில்கூடக் கேட்டது.

முத்துக்குமரன் உடைந்த பல்லைத் துப்பிவிட்டு வேதனையின் எல்லையைத் தொட்டதால் கண்களில் நீர் நிறைந்திருக்க, "கட்டிப் போட்டு உதைக்கிறது கோழைத்தனம்னு சொல்லுய்யா துரைகிட்ட."

"என்ன சொல்கிறான்?" என்று சிப்பாயைக் கேட்டான்.

முத்துக்குமரனின் வாக்கியத்தை மொழிபெயர்க்க அவன் திறமை போதாமல், "ஹி ஸே டோன்ட் கட்டிப்போட்டு ஸா்" என்று அபிநயித்தான்.

மக்கின்ஸி புரிந்துகொண்டு மறுபடி முத்துக்குமரனைக் காலால் மார்பில் உதைத்து மறுபடி தாடையில் துப்பாக்கிக் கட்டையால் அடிக்க, முத்துக்குமன் உடனே பூரண மயக்கமாகிச் சாய்ந்தான்.

காவல்காரன் கலவரத்துடன் பார்த்துக்கொண்டிருக்க மக்கின்ஸி, "போய் இவனுக்குக் குடிக்கத் தண்ணீர் கொடு. முதலில் இவன் மயக்கத்தைத் தெளிய வை." என்றான்.

மக்கின்ஸி தன் உடைகளைத் தளர்த்திச் சுதாரித்துக்கொண்டான். அவன் உடல் பூராவும் அந்த இச்சை பரவியிருந்தது. சந்தோஷமாகக் கூட இருந்தது. ஒவ்வொரு முறையும் எதிர்ப்பு இல்லாமல் அவன் உடல் மெத் மெத் என் று அடி வாங்கிக்கொள்ளும்போது உடலுக்குள் ஒருவித புல்லரிப்பு தோன்றியது.

எமிலியைத் தொடும்போது ஏற்படும் புல்லரிப்புக்கு ஈடாக. . . புல்லரிப்பு, தாகம், இச்சை, இன்னும் மேலே மேலே அடிக்க வேண்டும் என்பது போல இச்சை.

இந்தக் கறுப்பு ஜனங்களே இதற்கு மிகவும் ஏற்றவர்கள். மிதப்படுவதற்கு !

காவல்காரன் தண்ணீருடன் வர, அத்தனை தண்ணீரையும் முத்துக்குமரன் முகத்தில் இறைத்து அவனருகில் குனிந்து கன்னத்தில் தட்டி அவனை எழுப்பினான்.

முத்துக்குமரன் சற்றே கண்விழிக்க மக்கின்ஸி அவன் காயத்தில் மிதித்தான்.

முத்துக்குமரன், 'அய்யோ !' என்று காற்றாய்த்தான் பேச முடிந்தது. மக்கின்ஸி துப்பாக்கியின் முன்கத்தியைக் கழற்றினான்.

"புண்ணை உள்ளே பார்க்கலாம்."

அப்போது விரைவாக யாரோ நடந்து வரும் சப்தம் கேட்க மக்கின்ஸி திரும்பினான்.

"இந்தப் பையனை நான் பார்த்திருக்கிறேன்.!"

காப்டன் ஆஷ்லி பிரேஸர் விறைப்பாக நடந்து வந்து, "லெப்டினன்ட் சார்! உங்கள் அனுமதிச் சீட்டைக் கொஞ்சம் காட்டுறீர்களா?" என்று கேட்க, மக்கின்ஸி அந்த இளைஞனைத் துச்சமாகப் பார்த்தான். "நீ யார் கேட்பதற்கு?"

"மன்னிக்க வேண்டும். என்னை இந்தச் சிறைச்சாலையின் அட்ஜுடண்டாக கர்னல் நீல் நியமித்திருக்கிறார். அனுமதிச் சீட்டைக் காண்பிக்கிறீர்களா?"

"எனக்கு அனுமதிச் சீட்டு வேண்டியதில்லை."

"அப்படி இல்லை. அனுமதிச் சீட்டின்றி எவரையும் உள்ளே அனுமதிக்கக் கூடாது என்பது கர்னலின் உத்தரவு." காவலாளியைப் பார்த்து, "ஏன் உள்ள விட்டே?" என்றான், புதிதாகக் கற்றுக்கொண்ட தமிழில்.

காவலாளி பயந்து, "அவரு கேக்கவே இல்லிங்க."

"லெப்டினன்ட், நீங்கள் அனுமதிச் கட்டத்தை மீறினதும் இல்லாமல் ஒரு கைதியைக் கேவலமாக அடித்திருக்கிறீர்கள். இது பற்றி நான் ஒரு புகார் செய்ய வேண்டியவனாகிறேன்."

"ஆஷ்லி! உளறாதே. நான் உன்னைவிட உயர்ந்த அதிகாரி. ஒரு உயர் அதிகாரியுடன் பேசும் முறையை முதலில் கற்றுக்கொள்."

"உயர் அதிகாரிதான்! இருப்பினும் என் பிரிவுக்கு அல்ல: நான் என் மேலதிகாரியின் ஆணைகளை நிறைவேற்றுகிறேன்."

"உன் ஸி.ஓ. யார்?"

"மேஜர் ஜேம்ஸ்."

"அவனுடன் பேசி உன்னைக் கவனித்துக்கொள்ளச் சொல்லுகிறேன்."

"பார்க்கலாம். இப்போது இந்தச் சிறைச்சாலையை விட்டு வெளியே செல்கிறீர்களா?"

"இவன் என்னைக் கொல்லச் சதி செய்தவன். தெரியுமா?"

"என்னைப் பொறுத்தவரையில் இவன் ஒரு கைதி. இவன் மேல் எந்தக் குற்றமும் இன்னும் நிரூபிக்கப்படவில்லை. . . அப்படி இருக்கையில் அனுமதியின்றிச் சிறைச்சாலைக்குள் புகுந்து உங்கள் விருப்பப்படி

இவனை அடிப்பது குற்றம். இதை நான் என் மேலதிகாரிக்குச் சொல்லியே ஆக வேண்டும்.''

மக்கின்ஸி அவனைப் பார்வையால் எரித்தான்.

''லெப்டினன்ட், கொஞ்சம் வெளியே வருகிறீர்களா? பூட்ட வேண்டும்.''

''ஆஷ்லி ! நீ இந்தக் கணத்தை வாழ்க்கை முழுவதும் நினைத்து வருத்தப்படப்போகிறாய்.'' மக்கின்ஸியின் சிவந்த அதரங்கள் கோபத்தில் துடிக்க அந்த அறையை விட்டு வெளியே வந்து பரபர வென்று நடந்து சென்றான்.

ஆஷ்லி அவன் போன பாதையைப் பார்த்து ஒரு முறை பெருமூச்சு விட்டுக் கீழே கிடந்த முத்துக்குமரனைப் பார்த்தான். அவன் வாய் திறந்து கண்கள் பாதி மூடியிருந்தன. வேதனையின் சிகரத்தைச் சமாளிப்பதற்கு அவன் ஞாபகம் தப்பியிருந்தது. மூச்சு சிரமப்பட்டுக் கொண்டிருந்தது. கால்களில், தாடையில், இடுப்பு ஓரத்தில் ரத்தம் முகத்தில் பல இடங்களில் வீக்கம்.

ஆஷ்லி அவன் அருகில் சென்று குனிந்து, அவன் முகத்தை நிமிர்த்தி ஆதுரத்துடன்,

''எங்களை மன்னிப்பாய் என் நண்பனே!'' என்றான். முத்துக்குமரன் ஒரு முறை கண் திறந்து மூடிக்கொண்டான். ''கார்ட் ! என் அறைக்குப் போய் மருந்துப் பெட்டியை எடுத்து வா.'' ஆஷ்லி முத்துக்குமரனின் முகத்தைத் தன் 'கைக்குட்டையால் துடைத்துவிட்டான்.'

''தாத்தா, அவரை எப்படியாவது காப்பாத்தியாகணும்.''

பூஞ்சோலை நகத்தைக் கடித்துக்கொண்டு கண்களில் எப்போதும் விளிம்பில் கண்ணீர் காத்திருக்க, குந்தி உட்கார்ந்துகொண்டு, திடீரென்று எழுந்து, நடந்து, நிலைகொள்ளாமல் தவித்தாள். மற்றப் பேர் அவளை மவுனமாகப் பார்த்துக்கொண்டிருக்க, தாத்தா, ''எப்படி பொண்ணே? எப்படி?'' என்றார்.

''நாம பத்துப் பதினைஞ்சு ஆளு இருக்கோம். மதிலேறிக் குதிச்சு உள்ற போயி . . .ம்ஹூம்! நடக்காது தாத்தா !'' அருகே இருந்த சிவகாமியைத் தலையில் நெத்தி, ''எல்லாம் இந்த மூதேவியாலதான் ! செத்து ஒளியேன் !''

''நான் என்னக்கா செஞ்சேன் !''

''போடி ! எல்லாரும் பார்த்துக்கிட்டு இருக்கீங்களே. ஏதாவது உபாயம் சொல்லுங்களேன். வடிவேலு, ராக்கா, நடராசா, ஏதாவது பேசுங்களேன்.''

“இப்ப எதுக்காக நம்ம கூட்டத்தைச் சேராத ஆளுக்காவ இப்படி அல்லாடணும்னு சொல்லு பூவு முதல்ல.”

“அய்யோ ! அந்தாளைத் தூக்கில போட்டுருவாங்கய்யா?”

“அதனால என்ன?”

“அதனால என்னவா? அந்தாளு பேசாம கையைத் தட்டிக்கிட்டு போவாம. இவளைக் காப்பாத்தறதுக்காகத்தான் போய் மாட்டிக் கிட்டிருக்கான்யா. நீ அந்த மாதிரி செய்வியா? அந்தால வெடிச்சா ஓடுவியே பெருமூருக்கு ! என்ன தகிரியம், எத்தனை நல்லவரு !”

“அதெல்லாம் சரித்தான் ! அவனே முதல்ல வம்பில மாட்டிக் கிட்டதுதானே ! வெள்ளைக்காரனை எதுத்துப் போராட முடியுமா? எத்தனை ஆளு படைங்க பாத்தமில்ல.”

“அப்பனைக் கொன்னா எவனுக்குக் கோவம் வராத இருக்கும்ய்யா?”

தாத்தா, “எல்லாம் நாயந்தான் பூவு. அந்த ஒரு ஆள், வேத்து மனுசனுக்காக, நம்ப கூட்டத்தையே நாசமாக்க முடியுமா? எப்படி எரிச்சாங்க பாத்தில்ல?”

“வேத்து மனுசன் இல்லை தாத்தா அவரு ! நான் கட்டிக்கப்போற புருசன். சாமிகிட்ட சொல்லிப்போட்டு சத்தியம் கொடுத்துட்டு வந்துட்டன் !”

தாத்தா அதிர்ந்துபோய், “என்ன பூவு பொளுது விடிஞ்சாக்கத் தூக்கில் போட்டுருவாங்க. அவனைப் போயி . . .”

“போட மாட்டாங்க ! போடக் கூடாது ! நான் போயி துரைமாருங்க கிட்ட சண்டை போட்டு மீட்டுகிட்டு வரேன் ஆம்பிளைங்க மரத்தடில தூங்கிக்கிட்டு இருங்க.”

“ஓ ! என்னடா குணவேலு பாத்துகிட்டு வந்தியா !”

இரைக்க ஓடி வந்த குணவேலன், “பூவு. நான் வேலியோரமாய்ப் பார்த்துகிட்டே இருந்தேன். அந்தாளை ஈரங்கிக்குக் கூட்டிட்டுப் போறாங்க. தண்டனை நிச்சயமாம். யானையை வெச்சுத் தலையை மிதிச் சுருவாங்காளம்” என்றான்.

12

பூஞ்சோலையின் கண்களும் பயமும் அதிர்ச்சியும் தெரிவித்தன. ‘‘என்ன சொன்னே? ஆனையா?’’

‘‘ஆமாம் பூவு, தலையை மிதிக்கப்போவுதாம்.’’

‘‘போடா புரளி பண்ணிக்கிட்டு, அப்படி எல்லாம் செய்ய மாட்டாங்க. சும்மா கயித்திலே தொங்கப் போடுவாங்க. அவ்ளதான் !’’ ராக்கனின் குரலில் லேசான சந்தோஷம் இருந்தது.

குணவேலன் பூஞ்சோலையை அனுதாபத்துடன் பார்த்துக்கொண்டு, ‘‘காவல் பலமா இருக்குது பூவு. அவனைச் சுத்தி எத்தினி பேரு தெரியுமா? கட்டிப்போட்டு, தரதரன்னு இழுத்துட்டுப் போறாங்க. ஈரங்கிக் கச்சேரிக்கு பலமா காவல் போட்டிருக்காங்க. வெள்ளைக்காரங்க குதிரை மேலே வந்தாங்க.’’

கேட்கக் கேட்கப் பூஞ்சோலையின் கண்களில் நீர் நிறைந்தது. ‘‘இப்ப நான் இன்னாத்தை செய்வேன் !’’

தாத்தா அவளைப் பரிவுடன் அணைத்து, ‘‘கொஞ்ச நாள்ல செரியாப் போயிரும்மா,’’ என்றார்.

‘‘என்ன தாத்தா செரியாப் போயிரும்?’’

‘‘அந்தாளை மறந்துரலாம்மா.’’

‘‘இதைக் கேட்டதும் பூஞ்சோலை திடீர் என்று எழுந்தாள்.’’ ‘‘நீங்கள்லாம் வந்தா வாங்க. வராட்டிப் போங்க. நான் போறேன்.’’

தாத்தா அவளைப் பிடித்து நிறுத்தி, ‘‘பித்துப் பிடிச்சு பேசாத! எங்க போறே?’’

‘‘அந்தாளைக் காப்பாத்த ! என்னை விட்டுருங்க !’’ தாத்தாவின் பிடியிலிருந்து தப்பித்து எதிரே ஓட ஆரம்பித்தவளை, ‘‘ராக்கா, அதைப் புடி சீக்கிரம் !’’ என்றார்.

ராக்கன் ஓடிப் போய் அவளைப் பிடித்து முரட்டுத்தனமாக இழுத்துக்கொண்டு வர, பூஞ்சோலை ‘விடு என்னை’ என்று அவன் கைகளை நகத்தால் கீறினாள். ராக்கன் அவளைச் சுலபமாகக் கட்டுப்படுத்தி, தாத்தாவின் அருகில் மறுபடி கொண்டுவந்து போட்டான்.

கீழே விழுந்த பூஞ்சோலை அழுதாள்.

‘‘அக்கா, அந்தாளு ரொம்ப சாலக்குக்காரரு. தப்பிச்சுக்கிட்டு வந்துருவாரு பாரு.’’

பூஞ்சோலை உட்கார்ந்து மண் தரையைத் தட்டிப் புழுதி எழுப்பி, "அள்ளிக் கொடுத்திடவா நான் ஆலாப் பறந்து வந்தேன் ! வாரிக் கொடுத்திடவா நான் வண்டாப் பறந்து வந்தேன் !" என்று அழுதாள். சிவகாமி கிட்டே வர, "போடி !" என்று மூர்க்கத்தனமாகத் தள்ளினாள்.

"இத பாரு பூவு. அவன் நம்ம கூட்டமுமில்ல. நேத்திக்கு வந்தவன். வந்தான், போய்ட்டான். பாதையிலே பாத்தோம், பாதில பிரிஞ்சிட்டம்னு வெச்சுக்க. கொஞ்ச நாளில செரியாப் போயிரும்."

"தாத்தா, நான் அந்தாளை இப்பப் பார்த்தாகணும்" என்று மறுபடி உடைத்துக்கொண்டு புறப்பட்டு ஓடினாள். நான்கைந்து பேர் அவளைத் துரத்த, "விடுங்க ! என்னை விட்டுருங்க," என்று திமிறினாள்.

தாத்தா கூடாரத்துக்குள் சென்று ஒரு கரண்டியில் நெருப்பும் காய்ந்த இலைகளும் கொண்டுவந்தார். "புடிங்கடா ! வெளி புடிச்சு அலையுறா !"

நான்கு பேர் அவளைக் கெட்டியாய்ப் பிடிக்க, இலைகளை நெருப்பிலிட்டுப் புகைமேகத்தை அவள் மூக்கருகில் காட்ட, பூஞ்சோலை, "ஆலப்பாக்கத்துக்காரரே, இத வர்ரேன் !" என்று சொல்லி மயங்கின் போனாள்.

"உள்ற எடுத்துட்டுப் போடா, காலைலதான் எந்திரிக்கும். நடுவுல எந்திரிச்சா அடி !"

"குணவேலா ! விடியறதுக்குள்ற அந்தாளைக் கொன்னுருவாங்கல்ல?"

"அப்படித்தான் தோணுது, ராக்கண்ணே."

முத்துக்குமரன் பெரிய சன்னல்களையும், எதிரே ஆளுயரத்துக்கு இருந்த ராணியின் படத்தையும், கண்ணாடி கண்ணாடியாய் அலங்காரமாகத் தொங்கிய விளக்குகளையும், நல்ல கருங்காலி போலிருந்த மர இருக்கைகளையும், சிப்பாய்களின் துப்பாக்கிகளையும், தன்னை மெல்ல அந்தக் கூண்டில் ஏற்றிய வெள்ளைக்காரனின் நீலக் கண்களையும் பார்த்தான். எல்லாம் வியப்பாக இருந்தது. பயம் போய்விட்டது. இந்தத் துரை பரவாயில்லை. நல்லவன், மருந்து போட்டான். வருத்தப்பட்டான். மக்கி துரையை அதட்டினான். குடிக்கத் தண்ணீர் தந்தான்.

அறையில் சலசலப்பு ஏற்பட எல்லோரும் வாயில் பக்கமே பார்த்திருக்க, பெரிய துரை உள்ளே நுழைய எல்லோரும் எழுந்து நின்றார்கள். சிரித்துப் பேசிக்கொண்டு அந்தக் கிராதகன் மக்கி துரையும் வந்து அவன் முன்னால் போட்டிருந்த விசுப்பலகையில் உட்கார்ந்தான். முண்டாசு அணிந்த துபாஷி முத்துக்குமரன் பக்கத்தில் வந்து அவனை வெறுப்போடு பார்த்து, "கேக்கற கேள்வியெல்லாத்தையும் தமிழ்லே

சொல்லுவேன். பளிச்சுனு பதில் சொல்லிரு – என்ன?” என்றான்.

முத்துக்குமரன் அவன் சொன்னதைச் சரியாகக் காதில் வாங்காமல், மக்கி துரையையே பார்த்துக் கொண்டிருந்தான். மக்கி அவனைப் பார்த்துச் சிரித்தான். அவன் மேல் அப்படியே பாய்ந்து கண்களைப் பிடுங்க வேண்டும் போலிருந்தது. கட்டி வைத்திருந்ததார்கள்.

மக்கின்ஸி முத்துக்குமரனைப் பார்த்தான். 'திமிர் பிடித்த கறுப்பனுக்கு இன்று தண்டனை கிடைத்தே தீரும். இவனை முதலில் கவனித்துவிட்டு ஆஷ்லியைக் கவனிக்க வேண்டும். சொந்த இனத்தையே காட்டிக் கொடுக்கும் துரோகி. நிற்கிறான் பார் ! ஏதோ இவன்தான் தர்ம நியாயங்களுக்குக் கட்டுப்பட்டவன் போல் !'

ஆஷ்லி பிரேசர், குற்றவாளிக் கூண்டில் நிற்க வேண்டியவன் மக்கின்ஸி என்று எண்ணினான். அவனுக்கு அந்தக் கிராமத்துச் சம்பவங்களின் முழு விவரமும் தெரியும். வம்புக்கு இழுத்தது முதலில் மக்கின்ஸிதான். அவன்தான் சண்டைக்கு முதலில் கூப்பிட்டது. அதில் தோற்றுப்போன ஆத்திரத்தில் ஒரு அப்பாவிக் கிழவனை, இன்றைய கைதியின் தகப்பனைக் கொன்றது. அந்த ஆத்திரத்தால் இவன் மக்கின்ஸியைக் கொல்ல முற்பட்டது எல்லாம் தெரியும் ஆஷ்லிக்கு. பன்றி வேட்டைக்கு மக்கின்ஸியுடன் சென்ற காப்டன் ஜேம்ஸ் ஃபோர்ப்ஸ் சொல்லியிருக்கிறான் அவனை யாரும் சாட்சிக்குக் கூப்பிடவில்லை. ஆனால் அட்ஜுடண்ட் என்கிற முறையில் ஆஷ்லியைக் கூப்பிட்டிருக்கிறார்கள். 'எல்லாவற்றையும் கர்னலிடம் சொல்லத்தான் போகிறேன், சொல்லத்தான் போகிறேன்.'

கர்னல் நீல் கைதியைப் பார்த்தார். “இந்தப் பாவிதானா ! சீக்கிரம் நடக்கட்டும். உள்ளூர் கறுப்பர்களுக்கு நீதி வழங்குவதைவிட முக்கியமான பல வேலைகள் எனக்கு இருக்கின்றன. லெப்டினன்ட் மக்கின்ஸி, உன் புகார்ப் பத்திரத்தைப் பார்த்தேன்.” கர்னல் நீல் முத்துக்குமரனை நேராகப் பார்த்து, “மட்குமாரன் ! என் செஞ்சே?” என்றார்.

“யோவ் ! துரை கேக்கறாருய்யா. பதில் சொல்லு.”

“புரியலிங்க.”

“ஏன் லெப்டினன்ட் மக்கின்ஸியை அபாயகரமாகத் தாக்கினாய் என்று கேள்.”

கேள்வி: “கைதி ஏன் லெப்டினன்ட் மக்கின்ஸியை அபாயகராகத் தாக்கினான்?” என்று கர்னலுக்கு அருகில் உட்கார்ந்திருக்க குமாஸ்தா கிரிக் கிரிக் என்று இறகுப் பேனாவினால் எழுத, துபாஷி, “ஏன்யா அந்தாளை ரத்தம் வர்ற மாதிரி தாக்கின?” என்றார்.

முத்துக்குமரன் கர்னல் நீலைப் பார்த்துக்கொண்டு, "அய்யா ! உங்க சமூகத்துக்கு ஒரு விண்ணப்பம் செஞ்சுக்கறங்க துரை ! நாலஞ்சு மாதம் முன்னாடி எங்க ஆலப்பாக்கம் கிராமத்தில நடந்தது என்னன்னு சொல்லிப்போடறங்க . . ."

நீல் துபாஷியைப் பார்த்தார். "ஹி ஸே ஸம்திங் எபவுட் வில்லேஜ் ஃபோர் மன்த்ஸ் பாக் ஸார்," என்று அதைக் கொடூரமாக மொழிபெயர்க்க, கர்னல், "யாருக்கு அதெல்லாம் வேண்டும் ! நான்கு நாட்களுக்கு முன் நடந்ததுதான் இப்போது வழக்கிலிருக்கிறது," என்றார்.

ஆஷ்லி எழுந்து, "சிறைச்சாலையின் அட்ஜுடண்ட் என்கிற முறையில் நான் ஒரு சில வாக்கியங்கள் பேசலாமா?" என்றான்.

"தாராளமாக."

"துபாஷி சரியாக மொழிபெயர்த்துச் சொல்லவில்லை என்று நான் நினைக்கிறேன். நாம் கைதியின் மொழிகளை முழுவதும் கேட்பது முக்கியம் என்று நம்புகிறேன்."

மக்கின்ஸி எழுந்து, "காப்டன் ஆஷ்லி பிரேசர் ஸி.ஓ.வுக்கு கோர்ட் மார்ஷியல் நடத்துவது எப்படி என்று கற்றுத்தர விரும்புகிறார் போலும்."

"இல்லவே இல்லை !" கைதியை ஒரு ராணுவ கோர்ட்டில் விசாரிப்பதே எனக்குச் சரியானதாகப் படவில்லை. இது கமிஷனருக்குப் போக வேண்டிய வழக்கு என்று நம்புகிறேன்."

நீல் ஆஷ்லியைத் தீர்க்கமாகப் பார்த்தார். "காப்டன், நான் உன் அசட்டுத் தைரியத்தைப் பாராட்டுவதா என்று யோசிக்கிறேன். இந்தக் குற்றம் ஒரு ராணுவ அதிகாரி சம்பந்தப்பட்டது. இதை விசாரிக்க இருக்கும் எனது தகுதியைப் பற்றி நீ சந்தேகிக்க வேண்டியதில்லை."

"மன்னிக்கவும். என் நோக்கமும் அது இல்லை. ஆனால் இவன் சொல்வதை முழுவதும் கேட்க வேண்டியது அன்னியர்களான நம் கடமை என்பதை ஒப்புக்கொள்வீர்கள் என்று நம்புகிறேன்."

"சரி ! சரி ! என்ன சொல்ல விரும்புகிறான் அவன்?"

"காப்டன் மக்கின்ஸி இவன் தந்தையைத் தாக்கிக் கொன்றதினால் ஆத்திரமுற்று அப்படி அவரைத் தாக்கினேன் என்கிறான்."

"எட்வர்ட்?"

மக்கின்ஸி எழுந்து, "நான் அன்றைய தினம் நடந்த நிகழ்ச்சிகளைப் பற்றிய ரிப்போர்ட் கொடுத்து அதை நீங்கள் படித்திருக்கிறீர்கள்."

"அது என்ன என்று கைதிக்கு நாம் சொல்ல வேண்டாமா? அது எவ்வளவு தூரம் நிஜம் என்ற இந்த இடத்தில் விசாரிக்க வேண்டாமா? அன்று லெப்டினன்ட் மக்கின்ஸியுடன் வேட்டைக்குச் சென்ற சக அதிகாரி யாரையாவது விசாரிக்க வேண்டாமா?"

நீல் தன் அருகில் இருந்த காகிதங்களைப் புரட்டிப் பார்த்துக் கொண்டிருந்தார். "எங்கே அந்த ரிப்போர்ட்? எட்வர்ட் ! அவன் அப்பனைக் கொன்றாயா நீ?"

"தற்காப்புக்காகக் கொல்ல வேண்டியதாகிவிட்டது !"

"பொய் !"

"இவனைப் போல் இவன் தகப்பனும் என்னை வெறுப்புடன் தாக்கினான். அவர்கள் விழாவின் நடுவே குறுக்கிட்டதற்காக வெறிபிடித்தவன் போல் தாக்கினான். நாங்கள் குதிரை மேல் அந்தக் கிராமத்தைக் கடந்துகொண்டிருந்தோம். எல்லாவற்றையும் அதில் தந்திருக்கிறேன். நீங்களும் படித்துப் பார்த்து நாட்டுக்குள் வேட்டைக்குச் செல்லும்போது எச்சரிக்கையாக நாம் இருக்க வேண்டும் என்று குறிப்பு எழுதியிருக்கிறீர்கள்."

"ஒருவித முன்னெச்சரிக்கையோ காரணமோ இல்லாமல் அந்தக் கிழவன் தாக்கப்பட்டான் என்று கேள்விப்பட்டேன்," என்றான் ஆஷ்லி.

"அப்படிச் சொன்னது யார்?"

"காப்டன் ஃபோர்பஸ்."

"காப்டன் ஃபோர்ப்ஸ் இங்கே இருக்கிறானா?"

ஆஷ்லி சுற்றுமுற்றும் பார்த்து, "இல்லை" என்றான்.

"பின் ஆஷ்லி, உன் கடமையுணர்ச்சி சற்று அளவுக்கு மீறிச் செல்கிறது. என்னால் இந்தச் சின்ன விஷயத்தில் அதிக நேரம் செலவழிக்க முடியாது. நானே மக்கின்ஸி கோரமாகத் தாக்கப்பட்டதைப் பார்த்தேன். ஆங்கில ராணுவ அதிகாரி ஒருத்தனை அப்படித் தாக்கிய கறுப்பனைச் சும்மா விட்டேனானால் மற்ற அதிகாரிகளின் நம்பிக்கையை நான் இழந்துவிடுவேன். இது தீவிரமாகத் தண்டிக்கப்பட வேண்டிய குற்றம்."

"நான் போய் ஃபோர்ப்ஸைக் கூப்பிட்டு வரமுடியும்."

"தேவையில்லை. நான் இவனுக்கு மரண தண்டனை விதிக்கிறேன். அழைத்துச் செல்லுங்கள். ஆங்கில அதிகாரிகளைத் தாக்க முற்படுபவர்களுக்கு இது ஒரு பாடமாக இருக்கட்டும். இவனை மற்ற கொலைக் கைதிகளைப் போல் யானையால் தலையை இடறிச் சாக அடியுங்கள் !"

“ஸர், தயவுசெய்து நான் சொல்வதை . . .”

“ஆஷ்லி ! அவ்வளவுதான் ! நீ போகலாம் . கைதியை அப்புறப்படுத்துங்கள்.”

முத்துக்குமரன், “அய்யா, நான் சொல்றதைக் கேக்கலியே இந்தத் துரை? எங்கப்பாரை அநியாயமாகக் கொன்னுட்டான்யா . . .” என்று சொல்லிக்கொண்டே இருக்கும்போது இழுத்துச் செல்லப்பட்டான். “தீர்ப்பு என்ன சொன்னாங்க?” என்று கேட்க, சிப்பாய், “எல்லாம் நல்ல தீர்ப்பாத்தான் சொன்னாங்க ! நீ சீக்கிரம் சொர்க்கலோகத்துக்குப் போகப்போறே,” என்று நகைத்தான்.

முத்துக்குமரன் மறுபடி சிறைச்சாலைக்கு அழைத்துச் செல்லப்பட்டு அதே அறையில் அடைக்கப்பட்டான். பக்கத்து அறையவன் “என்னய்யா ஆச்சு? திரும்பி வந்துட்டியே?” என்றான்.

முத்துக்குமரன் பேசாமலிருக்க, கதவைப் பூட்டினவன் போகிற போக்கில், “தெண்டனை கொடுத்தாச்சு,” என்றான்.

“என்ன தெண்டனையாம்?”

“எல்லாம் உன்னோடத்தான். நாளைக்கு காலைலே வரப் போகிறான்.”

“அட ! பரவாயில்லீங்க. போற வழிக்கு ஒரு துணை கெடைச்சுது ! யோவ், நீ கவலைப்படாதே. கொஞ்ச நேரம்தான் வலிக்குமாம். அதுவும் கழுத்துப் பட்டையிலே முணுக்குங்குமாம். வலி பூரா உள்ற போறதுக்குள்ள செத்தே போயிருவமாம் !”

அவன் என்ன சொல்கிறான் என்று கவனமில்லாமல் முத்துக்குமரன் சொந்தச் சிந்தனைகளில் ஆழ்ந்திருந்தான். ‘அம்மா வேண்டாம் வேண்டாம்னு சொன்னாங்க. மறுமுறை பெறக்கறப்போ இந்தத் துரையை மறுபடி சந்திக்கிறணும்னு சாமியை வேண்டிக்கிட்டே இருப்போம். சாவறதுக்கு முன்னாடி அதையே வேண்டிக்கிட்டிருந்த நிச்சயம் தருவாராம். பூஞ்சோலையை ஒரு தடவ பார்த்துட்டா நிம்மதியாச் சாவலாம். இதுக்குள்ள எப்படி அதால வர முடியும்? என்னால யாருக்கும் துக்கமில்லாம செய்துட்டேன். அதுக்காகவாவது சாமி எனக்கு நல்ல கதி கொடுக்காதா? நான் செஞ்சது எந்த விதத்திலே குத்தமாகும்? வெள்ளைக்காரனுக்கு வேற சட்டமா? வேற சாமியா . . .’

குழப்பமான எண்ணங்களில் தூக்கமில்லாமல் புரண்டுகொண்டிருந்தவனை அதிகாலையில் எழுப்பினார்கள். இன்னும் விடியாமல் ராத்திரி பாக்கியிருந்தது. தாண்டவராயனும் முத்துக்குமரனும் பிணைக்கப்பட்டு வெளியே அழைத்துச் செல்லப்பட்டார்கள். கை கால்களைச் சுற்றிக் கட்டி,

இடுப்பைச் சுற்றி நீண்ட கயிறு கட்டி, சிறைவாசலில் காத்திருந்த யானையின் பின்னங்காலில் இணைத்தார்கள். தாண்டவராயன் பகுத்தறிவை இழந்து, 'பசிக்காமல் ஊணும், உடையும் தந்து, துஷ்ட சகவாசம் செய்து, ஓடி ஒளிந்து, தூர்த்தனாய்த் திரிந்து, சூதாடி, பொய் பேசி, புறங்கூறி, தாசிகாந்தனாய், வேசி வீடு நுழைந்து, துர்வியாச்சியந் தொடுத்து,' என்று புலம்பிக்கொண்டே செல்ல ... யானை நடக்கலாயிற்று. சற்று வேகமாக நடக்க வைத்தார்கள். ஒவ்வொருமுறையும் அது அடி எடுத்து வைக்கையில் அவர்கள் துடித்து இழுக்கப்பட்டார்கள். தெருக்களின் ஊடே அவர்கள் அழைத்துச் செல்லப்பட, தாண்டவராயன் குரல் கேட்டு பலர் எழுந்து, வேடிக்கை பார்த்தார்கள்.

மைதானத்தில் அதிகம் பேரை அனுமதிக்கவில்லை. நடுவே அவர்கள் விடுவிக்கப்பட்டார்கள். தாண்டவராயனை அழைத்துச் சென்றார்கள். விருப்பமில்லாத நாய்க்குட்டியைப் போல் அவன் தரையைத் தேய்த்துக்கொண்டு, "பாவிகளா ! பாவிகளா !" என்று கூக்குரலுடன் நகர, தாண்டவராயனின் தலை அந்தச் சதுர வடிவக்கல்லில் வைக்கப்படும் முன் அவனுக்கு ஒரு மிடறு தண்ணீர் தரப்பட்டது.

முத்துக்குமரன் பார்த்துக்கொண்டே இருக்க முண்டாசுக்காரன், "கடவுள் உன்னைக் காப்பாற்றட்டும்," என்று சொல்லிவிட்டுத் தாண்டவராயனின் தலையை அந்தக் கல் மேல் வைத்தான். ஒருத்தன் தலையைச் சற்று ஜாக்கிரதையுடன் பிடித்துக்கொள்ள யானை ஆடிக்கொண்டே மாவுத்தனின் ஆணைகளுக்கக் கீழ்ப்படிந்து அருகே மெல்ல மெல்ல வந்து தன் ஏராளமான வலது முன்னங்காலைச் சற்றே தூக்கி அந்தத் தலையைத் தேங்காய் போல் நசுக்கியது. எல்லாப் பக்கங்களிலும் பீறிட்டு ரத்தத் தோகை விசிறியது.

"அடுத்தது நீ. வாய்யா" என்று முத்துக்குமரனை அழைத்தார்கள்.

13

முத்துக்குமரன் ரத்தப் பிரவாகத்தைப் பார்த்துப் பிரமிப்பில் இருந்தான். அதே கதி தனக்கும் சற்று நேரத்தில் ஏற்படப்போகிறது என்பதில் அவனுக்குப் பயம் விலகிவிட்டது. தாண்டவராயனின் உடல் இன்னும் துடித்துக்கொண்டிருந்தது. யானை கவலைப்படாமல் தன் ஏராளமான காதுப் பட்டைகளை விசிறிக்கொண்டிருந்தது. நசுக்கப்பட்ட தலை ஒருவித ரத்தக் கொசகொசப்பாகக் கல் மேல் கிடக்க மேலே பருந்து வட்டமிட்டது.

முத்துக்குமரன் அங்கே அழைத்துச் செல்லப்பட்டான். கிட்டே போக அருவருப்பாக இருந்தது. கடவுள் உன்னைக் காப்பாற்றட்டும் என்று சொல்வது கேட்டது. முத்துக்குமரன் அப்பனை நினைத்துக் கொண்டான். 'அப்பாரே! உன் சாவுக்குப் பழிவாங்க என்னால ஆன மட்டும் முயற்சி பண்ணிப் பார்த்துட்டேன். உங்களை மேலோகத்தில் சந்திப்பவனல்லவா !'

"கிட்ட வாய்யா ! தண்ணி வேணுமா?"

வேண்டாம் என்று தலையாட்டினான். பருந்து தைரியம் பெற்று அதிவேகமாகத் தாழ்வாகப் பறந்து ஒரு சதைப் பிண்டத்தைக் கொத்திக்கொண்டு சென்றது.

"மண்டி போட்டுக்கய்யா. ஏதாவது சாமி பேரைச் சொல்லிக்கிட்டு இரு. படக்குனு தீர்ந்துபோயிரும். கொஞ்ச நேரம்தான் வலிக்கும்."

"ஆமா ! அண்ணனுக்கு அனுபவம் உண்டு," என்று அருகில் ஒருவன் சிரித்தான்.

"ஏய், சிரிக்கிற வேளையாடா இது?"

"ஒத்துங்க ஒத்துங்க. துரை வராரு !"

முத்துக்குமரன் திரும்பிப் பார்த்தான். 'மக்கி துரை வரான் போல இருக்கு. கடைசியா செத்து மடியறதைப் பார்க்க வந்துட்டான் பாவிப் பய !'

வந்தது மக்கின்ஸி அல்ல, ஆஷ்லி. மதறாஸ் லைட் கேவல்ரியில் பிரிட்டிஷ் அதிகாரிகளுக்கு என்று ஏற்பட்ட சீருடையில் பளபளப்பாக நடந்து வந்தான். பிரெஞ்சு கிரே நிறத்தில் ஜாக்கெட், வான நீல டிரவுசர்கள், ஜாக்கெட்டின் மார்புப் பகுதியில் ஹுஸ்ஸார் வகை வெள்ளி ஜரிகை வேலைப்பாடுகள்; இடுப்பிலும் மார்பின் குறுக்கேயும் அலங்காரப் பட்டைகள்; தலைத் தொப்பியின் மேல் சாமரம் போல வெள்ளைப் பிசிறுகள். அதன் பின் பக்கத்திலிருந்து இரு அலங்காரக் கயிறுகள் தொங்கின. தொப்பியின் முன்பக்கத்தில் மால்டீஸ் வகைச் சிலுவையின் மத்தியில் எம்.எல்.சி. என்று பொறித்திருந்த பொன் எழுத்துக்கள். அதன் கீழ் கிரீடச் சின்னம். இடுப்பு பெல்ட்டில் இருந்து தொளதொளவென்று தொங்கிய நீண்ட கத்தி. காலில் கரிய நிற அணிகள்.

ஆஷ்லி ஃப்ரேஸர் கம்பீரமாக நடந்து வந்தான். சுபேதார் விறைப்பாக சல்யூட் அடிக்க, முத்துக்குமரனின் அருகில் வந்து நின்று அவனை நேராகக் கண் கொட்டாமல் பார்த்தான். முத்துக்குமரன் நிமிர்ந்து பார்க்காமல் காத்திருந்தான்.

“ஏய், இங்க பாரு,” என்றான் ஆஷ்லி.

தமிழை கேட்டு ஆச்சரியத்துடன் நிமிர்ந்தான். ஓ ! இவன் மக்கி துரை இல்லை. காயத்திற்கு மருந்து போட்டவன் . . . இந்தச் சமயத்தில் யாராயிருந்தால் என்ன? எல்லாத் துரைகளும் ஒன்றுதான் செங்குரங்குகள் !

“ஏய் ! துரை கூப்பிடாரு, பதில் சொல்லு.” ஆஷ்லியுடன் கூட வந்திருந்த துபாஷி, உடைந்த ஆங்கிலத்தில், 'நாநா சேட் கிவ் மாம்லட்500 ருப்பி ஸார்,' என்று பேசிக்கொண்டிருந்தான்.

ஆஷ்லி முத்துக்குமரன் மீது பார்வையை விலக்காமல் “ஓய்?” என்றான்.

“எவ்ரிபடி டேக்கிங் ப்ரைப் ஸார்! ப்ளாக் மேன் வெரி பேட். ஆல் ப்ளாக் மேன் ஸேம் லைக் பாட் ஸார் !”

துபாஷி, முத்துக்குமரனைப் பார்த்து, “ஏய் பொறம்போக்கு ! சாவறதுக்கு முன்னாடி துரை கால்ல விளு. உடம்பை நாய்க்குப் போடாம சரியானபடி அடக்கம் பண்ணுவாங்க. உனக்கு அதிர்ஷ்டம்டா. துரை நீ சாவறதைப் பார்க்க வந்திருக்காரு. ஸீ ப்ளாக் மேன் டையிங் ஸார் ! வெரி குட் ஸார் ! ஹெட் ப்ரேக் லைக் கோக்கனட் ஸார் ! ஏய், கால்ல விளுடா !”

“மாட்டேன்,” என்றான் முத்துக்குமரன்.

ஆஷ்லி சுபேதாரைப் பார்த்து, “என்ன இது ! இந்த இடம் இன்னும் ரத்தக் கறையுடன் இருக்கிறது? சுத்தம் செய்,” என்றான்.

“ஏய், தொரை சொல்றாரு, களுவுங்கடா.”

“இப்போது இவனைக் கொல்லாதீர்கள். இந்த உடலை அப்புறப்படுத்துங்கள். இடத்தைச் சுத்தமாக்குங்கள்.” ஆஷ்லி முத்துக்குமரன் அருகில் சென்றான். அவன் தோளில் தட்டினான்.

“கம்,” என்றான். ஒரு சிப்பாயிடமிருந்து துப்பாக்கியை வாங்கிக் கொண்டு அதனால் முத்துக்குமரனைத் தள்ளிக்கொண்டே நகர்ந்தான். துபாஷி கூட வந்தான்.

“மேஜர் ஸாப் மேடம் காட் பேபி ஸார்?”

“இஸ் இட்? எ பாய், ஆர் எ கர்ள்?” என்றான் ஆஷ்லி முத்துக்குமரனை ஏற்றி ஏற்றி நடந்துகொண்டே.

“கர்ள் ஸார் ! மேஜர் ஸாப் வெரி ஆங்ரி ஸார் !”

“ஓய் !”

“ஹி ஸே ஐ வாண்ட் பாய். ஒய் ஆல்வேஸ் கர்ள் கமிங் ! கெட் வெரி ஆங்ரி ! பீட் பட்லர் வித் ஸ்டிக் !”

ஆஷ்லி சிரித்துக்கொண்டே, “நீ போய் ஏற்பாடுகளைக் கவனி. நான் இவனைப் பார்த்துக்கொள்கிறேன்,” என்றான்.

“கர்ஃபுல் ஸார். ப்ளாக் மேன் வெரி பாட் பாஸ்டர்ட் ஸர்.”

“பரவாயில்லை. என்னிடம் துப்பாக்கி இருக்கிறது. போ !”

சற்று தூரம் நடந்து மர நிழலை அடைந்தார்கள். “நில்” என்றான் ஆஷ்லி.

சுற்றிலும் பார்த்தான். எல்லோரும் நடுவே சுத்தம் செய்வதில் கவனமாக இருந்தார்கள். ஆஷ்லி, முத்துக்குமரன் சற்றும் எதிர்பார்க்காத ஒரு காரியம் செய்தான். அவன் இடுப்பையும் கை கால்களையும் பிணைத்திருந்த கயிற்றின் இறுக்கத்தைத் தளர்த்தினான். “இந்தா,” என்று தன் கையிலிருந்த துப்பாக்கியை அவனிடம் கொடுத்தான்.

“அடி ! என்னை அடி !” என்றான்.

முத்துக்குமரன் தயங்க, அவன் கையைப் பற்றித் தன் மேல் அடித்துக் கொண்டான்.

“வா, சண்டை மாதிரி பண்ணு. சீக்கிரம் ! ஜல்தி !” என்றான்.

புரியாமல் அவன் விழிக்க, அவனைப் பற்றி வீழ்த்திக் கீழே விழுவது போல் பாவனை செய்து, “புரியதா ! புரியதா ! ஓடிப் போ. துப்பாக்கி எடுத்துட்டு ஓடிப் போ,” என்றான்.

முத்துக்குமரனுக்குச் சட்டென்று புரிந்துவிட்டது. துரை என்னை விடுவிக்கப் பார்க்கிறான். துரையை நான் திடீரென்று தாக்கித் துப்பாக்கியைப் பிடுங்கிக்கொண்டு ஓடிவிட்டது போல ஒரு காட்சியை அமைக்க விரும்புகிறான் !

“ஏன் துரை?”

“பேசாதே. ஓடிப் போ ! வெளியே குத்ரே இருக்கு ! அது மேலே போ. ஓடிப் போ. வராதே. என்னை அடி !” துப்பாக்கியை ஒரு முறை அவனுக்காகச் சுட்டான்.

சத்தம் கேட்டு அவர்கள் ஓடி வர முத்துக்குமரன் உடனே செயல்பட்டான். துப்பாக்கியை வேகமாகத் தூக்கிப் பிடித்துக்கொண்டு “வாங்கடா வாங்கடா,” என்று கத்தினான்.

ஆஷ்லி அவன் மேல் பாய்ந்து தடுப்பவன் போல் முத்துக்குமரனின் வலது கையை வாங்கிக்கொண்டு துப்பாக்கியைத் தன் மேல் பதித்துக் கொண்டான். அவர்களை நோக்கி ஓடி வந்த சிப்பாய்கள் உறைந்து நின்றார்கள். அவர்கள் பார்வையில் முத்துக்குமரன் துரையைச் சமாளித்து அவனைச் சுட்டுவிடும் நிலையில் இருப்பது தெரிந்தது.

"டோண்ட் ஷுட் ! டோண்ட் ஷுட், " என்று ஆஷ்லி கத்தினான்.

இப்போது முத்துக்குமரன் பழகிவிட்டான். "கிட்ட வந்தீங்களோ வெள்ளைக்காரனைச் சுட்டுப் போட்டுடுவேன் ! ஜாக்கிரதை !" என்றான்.

அவர்கள் அப்படியே நிற்க, முத்துக்குமரன் ஆஷ்லியை அணைத்த கையை விலக்காமல் அவனையே முன்னால் துருத்தி பாதுகாப்பாக வைத்துக்கொண்டு அவனைத் தரதரவென்று இழுத்துக்கொண்டு பின்னால் பின்னால் சென்றான்.

ஆஷ்லி அவன் காதருகில், "குட் ! வெரி குட் ! தட்ஸிட்," என்றான்.

"ஒதுங்குடா ! கிட்ட வந்தீங்கன்னா தூள்தூளாக்கிவிடுவேன் இவனை"

"மூவ் அவே !" என்று அவர்களை அதட்டினான் ஆஷ்லி.

"போல்ட் யூ ஸார். ஹி வெரி பாட் மேன் ஸார் !"

"அவன் கேட்பதைச் செய்துவிடுங்கள், சீக்கிரம் !" முத்துக்குமரன் ஆஷ்லியால் தள்ளப்பட்டுத் தூரத்தில் மரத்தில் கட்டியிருந்த குதிரைக்கு அருகே செலுத்தப்பட்டான்.

"குதிரை மேலே போகத் தெரியுமா !"

"தெரியாது துரை ! துரை ! உனக்கு நான் எப்படி நன்றி சொல்றதுன்னே தெரியலை ! என் உயிருள்ளளவும் உன்னை மறக்க மாட்டேன் துரை !"

"குதிரை மேலே ஏறிக்கோ, கால் வெச்சு ஸைட்ல தட்டு, நல்ல குதிரை, வேகமா போகும். திரி வராதே, அண்டர்ஸ்டாண்ட் !"

முத்துக்குமரன் அந்தக் குதிரை மேல் ஏற்றப்பட்டான். ஆஷ்லி குதிரையைத் தட்டிக்கொடுத்தான். அவர்கள் தூரத்திலிருந்தே ஓடி வர வர குதிரை முத்துக்குமரனைச் சுமந்துகொண்டு துடிப்புடன் புறப்பட்டது.

"குட் பை மை ஃப்ரெண்ட் !"

இப்போது அவர்கள் ஆஷ்லியை அடைந்துவிட்டார்கள். ஆஷ்லி தன் உடைகளைத் தட்டிக்கொண்டு, "சீக்கிரம் எனக்கு ஒரு குதிரை கொண்டுவாருங்கள். அவனைத் துரத்திப் பிடித்துவிடுகிறேன் ! ஒரு துப்பாக்கியும் கொண்டுவாருங்கள்?"

"ஸார் ! நானும் வரட்டுமா ?"

"வேண்டாம். நான் ஒருத்தனே அந்தக் கொலைக்காரனை, காத–கனைத் துரத்திப் பிடிக்கிறேன் ! இது என் மானப் பிரச்சினை !"

முத்துக்குமரனுக்கு குதிரை ஏறிப் பழக்கமில்லை. ஜல்லிக்கட்டின்போது முரட்டுக் காளைகளின் மேல் தொற்றிக்கொண்டு கொஞ்ச தூரம் தரையைத் தேய்த்துக்கொண்டே சவாரி செய்திருக்கிறான். இந்தக் குதிரை அப்படி இல்லை உடம்பெல்லாம் குலுங்கியது. எலும்புகள் அத்தனையும் தனித்தனியாக இயங்குவது போல இருந்தது. அவ்வப்போது சரிந்து சரிந்து விழக்கூடிய நிலைக்கு வந்து சமாளிக்க வேண்டியிருந்தது. குதிரையை எப்படிச் செலுத்துவது என்று தெரியவில்லை. மைதானத்தை அடுத்த சவுக்குக் காடுகளின் ஊடே அது வேகமாகச் சென்றுகொண்டிருந்தது. ஒரு வாகாக உடம்மைப அசைத்தால் அவ்வளவு எலும்பு குலுக்குதல் இல்லை என்று கண்டுபிடித்தான். இப்போது சற்று ஆறுதலாக இருந்தது.

ஆஷ்லி காவல்ரி ரெஜிமெண்டிலிருந்து மாதம் ஏழரை ரூபாய்க்கு வாடகைக்கு வாங்கிக்கொண்டு போலோ விளையாடுவதற்காகப் பழக்கியிருந்த குதிரை அது, சிறு சிறு பாய்ச்சல்களில் அதிவேகமாக ஓடப் பழகியிருந்த குதிரை.

முத்துக்குமரன் அது நேராகத் தன்னை எங்கோ அழைத்துக்கொண்டு செல்வது போலத்தான் உணர்ந்தான். சவுக்குத் தோப்பின் விளிம்பில் நீலக் கரும்பச்சை மேலாக்குப் போல் கடற்கரை தெரிந்தது. குதிரை போகிற போக்கைப் பார்த்தால் நேராகக் கடலுக்குள் ஓடும் போல் இருந்தது. முத்துக்குமரன் அதிகம் கவலைப்படவில்லை. யானையின் காலிடுக்கிலிருந்து ஆச்சரியமாக அவனைத் தப்புவித்தது எது? 'விதின்னு சொல்றாங்களே இதுதான் போல இருக்கு. இன்னேரம் இறந்திருக்க வேண்டியவன். எதுக்காக காப்பாத்தப்பட்டேன்? எனக்குன்னு சாமி வேற ஏதோ வெச்சிருக்காரு ! சே, இந்தத் துப்பாக்கி வேண்டாம். சரியான சுமை!'

முத்துக்குமரனின் முகத்தில் இப்போது கடற்காற்று வீச, குதிரைப் பாதங்கள் கடற்கரையோர ஈரமண்ணில் பதியவே இல்லை போலத் துடிப்புடன் ஓடிக்கொண்டிருந்தது. முத்துக்குமரனுக்கு அவன் அத்தனை வலிகளையும் மீறி பூஞ்சோலையின் ஞாபகம் வந்தது. அவளைப் பார்க்க வேண்டும். பார்த்து, 'பூவு, நான் இன்னும் உயிரோடதான் இருக்கேன். உன்னைப் பாக்க ஓடியே வந்துட்டன் பார்த்தியா? பூவு, நான் உன்னைக் கட்டிக்கிட்டு உன் கூடவே இருக்கிறேன். அந்த வெள்ளைக்காரனைப் பழிவாங்கறதைப் பத்தி நெனக்கவே மாட்டேன் !'

"நெனக்கவே மாட்டியா?"

“ஆமா !”

“எப்பவும்?”

“கொஞ்ச காலத்துக்காவது நெனக்காம இருந்தாப் போச்சு !”

“அதுக்கப்புறம்?”

“அப்புறம் மறுபடி ஒரு முறை . . . சே, அதைப் பத்தி இப்ப என்ன !”

‘சாமி உன்னைப் பழிவாங்கறதுக்குக் காப்பாத்தியிருக்காரா, இல்ல கல்யாணம் கட்டிக்கிட்டுச் சுகமா இருக்கிறதுக்கா?’

‘கல்யாணம் கட்டிக்கிட்டு பழிவாங்கறதுக்கு ! முதக்கா கல்யாணம், அப்புறம் மத்த விசயத்தைப் பார்க்கலாம். வந்துட்டன் பூவு ! வந்துட்டன் !’

முத்துக்குமரன் பாடினான்:

‘கூடுனமே கூடுனமே நாம்

கூண்டு வண்டிக் காளை போல

ஆகாத காலம் வந்து நாம்

ஆளுக்கொரு சீமையானோம் . . .’

ஆஷ்லி அந்தச் சவுக்தித் தோப்பு வரை குதிரை மேல் சென்று சற்று நேரம் அங்கே இளைப்பாறி, பறவைகளின் குரலைக் கேட்டுக் கொண்டிருந்தான். துல்லிய நீல வானத்தில் சவுக்கு ஊசிகளின் ஊடே வைர ஊசிகள் போல சூரிய ஒளி சிதற ஆஷ்லி எமிலி அட்கின்ஸனை நினைத்துக்கொண்டான். கடல் நீரின் உப்பங்கழி ஏரி போல விரிந்திருக்க அதன் கரையில் தனியாக ஒரு கல் மேல் அடிக்கடி தலையை எழுப்பி எழுப்பி உடலை ஆட்டி ‘கிளிக்’ என்று மெதுவாக ஒவ்வொரு எழுச்சியின்போதும் ஒரு வண்ணப்பறவை கூப்பிட்டுக் கொண்டிருந்தது. நீல மீன்கொத்திப் பறவை நீலமும் பச்சையும் கலந்த உடல், அடர்த்தியான குட்டை வால், நீண்ட நேரான கூர் அலகு, அன்று நடனத்தில் எமிலியின் வர்ணக் கலகத்தை நினைவுபடுத்தியது. எமிலி ! அழகான கைகளுக்குக் கையுறை அணிந்திருந்தாள். ஆஷ்லி பாடினான் :

“See how she leans her cheek
upon her hand
O that I were a glove
upon that hand
That I might touch
that cheek . . .”

என்று ரோமியே ஆனான் ஆஷ்லி.

சற்று நேரத்தில் சவுக்குக் காட்டிலிருந்து வெளிப்பட்டு குதிரை மேல் விரைவாகத் திரும்பி மைதானத்துக்கு வந்து, "அவன் தப்பி ஓடி விட்டான்! பத்துப் பதினைந்து ஆட்கள் உடனே புறப்படுங்கள்! கடற்கரைப் பக்கம்தான் போயிருப்பான். துப்புரவாகத் தேடுங்கள் . . . அவனை எப்படியாவது பிடித்துவிட வேண்டும்," என்றான்.

மனதுக்குள், இந்நேரம் நாற்பது மைலாவது அவன் போயிருக்க வேண்டும் என்று எண்ணிக் கொண்டான்.

14

முத்துக்குமரனுக்குச் சற்று நேரத்துக்கு மேல் அந்தக் குதிரை சரிப்பட்டு வரவில்லை. சட்டென்று இறங்கி அதைத் தட்டிக் கொடுத்து அனுப்பிவிட்டு இருட்டும் சோலையும் தந்த பத்திரத்தில் நொண்டி நடந்தான். அவனுக்குத் தான் உயிருடன் இருப்பதே நம்பக்கூடியதாக இல்லை. அடிக்கடி தன்னைத் தொட்டுப் பார்த்துக் கொண்டான். காதில் இன்னும் யானை மணி ஓசை கேட்டுக் கொண்டிருந்தது. கண்ணுக்குள் இன்னும் அந்த ரத்தச் சேறு மிச்சமிருந்தது. ஆஷ்லியின் முகம் நினைவுக்கு வந்தது - நல்ல துரை. எப்பாவாச்சும் அவரைப் பூஞ்சோலைகூடப் போயிட்டுப் பார்த்துட்டுக் கால்லே விழுந்து கும்புடணும். வெள்ளைக்காரங்கள்ளயும் நல்லவங்க இருக்காங்க. அவங்கள்ளயும் இரக்கம் உள்ளவங்க இருக்காங்க, பூவு.

பூவு ! எனக்காகக் காத்திருக்கியா, எப்படியாவது வெசாரிச்சுட்டு வந்துர்றேன். இப்ப நான் எங்கே இருக்கேன்? கடலோரமா எத்தினி காதம் வந்திருப்பேன் ? எந்தத் திசை இது? தூரத்தில் வானத்தில் லேசாகப் பாக்கியிருந்த வெளிச்சத்தில் ஒரு மீனவன் பாடிக்கொண்டே நடந்து செல்வது தெரிந்தது.

“அய்யா, அய்யா !”

“யாரது? கோலப்பனா?”

“இல்லிங்க. எம்பேரு முத்துக்குமரன். இது எந்த ஊருங்க !”

“தெகன பட்டணம்.!”

“இங்கிருந்து ஆலப்பாக்கம் எவ்வளவு தொலைவுங்க?”

“ஆலப்பாக்கமா? அது எங்கயோ இல்ல இருக்கு. இன்னும் வடக்கால போவணும். நீ ஆலப்பாக்கமா?”

“ஆமாங்க.”

“அங்கருந்து இங்க வந்தியா? நாலு நா ஆயிருக்குமே !”

“மத்ராஸ் பட்டணம் போய் வரேங்க.”

“யாவாரமா?”

“இல்லீங்க.”

“வெவசாயமா?”

“அதும் இல்லீங்க. நான் சிலம்பக்காரங்க. அய்யா, ராத்தங்க ஒரு எடம் சொன்னீங்கன்னா உபகாரமா இருக்கும். ரொம்பக் களைச்சு வந்திருக்கேன். சோறு போட்டா அதுக்காக ஏதாவது வேலை செய்வேன்.”

“வளிப்பறிக்காரன் இல்லியே?”

“அதெல்லாம் இல்லீங்க.”

“வளிப்பறி சாஸ்தியாய்கிட்டு இருக்குது. என்கூட வா. மீன் தின்னுவியா?”

“எது வேணாத் தின்னுவங்க. பசிங்க.”

கடற்காற்று சதா ஊளையிட மீனவனின் மனைவி தந்த சுறுசுறுப்பான திரவத்தைச் சோற்றுடன் கலந்து நிரடின மணலையும் மதிக்காமல் அகல வாயால் உண்டு மூலையில் முடங்கிப் படுத்தபோது முத்துக்குமரன் உடலில் ஒத்திப்போட்டிருந்த அத்தனை களைப்பும் சேர்ந்து கொள்ளச் சீக்கிரமே தூங்கப்போனான்.

பூஞ்சோலை அவன் முகத்தில் சற்றே புன்னகையானாள். நாடு நகரம் பூராத் தேடி வந்துருவேன் பூவு . . .

பூஞ்சோலை தூக்கமில்லாமல் புரண்டுகொண்டிருந்தாள். அகல விழிகள் ஈரமாகிக் கூடாரத்தில் தொங்கும் எண்ணெய் விளக்கை வெறித்துப் பார்த்துக்கொண்டிருந்தன. பக்கத்தில் சிவகாமி, அவள் மார்பில் கை வைத்து வாய் திறந்து அரிசிப் பற்கள் தெரிய உறங்கிக் கொண்டிருந்தாள். வெளியே இரவு சலித்துக்கொண்டிருந்தது. மாலை நடந்தது நினைவில் உறுத்தியது.

“நாம் பாத்தேன் பூவு ! தலையை நசுக்கிட்டாங்க.”

“என்னடா பாத்தே !”

“பொய் சொல்லாதே நீ. கண்ணாலே பார்த்தியா?”

“பாத்தவங்க சொன்னாங்க?”

“என்ன சொன்னாங்க?”

“யானை வந்துச்சாம். தலையை எரடிட்டுப் போயிருச்சாம். ரொம்ப ரத்தம் கொட்டிச்சாம். உடலை எடுத்துக்கிட்டுப் போனாங்களாம். தலையை அங்கேயே வுட்டுட்டாங்களாம். தலை மட்டும் துடிச்சிச்சாம் பூவு.”

சிவகாமி பயந்துபோய் வீறிட்டு அழ பூஞ்சோலை அவ்வப்போது அடக்க முடியாமல் அழுதபடி அவளையும் தன்னையும் தேற்றிக் கொண்டிருக்க, தாத்தா, “போவுது போ. மறக்க ஒரு வளி சொல்லட்டா?” என்றார்.

"அந்தாளை மறக்க முடியாது தாத்தா. எப்படி மறப்பேன்?"

"இத பாரு பூவு. அவன் செத்துக் தொலைஞ்சுபோய்ட்டான். வெள்ளைக்காரன்கூட விரோதம் வெச்சுக்கிட்டான். செத்தான். அவனை மறக்க ஒரே ஒரு வளிதான் இருக்குது. நம்ம ராக்கனைக் கல்யாணம் கட்டிக்கிடு. அவன் எத்தனை நாளா உனக்குன்னு காத்துக்கிட்டு இருக்கான். பொஷ்ந்ததில இருந்தே ராக்கன் உனக்குத் தான்னு பேச்சு. இவன் குறுக்க வந்து குளப்பிப் போட்டுட்டான். நல்ல வேளை போய்ட்டான். தை மாசம் முடியப்போவுது. நாள் பாத்துப் பேசாம அவனைக் கட்டிக்கிடு. டேய் ராக்கா . . ."

ராக்கனும் தாத்தாவும் பேசிக்கொள்வதையும் ராக்கன் சந்தோஷத்தில் துள்ளுவதையும் தாத்தா கூட்டத்தில் மற்றவர்களுக்கு ஆணையிடுவதையும் ஒருவித மரத்த நிலையில்தான் கேட்டுக்கொண்டிருந்தாள். மனசுக்குள் எனக்குக் கல்யாணம் வேண்டாம் என்று சொல்ல வேண்டும் போலிருந்தது. வாய் வார்த்தையாக வராமல் போயிற்று. தாத்தா நல்லதுக்குத்தான் சொல்கிறார். நம்ம கூட்டத்திலேதான் எனக்கு எல்லாம் – அந்தாளோ போய்ட்டான்.

"காலைல பெறப்பட்டுருங்கடா. நம்ம கிராமத்துப் போயிரலாம். பெரியவங்களைக் கூப்பிட்டுப் போட்டு எல்லாருக்கும் ஏலக்கா கொடுத்து ஆத்தாளுக்குக் கோளி வெட்டிப்பிட்டு பாக்கு வெத்திலை வெச்சு ஓலை சொல்லச் சொல்லிரு. பூசாரிகிட்ட நாள் பார்க்கச் சொல்லிரு. அப்படியே இந்த சிவகாமிக்கும் குணவேலன் செரிப்பட்டு வருவானா பாக்கலாம். அவனுக்குப் போட்டி வெச்சுரு. என்ன . . .?"

"சரி தாத்தா." ராக்கனின் உற்சாகக் குரல். "எல்லாரும் கேளுங்கடா . . . எல்லாரும் கேளுங்கடா . . . எனக்கும் பூஞ்சோலைக்கும் கல்யாணம். கல்யாணம் . . ."

வெளியே அவர்கள் பாடும் சப்தம் கேட்டது.

கண்ணாடி வளையலும் கம்மலும் போடணும் . . .
கொண்டைச் சுருளுக்கு செண்டுங்க கட்டணும் . . .
பாக்கில்லா வெத்திலை போட்டுப் பலன் இல்ல . . .
சுருளுப் பாக்குக்கு சுண்ணாம்பு தாங்க . . .
பெத்த பிறப்பெல்லாம் ஒண்ணாகப் போகலாம் . . .

மேளம் படப்பட பூஞ்சோலை சப்தமில்லாமல் அழுதாள். அவளுக்கு மனசுக்குள் தன்னை ஒரு துக்கச் சூழல் சாஸ்வதமாகச் சுற்றிக்கொள்ளப்போகிறது என்ற பயம் கலந்தது.

காலை வெய்யிலின் சாய்வில் இபிஸ்கஸ், ஒலியாண்டர், மல்லிகை, ரோஜா மலர்கள் மெலிதாகக் காற்றில் ஆடும் வேளையில் கர்னல் நீல்

தோட்டத்தில் கொஞ்சம் நடப்பார். தூரத்தில் அவருடைய ஏடிஸி காப்டன் கார்டன் நின்றுகொண்டிருக்க அவர் மட்டும் உலவிக்கொண்டிருந்தார். சுற்றிலும் பரவியிருந்த அழகில் அவர் ஏசுபிரானை நினைத்துக்கொண்டார்.

நீல் மிகுதியான கடவுள் நம்பிக்கையையும். ஏன் கடவுள் பயமும் உள்ளவர். ஆண்டவனை நம்புகிறவன் ஆசி பெற்றவன், அவன் நீரருகில் நடப்பட்ட மரத்திற்கு ஒப்பானவன். ஆண்டவனை நம்புகிறவனுக்கு ஆதி முதல் மகிமைக்குரிய உயர்ந்த அரியணை உண்டு. இந்த வயதில் அவர் ஒரு நோக்கில் அழகாகவே இருந்தார். பெரிய தாராள மீசை. அதற்குப் போட்டியான அடர்த்தியான புருவங்கள். எப்போது கருணை, எப்போது கட்டுப்பாடு என்று சட்டென்று சொல்லிவிட முடியாத குண மாற்றங்கள். இன்னும் சில மாதங்களிலேயே இறந்துவிடப் போகிற கர்னல் நீல் அது பற்றித் தெரிந்திருந்தாலும் இந்தக் காலையில் அதிகம் கவலைப்பட மாட்டார் என்றே தோன்றியது.

காப்டன் கார்டன் அவரை மரியாதையுடன் அணுகி, "ஸர், காப்டன் பிரேசரும் லெப்டினன்ட் மக்கின்ஸியும் வந்திருக்கிறார்கள்."

"எதற்காம்?"

"நீங்கள்தான் அவர்களை வரச் சொல்லியிருப்பதாகத் தெரிகிறது."

"ஓ ! மறந்துவிட்டேன். அந்தப் பாழாய்ப்போன சம்பவம் ! ஆஷ்லி ! வா என்ன ஆயிற்று, சொல்லு."

ஆஷ்லி அருகே வந்து வணங்கி, மரியாதையான தூரத்தில் நின்று, "ஸர் ! அந்த மரண தண்டனைக் கைதி தப்பித்துவிட்டான்," என்றான்.

"தெரியும், நீ என்ன செய்தாய்? பார்த்துக் கொண்டிருந்தாயா?"

"சற்றே அயர்ந்திருந்த கணத்தில் கைதி துப்பாக்கியைப் பிடுங்கிக் கொண்டு என்னை அதற்கு இலக்காக வைத்துத் தப்பித்துவிட்டான்."

மக்கின்ஸி அருகே வந்து வணங்கிவிட்டு, "ஸர், உங்களிடத்தில் நான் ஒரு புகாரைச் சமர்ப்பிக்க விரும்புகிறேன்."

"சமர்ப்பி."

"நடந்த நிகழ்ச்சி திட்டமிட்டே செய்யப்பட்டது."

"யார் திட்டம் ?"

"காப்டன் பிரேசர்."

"ஸர், இதை நீங்கள் தீர விசாரிக்கலாம். அவன் தப்பித்துக் கொண்டதற்குக் காரணம் லெப்டினன்ட் மக்கின்ஸியின் போக்கு என்றுதான் சொல்லுவேன்."

“என்ன இது ! என்ன ஆகிக்கொண்டிருக்கிறது என் அதிகாரிகளுக்கு ! கைதியைத் தப்பிக்க வைத்துவிட்டு ஒருவருக்கொருவர் குற்றம்சாட்டிக் கொண்டிருக்கிறீர்கள். இது என்ன ராணுவமா, மதுச் சாலையா?”

“காப்டன் ஆஷ்லி பிரேசரை ராணுவ கோர்ட்டில் விசாரித்துத் தண்டனை கொடுக்க வேண்டும்,” என்றான் மக்கின்ஸி கோபமாக.

“அதைத் தீர்மானிக்க வேண்டியவன் நான்,” என்றார் நீல். “ஆஷ்லி, நடந்தது என்ன? சுருக்கமாகச் சொல்.”

“நிலைமை சற்று எக்கச்சக்கமாகிவிட்டது. அதை நான் சிறைச்சாலையின் அதிகாரி என்கிற முறையில் சற்று அஜாக்கிரதையில்லாமல் இருந்திருந்தால் தவிர்த்திருக்கலாம். அதற்கான விளைவுகளைச் சந்திக்க நான் தயார். ஆனால் லெப்டினன்ட் மக்கின்ஸியும் இதற்குப் பொறுப்பு என்று சொல்ல வேண்டும். ஒரு காப்டனுக்கு உரிய மரியாதையை எனக்குத் தராமல் என்னை இந்தியச் சிப்பாய்கள், சுபேதார்கள் முன்னிலையில் துச்சமாகப் பேசியதும், என் உத்தரவின்றிச் சிறைச்சாலைக்குள் நுழைந்து, கட்டுண்டிருந்த அந்த மரணக் கைதியை மிக மோசமாக அடித்துப் போட்டதும் மறைமுகமான காரணங்கள். அந்தக் கைதியின் பரிதாப நிலையைப் பார்த்து எந்த மனமும் கலங்கியிருக்கும். அவன் தப்பிக்கச் சிறைச்சாலைக் காவலர்களே உதவியிருக்கலாம் என்று நான் நம்புகிறேன்.”

“எட்வர்ட் ! என்ன இதெல்லாம்?”

மக்கின்ஸி மவுனமாக இருந்தான்.

“தான் ஒரு லெப்டினன்டாக இருந்தும் என்னைவிட, ஒரு காப்டனைவிட உயர் அதிகாரி என்று பலர் முன்னிலையில் பேசியதற்கும் சாட்சியங்கள் இருக்கின்றன,” என்றான் ஆஷ்லி தொடர்ந்து.

“எட்வர்ட் !”

“ஸர், நான் வேறு பிரிவைச் சேர்ந்தவன் என்றுதான் சொன்னேனே தவிர உயர் அதிகாரி என்று ஒருபொழுதும் சொல்லவில்லை.”

“முழுப் பொய்! இதை என்னால் நிரூபிக்க முடியும்.”

“சரி சரி. இந்தியர்கள் முன் நம் உட்பூசல்களைக் காண்பிக்க வேண்டாம். எட்வர்ட், நீ ஆஷ்லியிடம் மன்னிப்புக் கேட்டுக்கொள்.”

“ஸர், நானும் விரைவிலேயே காப்டன் ஆகப்போகிறவன். பலமுறை தற்காலிகமாகக் காப்டன் பதவியில் இருந்தவன் . . .”

“இருந்தும் நீ அப்படிப் பேசியிருக்கக் கூடாது. மன்னிப்புக் கேள்.”

மக்கின்ஸி தயங்க, கர்னல் நீல் கடுமையாக, "கேள் ! இது என் ஆணை," என்றார்.

மக்கின்ஸி முறைப்பாக "ஸாரி," என்றான்.

"இது போதாது. எனக்கு எழுத்து மூலம் மன்னிப்புக் கடிதம் வேண்டும்."

கர்னல் நீல், "ஆ...ஷ்...லி! நீயும் சற்று அதிகம். வாருங்கள் ! இரண்டு பேரும் ஒரு முறை என் முன்னிலையில் கைகுலுக்கிக் கொள்ளுங்கள்."

அவர்கள் இருவரும் கண்களில் விரோதத்துடன் கை குலுக்கிக் கொண்டார்கள்.

"இப்போது ஆஷ்லி ! உன்னையும் நான் சும்மா விடப்போவதில்லை. என்ன இருந்தாலும் அம்மாதிரி அவனைத் தப்பிக்க வைத்ததில் கவனக்குறைவாக இருந்ததற்கு உனக்கு ஒரு தண்டனை கொடுத்தாக வேண்டும். நடந்ததைப் பற்றி ரிப்போர்ட் எழுதியிருக்கிறாயா?"

"காப்டன் கார்டனிடம் கொடுத்திருக்கிறேன் ஸர்."

"கார்டன் ! என்ன செய்யலாம் இந்த உதவாக்கரை அதிகாரியை?"

கார்டன் சிரித்து, "அது நீங்கள் தீர்மானிக்க வேண்டியது ஸர்," என்றான்.

"ஓடிப்போனவனைத் தேட ஏற்பாடு செய்தாயா?"

"செய்துவிட்டேன்," என்றான் ஆஷ்லி. "நானே நேற்று குதிரை மேல் சென்று இருட்டும்வரை சவுக்குக் காடுகள் முழுவதும் தேடினேன் அகப்படவில்லை. இன்னும் தேடுவதற்கு நிறைய ஆட்கள் சென்றிருக்கிறார்கள் !"

"இன்னும் இரண்டு தினங்கள் தருகிறேன். அவனை எப்படியாவது பிடித்துவிடுங்கள்."

"சரி ஸர்."

கிளம்புமுன் நீல் ஆஷ்லியைத் தனியாகக் கூப்பிட்டார். அவன் தோளில் தட்டி, "உன்னைப் பற்றிச் சற்றுக் கவலையாக இருக்கிறது" என்றார்.

"ஸர்."

"ஒரு ராணுவ அதிகாரிக்கு உரிய அழுத்தமும் கோபமும் உனக்குப் போதாது. கவிதை எழுதுகிறாயாமே?"

“ஓய்வு நேரங்களில்.”

“கவிதை ஒரு கால விரயமான பொழுதுபோக்கு ஆஷ்லி ! ஏன் இப்படி இருக்கிறாய் ! உன்னைப் பார்த்தால் பெண்மையும் தயக்கமும் மிளிர்கிறது. ஒரு லெப்டினன்ட் உன்னிடம் நான் உன்னைவிட உயர்ந்த அதிகாரி என்று திட்டுகிறான். கேட்டுக் கொண்டிருக்கிறாய். . .”

“மக்கின்ஸி சில வேளைகளில் காப்டனாகப் பணிபுரிந்ததால். . .”

“அபத்தம். ஆஷ்லி, இதே பார். நிமிர்ந்து நில். உன்னை அழுத்தமாக எல்லோரும் உணரச் செய். உன்னிடமிருந்து நான் நிறைய எதிர்பார்க்கிறேன்.”

“வந்தனம் ஸர் !”

ஆஷ்லி அந்த இடத்தை விட்டு விலகி வெளிவரும்போது புன்னகைத்துக்கொண்டான். அங்கிருந்து கர்னலின் வீட்டு வாசலைக் கடந்ததும் சட்டென்று ஒரு வெல்லெட் நிற ரோஜாவைப் பறித்துக் கொண்டான். எமிலிக்குக் கொடுக்க வேண்டும் என்று எண்ணிக் கொண்டான்.

“ரோஜா எமிலிக்குத்தானே?” என்று பின்புறத்தில் குரல் கேட்டுத் திரும்பினான்.

மக்கின்ஸி அவனைப் பார்த்து முறுவலித்தான். “கொடுங்கள். என் மரியாதைக்குரிய, மதிப்புக்குரிய உயர் அதிகாரி காப்டன் ஆஷ்லி பிரேசர் அவர்களே, நான் கொண்டுசெல்கிறேன் ! அவள் என்னை மணக்கச் சம்மதித்துவிட்டாள். சீக்கிரமே திருமணம் நடக்கவிருக்கிறது. கட்டாயம் வர வேண்டும். அழைப்பிதழ் அனுப்புகிறேன்,” என்றான்.

15

ஆஷ்லி அவன் போவதைப் பார்த்துக்கொண்டிருந்தான். சட்டென்று நல்ல உயரத்திலிருந்து சரிந்து விழுந்துவிட்டது போல உணர்ந்தான். எமிலி மேல் ஓர் ஆர்வமும் ஆசையும் வைத்திருந்தான். என்றைக்காவது ஒரு நாள் அவளிடம் மெல்லச் சென்று, 'எமிலி, நான் உன்னைக் காதலிக்கிறேன். உன்னைத் திருமணம் செய்து கொள்வதைப் பாக்கியமாகக் கருதுவேன்' என்றெல்லாம் சொல்ல ஒத்திகை பார்த்து வைத்திருந்தான். எல்லாம் ஒத்திகைதான். மனத்திலிருந்து ததும்பி வார்த்தைகள் வெளிப்படுவதற்குள் மக்கின்ஸி முந்திக்கொண்டு விட்டான். புயல் அடித்தது போல் அவளைக் கவர்ந்து சென்று விட்டான்.

ஆஷ்லிக்கு லேசாக அழுகை வந்தது. கண்களை அடிக்கடி தொட்டுக்கொண்டு கண்ணீரை நிறுத்த முயற்சித்தான். வாழ்க்கையில் இழப்பதற்கென்றே பிறந்தவன் நான். என் உள்மனத்தின் தயக்கங்காலும், சங்கோஜத்தாலும் தைரியமாக மனசில் இருப்பதைச் சொல்லாமல் நான் எத்தனை இழந்திருக்கிறேன் ! தியாகம் செய்வதே எனக்குப் பொழுதுபோக்காகிவிட்டது. இப்போது எமிலி, மக்கின்ஸி திருமணத்தில் என்னை ஏதாவது எடுபிடி வேலையில் பங்கெடுத்துக் கொள்ளச் சொன்னால் அத்தனை சோகத்தையும் விழுங்கிவிட்டு உதட்டில் புன்னகை பொருத்திக்கொண்டு செயற்கைத்தனமான உற்சாகம் அணிந்துகொண்டு தயாராவேன். ஆஷ்லி தன் துப்பாக்கியை ஒரு முறை பார்த்துக்கொண்டான். ஒரு கணம் வாய்க்குள் வைத்துச் சுட்டுக்கொள்ளலாமா என்று தோன்றியது. உடனே வேண்டாம். இது செத்துப்போக லாயக்கான ஏமாற்றம் இல்லை. எத்தனையோ பெண்கள், எத்தனையோ சந்தர்ப்பங்கள் ! பெண் ! எந்த நிறத்தவளாக இருந்தால் என்ன ? பெண் பெண்தான் ! ஆஷ்லிக்கு அந்த ஆசை ஏற்பட்டது. ஏஜெண்டிடம் சொன்னால் ஏற்படுத்தித் தருவான் காசு அதிகமில்லை.

மாலை ஆஷ்லி தனியாய் வராந்தாவில் உட்கார்ந்து கொண்டு காலை நாற்காலியின் நீட்டலில் வைத்துக்கொண்டு கிளாரெட் மது அருந்திக்கொண்டிருந்தான். பக்கத்தில் நின்று ஊற்றிக்கொண்டிருந்த இந்திய வேலைக்காரனுக்கு எஜமானரின் இன்றைய நடத்தை சற்று விந்தையாகவும் அச்சமாகவும் இருந்தது. எப்போதும் இரண்டு விரல் அளவுக்கு மேல் சாப்பிட மாட்டார். இன்று மூன்று மூன்றாக மூன்று முறை சாப்பிட்டுவிட்டார். இன்னும் கொண்டுவா என்கிறார். விட்டதைப் பார்த்துக்கொண்டு தொடர்ந்து புகை பிடிக்கிறார். சற்றே கண்களில் கண்ணீர் தெரிகிறது. வெள்ளைக்காரங்களுக்கும் அழ வேண்டிய விஷயம் இருக்கிறதா என்ன ?

ஆஷ்லி சோகை நிலாவைப் பார்த்துக்கொண்டு மடக்கென்று விழுங்கினான். இருட்டில் ஒரு குதிரை பூட்டிய வண்டி வந்து நிற்பதைச் சுவாரஸ்யமில்லாமல் கவனித்தான்.

வண்டியிலிருந்து இறங்கினவன் தலைப்பாகையைச் சரிசெய்து, கொண்டு ஓரமாக வந்து நின்றான். "காப்டன் அய்யா வரச் சொன்னீங்களாமே. சமூகத்துக்கு சந்தோஷத்துக்கு ஏற்பாடு செய்திருக்கு," என்றான்.

ஆஷ்லி, "வா என் இந்திய நண்பனே ! என்னுடன் சேர்ந்து குடி," என்றான்.

வந்தவன் பல்லெல்லாம் நிலா வெளிச்சத்துக்குத் தற்காலிகப் போட்டியாகச் சிரித்து, "இன்னிக்கு எனக்கு விரதம். துரை கூடக் குடிக்கிறதுக்கு எனக்கு பாக்கியம் பண்ணி வெக்கலை. துரை டான்ஸ் மட்டும் பார்க்கணுமா, இல்லை அதற்கு மேல் பாக்கணும்னாக் கூட அதுக்கான பந்தோபஸ்து பண்ணி வெச்சிருக்கு. போலாங்களா?"

"ஏய், என் அங்கியை எடுத்துக் கொடு." ஆஷ்லி தடுமாறி எழுந்து நின்றான்.

அவனைத் தாங்கிக்கொள்ள இருவரும் அவசரமாக வர, அவர்களை நீக்கி, "இத பார், நான் நேராக நடக்கிறேன் பார்," என்று குழந்தை புதிதாக நடப்பது போல் முன்வாசல் பக்கம் சென்று, காத்திருந்த வண்டிக் குதிரையின்கிட்டே சென்று அதன் கண்ணைப் பிரித்துப் பார்த்தான். அவர்கள் கலவரத்துடன கவனித்தார்கள். "இது ஏழரை ரூபா குதிரையா?" என்றான்.

"மட்டக்குதிரை துரை ! வண்டிக் குதிரை ! நீங்க பின்னால் வாங்க. பின்பக்கம் வண்டி இருக்குது," இருவரும் அவனுக்குச் சற்று உதவி செய்து வண்டியில் ஏற்ற, துடிப்புடன் புறப்பட்டு வண்டி கல்வேய்ந்த சாலையில் சப்தமிட்டுச் செல்ல ஆஷ்லி அவர்கள் இருவருக்கும் புரியாமல் பாடினான். வண்டியின் முன்பக்கத்தில் தொற்றிக்கொண்ட இருவரும் தாழ்ந்த குரலில், "என்னடா ஆயிருச்சு துரைக்கு ?"

"ஒண்ணும் தெரியலைண்ணே. சாயங்காலத்தில் இருந்து ஒரு மாதிரி இருக்காரு. எப்ப பாத்தாலும் எமிலி எமிலின்னுக்கிட்டு. கொஞ்சம் கண்ணில் தண்ணிகூட வந்திருச்சி. அப்புறம் பக்கம் பக்கமா எழுதித் தள்ளினாரு. ரெண்டு புட்டி காலி பண்ணிட்டாரு."

"எங்கிட்ட வந்த ஏஜெண்டு சட்டுனு ஏற்பாடு பண்ணுன்னு சொல்லிட்டுப் போயிட்டாரு. இந்தத் தே . . . . ளுகளைப் பார்த்து பொறுக்கிக்கிட்டு வரத்துக்கு இத்தனை நேரம் ஆயிருச்சு பாரு என்ன வேணுமாம்? நாட்டியம் மட்டும்தானா, அப்புறமும் உண்டா?"

“தெரிலேங்களே !”

“இதுக்கு முன்னாடி கூட்டிட்டுப் போயிருக்கியா?”

“இதுவரை போனதே இல்லிங்க தங்கமான துரைங்க. என்னவோ ஆயிருச்சு. அய்யா . . . இப்ப எங்க போறம்?”

“தேவராயன் தெருதான். வேற எங்க? அங்கதான் கொஞ்சம் சுமாரா ஆட்டமும் இருக்கும். களுதைங்க பாக்கவும் சுமாரா இருக்கும். இல்லாட்டி நம்ம பேர் கெட்டுப்போயிரும் பாரு ! நாளைக்கு துரை போதைல இருந்து எந்திரிச்சதும், ‘என்ன செங்கு இப்படிப் பண்ணிட்டே. கர்ல்ஸ் நோ குட்டுன்னுட்டான்னா நம்ம மரியாதை என்ன ஆவுறது? இப்படித்தான் மேஜர் டைஸன்னு ஒருத்தன் காட்டெருமை மாதிரி இருப்பான். ஒரே ராத்திரில மூணு பேத்தை - குதிரை கனைத்தது - அந்தப் பொண்ணுங்களானா, அப்புறம் ‘அண்ணே, அவன் என்ன மனுசனா, இல்ல காண்டாமிருகமா? இடுப்பெல்லாம் விட்டுப்போச்சு’ன்னுதுங்க . . . டைஸன் காலைல என்னைக் கூப்பிட்டு ‘செங்கல், யூ கிவ் மி குட் கர்ல்ஸ், ஐ வெரி ஹாப்பின்னு’ நூறு பகோடா குடுத்தான். ஞாபகம் வெச்சுக்க, இந்த துரை பணம் வெச்சிருக்கான்ல? இதுங்கள்ளாம் சீட்டெழுதி வாங்கிக்காதுங்க. உடனே கை மேல காசுங்கும் . . .”

வண்டி ஒற்றை மாடிக் கட்டிடத்தின் முன் நிற்க ஆஷ்லி அதிலேயே உட்காந்திருந்தான். “வாங்க துரை ! வந்திருச்சு.”

ஆஷ்லி செலுத்தப்பட்டது போல அவன் பின் நடந்து குறுகலான மாடிப்படிகளில் ஏறிச் சென்றான். ஏதோ ஒரு இந்திய வாத்தியத்தின் ஒலி கசிந்தது. தான் செய்வது ரெஜிமெண்ட் விதிமுறைகளின்படி குற்றம் என்று மூலையில் ஒரு குரல் எச்சரித்தது. அவுட் ஆஃப் பவுண்ட்ஸ் பட்டியலில் ப்ராதெல்ஸ் என்பது முதல் வார்த்தை என்பது ஞாபகம் இருந்தால் என்ன? இன்று நான் இந்திய எமிலியைச் சந்திக்கத்தான் போகிறேன் !

“வாங்க . . . வாங்க”

அறை சற்று விசாலமாகத்தான் இருந்தது. மேலே நான்கு புறமும் முடிச்சிடப்பட்டு ஒரு விதானம் போல் தொங்கியது. நட்ட நடுவே பிரகாசமாக ஒரே ஒரு விளக்கினால் பெரிய நிழல்கள் சுவர்களை ஆக்கிரமித்தன. பெண்கள் உட்கார்ந்திருந்தார்கள். இந்தியப் பெண்கள் ஒரு அழகான மலர்த் தோட்டம் போல அவர்கள் வண்ண உடைகள் சலசலக்க சில்க் அல்லது மஸ்லினில் ஜரிகை வேலைப்பாடுகள் அவர்கள் மார்பகங்களை மறைக்க அதிகப் பிரயத்தனம் செய்யவில்லை. எல்லோரும் சிரித்தார்கள். ரோஜா நிறம் அதிகப்படியாகத் தென்பட்டது. அவர்கள் உதடுகளில் வெற்றிலைக் காவி படர்ந்திருந்தது. சலங்கைகள் புலம்பின. பின்னால் இருட்டில் பாதி மறைந்து சில வாத்தியக்காரர்கள் தென்பட்டார்கள். சோகக்

குரல் எழுப்பிக் கொண்டிருந்த அந்த வாத்தியம் வயலினின் குறைப்பிரசவம் போல இருந்தது. இரட்டையான தாளவாத்தியத்தை ஒருவன் தேய்த்துப் பதம் பண்ணிக்கொண்டிருந்தான். ஒரு நீண்ட வாத்தியம் கள்ளுண்ட தேனீ போல ஒரே சுருதியில் ம்ம்ம் என்று ஒழுகிக்கொண்டிருந்தது.

பெண்களில் ஒருத்தி எழுந்து சலாம் செய்துவிட்டு ஆஷ்லியை உட்காரச் சொன்னாள். ஏராளமான பஞ்சு மெத்தையில் சாய்ந்து உட்கார ஒருவன் அவன் காலணிகளைக் கழற்ற உதவினான். அந்தப் பெண் சலங்கை போல் மெல்லச் சுற்றினாள். அவள் சுற்றும்போது எபனி நிறத் தொடைகளும் அவள் இடுப்பில் அணிந்திருந்த மறைப்பும் தெரிந்தன. ஆஷ்லி காதுகளின் அருகில் சூடாக உணர்ந்தான். அந்தப் பாதங்கள் மெத்து மெத்தென்று அடி எடுத்து வைக்கும்போதெல்லாம் தாளம் கும்கும் என்றது. அவள் ஏதோ ஒரு மயக்கத்தில் ஆஷ்லியின் அருகில் விழுந்து தன் முகத்தை மூடிய திரையைத் திறந்து அவனைப் பார்த்துத் தன் மார்பிலிருந்து மானசீகப் பூவெடுத்துக் கொடுத்தாள். வயிற்றின் மேற்பகுதியில் தடவிக்கொண்டாள். அவனைக் கண்களால் கூப்பிட்டாள். இமைகளில் படுக்கை போடலாம் போலிருந்தது. அவள் இப்போது எழுந்து இல்லாத மலர்களைக் கொய்து தன் கூந்தலில் வைத்துக்கொண்டாள். மற்றொருத்தி சேர்ந்துகொள்ள இருவரும் சங்கில் கோத்துக்கொண்டு ஆடினார்கள். ஒருத்தி தன் விரல்களால் மகுடி ஊத மற்றொருத்தி பாம்பானாள். படம் எடுத்தாள். தரையில் கொத்தினாள். பாவாடை வட்டமாகப் பரவியிருக்க இடுப்பு வரை சுழன்றாள். ஆஷ்லி அவள் மார்பை முழுவதும் பார்த்தான். கையை நீட்டி அவளைத் தொட்டுப் பார்த்த அவன் கையை வாங்கிக்கொண்டு தனக்குள் செலுத்திக்கொண்டாள். யாரோ விளக்கை ஊதி அணைத்தார்கள். இப்போது அங்கே மெல்லிய இருட்டும் கானமும்தான் மிச்சமிருந்தன. ஆஷ்லி தன் விரல்கள் புரியாத சில இடங்களில் படுவதை உணர்ந்தான். உதடு போல இருந்தது. அந்தப் பெண்ணின் இதயம் துடிப்பது கேட்டது.

“எமிலி ! என் இந்திய எமிலி?”

“உள்ள போலாமா துரை.”

“ஏன் துரை?”

ஆஷ்லி சட்டென்று சகலமும் விழித்துக்கொண்டு எழுந்தான்.

“ஏன் துரை?”

“செங், வா போகலாம் !”

“கிவ் தெம் வாட் தே வாண்ட். கமான்,” என்று அதட்டினான்.

பொழுது விடிந்ததும் முதற் காரியமாக எமிலியிடம் போய், 'எமிலி! நான்தான் உன்னை மணக்கப்போகிறேன்,' என்று சொல்லிவிடத் தீர்மானித்துவிட்டான்.

'பூவு, நான்தான் உன்னைக் கட்டிக்கப்போறேன் !'

முத்துக்குமரன் இரவின் நிழல்கள் ஊடே நடந்துகொண்டிருந்தான். கால்கள் கெஞ்சின. தூக்கம் அவனைத் துரத்தியது. தான் செல்லும் பாதை சரியா என்றுகூடத் தெரியவில்லை. தெற்கே போக வேண்டும். பெரிய பாட்டை எப்படியும் அகப்பட்டுவிடும். அவர்கள் மறுபடி தெற்காக அவர்கள் கிராமத்துக்குத்தான் போனார்கள். ஆலப்பாக்கம் போய் அங்கிருந்து எட்டுக் கல் தொலைவில் அவர்கள் குலதெய்வத்தின் கோயில் இருக்கிறது. அங்கேதான் போவார்கள். பூவு எனக்காக நிச்சயம் காத்திருப்பாள். எத்தனை நாளாச்சு அவளைப் பார்த்து! முதலில் பயந்து பயந்து பகலில் வெளிவராமல் பதுங்கி இருந்து, எப்போதும் வெள்ளைக்காரர்களின் கதவுத் தட்டலுக்குக் காத்திருந்து, அப்புறம் கொஞ்சம் தைரியம் பெற்று இரவு வேளைகளில் சற்றே வெளியே வந்து சற்றுத் தூரம் நடந்து பார்த்து . . .

தெகனபட்டணத்தின் மீன்காரரும் மனைவியும் அவனை நன்றாக கவனித்துக்கொண்டார்கள்.

"இங்கேயே இருந்துரேன், கடல்ல கூட்டிப் போறேன். வலை வீச, மீன் பிடிக்க, காத்தை மூந்து பாக்க எல்லாம் சொல்லித் தாரேன்!"

'ஆமாப்பா, இருந்துரு, எங்களுக்கும் வேற துணையில்லை. உன் வயசிலதான் பையன் இருந்தான். கடல்ல போயிட்டான். எங்க மவன் மாதிரி இருந்துரேன்.'

"இல்லம்மா, நான் போவணும். எனக்கு வேற சோலியிருக்குது. ஊருக்குப் போய் கண்ணாலம் கட்டணும். அங்க ஒரு பொண்ணு எனக்காகக் காத்திருக்குது."

"மொறைப் பொண்ணா?"

"இல்லம்மா. நடுவாந்தரத்தில பார்த்தது. ஒட்டிக்கிச்சு. அதுக்காக வத்தான் நான் உயிரை வெச்சுக்கிட்டிருக்கேன். கடவுளும் என்னைப் பொளைக்க வெச்சது அதுக்காகத்தான். இன்னேரம் யானை தொகைச்சு உசிரை விட்டிருப்பேன். தலையை மிதிக்க ஏறக்குறைய வச்சாச்சு காலை, எமன் வாயில இருந்து தப்பிச்சு வந்திருக்கேன் அம்மா. அவகிட்டே போய் நான் உயிரோடத்தான் இருக்கேன் பூவுன்னு விசயத்தைச் சொல்லிப் போடணும். இத்தனை நா இருந்ததே அதிகம் அய்யா, நீங்க செஞ்ச ஒதவியை நான் மறக்கமாட்டேன். எனக்கு தெய்வம் போல சனங்க வந்து ஒதவி செய்யறாங்க. அந்த வெள்ளைக்கார துரை, அப்புறம் நீங்க,

ஒவ்வொருத்தருக்கும் நான் ஓடம்பைச் செருப்பா தெச்சுப் போட்டு உழைக்கணும். இந்த மாதிரி நன்னிக் கடன்களை ஏராளமாகச் சேகரிச்சு வெச்சிருக்கேன். எப்ப தீக்கப் போகிறேனோ? அம்மா, நான் போய் வரவா?"

மீனவன் சொன்ன வழி சரியாகவே இருந்தது. விடிவதற்குள் பெரிய பாட்டை வந்தது. தெற்காக நடந்து சென்றபோது சில பரிச்சயமான கிராமங்கள் தென்பட்டன. அப்பாடா ! இனி கவலை இல்லை. சாக்கிரதையா நடந்து அங்கங்க நிழல்ல மறைஞ்சு பொழுது சாயறதுக்குள்ள போய்ச் சேர்ந்துரலாம். போறப்ப பூஞ்சோலைக்கு எதுனாச்சியும் வாங்கிக்கிட்டுப் போகணும். எங்கிட்ட காசு இல்லையே. என்னத்தை வாங்கிப் போவேன்? அட, ஒரு பூவையாவது பறிச்சுக்கிட்டு போவணும். பூஞ்சோலைக்குப் பூவு!

எதிர்பார்த்ததற்கு முன்பே கட்டதாரம் கிராமத்துக்குப் போய்ச் சேர்ந்துவிட்டான். இங்கேதான் அவர்கள் குலதெய்வத்தின் கோயில் இருப்பதாகப் பூவு சொல்லி இருக்கிறாள். முதல்ல விசாரிச்சுப் பார்க்கலாம் ...

தூரத்தில் பீப்பி ஒலி கேட்டது. சின்னதாக ஒரு துணிச் சதுரத்தைத் தேவையில்லாத நிழலுக்குப் பிடித்துக்கொண்டு, பெண்கள் நடந்து வர, பின்னால் இரட்டை மாட்டு வண்டி இரண்டு பக்கமும் பட்டால் போர்த்தப்பட்டு ஆடி அசைந்துகொண்டு வந்தது. முத்துக்குமரன் ஒதுங்கி வழி விட்டான். இவர்கள் எல்லோரும் யார்? சில முகங்கள் பார்த்த ஞாபகமாக இருக்கிறதே ! விடுவிடுவென்று கடந்தது.

பூஞ்சோலை வண்டிக்குள் இருந்தாள். லேசாகச் சால்வையை விலக்கி வெளியே பார்த்தாள். அவளுக்குக் குழப்பமாக இருந்தது. ராக்கனுடன் எனக்குக் கல்யாணம். தாத்தா எனக்கு நல்லதுக்குத்தான் சொல்கிறார். கூட்டத்துக்கு வெளியே கல்யாணம் பண்ணி வழக்கமில்லை. அந்தாளுதான் இறந்து போய்விட்டான். எத்தனை நாள் அவனையே நினைத்துக்கொண்டு இருப்பது? கூட்டத்தில் சொல்லுகிறபடி கேட்டுத்தான் ஆக வேண்டும். ராக்கனைக் கல்யாணம் செய்து கொண்டு பிள்ளை பெத்துத் தள்ள வேண்டும். கூட்டம் சிறியது. நிறைய சனங்கள் வேண்டும். கூட்டம் பெருக வேண்டும் ! . . .

முத்துக்குமரன் அந்த ஊர்வலத்தை ஒதுங்கிப் பார்த்துக்கொண்டிருந்தான். அந்த வண்டியின் திரை திறந்து அதிலிருந்து தெரிந்த கையில் மருதோன்றிக கறையைப் பார்த்தான். 'என்னங்க?' கல்யாணமா?' என்றான்.

"ஆமாய்யா !"

அவர்களுக்கு வழி விட்டுத் தனியாகச் சற்று நேரம் நின்றான். எனக்கும் இப்படித்தான். பூஞ்சோலை கூண்டு வண்டிக்குள் வருவாள். மெல்லத் திரையைத் திறந்து அவளைச் சன்னமாக இறக்கி வைப்பேன்.

எனக்குத் தலைப்பா கட்டுவார்கள். இடுப்பைச் சுற்றிப் பட்டு கட்டுவார்கள். மஞ்சளில் செருப்பு தருவார்கள். சினேகிதங்கள் எல்லாம் ஆலப்பாக்கத்தில் இருந்து வருவார்கள். அம்மா வரும், அண்ணன் வரும், சிலம்பக்காரங்க வருவாங்க. ராத்திரி பூரா விளையாடுவாங்க. வீட்டுக்கு வெளியே பந்தப் போட்டு உள்ளாற பொம்பளைங்க சிரிச்சு விளையாடுற சத்தம் கேட்கும். வரிசையா சாக்குப் போட்டு எல்லோரும் சாப்பிடுவாங்க. கண்ணுக்கு மை போடுவாங்க ...

ராத்திரி எங்கேயாவது படுத்திருந்துவிட்டுக் காலையில் முதல் காரியமாகப் பூஞ்சோலையைத் தேடிப் போக வேண்டும் என்று தீர்மானித்தான். விடிவதற்குள் பூஞ்சோலைக்குக் கல்யாணம்.

16

இரவு ஒரு மண்டபத்தில் படுத்திருந்துவிட்டு வெய்யில் கண்ணைக் குத்தும்வரை உறங்கிக்கொண்டிருந்தான். கண்ணுக்குள் மேள சப்தம் கேட்டது. தூக்கத்திலேயே புன்னகைத்தான் முத்துக்குமரன். சொப்பன லோகத்தில் அவன் காயங்கள் எல்லாம் ஆறிப்போய் வெள்ளைக்காரத் துரைமார்கள் போல அங்கி எல்லாம் அணிந்துகொண்டு பூஞ்சோலையை ராஜாங்கமாக மணக்க வந்துகொண்டிருக்கிறான். ஆஷ்லி பரிசாகக் கொடுத்த குதிரை மேல்.

'அட எப்பய்யா குதிரை சவாரி பளகிக்கிட்டே?' ஒரு கணம் கல்யாணச் சந்தடிகளை நிறுத்தி அந்த விசுவாச குதிரை மேல் ஏறி ஜாலங்கள் செய்து காட்ட, பூஞ்சோலையும் சிவகாமியும் இரண்டு பேருமே அவனைக் கல்யாணம் செய்துகொள்ளப் பிடிவாதம் பிடிக்கிறார்கள்.

'ரெண்டு பேத்தையும் சமாளிப்பியா முத்து?' என்று தாத்தா கவலையுடன் கேட்கிறார்.

'அதுக்கென்ன தாத்தா, பாத்துக்கிட்டா போச்சு !'

'அப்ப ஊதுங்கடா !'

பீப்பி பீப்பி. நாயனம் அவசர அவசரமாக ஒலித்தது.

கண்ணைத் திறந்து பார்த்தால் இன்னும் நயன சப்தம் கேட்டுக் கொண்டிருந்தது. அட என்று ஆச்சரியப்பட்டு எழுந்தான் !

"யோவ், யாருய்யா அது மண்டபத்தில் தூங்கிக்கிட்டு. கல்யாணத்து ஆளுங்கள்ளாம் இளைப்பாற வராங்க. ஒதுங்கு."

முத்துக்குமரன் ஒதுங்கிப் போய் அந்தக் கல்யாண வரிசை வரக் காத்திருந்தான். முதலில் வந்த ஆண்கள் பல பேர் ராத்திரி முழுவதும் விளையாடிக்கொண்டோ குடித்துக்கொண்டோ இருந்தவர்கள் போல் கண்களில் சோர்வுடன் காணப்பட்டார்கள். கிராமத்துப் பெரியவர் முன்னால் கம்பீரமாக நடந்து வர, பெண்ணுக்குக் கொடுத்த சீதனங்கள் ஒரு கூண்டு வண்டியில் வர, அதனுடன் பிணைக்கப்பட்டு ஆடுகளும் குட்டிகளும் ஓடி வர வித்தைக்காரர்கள் பற்பல வித்தைகள் செய்துகொண்டு வர ... வித்தைக்காரர்கள் ! முத்துக்குமரன் சட்டென்று அத்தனை தூக்கமும் கலைந்துபோய் அந்த ஊர்வலத்தை எதிர்கொண்டு ஓடினான்.

ஒவ்வொன்றாகப் பரிச்சய முகங்கள் தெரிந்தன. குணவேலன், தாத்தா, அப்புறம் அந்த நூல்கண்டு விழுங்குகிறவன், கழி மேல் நடப்பவன், சிவகாமி . . .

பூஞ்சோலை எங்கே? ராக்கன் எங்கே?

முதலில் பூஞ்சோலையை அடையாளம் கண்டுபிடிக்க முடியவில்லைதான். கண் நிறைய மையும், கன்னத்தில் பொட்டும், மூக்கில் பெரிசாக வெள்ளி நகையும், கழுத்தில் ஏராளமான மாலையும், விரல் நுனிகளில் மருதோன்றிக் கறையும், குனிந்த தலையும் அவள் அடையாளத்தை மறைத்துத்தான் வைத்திருந்தன. பக்கத்தில் ராக்கன்! அட இவனை இவ்வளவு சோக்காக மாற்றிவிட்டார்களே. இடுப்பிலே பட்டை கட்டி, தலைக்கு முண்டாசு, புதுசாக என்றுமில்லாத செருப்பு – என்ன இது ! பூஞ்சோலைக்குக் கல்யாணமா !

“பாவிங்களா ! நான் சவாலை. நிறுத்துங்க கல்யாணத்தை எமங்கிட்ட இருந்து தப்பிச்சிட்டு வந்து ஊரெல்லாம் தேடிட்டுப் பூஞ்சோலையைக் கல்யாணம் கட்டிக்க வந்திருக்கேன். நிறுத்துங்க. நிறுத்துங்க !” என்று உரத்த குரலில் வீரிட வேண்டும் போலிருந்தது முத்துக்குமரனுக்கு.

வீரிடவில்லை. சத்தம் போடாமல் ஒரு தூணின் பின் ஒதுங்கி அவர்கள் கடப்பதைப் பார்த்துக்கொண்டிருந்தான். இப்போது பூஞ்சோலை கிட்டத்தில் தெரிந்தாள். ‘இந்த அலங்காரங்கள் எல்லாம் அவளுக்கு என்னமா இருக்குது ! பூவு, அவசரப்பட்டுட்ட பூவு. இன்னும் ஒரு நாளு எனக்காக காத்திருக்க மாட்டியா? உனக்காக நான் அல்லல்பட்டு வந்திருக்கேனே ! என்னை விட்டுட்டியே பூவு, இனி எனக்கு என்ன இருக்குது? என்னத்தை எதிர்பார்த்துக்கிட்டு எதுக்காக நான் இருக்கணும்?’

பூஞ்சோலை தலை குனிந்தவாறே செல்கிறாள். அவனைப் பார்க்க மாட்டாள். இருந்தும் இந்தத் தூணின் மறைவிலிருந்து பார்த்தாலும் எப்படியோ அவள் உடலில் பதற்றம் ஒன்று இருப்பதைக் கவனித்தான். ‘சே ! துரை கொடுத்த துப்பாக்கியை வெச்சுகிட்டு இருந்திருக்கணும். இந்தக் கூட்டத்தை கலக்கிப் பூஞ்சோலையைப் புடுங்கிக்கிட்டிருக்கலாம். குதிரையைத் தட்டி அனுப்பிச்சுட்டேன். அது இருந்தா இன்னேரம் அவளைக் கொத்திக்கிட்டுப் போயிருக்கலாம். இப்ப என்ன செய்யறது?’ விளிம்பில் இருந்த ஒருத்தனைத் தொட்டுக் கேட்டான்.

“கல்யாணம் ஆயிருச்சுங்களா?”

“ஆயிருச்சுங்க. கோயிலுக்குப் போய்க்கிட்டு இருக்காங்க. உங்களை எங்கேயோ பார்த்த மாதிரி இருக்குதே !”

முத்துக்குமரன் பதிலிறுக்காமல் மண்டபத்திற்குத் திரும்பி வந்து மறைவாக நின்றான். அடையாளம் கண்டுகொண்டவன் கொஞ்ச நேரம் அவனை உற்றுப் பார்த்துவிட்டுக் கூட்டத்தாருடன் சேர்ந்து கொண்டான். தாத்தா, குணவேலன், வடிவேலு, சிவகாமி எல்லாரும் சந்தோஷமாகச் சிரித்துக்கொண்டே போகிறார்கள்.

ராக்கனின் உற்சாகம் பளிச்சென்று தெரிகிறது. பூஞ்சோலை வண்டிக்குள் புதுத் துணிகளிலும் நகைகளிலும் தெரிகிறாள். இந்தச் சந்தோஷ வேளையில் புகுந்து குழப்பத்தை விளைவிக்கலாமா?

தூரத்தில் அவர்கள் ஆரவாரம் கேட்டு ஓய்கிற வரைக்கும் வெறித்துப் பார்த்துக்கொண்டு நின்றான். ஓடோடி வந்ததும் தாமதமாகி விட்டது. நான் பிழைத்ததற்கு அர்த்தமில்லாமல் போய்விட்டது. என்ன செய்வேன் ! இப்போது எங்கே போவது? எதை நாடுவது? பேசாமல் ஆலப்பாக்கத்தை நோக்கிப் புறப்பட்டுவிடலாம். அம்மாவைப் பார்த்துவிட்டுக் கொஞ்ச நாள் நிம்மதியாக இருக்கலாம். நிம்மதியாக இருக்க விடுவார்களா? வெள்ளைக்காரர்கள் என்னைத் தேடி வருவதற்கு எத்தனை நாளாகும்? ஆலப்பாக்கத்துக்காரன் என்று அவங்களுக்குத் தெரிந்திருக்குமா? யாராவது சொல்லியிருப்பார்கள். அங்கே போயும் எனக்கு நிம்மதி கிடைக்கும் என்று எப்படிச் சொல்வது? என்னதான் செய்வது?

முத்துக்குமரன் யோசித்துக்கொண்டே தன்னை அறியாமல் பூஞ்சோலையின் கல்யாணம் போன வழி செல்வதை உணர்ந்தான். பெரிய மரத்தடியில் கும்மாளம் கேட்டது. வித்தைக்காரர்கள் வெறிபிடித்தவர்கள் போல ஆடினார்கள். சிவகாமி அவர்களுக்கு நடுவே ஒயிலாகச் சுற்றிச் சுற்றி வருவது தலைகளுக்கு மேல் தெரிய, தாத்தாகூட லேசாகக் குதித்துக்கொண்டிருந்தார்.

மொந்தையாகக் குடித்துக்கொண்டிருந்தவர்கள், அங்கங்கே காற்றில் மரம் போல ஆடிக்கொண்டிருந்தார்கள். நடுவே ராக்கனும் பூஞ்சோலையும் வீற்றிருந்தார்கள். மெல்ல அந்த மனித வட்ட விளிம்பில் போய்ச் சேர்ந்துகொண்டான். அவர்கள் அவனைக் கவனித்ததாகத் தெரியவில்லை. எல்லோரும் சிரிப்பாய்ச் சிரித்துக் கொண்டிருந்தார்கள்.

“சிவகாமி, இன்னும் சுத்து. அப்பதான் நல்லாப் பாக்கலாம்.”

“ஏய்! ஷிவகாமியைப் பட்டி மட்டும் பேஷின ... பல்லெல்லாம்... பல்லெல்லாம்...” என்று ஆரம்பித்தவன், பல்லெல்லாம் ஆடும் என்று முடிக்கத் திராணியின்றி இன்னும் கொஞ்சம் தூங்கிப்போனான். முத்துக்குமரன் கையைக் கட்டிக்கொண்டு அந்த எளிய மக்களின் உற்சாகத்தைப் பார்த்துக்கொண்டிருந்தான். ராக்கன் தன் மனைவியிடம் காதில் ஏதோ சொல்ல, “த!” என்று அலுத்துக்கொண்டவன் முதன் முறையாக முத்துக்குமரனைப் பார்த்தாள்.

திடுக்கிட்டு, “தாத்தா, அங்க பாரு!”

தாத்தா திரும்பிப் பார்த்து, உடனே அடையாளம் கண்டுகொள்ள முடியாமல், “எங்கம்மா?” என்றார்.

"அங்கதான் தாத்தா ! சிவகாமி, நிறுத்து. யாரு வந்திருக்காங்க பாரு. எல்லாரும் நிறுத்துங்க ! ஏண்டா டேய் குணவேலா, நீ எங்கிட்ட என்ன சொன்ன? ஏன்யா ராக்கா, நீ எங்கிட்ட என்ன சொல்லி ஏமாத்தின?"

"அட ! ஆலப்பாக்கம் சிலம்பக்காரரு !"

"என்னய்யா ஆலப்பாக்கம் ! எங்கிருந்து வர்ற? செத்துட்டவன் எப்படிய்யா திரும்பி வர முடியும்? நேரா எமலோவத்தில் இருந்து வரார்றா. ஏய்யா, அங்க எல்லாம் ஷவுரியமா இருக்குதா? வேளா வேளைக்கு சோறு கிடைக்குதா?"

பூஞ்சோலை ராக்கனை விட்டுவிட்டுக் தன்பால் வருவதைப் பார்த்தான். கிட்ட வர வர முத்துக்குமரனுக்குக் கண்களில் கண்ணீர் முட்டியது. கூட்டமே ஸ்தம்பித்துப் பார்த்துக்கொண்டிருக்க, "பூவு ! சுகமா இருக்கியா?"

"ஏன்யா, நீ செத்துப்போயிரலை? ஆனை நிரடிருச்சுன்னு சொன்னாங்களே?"

"இல்லை பூவு, தப்பிச்சு வந்துட்டேன். இப்ப ஏண்டா தப்பிச்சோம்னு ஆயிருச்சு. பேசாம அங்கேயே உயிரை விரட்டிருக்கலாம்."

"கல்யாணத்துக்கு வந்துட்டாரு பார்றா சிலம்பக்காரரு. ஏன்யா ஒரு மொந்தை போடுறியா?"

பூஞ்சோலை பிரமித்துப்போய், "குணவேலு, எங்கிட்ட என்ன சொன்ன? இந்தாளு செத்ததைப் பாத்ததாத்தானே?"

"நிசம்மா நான் பாத்தன் பூவு."

"இப்ப எதித்தாப்பல நிக்கறது யாரு? பிசாசா?"

"அதான் இருக்கும்."

"இல்லை பூவு. யானை மிதிச்சு ஒரு ஆளு செத்ததென்னவோ நிசம். அது நானில்லை."

"தாத்தா! எல்லாரும் என்கிட்ட பொய் சொல்லிக் கல்யாணம் பண்ணி வெச்சுட்டிங்களா?" பூஞ்சோலையின் உதடு அழுகைக்குத் தயாராகத் துடித்தது.

"இல்லை பூவு. நிசம்மாவே செத்துட்டதாத்தான் தகவல் வந்தது."

"எனக்கு மயக்கத்தைக் கொடுத்து, அடைச்சுப் போட்டு, சம்மதிக்க வெச்சிங்களா? யோவ் ஆலப்பாக்கம், நான் உன்னையத்தான் கட்டிக்க விரும்பினேன். இவங்கதான் எங்கிட்ட நீ செத்துட்டன்னு பொய் சொல்லி ... தாத்தா ! மோசம் போயிட்டேன் !"

"இவன் யார்றா இவன், நடுவில பூந்து குளப்பிக்கிட்டு ! ஒதைங்கடா !" என்றான் ராக்கன்.

பூஞ்சோலை விசித்து அழுதுகொண்டே ஓரத்தில் போய் நிற்க, கூட்டத்தில் மற்றப் பேர் புரிந்தும் புரியாமலும் முத்துக்குமரனை நோக்கி வந்தார்கள்.

"அடிரா! நம்ம கூட்டத்தில் இவன் வந்து பூந்து கலகம் பண்றதாவது அடிடா ! சாவடி !"

தாத்தா, "இருங்கடா இருங்க !" என்று அவர்களைத் தற்காலிகமாக அடக்கி, "ஏம்பா, இங்க இப்ப எதுக்காக வந்தியாம், சொல்லு" என்றார்.

"பூஞ்சோலையைக் கட்டிக்கலாம்னு ஆசையோடத்தான் வந்தேன் தாத்தா. தாமதமாயிருச்சு."

"இப்ப என்ன செய்யறதா உத்தேசம்?"

"ஒண்ணுமில்ல தாத்தா. நான் என்னத்தைச் செய்துர முடியும், ஊர் கூட்டிக் கல்யாணம் நடந்த பிற்பாடு?"

பூஞ்சோலை அங்கிருந்து, "அப்படிச் சொல்லாதய்யா. நான் உங்ககூட வந்துர்றேன், என்னைக் கூட்டிப் போயிரு. ஏமாத்துக் கல்யாணம் இது. ஊர் கூட்டினா என்ன? இன்னொரு முறை ஊர் கூட்டி கல்யாணம் எல்லாம் கிடையாதுன்னு தண்டோரப் போட்டுரலாம்."

"பூவு ! அப்படிச் செய்யக் கூடாதும்மா. சாமி கோவிச்சுக்கும்."

"சாமி, நீங்க பொய் சொன்னதுக்கு ஏன் கோவிக்கலியாம்? அது மட்டும் நியாயமா?" பூஞ்சோலை நேராக முத்துக்குமரனை நோக்கி வந்து, "சிலம்பக்காரரே, நான் இப்ப உங்ககூட வரத் தயாரா இருக்கேன். என்னைக் கூட்டிட்டுப் போவியா?"

"காலு, பல்லு எல்லாத்தையும் பேத்துருவமில்ல? போயிருவியோ?"

"பேத்துக்கங்கடா. சாவத் தயாரா இருக்கிறவளுக்கு இதெல்லாம் எம்மாத்திரம்? யோவ் நீ வரியா வர்லியா?"

ராக்கன் முத்துக்குமரனை மூர்க்கத்தனமாகப் பிடித்து இழுக்க, பூஞ்சோலை, "பாரு ! அந்தாள் மேல கை மட்டும் வச்ச, அப்புறம் என்னைத் தொட முடியாது. அவர் நம்மல்லாம் காப்பாத்தினதுக்கு நன்னியில்லாம இருக்கமே ! இந்தப் பொண்ணை வெள்ளைக்காரங்கிட்டே இருந்து தப்பிக்க வச்சது யாரு? தான் மாட்டிக்கிட்டு இவளைத் தப்பிக்க வச்சாரே? நீங்கள்ளாம் செய்விங்களா யாராவது?"

"ஆமாடா ! பூவு சொல்றதும் நாயந்தாண்டா."

"ஒண்ணு செய்யேன். பூவு, ரெண்டு பேத்தையும் கட்டிக்கிடு. தீர்ந்தது வெவகாரம்!" என்று ஓர் அரை மயக்கக் குரல் கேட்டது.

"நான் இந்தாளைக்குத்தான்யா மனசார விரும்பினேன். இப்ப என்னை ஏமாத்தி ராக்கனுக்குக் கல்யாணம் செஞ்சு போட்டாங்க."

"ஊர்க் கூட்டம் போட்டுத்தான் தீர்மானிக்கணும் இத்தை."

"இல்ல. தாத்தா சொல்றபடி கேக்கலாம்."

"தாத்தா, நீங்க என்ன சொல்றிங்க?"

முத்துக்குமரனிடம் தாத்தா வந்தார். "யாரும் வேண்டாண்டா இவனையே கேட்டுரலாம். இத பாருய்யா. நீ நாயத்துக்கு, சத்தியத்துக்கு கட்டுப்பட்ட ஆளுன்னு தெரியும். நீயே இதுக்கு ஒரு வழி சொல்லு. ஊர் கூடி தீமானிச்சு தெய்வ சன்னிதானத்தில செஞ்ச கல்யாணம் ..."

"பொய் சொல்லி ... அதையேன் உட்டிங்க?!" என்றாள் பூஞ்சோலை.

"இரு இரு. நான் முதல்ல பேசட்டும் . . . பல பேர் அறியத் தொட்டுத் தாலி கட்டின, தீர்ந்துபோன விசயம் ..."

"என்னை நிறையப் பேர் தொட்டிருக்காங்க. வித்தைக்குக் காசு வாங்கறப்ப அன்னிக்கு அந்த சிப்பாய் குரங்குகூடத் தொட்டான்."

"நடந்துபோன விசயம் ஒரு தெய்வ காரியம். எங்க குல வழக்கப்படி முடிஞ்சுபோன கல்யாணம். இப்ப வந்து இந்தப் பொண்ணை நீ கூட்டிட்டுப் போறது நல்லாருக்குமா? சொல்லுப்பா."

"உலகத்தில வேற பொண்ணு இல்லையா?"

"உலகத்தில வேற பூஞ்சோலை கிடையாதுய்யா."

"ஏய் சிறுக்கிப் பொண்ணே ! சும்மாருக்கப் போறியா இல்லையா? ஆம்பளைங்க தீர்மானம் பண்ண வேண்டிய விசயம் இது."

"ஆம்பளைங்களா? அவங்க யாரு இந்தக் கூட்டத்தில? சிவகாமியைக் காப்பாத்தினது யாரு இந்தக் கூட்டத்தில?"

"நீ சும்மா இருக்கப்போறியா இல்லையா? இத பாருப்பா, நீயே சொல்லு. கல்யாணத்தைக் கலைக்கிறது நல்லதா, நியாயமா? உனக்கு வேணுமின்னா சிவகாமியைக் கட்டித் தாரேன். அவளைக் காப்பாத்தினே. அவளை நீயே கட்டிக்க. இல்லை உங்க ஜாதியிலேயே வேற பொண்ணு கிட்டாதா? முடிஞ்சுபோன கல்யாணத்தைக் கலைச்சே ஆவணுமா? ராக்கன் சின்னப் புள்ளையில இருந்து அதும்மேல உசிரை வெச்சுக்கிட்டு இருந்தான். அவனுக்குத் துரோகம் பண்ணுவமா? சொல்லிப்போடு. நியாயத்துக்குக் கட்டுப்பட்டவன்கிற முறையில நீ என்ன சொல்றியோ அதை நாங்க ஏத்துக்கறோம்."

முத்துக்குமரன் குழப்பத்துடன் பூஞ்சோலையைப் பார்த்தான். அகல விழிகளில் ஜலத் திரை பளபளத்தது. "அவங்க சொல்றதையெல்லாம் கேக்காதே. நான் உங்ககூட வரேன். இவங்க என்னதான் எதுத்தாலும் நான் உங்ககூட வரேன். என்னை ஏத்துக்குவியா? கல்யாணம் கில்யாணம்னு சொன்னதெல்லாம் வெட்டிப் பேச்சு. நேராப் பளிச்சினு சொல்லிரு ஆலப்பாக்கத்துச் சிலம்பக்காரரே! ஆசைக்கு மயிர் வளத்து, அழகுக்கொரு கொண்டை போட்டு, சோம்பேறிப் பயலுக்கு நான் சோறாக்க ஆளானேன்னு என்னைச் செய்துராதய்யா. உனக்கு நான் வேணுமா வேண்டாமா? பளிச்சுனு சொல்லிரு ! இப்பவே கட்டின சீலையோட வர்றேன், சொல்லு !"

முத்துக்குமரன் மௌனமாக இருந்தான். எல்லோரும் அவன் உதட்டிலிருந்து புறப்படப்போகும் வார்த்தைக்குக் காத்திருக்க, முத்துக்குமரன் நிறுத்தி, நிதானமாக, தெளிவாக, "வேண்டாம்," என்றான்.

17

முத்துக்குமரனின் பதிலைக் கேட்டுப் பூஞ்சோலை அதிர்ந்து போனாள். "ஏன்யா?" என்றாள் அந்தப் பதில் மேல் நம்பிக்கையில்லாமல்.

அவள் கண்களில் நீர்த்திரை தயாராகிக்கொண்டிருந்தது.

"பூவு ! யோசிச்சுப் பார்த்தா உனக்கு, உங்க கூட்டத்தில் உள்ள எல்லாருக்கும் நல்லது என்னன்னு பாத்தா நான் உங்களை விட்டுப் போயிர்றதுதான். இது முடிஞ்சுபோன கல்யாணம். அவசரப்பட்டுட்டிங்க. கொஞ்ச நாள், கொஞ்ச நேரம் காத்திருந்தாக்கூட நான் ஓடி வந்திருப்பேன். ஆனா கல்யாணம் முடியறதுக்கு முன்னாடி நான் வந்திருந்தாக்கூட நான் உன்னைக் கல்யாணம் செய்திருப்பேனோன்னு சந்தேகம்தான்."

"நீ செத்துப் போய்ட்டன்னு சொன்னதாலதான் நான் இந்தக் கல்யாணத்துக்கே சம்மதம் தந்தேன். எல்லாரும் சேந்து என்னை ஏச்சுப்பிட்டாங்கய்யா."

"போவட்டும். பரவாயில்லை."

"இப்ப ஏன்யா மாட்டேங்கறே?"

"என்னைக் கட்டிக்கிட்டா நீ ரொம்பக் கஷ்டப்படுவ."

"எப்படி?"

"பூவு, நான் அந்த வெள்ளைக்காரனை விடப்போறதில்லை. என்னைக் கடவுள் தப்பிக்க வெச்சது அவனைப் பளி தீக்கறதுக்கு, எனக்கு இன்னொரு சந்தர்ப்பத்தைக் கொடுக்கறதுக்குத்தான். மறுமுறை அவனைத் தேடிட்டுப் போகப்போறேன். அவனைக் கொல்றவரைக்கும் எனக்கு நிம்மதி கிடையாது. அவனைக் கொன்னு போட்டு நான் ரொம்ப நாள் உயிர் வாழ முடியாது. துரத்தி அடிச்சுருவாங்க. என்னைக் கட்டிக்கிட்டா உனக்கு நிம்மதியே இருக்காது. நான் வர்றேன் பூவு. சந்தோசமா இரு !"

முத்துக்குமரன் அந்த இடத்தை விட்டு விலகி நடக்க, தாத்தா, "இருப்பா. விருந்து சாப்ட்டுத்தான் போயேன்" என்றார்.

"நான் உன்கூட வரன்யா. என்னையும் கூட்டிக்கிட்டுப் போ" என்று பூஞ்சோலை கூப்பிட முத்துக்குமரன் திரும்பாமல் நடந்தான்.

"பைத்தியமாட்டம் பேசாத. உனக்குக் கல்யாணம் ஆயிருச்சு. எனக்கும் உனக்கும் அப்பவே ஆயிருச்சு. தாத்தா, இவளைப் பாருங்க, பிடிச்சு வையுங்க!"

"அவனை நினைச்சுக்கிட்டு ராவோட ராவா ஓட மாட்டான்னு என்ன நிச்சயம்?"

"எல்லாம் ரெண்டு மூணு நாளில சரியாப் போயிரும் ! ஏய், ஏண்டா பார்த்துட்டு இருக்கிங்க. ஊதுங்கடா ! தட்டுங்கடா ! ராக்கா, நீ கவலைப்படாதே. நான் பாத்துக்கறேன் இந்தப் பொண்ணை. ஏதோ கொஞ்ச காலத்து மோகம் !"

முத்துக்குமரன் முனை திரும்பும்போது மேள சப்தம் திரும்ப உயிர்பெற்று முழங்கத் துவங்க, கண்களில் கண்ணீரைத் துடைத்துக் கொண்டான். 'இனிமேல் இருப்பதெல்லாம் ஒரே ஒரு ஆசைதான். மறுபடி மக்கி துரையைச் சந்திப்பது !"

மக்கின்ஸியின் பெயர் தேவாலயத்தில் உச்சரிக்கப்பட்டது.

ஸெயிண்ட் ஜார்ஜ் மலையின் மேல் பதுமை போல வீற்றிருக்கும் புனித மேரியின் தேவாலயத்தில் மாலை ஜெபம் நடக்கும்போது இரண்டாம் பாடம் வாசித்தவுடன் குரு அறிவித்தார்.

"ராணியின் ராணுவத்தைச் சேர்ந்த லெப்டினன்ட் எட்வர்ட் மக்கின்ஸியும், வெள்ளைப் பட்டணத்தைச் சேர்ந்த எமிலி அட்கின்ஸனும் விவாகம் செய்துகொள்ளப் போகிறார்கள் என்று அறிவிக்கிறேன். இவ்விருவரையும் விவாகத்தில் சேர்க்கக் கூடாத காரணமாவது, நியாயமான தடையாவது உண்டென்று உங்களில் யாரேனும் அறிந்திருந்தால் அதைத் தெரியப்படுத்த வேண்டும். இது மூன்றாம் அறிக்கை."

ஆஷ்லி, 'தடை உண்டென்கிறேன்' என்று உரக்கக் கத்த விரும்பினான். தேவாலயத்தில் அதிகம் பேர் இல்லை. ஓரத்தில் சீருடை பளபளக்க உட்கார்ந்திருந்த ஆஷ்லி மனதுக்குள்தான் மறுத்தான். இது சம்பிரதாயம். இதுவரை யாரும் தைரியமிருந்து மறுத்ததாகச் சரித்திரமில்லை. பழைய காலத்தில் யாராவது எழுந்து மறுத்திருப்பார்களோ என்னவோ! அந்தக் காலங்களில் வலிமையிருந்தவர்கள் கடைசி நிமிஷத்தில் மணப்பெண்ணைக் கடத்திக்கொண்டுகூடச் சென்றிருக்கிறார்கள். இந்தப் பாழாய்ப்போன நாகரீகம் வந்து பற்பல உணர்ச்சிகளைச் சொல்ல விடாமலேயே தடுத்துவிட்டது.

முதல் வரிசையில் உட்கார்ந்திருந்த எமிலியை நோக்கினான். கழுத்தில் சூர்ய மஞ்சள் முலாமடித்திருந்தது. பக்கவாட்டில் ஒளிர்ந்தாள். பக்கத்தில் தன் அக்காவுடன் பேசுகிறாள். கைவிரல்களைப் பார்த்துக்கொள்கிறாள். திரும்புகிறாள். பின்பக்கத்தில் யாருடனோ மெலிதாகப் புன்னகைக்கிறாள். மறுபடி மறுபடி அழகாக இருக்கிறாள்.

எமிலி, எவ்வளவு பெரிய தப்பு செய்கிறாய்! எப்படி உன்னால் மக்கின்ஸிக்குச் சம்மதம் என்று சொல்ல முடிந்தது. அவன் மூர்க்கண்; அவன் கெட்டவன்; அவன் ஆணவன்; அவன் கருணையற்றவன் எப்படி எமிலி? இதோ எமிலியை வென்றுவிட்ட பெருமையுடன் வெளிப்படுகிறான். ஆஷ்லியைப் பார்க்கிறான். கூட்டம் மெல்லக் கலைய மக்கின்ஸி

ஆஷ்லியிடம் மிகையான சிநேகபாவத்துடன் வந்து, "காப்டன், நீங்கள் வந்திருக்கிறீர்களா ! என் பாக்கியம்" என்றான். "திருமண அறிவிப்பைக் கேட்டீர்கள் இல்லையா?"

"கேட்டேன். வாழ்த்துக்கள் !"

"திருமணத்தில் என் நல்ல நண்பனாக இருக்கச் சம்மதமா?"

"நான் உன் நண்பனில்லை எட்வர்ட்."

"இன்னும் கோபம் போகவில்லை என்று தெரிகிறது."

எமிலி மிதந்து வந்து அவர்களை அடைந்தாள். இந்தக் கணத்தில் அவளைக் கவர்ந்துகொண்டு குதிரை மேல் விரைந்து செல்லக்கூடிய மெடிவல் நாட்களுக்கு ஏங்கினான் ஆஷ்லி.

"காப்டன் ஆஷ்லி !" என்றான் ட்ரெவர். "மக்கின்ஸியைச் சந்தித்திருக்கிறாய் அல்லவா? என் எதிர்கால . . ."

"சந்தித்திருக்கிறேன்."

"துடிப்பான இளைஞன்."

"மன்னிக்கவும்" என்று மக்கின்ஸி சற்று முன்னே செல்ல, ஆஷ்லி சற்று நேரம் எமிலியுடன் தனியாக விடப்பட்டான்.

எமிலி அவன் பார்வையைத் தவிர்த்தாள். "எமிலி ! நீ செய்தது சரியான காரியம் இல்லை."

"வெய்யில் அதிகமாக இருக்கிறது. மாலையே என்ன கொளுத்து கொளுத்துகிறது !"

"எமிலி, எனக்கு வெயிலைப் பற்றிக் கவலையில்லை."

"எனக்கு உன்னுடைய அபிப்பிராயத்தைப் பற்றியும் கவலையில்லை."

"எமிலி, நிஜமாகவே சொல்கிறாயா? நிஜமாகவே நீ அவனை விரும்பி சம்மதிக்கிருக்கிறாயா?"

"ஆம் ! பின் என்னவாம்?"

"இல்லை எமிலி, இல்லை ! நீ கட்டாயப்படுத்தப்பட்டிருக்கிறாய்."

"என்னை எவரும் கட்டாயப்படுத்த முடியாது."

"எமிலி, இப்போதும் தாமதமில்லை. நான் உன்னை . . ."

எமிலி அழகாகச் சிரித்து, "அன்புள்ள ஆஷ்லி, நீ எப்போதும் தாமதம்தான்" என்றாள்.

மக்கின்ஸி மறுபடி இவர்களுடன் கலந்துகொண்டு, "காப்டன் ! என்ன சொல்லியும் என் மணப்பெண்ணின் மனத்தைக் கலைக்க முடியாது. இரவு என் கடைசிப் பிரம்மச்சாரிப் பார்ட்டி இருக்கிறது. நீங்கள் அவசியம் வந்தாக வேண்டும். காப்டன் ! சென்றதை மறப்போம். நாம் இருவரும் இங்கு பிழைக்க வந்தவர்கள். இருவரும் இந்த நாட்டில் அன்னியர்கள். சிறுபான்மையினர். எதற்காக நாம் விரோதம் கொள்ள வேண்டும்? எமிலி தேர்ந்தெடுத்துவிட்டாள். இனி எதற்குச் சச்சரவு?"

இரவு ரெஜிமெண்டில் எல்லோரும் மக்கின்ஸியின் கணக்கில் குடித்துக்கொண்டிருந்தார்கள்.

ஆஷ்லி பாரக்கில் தன் அறையில் தனியாக இருந்தான்.

"டிரிங்க் ஸாப்?"

"கெட் அவுட் !" ஆஷ்லி எதிரே சுவரில் கத்தியைப் பார்த்தான். மேசையின் இழுப்பறையைத் திறந்து துப்பாக்கியைக் கவனித்தான். அதை எடுத்துத் தோட்டாவைப் பரிசோதித்தான். மெல்ல வராந்தாவுக்கு வந்தான்.

இரவின் மவுனத்தில் குடிகாரர்களின் பாட்டு கேட்டது.

"பட்டணத்தில் உள்ள பாவையர் அத்தனை பேருக்கும் எட்டணா எட்டணா ! எங்கள் ராணியின் எட்டணா."

"மக்கின்ஸி ! முதல் முறை கொஞ்சம் பிடிப்பாக இருக்கும். அப்போது என்ன செய்ய வேண்டும்?"

"என்ன செய்ய வேண்டும்?"

"என்னைக் கூப்பிட வேண்டும்."

ஓஹோஹோ என்று சிரிப்பு. ஆஷ்லியின் கன்னத்தில் மெதுவாக நீர் முத்துக்கள் உருண்டன. துப்பாக்கியை எடுத்துத் துடைத்துக் கொண்டான். அதைத் தன் நெற்றியில் பதித்துக்கொண்டான். விரலை அதன் குதிரை மேல் மெதுவாக வைத்தான்.

"எட்டணா எட்டணா ! எங்கள் ராணி எட்டணா !"

கண்களுக்கு எட்டணா ! கைகளுக்கு எட்டணா !

கால்களுக்கு இடையிலிருக்கும் . . ."

ஆஷ்லியின் விரல் அழுந்தும் சமயத்தில்,

"கர்னலுக்கு எட்டணா ! . . ."

கர்னல் நீல் !

ஆஷ்லி ! உன்னிடம் நான் பல சாதனைகளை எதிர்பார்க்கிறேன் என்று சொன்னது நினைவுக்கு வர, 'சே ! மறுபடி கோழைத்தனத்துக்கு அடிமையாகிறேன். ஒரு பெண் என்னை நிராகரித்ததால் நான் எந்த விதத்தில் குறைந்துவிட்டேன். அவளுக்குத்தான் என்னை அடைய அதிர்ஷ்டமில்லை. அந்த முரடனைக் கட்டிக்கொண்டு வாழ்நாள் முழுவதும் வருத்தப்படட்டும். நான் எங்கே அவளைக் கேட்டேன் ! அதுதானே என் ஆதாரமான குறை! தயக்கம்! எல்லாவற்றையும் மனத்தில் வைத்துக்கொண்டு மற்றவர் புரிந்துகொள்ளக் காத்திருக்கும் பிரஜை நான். எனக்கு இந்த அவசர உலகத்தில் எங்கே இடம்?"

ஆஷ்லி குடிகாரர்களை நோக்கி நடந்தான்.

மக்கின்ஸியின் அறைக்குள் மது பிரவேசித்துக்கொண்டிருந்தது. வீற்றிருந்தவர் யாவரும் ஆடிப் பாடிக்கொண்டு, இறைச்சியைக் கடித்துக் கொண்டு, தலைகீழாக நின்றுகொண்டு பற்பல அலங்கோலங்களில் இருக்க மக்கின்ஸி அவனைக் கவனித்தான். "அட, யார் வந்திருக்கிறார் பாருங்கள் நண்பரே !"

"ஆஷ்லி ! காப்டன் ஆஷ்லி !"

எல்லோரும் செயற்கையாக ஆச்சரியம் காட்ட ஆஷ்லி வாசலிலேயே நின்றான்.

"வா ஆஷ்லி, குடி !"

ஆஷ்லி துப்பாக்கியை உயரப் பிடித்து மக்கின்ஸி மேல் குறி வைத்தான்.

மக்கின்ஸி சலனப்படாமல், "இரு. இதை முடித்துவிட்டு வருகிறேன். நாம் இருவரும் போட்டியிடலாம். இரு . . ."

ஆஷ்லி துப்பாக்கியைக் கீழே எறிந்தான். "எட்வர்ட்! நான் உன் திருமணத்தில் உன் சிறந்த நண்பனாக இருக்க விருப்பப்படுகிறேன் !"

மக்கின்ஸி தள்ளாடி வந்து அவனை அணைத்துக்கொண்டான்.

காலை புனித மேரியின் தேவாலயத்தில் பச்சைப் புல் ரகளை மேல் பந்தல் போட்டு ஏராளமான உணவுப் பொருள்கள் வண்ண வண்ணமாகக் காத்திருந்தன. குளிர்ந்த இறைச்சி, சிக்கன், வகை வகையான 'பை' என்று சொல்லப்படும் பன்றி மாமிசத் துண்டங்கள் அமைத்த கோதுமைப் பண்டம், பற்பல பழ வகைகள், மா, பைன் ஆப்பிள், திராட்சை, பட்டாணி, விழித்துப் பார்க்கும் இந்திய வகைச் சமையல்கள், ஏராளமான திருமண கேக்.

காலை ஒன்பது மணிக்கே எல்லோரும் வந்துவிட்டனர். சிறிய தேவலாயத்தில் அத்தனை பேருக்கு இடம் போதாமல் வாசல் வரை நிரம்பி வழிந்தார்கள்.

ரத்தம் ஒரே நிறம்

எமிலி அவசரமாகத் தைத்த அந்தக் கவுனில்கூட அழகாகத்தான் இருந்தாள். அவளை எல்லன் தயார் செய்திருந்தாள். காலையிலேயே அவளை எழுப்பி கட்டிலுக்கு அருகில் நிற்க வைத்து, உள்ளுடைகளில் நீலநிற கார்செட் அணிவித்து, எமிலியை மூச்சுத்திணறும் வரைக்கும் இறுக்கி அந்த இடுப்பை பதினெட்டு அங்குல சுற்றளவாக்கி, லேசாக மஞ்சள் கலந்த வெண்ணிற ஸில்க் கவுனை அவளுக்கு அணிவித்து... 'ஓ எமிலி! தேவதைகள் வெட்கப்படும்!' அவள் கேசத்தைச் சேர்த்து சின்னப் பந்தாக்கி அதன் மேல் ஜிலுஜிலுப்பான ஹாட்டை அணிவித்து... 'ஓ எமிலி! இப்போது அம்மா உன்னைப் பார்க்க வேண்டும்' என்று சற்று நேரம் கண்ணீர் விட்டு - சன்னமாக முகத்திரைத் துணியை அவள் மேல் படர விடும்போது, "அது இரவல்" என்றாள். "எப்போதும் திருமணத்திற்கு இரவல் துணி ஒன்றாவது அணிய வேண்டும். கொஞ்சம் புதுசு, கொஞ்சம் பழசு, கொஞ்சம் இரவல், கொஞ்சம் நீலம் என்பதுதான் சம்பிரதாயம்."

எல்லன் எல்லாவற்றையும் முடித்துவிட்டு இப்போது தேவாலயத்தில் இடதுபுற வரிசையில் இரண்டாவது இடத்தில் ஏராளமாக உடையணிந்து கண்ணீரை அடிக்கடி துடைத்துக்கொண்டு உட்கார்ந்திருந்தாள்.

லெப்டினன்ட் மக்கின்ஸி தன் ராணுவச் சீருடையில் ஜொலித்துக் கொண்டு, 'சிறந்த நண்பனான' ஆஷ்லியால் மெதுவாக ராஜ கம்பீரமாக அழைத்துவரப்பட்டான். தேவாலயத்தில் வெஸ்லியின் அபாரப் பண் முழங்கியது.

Joy of heaven to earth come down
Fix in us why humble dwelling
All thy faithful mercies crown.

பாட்டின் உச்சக்கட்ட மெட்டில் எல்லோரும் கலந்துகொண்டு உற்சாகமாகப் பாடினர்.

அஸ்ஸாமிலிருந்து அவசரமாக அழைக்கப்பட்டிருந்த தேயிலை எஸ்டேட் சிற்றப்பா எமிலியை அழைத்து வர எல்லோரும் அதிசயத்துடன் மணப்பெண்ணைப் பார்க்க, குட்டி தேவதைகள் பின்தொடர மிதந்து வந்தாள். சாப்ளெய்ன் மிகவும் மரியாதைப்பட்ட குரலில், "பிரியமானவர்களே. இந்தப் புருஷனையும் ஸ்திரீயையும் தேவ சமூகத்திலும் இந்தச் சபைக்கு முன்பாகவும் பரிசுத்த விவாக நிலையில் சேர்க்கும்படி இவ்விடத்தில் கூடி வந்திருக்கிறோம்..."

ஆஷ்லி தன் பையில் மக்கின்ஸிக்கு எடுத்துக் கொடுப்பதற்குத் தயாராக வைத்திருந்த மோதிரத்தைத் தொட்டுப் பார்த்துக் கொண்டான். கடைசி சமயத்தில் காணாமற் போய்விட்டது என்று சொல்லிவிட்டால் என்ன? எமிலி பக்கவாட்டில் எத்தனை அழகாக இருக்கிறாள்!

"இவர்களை ஒருவரோடொருவர் ஒழுங்கின்படி சேர்க்கக் கூடாத நியாயமான முகாந்திரத்தை யாராலும் சொல்லக் கூடுமானால் இப்பொழுதே அதைச் சொல்லக் கடவன். சொல்லாவிட்டால் இனி ஒருக்காலும் சொல்லாதிருக்கக் கடவன் . . ."

'ஆஷ்லி ! இதுதான் உன் கடைசி சந்தர்ப்பம் ! சொல் !' சொல்லவில்லை.

"எட்வர்ட் மக்கின்ஸியான நீ தேவ நியமனத்தின்படி பரிசுத்த விவாக நிலைமையில் ஒருமித்து வாழ இந்த ஸ்திரீயை உனக்கு விவாக மனைவியாக ஏற்றுக்கொண்டு சுகத்திலும் துக்கத்திலும் இவளை நேசித்து, ஆதரித்து, காப்பாற்றி, நீங்கள் இருவரும் உயிரோடிருக்குமளவும் வேறு ஒருத்தி முகம் பாராமல் இவளுக்கே புருஷனாயிருப்பாயா? . . ."

"இருப்பேன்" என்றான் எட்வர்ட் மக்கின்ஸி.

"எமிலி அட்கிஸ்ன் ! நீ தேவ நியமனத்தின்படி . . ."

இப்போதுகூட அந்த இடத்தில் மக்கின்ஸியை ஒதுக்கிவிட்டு கத்தியால் பயமுறுத்தி எல்லோரையும் துரத்திவிட்டு . . .

"எட்வர்ட் மக்கின்ஸி ஆகிய நான் எமிலி அட்கின்ஸனான உன்னை . . ."

இன்னும் மோதிரம் அணியவில்லை !

"மரணம் நம்மைப் பிரிக்கும்வரை நன்மையிலும் தீமையிலும் வாழ்விலும் தாழ்விலும் . . ." ஓடிப் போய்விடலாமா?

"இந்த மோதிரத்தினாலே நான் உன்னை விவாகம் செய்து என் சரீரத்தினாலே உன்னை மேன்மைப்படுத்தி பிதா, குமாரன், பரிசுத்த ஆவியனாலே . . ."

இப்போதுகூட அவளைப் பலாத்காரமாக இழுத்துக்கொண்டு . . .

மக்கின்ஸி எமிலியின் நான்காம் விரலில் மோதிரத்தை அணிவித்தான்.

"தேவன் இணைத்தவர்களை மனிதன் எவனும் பிரிக்காதிருக்கட்டும்."

18

மக்கின்ஸியும் எமிலியும் கைகோத்துக்கொண்டு வெளிவர, தேவாலய முன்னிலையில் மக்கின்ஸியின் நண்பர்கள் துப்பாக்கியால் ஆர்ச் அமைத்துப் பாடினார்கள். போதாத நிழலில், இருவரும் சற்றே குனிந்துகொண்டு நடக்க, மக்கின்ஸி குதூகலத்துடன் மனைவியைப் பற்றிப் பக்கத்தில் இழுத்து முத்தமிட்டுக் கொண்டே வந்தான். எமிலிக்கு இன்பம் திகட்டியது.

கர்னல் நீல் அவர்களை மிகையாக வரவேற்று வாழ்த்தினார். வர்ண வர்ணப் பந்தலின் கீழ் நிழலில் உணவுப் பண்டங்கள் காத்திருக்க, எல்லோரும் வந்து சேர்ந்துகொள்ள முதலில் மஹாராணிக்கும் அதன் பின் கர்னல் நீலுக்கும் புதுமணத் தம்பதியினருக்கும் கண்ணாடிக் கோப்பை களில் துல்லிய ஒயின் டோஸ்ட்டாக அருந்தக் கொடுக்கப்பட்டது.

மக்கின்ஸி மணமகளுடன் தொடர்ந்து வந்த பெண்களுக்குப் பரிசளித்தான். “எங்கே மாப்பிள்ளைத் தோழன்? அவனுக்கு நன்றி சொல்லும் கட்டம் பாக்கியிருக்கிறது.”

ஆஷ்லி உற்சாகத்தில் பங்கேற்காமல் பார்த்துக்கொண்டிருந்தான். “ஆஷ்லி! வா!”

எமிலியை நெருங்க நெருங்க அவனுக்குத் தன் இழப்பு அதிக வருத்தத்தைத் தந்தது. ‘எமிலி! அவசரப்பட்டுவிட்டாய். இவன் உனக்குத் தகுதியானவன் இல்லை.’

“இந்தக் கல்யாணத்தைச் சிறப்பாக நடத்தி வைத்த என் அத்யந்த நண்பர் காப்டன் ஃபிரேஸருக்கு . . .” கண்ணாடிக் கோப்பைகள் க்ளிங்கின.

எமிலி தன் புதிய வைரமோதிரத்தைப் பார்த்துக்கொண்டிருந்தாள். எல்லாமே திகைப்பாக இருந்தது. எங்கோ ஒரு கோடியில் அவசரப்பட்டு விட்டோமோ என்று ஒரு கவலை அவ்வப்போது குறுகுறுத்தது. அவளை யோசிக்கவே விடவில்லை. எங்கு சென்றாலும் துரத்தி, எப்போதும் அவளை அடைகாத்து, யார் பார்த்தாலும் மக்கின்ஸிக்கு எமிலிதான் என்று சொல்லும் சூழ்நிலையை ஏற்படுத்தி . . .

எல்லனும் ஜார்ஜும் மக்கின்ஸி நல்லவன், நல்லவன் என்று சொல்லி எனக்காக ஒரு அபிப்பிராயம் இல்லாமல் செய்துவிட்டார்கள்.

“என் பெண்ணே, நீ ரொம்ப அதிர்ஷ்டக்காரி. எவ்வளவு அழகாக இருக்கிறான் பார், உன் கணவன் !” இங்கிருந்து அவன் சருமம் வெய்யில் ஊடே இன்னும் சிவந்து தெரிய, தலைமயிர்க் கற்றை காற்றில் அசைய, கண்களின் நீலத்தில் சற்றுக் குறும்பும் சிரிப்பும் தெரிய . . . ஆனால் அதே கண்களில் குரூரத்தையும் பார்த்திருக்கிறாயே எமிலி . . .

எல்லோரும் ஏராளமாக உண்டார்கள். ரெஜிமெண்டின் வாத்திய கோஷ்டி இசைத்தது. எமிலி அவர்கள் ஊடே புதிய பறவையைப் போல நடமாடினாள்.

"வாழ்த்துக்கள் எமிலி . . ."

"ஓ ஆஷ்லி ! ரொம்ப வந்தனம் ! மாப்பிள்ளைத் தோழனாக இருந்ததற்கு."

"எமிலி, நீ . . . நீ . . ."

"ஆஷ்லி ! உனக்கு ஏதும் கோபமோ வித்தியாசமான எண்ணங்களோ இல்லையென்று நினைக்கிறேன்."

"இல்லை எமிலி. உன் மணவாழ்வு பிரகாசமாக அமையக் கடவுளைப் பிரார்த்திக்கிறேன். இந்தச் சமயத்தில் அசந்தர்ப்பமாக இருந்தாலும் ஒரு விஷயத்தை நான் உன்னிடம் சொல்லியாக வேண்டும். உன்னை நான் மனதாரக் காதலிக்கிறேன். மணம் செய்து கொள்ளலாம் என்று கனவு கண்டேன். என் மனத்தில் உள்ளதை உன்னிடம் சரியாகச் சொல்வதற்குச் சந்தர்ப்பம் கிட்டுவதற்குள் நீ அவச . . . நீ கல்யாணம் செய்துகொண்டுவிட்டாய். மக்கின்ஸி அதிர்ஷ்டக்காரன்."

"மக்கின்ஸி எனக்கு யோசிக்கவே அவகாசம் தரவில்லை. என்னைப் புயல் போல அடித்துக்கொண்டு சென்றுவிட்டான்."

"எமிலி ! என்னால் உனக்கு ஏதும் தொந்தரவு இருக்காது. உன்னை நான் தூரத்திலிருந்து, உன் நல்வாழ்வை விருப்பத்துடன் பார்த்துக் கொண்டிருப்பேன். எப்போதாவது, எங்கேயாவது, உனக்கு என் உதவி தேவையாக இருந்தால் என்னைக் கூப்பிடு. நான் மிகுந்த விருப்பத்துடன் உன்னிடம் வருவேன்."

"ஆஷ்லி, நீ கல்யாணம் செய்துகொள்ள வேண்டும். அதுதான் என் விருப்பம்!"

"காத்திருக்கப் போகிறேன்."

"யாருக்கு?"

"உனக்கு !" என்று புன்னகைத்துவிட்டு ஆஷ்லி விலகிச் சென்றான் கர்னல் நீல் அவனை விளித்தார்.

எமிலி அவன் சென்ற திசையைச் சிந்தனையுடன் பார்த்துக் கொண்டிருந்தாள்.

கர்னல் நீலின் அருகில் காப்டன் ஃபோர்ப்ஸ் நின்றுகொண்டிருந்தார். அப்போதுதான் குதிரை மீது வந்திருந்தது தெரிந்தது. அவர் கொண்டுவந்த உறையைப் பிரித்துப் படித்துக்கொண்டிருந்தார் நீல்.

“ஸர், கூப்பிட்டீர்களா?”

“ஆம் ! முக்கியமான செய்தி வந்திருக்கிறது.”

ஆஷ்லி மரியாதைக்குரிய தூரத்தில் நிற்க, கர்னல் நீல் அந்தக் கடிதத்தை இரண்டாம் முறை படித்தார். கவர்னர் ஜெனரல் சார்லஸ் ஜான் வைக்கவுண்ட் கானிங்கிடமிருந்து வந்திருந்த அரசாங்க முத்திரைக் கடிதம் அது. அதிலிருந்த செய்திகள் கர்னல் நீலுக்கு அதிகம் பிடிக்கவில்லை என்று தெரிந்தது.

“அன்புள்ள ஜேம்ஸ்.”

இந்தக் கடிதம் உனக்கு ஆச்சரியம் அளிக்கலாம். கம்பெனியிலும் ராணுவத்திலும் எல்லாம் சரியாகச் செயல்பட்டுக்கொண்டிருக்கிறது என்று நாட்டின் தெற்கு முனையிலிருந்து நீ கற்பனை செய்து கொண்டிருக்கலாம். அந்தக் கற்பனையைக் கலைத்து உன்னைத் தயார்படுத்தவே இந்தக் கடிதம். நான் உன்னிடம் சொல்லப்போவது ஒரு கட்டுக்கதை போல் இருக்கலாம். ஆனால் இது நடக்கிற கதை என்றுதான் தோன்றுகிறது. இந்தக் கதையில் சின்னச் சின்ன சப்பாத்தி வட்டங்கள் ராத்திரிகளில் கிராமத்துக்குக் கிராமம் பரிமாறிக் கொள்ளப்படுகின்றன. ராணுவ பாரக்குகள் இரவில் திடீரென்று கொளுத்தப்படுகின்றன. காற்று வேகத்தில் வட இந்தியக் கிராமங்களிலும் நகரங்களிலும் ஒரு செய்தி பரவிக்கொண்டிருக்கிறது. எல்லாம் சிவப்பாகப் போகிறது.

கடந்த நான்கு மாதங்களாக நான் இவ்வகையில் சின்னச் சின்னப் புகார்களை அறிந்து வருகிறேன். பெங்கால் ராணுவத்தின் 1,50,000 சிப்பாய்களுக்கு என்னவோ ஆகிக்கொண்டிருக்கிறது. ஏதோ ஒரு புழுக்கம், ஏதோ ஒரு மனக்குறை. இந்தப் பரபரப்பு வடக்கே எங்கிலும் பரவிக்கொண்டிருக்கிறது. கங்கை நதியின் கடைவாயிலிருந்து இமாலயத்து மடி வரை, பஞ்சாப் பிரதேசம் வரை, கிராண்ட் டிரங்க் சாலையின் கிராமங்களில் எல்லாம் இரவில் முரசங்கள் ஒலிக்கின்றன. ஒரு வதந்தி பரவியிருக்கிறது. பரவிக்கொண்டிருக்கிறது. இந்திய ராணுவத்தின் சாதிப் பிரிவை நாம் ஒழித்துக்கட்ட முயற்சி செய்துகொண்டிருக்கிறோமாம். என்ஃபீல்டு ரைஃபிள்களில் பன்றிக் கொழுப்பைக் கலந்து தருகிறோமாம்.

இந்துக்களும் முஸ்லிம்களும் இரு தரப்பினருமே இதனால் கோபித்திருப்பதாகத் தெரிகிறது. ஏற்கனவே 34-வது, 17-வது இந்திய இன்ஃபண்டரி பிரிவுகளைக் கலகத்துக்காகக் கலைத்துவிட்டோம். மீரட்டில் 85-வது காவல்ரி இப்போது பிடிவாதமாகக் கலாட்டா செய்கிறார்கள்.

நிலைமை நாளுக்கு நாள் மோசமாகிக்கொண்டிருக்கிறது. ஆனால் சமாளித்துவிடலாம் என்கிற நம்பிக்கையும் இருக்கிறது.

இருந்தும் ஒருவித எச்சரிக்கை நிலையில் நாம் எல்லோரும் இருப்பது இப்போது அவசியமாகும். ஜேமஸ்! முதலில் நீ எனக்குச் சொல்ல வேண்டியது சென்னை ராணுவத்தில் என்ஃபீல்டு வகைத் துப்பாக்கிளுக்கு ஏதாவது எதிர்ப்பு இருக்கிறதா? இருந்தால் அது எவ்வளவு வலுவானது? உன் ராணுவத்தின் அமைப்பைப் பார்த்ததில் இம்மாதிரி எதிர்ப்பு உன் பக்கம் ஏற்படவில்லை என்றுதான் நம்புகிறேன். இருந்தும் இந்த விவரத்தை நீ ஊர்ஜிதப்படுத்த வேண்டும். நீ செய்ய வேண்டிய மற்றொரு காரியம் உன் அத்தனை அதிகாரிகளின் விடுமுறைகளையும் ரத்து செய்து எல்லோரையும் தயார் நிலையில் வைப்பது. குறுகிய காலத்தில் சென்னை ராணுவத்தின் பக்கபலம் எனக்குத் தேவையாக இருக்கலாம்.

எப்போதும் என்னிடமிருந்து செய்தி வரலாம். தயாராக இருக்கவும்.

ஷார்லட் உங்கள் எல்லாரையும் விசாரித்ததாகச் சொன்னாள்.

உண்மையுள்ள . . ."

கானிங் பிரபுவின் மேல்நோக்கிப் பாய்ந்த கையெழுத்தைச் சற்று நேரம் நீல் வெறித்துப் பார்த்து, "ஆஷ்லி ! உடனே எல்லா அதிகாரிகளையும் நான் மாலை சந்திக்க ஏற்பாடு செய்."

ஆஷ்லி சற்றுத் தயக்கத்துடன், "ஸர் ! ஏதாவது கெட்ட செய்தியா?"

"அப்படித்தான் தோன்றுகிறது. வடக்கே நிலைமை சற்று மோசமாகி விட்டதாம். ராணுவத்தில் இந்தியர்கள் கலகமாம்."

"கலகமா?"

"ஆம். எதற்குத் தெரியுமா? துப்பாக்கி குண்டுக்குத் தயாரிக்கப்படும் கொழுப்புக்காக !" என்று சிரித்தார். "நம் ராணுவத்தில் என்ஃபீல்டு ரைஃபிள்கள் உபயோகப்படுத்துகிறோமா?"

"ஆம்."

"ஆஷ்லி, இந்தக் கடித விஷயத்தை ரகசியமாக வைத்துக்கொள். நாளை மாலை ஒரு என்ஃபீல்டு ரைஃபிளை எடுத்து வா. எல்லாப் பிரிவு அதிகாரிகளையும் வரச் சொல். மேஜர் மாரிஸனிடம் தகவல் சொல்லிவிடு." மக்கின்ஸியும் எமிலியும் அவரை அணுக, "எட்வர்ட் ! எங்கேயாவது தேனிலவு என்று ஊரை விட்டுப் போய்விடாதே. சென்னையில் எல்லோரும் இருந்தாக வேண்டும். எமிலி, என்னை மன்னித்துக்கொள். உன் கணவனுக்கு விடுமுறையோ, வெளியே போக அனுமதியோ கொடுக்க இயலாத நிலையில் இருக்கிறேன் கிழவனைத் திட்டாதே !"

எமிலி சிரித்தாள். ஆஷ்லியை நேராகப் பார்ப்பதற்குத் தயங்கினாள். ராத்திரி கூடாரத்துக்கு வெளியே அவர்கள் கும்மாளம் இன்னும்

கேட்டுக்கொண்டிருந்தது. பூஞ்சோலை விளக்குத் திரியின் நடனத்தைப் பார்த்துக்கொண்டிருந்தாள். 'எப்படியோ கல்யாணம் பண்ணி வெச்சுட்டாங்க. அந்தப் பாழாப்போறவனை மறந்துதான் ஆகணும். ஆத்தாளுக்கு முன்னால தாலி கட்டிப்பிட்டான். இவனுக்குப் படிஞ்சு தான் ஆகணும். எனக்கென்னவோ பயமாத்தான் இருக்குது. இந்தாளோட எப்படி. சே . . . அப்படி எல்லாம் நினைக்காத. பூவு, இவரும் நம்ம கூட்டந்தான். இவரும் ஆளு தகடாத்தான் இருக்காரு. விசாலமா மார்பு. இவருதான் என் புருஷன். இவருக்குத்தான் தண்ணி தரணும். தவிக்கையில பால் தரணும். ஏமாத்தாம இஷ்டம் போல நடந்துக்கணும். ரோசாப் பூவும் செவ்வந்திப் பூவும் வெச்சுக்கிட்டு ராசா ராணியைப் போல . . . அந்தாளை மறக்கணும் . . . அந்தாளை மறக்கணும் !'

வெளியே விரைந்து செல்லும் சத்தத்தில், "பூவாடை தோணுதடி, புதுக் காத்து வீசுதடி, பாவாடை கட்டயிலே பழகினதை ஏன் மறந்தாய்?" என்ற வெட்கம் தரும் பாட்டுக்களை அவர்கள் உற்சாகமாகப் பாடிக்கொண்டிருக்க, திரை சலசலத்து ராக்கன் உள்ளே வந்து "பூவு என்று சொல்லி அருகே உட்கார்ந்தான்."

வியர்த்திருந்தான். குடித்திருந்தான் கண்கள் நிலைகொள்ளாமல் அவள் உடலைத் தடவின. "பூவு பூவு, உனக்காக எத்தனை காலம் காத்திருக்கிறேன் தெரியுமா? உன்னை வித்தையில தொட்டபோதெல்லாம் எனக்குள்ள வெளிச்சம் போட்டாப்பல ஆயிரும். உன்னை தூரத்தில் பார்த்தபோதே என் உடம்பெல்லாம் பதறும். உனக்குள்ள அப்படி என்னதான் வெச்சிருக்க பூவு?" ராக்கனின் கரங்கள் அவள் இடுப்பை வளைத்து அருகே கொண்டுசெல்ல, "மச்சான் இரு! அவங்கள்ளாம் தூங்கட்டும்," என்றாள்.

"அவங்க எங்க தூங்கப்போறாங்க? அட அவங்களுக்குத்தான் தெரியாதா என்ன?"

"வெக்கமா இருக்குது . . ."

இப்போது அவள் தோளைத் தடவினான்.

"விடு ! விடுன்னா . . ."

"இன்னிக்கு நான் சொல்ல நீ கேக்க வேண்டாம்? புருசன் அல்லவா?"

"வெளக்கையாவது அணைச்சுத் தொலை."

"இல்லை எமிலி ! விளக்கை அணைக்க மாட்டேன். உன்னை நான் முழுசாகப் பார்க்க வேண்டும்."

"எட்டி ! எட்டி ! தயவுசெய்து இரைச்சல் போடாதே. அவர்கள் எழுந்துவிடுவார்கள்."

"எழுந்தால் என்ன? அவர்களுக்கு இங்கு நடக்கிறது தெரியாதா என்ன? இப்போதுகூட நமக்கு இணையாக ட்ரெவரும் எல்லனும் அங்கே உல்லாசம் செய்துகொண்டிருப்பார்கள் ! இந்தப் பித்தானை எப்படிக் கழற்றுவது?"

"ஓ எட்டி !"

"எமிலி எமிலி. இதுதான் உன் மார்பா ! இல்லை, 'ஷாம்பேன்' கிண்ணங்கள் !"

"நுங்கு மாதிரி இருக்கு பூவு . . ."

"அட விடுய்யா. முதல்ல விளக்கை அணைச்சாத்தான்."

"எட்டி, விடு. முதலில் விளக்கை அணைத்தால்தான் !"

"இது என்ன? ஏன் உன் இதயம் அடிப்பட்ட புறாப் போல துடிக்கிறது !"

"அங்க மட்டும் தொட்டன்னா கெட்ட கோபம் வரும்."

"நல்ல கோவம்னு உண்டா என்ன?"

"ஓ எமிலி, உன்னுடைய ஏராளமான உடைகளுக்குள் உன்னைக் கண்டுபிடித்துக் கண்டுபிடித்து, இந்த ராத்திரி முழுக்கக் கண்டுபிடித்து . . ."

"கான மயிலே உன்னைக்

கைவிடலை என்று சொல்லி

மீனாட்சி வாசலிலே

வேட்டி போட்டுத் தாண்டுறாண்டி."

ஊதி அணைத்தாள். அவன் அத்தனை பளுவும் மார்பில் இறங்கினதைப் போல் உணர்ந்தாள். ஆதி நேர அவசரத்தில் இருவரும் அங்கங்கே சந்தோஷம் ஒத்தின வேதனையில், கன்னத்தில் மூச்சு தகிக்க எங்கேயோ ஓடுவது போலவும், நனைவது போலவும், அணைவது போலவும் மக்கின்ஸியும் ராக்கனும் களைத்துப்போய் கவிழ்ந்து உறங்கிப்போக, எமிலியும் பூஞ்சோலையும் விழித்துக்கொண்டு லேசாக அழுதுகொண்டிருந்தார்கள்.

19

முத்துக்குமரன் தன்னிச்சையாக நடந்துகொண்டிருந்தான். ஆலப்பாக்கம் போகலாமா என்று மனத்தின் ஓரத்தில் ஒரு யோசனையைச் செயல்படுத்தப் பாதை கேட்பதில் அக்கறையில்லை. போனால் அம்மாவைப் பார்க்கலாம். சற்று நேரம் அழுவாள். வயலுக்குப் போய் நீர் இறைக்கலாம். வெள்ளைக்காரர்களிடம் மாட்டிக்கொள்ளலாம். மாட்டிக்கொண்டால் என்ன? என் லட்சியம் நிறைவேறும் என்று தோன்றவில்லை. தொடர்ந்து உயிர் வாழ்வதில் ஓர் அலுப்பும் விரக்தியும் ஏற்பட்டுவிட்டது. பேசாமல் ஊருக்குப் போய்க் கொஞ்ச காலம் சுகமாக இருந்துவிட்டு அவன் வருகிறவரை காத்திருந்துவிட்டு மாட்டிக்கொண்டால் என்ன போயிற்று?

மழை வந்தது. முத்துக்குமரன் கவலைப்படாமல் நடந்தான். முகத்தில் சாரல் அடித்து நீர்த்திரளாகக் கண்ணீருடன் சேர்ந்து கொண்டு உருண்டது. மார்பில் சுருக்கென்று ஊசி குத்தியது. சேற்றில் சொதசொதவென்று நடந்தான். மழை இன்னும் கோபம் கொண்டு இப்போது சவுக்கடி போல் தண்டித்தது. உடலுக்குள் குளிர் புகுந்து கொண்டு உலுக்கியது.

முத்துக்குமரன் மண்டபத்தைப் பார்த்ததும் அங்கே சென்று ஒதுங்கிக்கொண்டான். நடுக்கத்துடன் சற்று நேரம் நின்றான். முழங்காலருகில் வேட்டியைப் பிழிந்துகொண்டான். பற்கள் தாளமிட்டன. மண்டபம் சிதிலமாக இருந்தது. சுவர்களை மீறிக் காட்டுச் செடிகள் எட்டிப்பார்த்துக்கொண்டிருக்க, அது ஒரு கோயில் போல் இருந்தது. முகப்பில் வேல் பதித்து, அதன் குடுமியில் எலுமிச்சை செருகி, குங்கும ரத்தம் வைத்து, காட்டுப் பூ பார்த்துக்கொண்டிருந்தது. முத்துக்குமரன் கைகளைத் தேய்த்துக்கொண்டு மழை சற்று குறைந்திருக்கவே புறப்பட ஆயத்தமானான். பிற்பகுதியில் சலங் என்று சப்தம் கேட்டது. அஸ்க் என்று தும்மல் சப்தமும் கேட்க, சற்று ஆர்வமின்றி, "யாரு?" என்றான்.

மென்மையான காலடி ஓசை கேட்டது. ஓசை சலங்கை அணிந்திருந்தது.

"சிவகாமி ! நீ இங்க எதுக்கு வந்த?"

"உங்க பின்னாடிதான்.!" சிவகாமி சொட்டச் சொட்ட நனைந்து நடுங்கிக்கொண்டிருந்தாள்.

கல்யாண நிமித்தம் போட்டிருந்த அத்தனை நகைகளும் நனைத்திருந்தன. சிவப்பில் சட்டை நனைந்து அவள் சின்ன மார்பகங்களின் வட்டங்கள் தெரிந்தன.

"எதுக்கு இங்க வந்த சிவகாமி?"

"உங்ககூட," என்றாள்.

"எங்கூடவா? பைத்தியமே! நான் எங்க போறேன்னு எனக்கே தெரியாது."

"நீங்க என்னைக் காப்பாத்தினீங்க, அதுக்கு நான் உங்களை . . . உங்களுக்கு . . ."

"என்ன சொல்ற சிவகாமி? வா எங்கூட. திரும்ப உங்க கூட்டத்தில கொண்டு விட்டுர்றன்."

"வேண்டாங்க. நான் உங்ககூடத்தான் வரன்."

"பித்துப் பிடிச்சுப் பேசாதே. நான் என்ன அவ இல்லாட்டா இவள்னு பேரம் பேச வந்தன்னு நினைச்சியா?"

"அய்யா, நீங்க என்னை வெள்ளைக்காரங்கிட்ட இருந்து காப்பாத்தினிங்க."

"அதுக்கு இப்ப என்ன? மாட்டிக்கிட்டது என்னாலதான்னு காப்பாத்தினேன்."

"அதுக்கு நான் உங்களுக்கு ஏதாவது செய்ய வேண்டாங்களா?"

"வேண்டாம். எனக்கு இப்போதைக்கு ஒண்ணும் தேவையில்லை."

"இப்ப நீங்க எங்க போறீங்க?"

"எங்கேயோ ! அதைப் பத்தி உனக்கு என்ன? வா இருட்டறதுக்குள்ள திரும்பிப் போயிரலாம்."

"உங்களுக்கு ஒரு இடம் காட்டிட்டுப் போயிருவேன்."

"என்ன இடம்?"

"பைராகி."

"யாரு பைராகி?"

"எங்களுக்கு எல்லாப் பயிற்சிகளும் தந்தவர். இங்க இருந்து வடக்கால் போனா மலைக்கு அந்தப் பக்கம் இருக்காரு. அவருக்கு எல்லாம் தெரியும்."

முத்துக்குமரன் சிரித்து, "நானே போய்ப் பார்த்துக்கறேன் அவரை. நீ போ" என்றான்.

"உங்களால கண்டுபிடிக்க முடியாது."

"பரவாயில்லை. சின்னப் பொண்ணு நீ. இப்படி எல்லாம் தனியா வரக் கூடாது. போ, நான் பாத்துக்கறேன்."

"அந்த பைராகி வெள்ளைக்காரனை எப்படி கொல்றதுன்னு சொல்லித்தருவார்."

"என்னது?"

"ஆமா ! அவருக்கு எல்லாம் தெரியும். மந்திரம், தந்திரம், பலவித வித்தைகள், கத்தி பழகுறது எல்லாம் ! எப்படி பதுங்கறது, எப்படி வீசறது, துப்பாக்கி . . . எல்லாம் !" இப்போது சிவகாமி சற்றுக் குறும்புடன் அவனைப் பார்த்துச் சிரித்து, "நான் போய்ட்டு வரட்டுமா?" என்றாள்.

"இரு இரு, சிவகாமி, எனக்கு அந்த இடத்தைக் காட்டிட்டுப் போ. நானே உன்னைத் திருப்பிக் கொண்டு விட்டிடறேன்."

"அதான் நான் முதக்காவே சொன்னது."

"நான் வேற அர்த்தத்தில் எடுத்துக்கிட்டேன். நீ எங்கூடத்தான் வரப் பாக்கிறயாக்கும்னு."

"சம்மதமிருந்தா அதுக்கும் நான் தயாருங்கய்யா."

"எங்கூட நீ வர முடியாது. கூடாது. அந்த இடத்தைக் காட்டிட்டு அப்புறம் நீ உங்க கூட்டத்துக்குத் திரும்பிப் போயிரணும். என்ன? அப்பதான் நான் உங்கூட வருவேன்."

"சரி," என்று தன் சட்டையைக் காற்றில் ஆற்றிக்கொண்டு தலையைச் சிலுப்பிக்கொண்டு, "வாங்க," என்றாள்.

மழை நின்றுபோய் பறவைகள் மறுபடி பாடலாமா என்று குரலைத் தீட்டிக்கொண்டிருந்தன. சூரியன் எங்கிருக்கிறான் என்று தெரியவில்லை. மேகங்களுக்குள் இன்னும் கோபம் பாக்கியிருந்தது. சிவகாமி வேகமாக நடந்தாள்.

"அந்த ஆளை உனக்கு எப்படித் தெரியும்?"

"எங்க கூட்டத்துக்குக் கத்துக்கொடுக்கறவரு அவருதாங்களே ! உடம்புக்குள்ற ஒரு வேரு வெச்சிக்காரு. ஒத்தைக் கையால இத்தா பெரிய சங்கிலி எல்லாம் வெட்டிப்புடுவாரு."

"இரு. ஓடாத. எதுக்கு ஓடறே?"

"ஒரு வேளைக்கப்புறம் அவரைப் பாக்க முடியாதுங்க."

அந்த ஈரப்பெண் தன் முன்னால் ஓடும்போது அவள் எளிய நகைகள் அங்கங்களுடன் குலுங்குவதைப் பார்த்தான். அறியாத இந்தப் பெண்ணிடம் இருக்கும் நன்றி உணர்ச்சி அவனை வியப்பில் ஆழ்த்தியது. ஒற்றையடிப் பாதையில் விலகினாள். "பார்த்து வாங்க, பாம்பு இருக்கும்.

சத்தம் கேட்டா கிட்ட வராது. இருந்தாலும் பச்சப் பாம்பு கண்ணுக்குத் தெரியாது. எம்பிக் கொத்திரும்,'' என்று முட்புதர்களின் ஊடே ஓடினாள்.

எதிரே குன்று தெரிந்தது. அதன் சிகரத்தைத் தாழ்வான மேகங்கள் மறைந்திருந்தன.

"மலைக்கு மேல போவணுமா?"

"இல்லை, இல்லை ! மலைக்கு அந்தப் பக்கத்தில இருக்கு குகை. லேசில கண்ணுக்குத் தெரியாது. ஒரு முறை, இரு முறை போனவங்களே கண்டுபிடிக்கத் தடுமாறுவாங்க."

இவள் தடுமாறவில்லை. முத்துக்குமரனுக்கு மறுபடி அந்தச் செலுத்தப்படும் தன் விதியினை வேறு யாரோ நிர்ணயித்துக் கொடுக்கும் எண்ணம் வந்தது. 'எதற்காக நான் காப்பாற்றப்பட்டேன்? எதற்காக நான் கல்யாணம் மறுக்கப்பட்டேன்? எதற்காக நான் இந்த மலைச் சரிவில் இவள் பின் ஓடுகிறேன்? எல்லாமே எனக்குத் தன்னிச்சையாகவா நிகழ்கின்றன? யாரோ நிகழ்த்தி வெக்காறங்க. நடத்தி வெங்ககறாங்க.'

குன்றின் பின்பக்கத்தில் பசுமை போர்த்தியிருந்தது. மரமற்ற வெறும் பசும்புல் போர்வை. பாறையின் நிறமே தெரியாமல், மனிதர்கள் வந்து நடந்ததற்கு எந்தவிதச் சாட்சியும் இல்லாமல் . . . சிவகாமி அந்த மரகதப் பட்டின் குறுக்கே ஓடினாள்.

"வாங்க வாங்க . . ."

இதில் எங்கே குகை இருக்கக்கூடும் என்று பிரமிப்பாக இருந்தது.

மிக நெருங்கி அருகில் வந்து பார்த்தால்தான் அந்த இருள் பொந்து தெரிந்தது. வாசலை மர அடர்த்தி மறைக்க, சாதாரணமாகப் பார்ப்பவர்கள்கூடப் பூச்சிபொட்டுக்குப் பயப்பட்டு ஒதுங்கவே தயங்குவார்கள். சிவகாமி பயமில்லாமல் அதனுள் நுழைந்தாள். அவளுடன் நுழைந்த முத்துக்குமரன் உடனே இருளால் தாக்கப்பட்டான்.

"எங்கே இருக்கே சிவகாமி?"

"என் கையைப் பிடிச்சுக்குங்க," என்றது இருட்டு.

வலிய வந்து அவள் கரம் அவனைப் பற்றி இழுத்தது.

வெகு தூரத்தில் ஒரு மஞ்சள் வடிவ ஒளி வட்டத்தை நோக்கிப் போவதைப் போல இருந்தது.

"சிவகாமி எங்க கொண்டுட்டுப் போற?"

"பயப்படாத வாங்க."

சிவகாமி அவனை இன்னும் கிட்ட இழுத்துக்கொண்டு அவன் கையைச் சந்தர்ப்பத்துக்குத் தேவையில்லாமல் தன் மார்பின் மேல் இறுக்கிக்கொண்டு நடந்தாள். ஒரு சமயம் கையைத் தன் கன்னத்தில் தடவிக்கொண்டாள். அந்த வட்டம் பெரிசாகிக்கொண்டு வர, கிட்டத்தில் அது உள்ளறையின் வெளிச்சம் என்று தெரிந்தது. சுவர்களில் நடப்பட்டிருந்த தீப்பந்தத்தின் வெளிச்சம் சுவர்களிலில்லை. குகையின் கரடுமுரடே சுவர்கள். கற்பூர வாசனை மூக்கைத் தாக்கியது. அங்கங்கே ஆயுதங்கள் செருகியிருந்தன. மான் தோலில் ஒருவர் நடுவே உட்கார்ந்துகொண்டு ஓலைகளைப் படித்துக் கொண்டிருக்க, சிவகாமி சப்தமின்றி அவரருகில் போய் உட்கார்ந்தாள்.

"இவர் யாரு?" என்று கேட்க வந்தவனை, "உஷ் . . ." என்று அதட்டிச் சும்மா இருக்கச் சொன்னாள்.

முத்துக்குமரன் அவரைப் பார்த்தான். சாமியாரா, மகானா, போர்வீரரா என்று சரியாகச் சொல்ல முடியவில்லை. தலைமுடி சடை சடையாக இருந்தது. தாடி மீசைக்குள் கண்கள் கனலாக ஒளிர்ந்தன. அப்போது ஒரே திக்கில் பார்த்துக்கொண்டு முணுமுணுத்துக்கொண்டிருந்தார் அவர், தலைக்கு மேலே பானை போலிருந்த பொருளில் செடி வளர்ந்திருந்தது. கழுத்தில் ஏராளமான மாலைகள் அணிந்திருந்தார். மார்பு ரோமங்கள் ஏறக்குறை ஆடை போலிருந்தன. ரொம்ப நேரம் சும்மா இருந்தார். முத்துக்குமரன் பார்வை சுற்றிலும் அலைந்தது. அவரைத் தவிர யாரும் அங்கு இருப்பதாகத் தெரியவில்லை. பற்பல ஆயுத வகைகள்தான் அவருக்கு நண்பர்கள் போலத் தெரிந்தது. இல்லை! ஒரு நாய் கவலைப்படாமல் உறங்கிக்கொண்டிருந்தது. அதன் நெற்றியில் குங்குமம் இட்டு, கழுத்தில் மாலை போட்டிருந்தது.

"சிவகாமி! சௌக்கியமா இருக்கியா?"

"இருக்கேன் அய்யா."

"கரண வித்தையெல்லாம் சரியாகக் கத்துக்கிட்டியா? இவரு யாரு?"

"இவரு ஆலப்பாக்கம் அய்யா. சிலம்பக்காரரு."

"சிலம்பம் ! ஹ... ஹ... ஹ...!" என்று சிரித்தார்.

"அய்யா நல்லா சிலம்பமும் ஆடுவார்," என்று சிவகாமி முத்துக்குமரனைப் பார்த்துச் சொன்னாள்.

"இப்ப எதுக்கு வந்திருக்காரு?"

"உங்ககிட்ட வித்தை கத்துக்க," என்றாள். "சொல்லுய்யா," என்று முத்துக்குமரனை நிமிண்டினாள்.

“அய்யா, எங்க அப்பனை ஒரு வெள்ளைக்காரன் கொன்னு போட்டாங்க. அவனைப் பழி தீர்க்கணும்.”

“ஆலப்பாக்கம் கேள்விப்பட்டிருக்கேன். பைரவன் சொல்லியிருக்காரு. வெள்ளைக்காரன் உங்க கிராமத்துக்கு வந்தப்போ திருவிழாவில் கத்தியால குத்திப்போட்டான்.!”

“தெரியுமுங்களா?”

“எனக்கு முக்காலமும் தெரியும். கத்தியால குத்தினானில்லே, அதுக்குப் பழிவாங்க நீயும் அவனைக் கத்தியால குத்தணும்!”

“சரிங்க. ஆனா அவனுக்கு. ஆளு படை எல்லாம் சாஸ்திங்க. கிட்ட நெருங்க முடியல. ஒரு தபா முயற்சி பண்ணிப் பார்த்து மாட்டிக்கிட்டு தெய்வாதீனமா தப்பிச்சுக்கிட்டு வந்திருக்கேன்.”

“மாட்டிக்கக் கூடாது. அதுக்கு வழி சொல்லித்தரேன். சிவகாமி, அந்தக் கத்தியை எடு.”

சுவரில் செருகியிருந்த கத்தி சுத்தமாக இருந்தது. அதைப் புன்னகையுடன் வாங்கிக்கொண்டு எழுந்து நின்றார் பைராகி. குள்ளமாகத்தான் இருந்தார். கத்தியைத் தன் விரல் நுனியில் சற்று ரத்தம் வரப்பதம் பார்த்தார். “இந்தா பிடி,” என்று அவன் கையில் கொடுத்தார். இரண்டு கைகளாலும் வாங்கிக்கொண்டான்.

“ஒத்தக் கையில பிடி. என்னை வெட்டு.” முத்துக்குமரன் தயங்க, “வா! வீசு பார்க்கலாம்! பயப்படாதே!”

முத்துக்குமரன் கத்தியை அரை மனதாக வீச அவர் திடீரென்று குனிந்து காலால் அவன் மணிக்கட்டில் எட்டி உதைக்க அது சிதறி விழுந்தது.

“முதல்ல கத்தியைப் பிடிக்கிறது எப்படின்னு பழகிக்க. கத்தி ஒரு பொம்பிளையைப் போல. அழுத்தவும் கூடாது. விடவும் கூடாது! இத பாரு,” என்று தன் கையிலிருந்த கத்தியை நேராகப் பிடித்தார். அது அந்தரத்தில் படுத்திருப்பது போலத் தோற்றமளித்தது. ‘சுள்’ என்று எதிரே இருந்த தீப்பந்தத்தை ஒரே வீச்சில் அணைத்தார். புகை பரவ, “ஒரு வெட்டு போதும். சகலமும் அடங்கிப் போயிரணும்,” என்றார்.

முத்துக்குமரன் ஆச்சரியத்துடன், “அய்யா, நான் இங்கயே இருக்கன்யா! இங்கயே இருந்து எல்லாம் கத்துக்கறன்யா. நீங்க சொல்றதெல்லாம் செய்யறேன்! உங்களுக்குச் சேவகம் பண்றேன், துணி துவைச்சுப் போடறேன். கால் புடிச்சு விடறேன்!”

"எல்லாம் சரிதான். அந்த வெள்ளைக்காரனை எப்படி சந்திப்ப? அதுக்கு வழி வெச்சிருக்கியா?"

"அதான் எனக்குத் தெரியாதுங்க."

"அதுக்கும் ஒரு வழி சொல்றேன். உக்காரு" என்றார்.

20

கர்னல் நீலின் அலுவலக அறையை அடுத்த விசாலமான அறையில் எல்லோரும் கூடியிருந்தனர். கானிங் பிரபுவும் மேன்மை தங்கிய ராணியும் படமாகப் பார்த்துக்கொண்டிருக்க, வெண்ணுடை சேவர்கள் சப்தமின்றி தேனீர்க் கோப்பைகளுடன் புழங்கிக் கொண்டிருக்க, சுருட்டுப் புகைப் பரவலைப் பங்க்காக்கள் விரட்டிக் கொண்டிருக்க, நீல் துரை ஆஷ்லியை விளித்தார். ஆஷ்லி நடுமேசை மேல் இருந்த என்ஃபீல்டு வகைத் துப்பாக்கியை எடுத்து அதைப் பரிசோதித்துப் பார்த்து வைத்துவிட்டு, "ஸர்! நான் தயார்" என்றான்.

"ஜென்டில்மேன்! நாம் இப்போது கூடியிருப்பது நாட்டின் வடக்கே புறப்பட்டுள்ள கலக நிலைமைப் பற்றிக் கானிங் பிரபுவிடமிருந்து வந்துள்ள செய்தியைப் பற்றி விவாதிப்பதற்கு. அதற்கு முன் காப்டன் ஆஷ்லியை இந்த ரைஃபிளின் சரித்திரத்தை, இது எப்போது முதலில் ராணுவத்தில் அறிமுகப்படுத்தப்பட்டது என்பது போன்ற விவரங்கள் எல்லாம் சேகரித்துச் சொல்லச் சொன்னேன். பல விவரங்கள் உங்களுக்கும் தெரிந்திருக்கலாம். இருந்தும் இந்தத் தருணத்தில் அவைகளை ஞாபகப்படுத்திக்கொள்வது அவசியம் என்று எண்ணுகிறேன். அதற்கு இரண்டு காரணங்கள். ஒன்று, சென்னை ராணுவத்தில் அந்த மாதிரி கலகம் ஏற்பட வாய்ப்பு உண்டா என்று ஆராய வேண்டும். இரண்டாவது, நாம் எல்லோருமே வடக்கே போக வேண்டியிருக்கும் அவசியம் ஏற்படலாம். அதற்கு நாம் தயாராக இருக்க வேண்டும்." இப்போது அவர்களிடையே மெலிதான சலசலப்பு ஏற்பட்டது.

"அமைத! ஆஷ்லி உன் புராணத்தை ஆரம்பி! சுருக்கமாகக் சொல்."

ஆஷ்லி கனைத்துக்கொண்டான்.

"இது இங்கிலாந்து என்ஃபீல்டில் தயாரிக்கப்பட்ட புதிய துப்பாக்கி பல ஆராய்ச்சிகளுக்குப் பின் அறிமுகப்படுத்தப்பட்டது. அதிக தூரம் குண்டு செல்லக்கூடியது. இதில் குண்டுகளைச் செலுத்துவதும் சுலபம். பழைய ரைஃபிள்களில் இரண்டு உள்தடங்கள் இருந்தன. அவைகளில் முதல் வாய் வழியாக மருந்து கெட்டிக்க வேண்டும். அதன் பின் குண்டை உள்ளே செலுத்த வேண்டும். சுலபமாக உள்ளே செல்வதற்கு மெழுகும் தாவர எண்ணெயும் தடவின துணியில் குண்டுகளை முன்பு சுற்றியிருந்தார்கள். இந்தப் புதிய ரைஃபிளுக்கு மூன்று தடங்கள் உண்டு. வெடிமருந்தும், வெடிகுண்டும் ஒன்று சேர்க்கப்பட்டு ஒரே கார்ட்ரிட்ஜின் ஒரு முனையைக் கடித்துத் திறக்க வேண்டும். அப்போதுதான் மருந்து பற்றிக்கொள்ளும். கார்ட்ரிட்ஜ் சுலபமாக உள்ளே செல்வதற்கு, கார்ட்ரிட்ஜின் காகிதம் தாலே-ாவில் நனைக்கப்பட்டிருக்கிறது. தாலோ முந்தைய தாவர எண்ணெய்களைவிட நீடித்து நிற்கக்கூடியது. ஆனால் தாலோவில் ஒரு பிரச்சினை.

ஐரோப்பியர்களுக்கு எதுவும் ஆட்சேபணைக்குரியதில்லை என்றாலும் இந்தியத் துருப்புகளுக்கு, அதில் கலந்திருக்கும் பன்றிக் கொழுப்பு இந்து முஸ்லிம் இருவருக்குமே மிகவும அருவருப்பான, ஆட்சேபணைக்குரிய பொருளாகும். இதுதான் கலகத்தின் ஆரம்பக் காரணம்."

ஆஷ்லி மேலே தொடர்வதில் குறுக்கிட்டான் லெப்டினன்ட் மக்கின்ஸி. "மன்னிக்கவும் ஸர். இந்தக் கூட்டத்தை இந்திய வேலைக்காரர்களின் முன்னிலையில் தொடர்வது அவ்வளவு பொருத்தமில்லை என்று அபிப்ராயப்படுகிறேன்."

"சென்னை ராணுவத்தைப் பொறுத்தவரை கலகத்துக்கு எந்தவித அடிப்படையும் இல்லை என்றே நினைக்கிறேன். அவர்கள் மிகுந்த விசுவாசமுள்ளவர்கள்."

"நீங்கள் விருப்பப்பட்டால் அவர்களைத் தவிர்த்துக் கூட்டத்தைத் தொ-டரலாம்."

கர்னல் நீல் யோசித்து, "மக்கின்ஸி சொல்வது சரிதான்," என்று கையை தட்டி எல்லா இந்தியப் பணியாட்களையும் சைகை காட்டி "அவுட்" என்றார். அவர்கள் மௌனமாக விலக, ஆஷ்லி தொடர்ந்தான். "இந்துக்கள், முஸ்லிம்கள் இருவருக்கும் இந்த கார்ட் ரிட்ஜுகளுக்கு வெறுப்பும் ஆட்சேபணையும் இருப்பதால் இவைகளை ஆங்கிலேயத் துருப்புகளுக்கு மட்டும் கொடுக்கும்படி யோசனை சொல்லப்பட்டது. இந்த யோசனை நிராகரிக்கப்பட்டது. 1853ல் முதன் முதலாக இவை இங்கிலாந்திலிருந்து இந்திய சீதோஷ்ண நிலையைத் தாங்கிக்கொள்கின்றனவா என்று பரிசோதித்துப் பார்க்க அனுப்பப்பட்டன. 1855 வரை அவை இந்தியர்களால் உபயோகிக்கப்பட்டன. அப்போது இவைகளுக்கு ஏதும் ஆட்சேபம் தெரிவிக்கவில்லை. அப்போதிலிருந்து மேலும் கார்ட்ரிட்ஜுகள் இங்கிலாந்திலிருந்து அனுப்பப்பட்டன. அவைகளின் தயாரிப்பை இந்தியாவிலும் துவங்கி விட்டோம். காண்ட்ராக்டர்களிடம் தாலோவின் அமைப்பைப் பற்றி யாரும் சொல்லவில்லை. ஆனால் இந்தியாவில் கிடைக்கக்கூடிய, விலை குறைந்த மிருகக் கொழுப்பு பன்றிக் கொழுப்புத்தான். எனவே இந்தத் துப்பாக்கிக் குண்டுகளுக்கான காகிதத்தில் பன்றிக் கொழுப்பு தடவியிருக்கிறது என்று அவர்கள் சந்தேகிப்பதில் நியாயம் இருக்கிறது என்றுதான் சொல்ல வேண்டும்."

எல்லோரும் நீலைப் பார்த்தார்கள். "நம் பகுதியில் புதிய கார்ட்ரிட்ஜுகளைக் கொடுக்க ஆரம்பித்துவிட்டோமா?"

"இன்னும் இல்லை . . . ஆனால் என்ஃபீல்டு துப்பாக்கிகள் வந்துவிட்டன. சில டிட்டாச்மெண்டுகளுக்குப் பயிற்சி அளித்துக் கொண்டிருக்கிறோம்."

மக்கின்ஸி முன் வந்தான். "எதற்காக இந்தச் சின்ன விஷயத்திற்கு அவர்கள் வடக்கே கலகம் செய்கிறார்கள்? ஆச்சரியமாக இருக்கிறது!"

"இது அவர்களுக்குச் சின்ன விஷயமே இல்லை. சின்ன விஷயம் என்று சொன்னால் நாம் அவர்களைச் சரியாகப் புரிந்துகொள்ளவில்லை என்றுதான் சொல்ல வேண்டும். பன்றிக் கொழுப்பு, பன்றி மாமிசம் என்பது இவர்களுக்கு – இந்துக்களுக்கு – முக்கியமாக பிராமணப் பிரிவினருக்கு மிகவும் அருவருக்கத்தக்க விஷயம். முஸ்லிம்களுக்கும் மிகுந்த வெறுப்பைத் தருவது. திருக்குரானில் தடை செய்யப்பட்டிருக்கிற ஒன்று. எனவே, நாம் வெற்றிகரமாக இரு சாராரின் வெறுப்பையும் சம்பாதித்துவிட்டோம் என்று தோன்றுகிறது. போதாதென்று கார்ட்ரிட்ஜைக் கடித்துத் திறக்க வேறு சொல்கிறோம்."

"இப்படி சின்ன விஷயங்களுக்கெல்லாம் எதிர்ப்பு தெரிவித்தால் எப்படி ராணுவத்தை நடத்துவது?" என்றார் நீல்.

"ஸர்! நாம் சின்ன விஷயம் என்று நினைப்பது அவர்களுக்கு மிகவும் பெரிதாக இருக்கும். அவர்களை நமக்குச் சரியாகத் தெரியாது. அதுதான் உண்மை. அவர்கள் மதத்தின் தொன்மையான முறைகளும் வழிபாடுகளும் நமக்குப் புரிவதில்லை. சென்னை ராணுவத்தைப் பொறுத்தவரை நாம் ஏற்கனவே 1806ல் ஒரு தவறு செய்தோம். அப்போதும் சின்ன விஷயம்தான். வேலூரில் சிப்பாய்கள் நெற்றியில் சாதிக் குறிகள் அணிந்துகொள்ளக் கூடாது, தலைப்பாகைக்குப் பதில் தோலில் தொப்பி அணிய வேண்டும் என்று ஆணை பிறப்பித்தோம். அவர்கள் கோபப்பட்டுப் பதினான்கு ஆங்கில அதிகாரிகளையும் நூற்றுக்கு மேற்பட்ட ஆங்கிலேய சிப்பாய்களையும் கொன்று விட்டார்கள். அந்த ஆணையை வாபஸ் வாங்க வேண்டியதாயிற்று."

"எனக்கென்னவோ நாம் அதிகம் கவலைப்பட வேண்டியதில்லை என்றுதான் தோன்றுகிறது. நிலைமையைச் சற்று மிகைப்படுத்திக் கொண்டிருக்கிறோம்" என்றான் ட்ரெவர்.

கர்னல் நீல் குறுக்கிட்டு, "மிகைப்படுத்துவதைப் பற்றிப் பேச்சில்லை இப்போது. நாம் எதற்கும் தயாராக இருக்க வேண்டும் என்று கவர்னர் ஜெனரல் எழுதியிருக்கிறார். முதலில் ராணுவத்தில் இந்த வகைக் கலகம் வர வாய்ப்பு இருக்கிறதா?"

"இல்லை! நிச்சயம் இல்லை" என்றான் மக்கின்ஸி.

"ஆஷ்லி?"

சற்று யோசித்து, "இல்லை என்றுதான் நினைக்கிறேன்."

"ட்ரெவர்?"

"நிச்சயம் நடைபெறாது. எனக்குச் சிப்பாய்களை நன்றாகவே தெரியும். ஆங்கில அதிகாரிகளுக்கு எதிராக நிச்சயம் கலகம் செய்ய மாட்டார்கள்."

ஜேம்ஸ், ராஸ், ஆஷ்டன், கிராம்வெல், வார்னர் என்று ஒவ்வொருத்தராகக் கேட்டுக்கொண்டே வந்தார் நீல். எல்லோரும் ஒரு மனதாகச் சென்னை ராணுவத்தில் கலகம் வராது என்று உத்தரவாதம் தந்தார்கள். கர்னல் நீல் சற்றுத் தெம்புடன், "நான் உங்கள் வாக்குறுதியை அப்படியே ஏற்றுக்கொள்கிறேன். இருந்தும் நாம் இந்தியர்களிடம் சற்று எச்சரிக்கையாக இருப்பது நல்லது. அனாவசியக் கோபமோ, கொடூரமோ, தண்டனையோ வேண்டாம். என்ஃபீல்டு வகைத் துப்பாக்கிகளின் பயிற்சியைத் தற்காலிகமாக நிறுத்தி வையுங்கள். நம் ஆங்கிலோ இந்திய அதிகாரிகளைச் சற்றே பிரித்துவிடுங்கள். மக்கின்ஸி எப்போது உன் தேனிலவு?"

"நாளை போகலாம் என்று இருக்கிறேன்."

"எல்லாம் ரத்து! தேனிலவை இங்கேயே கொண்டாடு! இருட்டில் எல்லாம் ஒன்றுதான்."

மக்கின்ஸி அதிர்ந்து, "ஸர் ...இது ..." என்று துவங்க, "மேல் பேச்சு கிடையாது. ராணுவக் கடமை முக்கியம். குறைந்த நேரத்தில் நீ உன் மனைவியை விட்டுப் பிரிந்து வடக்கே வர வேண்டியிருக்கும். எதற்கும் தயாராக இருக்க வேண்டும்."

"எப்போது?"

"எப்போது என்று இப்போது சொல்ல முடியாது. தகவல் தெரிந்ததும் அறிவிக்கிறேன். அதுவரை மெஸ்ஸுக்கு சென்று நன்றாகக் குடியுங்கள், பாடுங்கள், ஆடுங்கள். செய்ய வேண்டிய பாவங்கள் ஏதாவது பாக்கியிருந்தால் செய்துவிடுங்கள். என்னைப் பொறுத்தவரை புறப்படத் தயாராக இருந்தால் சரி."

கூட்டம் கலைய ஆயத்தமாக, நீல் அவர்களை நிறுத்தி, "இன்னொரு விஷயம். இந்த அறையில் நடந்ததை உங்கள் இந்திய அதிகாரிகளிடம் சொல்ல வேண்டாம்."

மக்கின்ஸி சிந்தனையுடன் வந்து ஆஷ்லியுடன் கலந்துகொண்டு கட்டிடத்தை விட்டு வெளியே நடந்தான்.

"புதிதாகக் கல்யாணம் ஆனவனுக்கு என்ன கொடுமை பார்த்தாயா? எமிலி கோபித்துக்கொள்வாள் காப்டன்! என்ன நினைக்கிறீர்கள்? நாம் அழைக்கப்படுவோம் என்றா? நான் அப்படி நினைக்கவில்லை. கலகம் பத்துத் தினங்களில் பிசுபிசுத்துப்போய்விடும்."

“எனக்கு அப்படித் தோன்றவில்லை. கானிங் பிரபுவே கைப்படக் கடிதம் எழுதியிருக்கும்போது விஷயம் தீவிரமாகத்தான் இருக்க வேண்டும்.”

“இந்தியர்களாவது கலகம் செய்வதாவது! எல்லோரும் எலிகள் போல. எலிகளை நசுக்க வெளி ராணுவத்தின் உதவி பெங்கால் ஆர்மிக்குத் தேவையாக இருப்பது வெட்கம்!”

“எட்டி! இந்திய ராணுவத்தில் இன்று மொத்தம் எத்தனை பேர் தெரியுமா? மூன்று லட்சம்! அதில் ஐரோப்பியர்கள் எத்தனை தெரியுமா? கேவலம் பதினாலாயிரம்! ஒரு எலியாக இருந்தால் நசுக்கலாம். லட்சக்கணக்கில் இருந்தால்? அவர்கள் எல்லோரும் சேர்ந்து ஒரு பொதுவான வெறுப்புடன் புறப்பட்டால்? நம்மால் சமாளிக்க முடியாது.”

“இருந்தும் இந்தச் சின்ன கொழுப்பு விஷயத்துக்காகப் பெரிய கலகம் விளையுமா?”

“இல்லை, எட்வர்ட். காரணம் இது மட்டும் இல்லை. இது கலகம் வெடிக்க ஏற்படக் கடைசிக் காரணம். முக்கியமான காரியம் வேறு.”

“என்ன அது?”

“நாம் இந்தியர்களை நடத்தும் விதம்.”

“ஹ! அதில் என்ன குறை? கறுப்பர்களை வைக்க வேண்டிய இடத்தில்தான் வைத்திருக்கிறோம்.”

“இப்போது நீ ‘கறுப்பர்கள்’ என்று சொல்கிறாயே அதில் இருக்கும் வெறுப்பும் ஆணவமும்தான் இன்று கலகம் துவங்கியிருப்பதற்குக் காரணம். இந்தியர்களை நமக்குத் தெரியாது. அவர்கள் கலாச்சாரத்திலும் நம்பிக்கைகளிலும் பொதிந்திருக்கும் விஷயங்கள் அனைத்தும் நமக்கு வினோதமானவை, அன்னியமானவை. நாம் கண்டோன்மெண்ட்டுகளில் இருந்துகொண்டு மேம்போக்காகத்தான் ஆள்கிறோம். எட்டி, உனக்குத் தெரியுமா? இந்தியாவில் ஆங்கிலேய ஆட்சியைப் பற்றி ஒரு நம்பிக்கை இருக்கிறது - அது நூறு வருஷங்களுக்கு மேல் தாங்காது என்று. ராபர்ட் கிளைவ் 2100 இந்தியர்களின் உதவியோடு பிளாஸ்ஸி யுத்தத்தில் பிரெஞ்சுக்காரர்களை வெற்றி கண்டு ஆங்கில ஆட்சியின் முத்திரை வைத்து நூறு வருஷங்கள் ஆகிவிட்டன!”

“மூட நம்பிக்கைகள்!”

“ஆனால் அது என்னவோ பலித்துவிடும் போலத்தான் இருக்கிறது! அதற்கேற்றவாறு நாமும் நடந்துகொள்கிறோம். இந்தியர்களைப் பொறுத்தவரை இரக்கம், அனுதாபம் என்பதே நமக்கில்லை.”

"காப்டன், நீங்கள் யார் கட்சி? பேசுவது வினோதமாக இருக்கிறதே அது எப்படியோ, என் தேனிலவு கலைந்துவிட்டது. எமிலி மிகவும் ஏமாற்றம் அடையப்போகிறாள்."

எமிலி பெட்டியில் துணிகளை அடுக்கிக்கொண்டிருந்தாள். பக்கத்தில் எல்லன் தன் குழந்தையின் தொந்தரவைச் சமாளித்துக் கொண்டு, அவளுக்கு உதவி செய்துகொண்டு, பேசிக்கொண்டு இருந்தாள்.

"நிறையப் பேசினாயா?"

"அதிகம் பேசவில்லை எல்லன்."

"இரவு பூரா விளக்கு எரிந்துகொண்டிருந்ததே?"

"விளக்கை அணைக்க மறுத்துவிட்டார். எனக்கா, வெட்கம்!"

"இதில் வெட்கமென்ன எமிலி? நிகழ்வதெல்லாம் இயற்கை."

"இருந்தும் விளக்கு வெளிச்சத்தில் அது அசிங்கமாகப் படுகிறது எனக்கு."

"அந்த அசிங்கத்தில்தான் இவன் பிறந்தான்," என்று தன் மகனைப் பச் என்று முத்தமிட்டாள்.

"எல்லன், என்னிடம் ஏதோ தப்பு இருக்கிறது."

"ஏன்?"

"எனக்கு அது பிடிக்கவில்லை."

"முதலில் அப்படித்தான் இருக்கும். பழகின பிற்பாடு நீயே அவனைத் தொந்தரவு செய்வாய்."

"அப்படியில்லை. எல்லன், எனக்கு எப்படி இதைச் சொல்வதென்றே தெரியவில்லை. ஏனோ அது முடிந்துபோனதும் அழுதேன். நம்பமாட்டாய், எதற்கோ அழுகை வந்தது. புனிதமான ஒன்றை மூர்க்கத்தனமாகக் கலைத்துவிட்டதுபோல உணர்ந்தேன்."

"வேதனை இருந்ததா?"

"இருந்தது. உடலில், மனத்தில்."

"பயப்படாதே. எல்லாம் நாளடைவில் சரியாகிவிடும்."

"எவ்வளவு நாளாகும்?"

"கொஞ்ச நாளாகும்?"

"எல்லன்!"

“என்ன எமிலி?”

“ஒன்றுமில்லை.”

“பைத்தியக்காரி! இன்னும் உன்னில் குழந்தைத்தனம் பாக்கியிருக்கிறது. எல்லன் தன் மகனை வாரி அணைத்துக்கொண்டு அறையை விட்டு வெளியே செல்ல, எமிலி அவளைக் கேட்க நினைத்த கேள்வியைத் தனக்குள் கேட்டுக்கொண்டாள். மக்கின்ஸியைக் கல்யாணம் செய்துகொண்டதில் அவசரப்பட்டுவிட்டேனோ? ஒரு கணம் ஆஷ்லியின் முகம் மனத்தில் தோன்றி மறைந்தது.”

“என்ன, புது மணப்பெண் எப்படி இருக்கிறாள்?”

மக்கின்ஸியும் ட்ரெவரும் உள்ளே நுழைந்தார்கள். “எமிலி, என்ன இது! ஊருக்குக் கிளம்பிக்கொண்டிருக்கிறாய்?”

“ஏன், நாம் இருவரும் எங்கேயோ கிளம்பப்போவதாக. . .”

“எல்லாம் ரத்தாகிவிட்டது! எமிலி, நாம் இப்போது போக முடியாது.”

“ஏன்?”

“கர்னல் அனுமதிக்கவில்லை. எங்கோ கலகமாம். அதற்கு நாங்கள் தயாராக வேண்டுமாம்.”

எமிலி பெட்டியில் துணியை அடைப்பதை நிறுத்திவிட்டாள்.

“இங்கேதான் உன் தேன்நிலவு எல்லாம்!”

ட்ரெவர் அவர்கள் இருவரையும் தனியாக விட்டுச் செல்ல, மக்கின்ஸி அவளை அணுகி முத்தமிட்டான்.

“எமலி, உனக்கு ஏமாற்றமா?” அவளை மூக்கால் உதடு, கழுத்து, மார்பு என்று நீரடினான்.

எமிலி விலகிக்கொண்டு, “எட்டி! ப்ளீஸ்” என்றாள்.

“ஏமாற்றம்தானே?”

“ஆம்,” என்றாள். உண்மையில் அவளுக்குப் பிரயாணம் ரத்தானதில் ஏன் ஏமாற்றமே இல்லை என்பது புரியவில்லை. மக்கின்ஸி அவளைத் தொந்தரவு செய்தான். கவுனுக்குள் விரல்களைச் செலுத்திக் கிள்ளினான். திருப்பினான். வகையில்லாமல் முத்தமிட்டான். எமிலி, “எட்டி! எட்டி! அப்புறம்!” என்று அவனை ஒதுக்கிப் பார்த்தாள். வீழ்த்தினான். எமிலி சரிந்தாள். “இப்போது இல்லை! இப்போது இல்லை!”

“இப்போதுதான்”

"கதவு திறந்திருக்கிறது."

"யாரும் வர மாட்டார்கள்."

"ராத்திரி! ராத்திரி! ப்ளீஸ்."

அவள் மறுப்பைக் கவனிக்காமல் அவன் அவள் மேல் சரிந்தான். தரதரவென்று அவளை அடுத்த அறைக்கு இழுத்துச் சென்று அந்தப் புழுதி படர்ந்த இடத்தில் அவசரமாகத் தரையில் அவளை வீழ்த்தினான். அவன் முகம் வியர்த்திருந்தது. அவள் உடைகளைப் பொறுமையின்றி நாலாபக்கமும் கலைத்து அதே சமயம் தன் உடைகளையும் வேகமாகத் துறந்து, "கலகத்துக்குச் செல்வதற்குள் உன்னைக் கர்ப்பமாக்க வேண்டும், வா!"

எமிலி திராணியில்லாமல் அவனுக்குப் படிந்து அவன் கீழ் மடிந்து கண்களை மூடிக்கொண்டாள். இன்னும் கொஞ்சம்தான். இன்னும் கொஞ்சம்தான்! இப்போது ஓய்ந்துவிடும். மூச்சைப் பிடித்துக்கொள். திணறலை எப்படியாவது சமாளித்துவிடு. இதோ முடியப்போகிறது! முடிந்துவிட்டது!

மக்கின்ஸி எழுந்து அவளை அப்படியே கிடத்திவிட்டுத் தன் உடை-களைச் சரிப்படுத்திக்கொண்டு வெளியே சென்றான்.

எமிலி பிரமிப்புடன், மனத்தை அழுத்திய சோகத்துடன் எழுந்து கவுனைத் தூசி தட்டிக்கொண்டு ஜன்னல் வழியாக மக்கின்ஸி குதிரையில் வேகமாகச் செல்வதையும், ஆஷ்லி ட்ரெவருடன் அமைதியாகத் தோட்டத்தில் பேசிக்கொண்டிருப்பதையும் பார்த்தாள்.

21

முத்துக்குமரன் பக்தியுடன் கேட்டுக்கொண்டிருந்தான். பைராகி சிக்கச் சப்பணமிட்டுக்கொண்டு வீற்றிருந்தார். ஓரத்தில் சிவகாமி ஆர்வத்துடன் பார்த்துக்கொண்டிருந்தாள். அவள் கை திலகமிட்ட நாயைத் தடவிக் கொடுத்துக்கொண்டிருக்க, கண்கள் அவ்வப்போது பைராகியின் மீதிருந்து விலகி முத்துக்குமரன் மேல் படிந்து உறுத்தியது. முன்னே அக்கினி நெளிந்துகொண்டிருந்தது. அத்திப் பலகையில் வெள்ளீயத் தகடு வைத்து மரணச் சக்கரம் கீறியிருந்தது. பைராகி தட்சிணாமூர்த்தி பூஜை செய்துகொண்டிருந்தார். வேம்பின் எண்ணெய்யால் சக்கரத்தைச் சுருக்குக் கொடுத்து சக்கரம் நிவர்த்திக் கொண்டு இலுப்பைப் பூவால் அருச்சித்துக்கொண்டிருந்தார். தேங்காய், பழம் வைத்திருந்தது. சாம்பிராணி புகைந்துகொண்டிருந்தது.

முத்துக்குமரன் நம்புவதா, நம்பாமல் இருப்பதா என்று திண்டாட்டத்தில் இருந்தான். சாமியார்கிட்ட விசயம் இருப்பதாகத்தான் தெரிந்தது. கத்திச் சண்டை எல்லாம் நல்லாத்தான் பளகறாரு ஆளு. இந்த மந்திர தந்திரத்தைத்தான் கிரகிச்சுக்க முடியலை. திடீர்னு கோளி வெட்டறாரு. அப்பொறம் அசிங்கமாவெல்லாம் பேசறாரு. திடீர் என நாய் எழுந்து ஊவ் என்று கூப்பாடு போட்டது.

பைராகி சிரித்து, 'தேவதை வருது, தேவதை வருது, என்று பொதுப்படையாகச் சொன்னார். என்ன தேவதை என்று தெரியவில்லை. சிவகாமி அதிக நம்பிக்கையோடு பார்த்துக்கொண்டிருந்தாள்.

"இத பாரு முத்து; ஒரு ஆளைக் கொல்லறதுக்கு எத்தனை வளி இருக்குது தெரியுமா?"

"எனக்கு ஒரு வளி சொல்லுங்க போதும்."

"அகஸ்தியர் அஷ்டமா சித்துல மரணச் சித்து சொல்லப்போறேன் ஒனக்கு. கேட்டுக்க."

"சரிங்க!" என்றான் சந்தோஷத்துடன்.

"சிவகாமி, கொஞ்சம் அந்தால போயிரு. கன்னிகாப் பொண்ணுங்க கேக்கக் கூடாது. இன்னும் கன்னிகாப் பொண்ணுதானே நீ? இந்தாளு கை வெச்சாச்சா!" என்று கண் சிமிட்டிக் கேட்டார். சிவகாமி புரியாமல் "என்னாங்க?" என்றாள்.

"அப்புறம் சொல்றேன்," என்று முத்துக்குமரனைப் பார்த்துச் சிரித்தார்.

"இவளோட இரத்தம் கிடைச்சா ரொம்ப விசேஷம்," என்றார் அவள் போனதும்.

"எந்த இரத்தம்?" என்று கேட்க முத்துக்குமரனுக்குப் பயமாக இருந்தது. பைராகி கொஞ்ச நேரம் மௌனமாக இருந்துவிட்டு, "இத பாருப்பா. இந்த சித்தைப் கத்துக்கிறதுக்கு முன்னாடி அகஸ்தியர் எச்சரிக்கிறாரு! 'பாரே நீ மரணத்தின் போக்குச் சொல்வேன் பாலகனே இதையே செய்து பாழ் போகாதே - ஈசனுட கருணை இதற்கு மெத்த வேண்டும் - இதை செய்து தணியாதே கண்மணியே - வாலையுடை கோப-மெத்த வந்து சேரும் வாழ்க்கை. நீ அழிக்க ஒருபோதும் நினைக்காதே. இருபத்தோர் தலைமுறைக்கும் உன் கருவை அழிக்கும் அப்பா'ன்னு எச்சரிச்சிருக்கார். அதுக்கு தயாரா இருக்கியா?"

"சாமி, நான் எதுக்கும் தயாருங்க! எனக்கு ஏதுங்க. தலைமுறை?"

"குரு காணிக்கை கொடுப்பியா?"

"என்ன வேணா கேளுங்க."

"வேண்டாம், வாக்கு கொடுத்து மாட்டிக்காதே."

"எனக்குக் கத்தி வீசற வித்தை மட்டும் சொல்லிக்கொடுங்க போதும்."

"இரு! பதட்டப்படாதே. எல்லாம் சொல்லித்தாரேன் ஒண்ணு விடாமே! குதிரையேத்தம், கொடுவா, கோடாரி வீச்சு, பிச்சுவா, நாட்டுத் துப்பாக்கி . . . பரங்கிக்காரன் துப்பாக்கி வெச்சிருக்கானில்லே. அதைவிட திறமையா சுடும்படியா நான் ராவி வெச்சிருக்கேன். கெந்தகம் போட்டுக் கெட்டிச்சிருக்கேன்."

"அய்யா! இந்த மந்திரங்களெல்லாம் வேண்டாமே! சும்மா பளக்கம் மட்டும் போதுமே!

"மந்திரமில்லாம இதெல்லாம் உனக்கு வராது!"நாபி மணியால உருச் செய்யணும்."

"நீங்க சொல்றது ஒண்ணுமே விளங்கலைய்யா!"

"அந்தப் பொண்ணு கண்ணில உம்மேல ஆசை தெரியுதே, அது விளங்குதா?"

"நான் என்னங்க! வெள்ளைக்காரனைத் தேடிட்டு போறேன். பெண் விவகாரத்திலே அவ அக்காகிட்ட ஏமாந்தாச்சுங்க. அவசரப்பட்டுக் கல்யாணம் முடிஞ்சுருச்சு."

"பாரு. கத்தியை எடு! பிடி!"

முத்துக்குமரன் கத்தியைப் பிடிக்க, பைராகி அவனை எதிர்கொண்டு கொஞ்ச நேரம் கத்தி முனையால் அவன் முன் சிறு வட்டங்கள் வரைந்தார். திடீர் என்று விஷ் என்று வீச முத்துக்குமரன் தயாராகத் தன் கத்தியால்

அதைத் தடுத்தான்.

"பரவாயில்லியே," என்று பேசிக்கொண்டிருக்கும்போதே மறுபடி ஒரு விஷ்ஷில் அவன் மார்பில் கீறிவிட்டார். "பாத்தியா? பேசிக் கிட்டிருக்கேன்னு கவனத்தைக் குறைச்சுட்டே! இப்ப காயத்தைப் பாத்துக்கற! அது பெரும் தப்பு! இன்னேரம் மூணு வெட்டு வாங்கியிருப்பே! என்ன பண்ணுவே? எல்லாத்துக்கும் அடையாளமா கீறிட்டா ஒன் உடம்பு பூராவும் கீறல்தான் ஏற்படும்."

"அதானுங்களே" என்று முத்துக்குமரன் தன் புஜத்தை மடக்கிக் கொண்டிருந்தவன் திடீரென்று பைராகியின் மேல் கத்தியை வீசினான்.

பைராகி சமாளித்து அவன் கத்தியை உதிர்த்துப் பறக்க வைத்தார் "என்னைத் தூக்கத்திலேகூடத் தாக்க முடியாது. என்னைத் தாக்கணுமின்னா வேற சமாச்சாரம் இருக்கு."

"அய்யா மன்னிச்சுக்குங்க. தோத்துப்போனா ஆத்திரம் வருதுங்க."

"ஆத்திரம்தான் கவனக்குறைவுக்கு முக்கியமான காரணம். இத பாரு. இதுதான் முத்தம்!" மற்றொரு விஷ்ஷில் தலைமயிர்க் கற்றை மட்டும் லேசாக உதிர்ந்தது.

"எங்கெல்லாம் முத்தமிடலாம் தெரியுமா? நெத்தியில, கன்னத்தில, உதட்டில, கண்ணில, வாய்ல, சில பேருங்க தொடையில்கூட முத்தம் கொடுப்பாங்க!"

"அய்யா, நீங்க . . ."

"பேசறது காம சாஸ்திரமல்ல! கத்திச் சண்டைதான்! கத்தி நுனியால தொடறது முத்தம்!"

"அய்யா, எல்லாம் சரிதான். வெள்ளைக்காரனை முதல்ல கிட்டப் போய்ப் பாக்கறதுக்கு வளி சொல்லுங்களேன் நீங்க."

"அவசரப்படாதே. எல்லாம் வெசாரிச்சு வெச்சிருக்கேன். சிப்பாய்களுக்குத் தண்ணி ஊத்த இப்ப ஆளு எடுத்துக்கிட்டிருக்காங்க. அதுல ஒண்ணைச் சேர்த்து விட்டுர்றேன். தாடி மீசை வெச்சிரு. வெள்ளைக்காரனுக்கு ஒரு கருப்பனுக்கும் மத்த கருப்பனுக்கும் வித்தியாசம் தெரியாது. ஆளுங்களோட ஆளுங்களா இருந்துக்க. சமயம் கிட்டறப்போ அவனை ஒரே குத்து! எங்க குத்தணும் தெரியுமா? வவுத்துல குத்தக் கூடாது. பொளைச்சுருவான். கழுத்தை வெட்டிரலாம். ஆனா அசாத்திய சக்தியும் செங்குறியும் வேணும்."

"அய்யா, நான் குத்தற வரைக்கும், வெட்டற வரைக்கும் பாத்துக்கிட்டு இருப்பானா! அவனுக்கு எத்தினி ஆளு, எத்தினி துப்பாக்கி!"

“அதுக்குத்தான் ஒரு வளி வெச்சிருக்கேன். சிவகாமி, அங்க ஒரு கோளியிருக்கு. எடுத்தா.”

முத்துக்குமரன் சற்று அச்சத்துடன், “வெட்டப்போறீங்களா?” என்றான்.

“இல்லேய்யா. ஏன் பயந்து சாவற? பாத்துக்கிட்டே இரேன்!”

சேவற்கோழி கக் கக் என்று புலம்பிக்கொண்டிருக்க, அதைக் கழுத்துப் பக்கம் பிடித்துக்கொண்டு சிவகாமி வந்தாள். பைராகி அதை வாங்கிப் பார்த்து வாடா என்று அழைத்து ஒற்றைக் கையால் சிறகு சிதற எடுத்து, கீழே தரையில் அதன் அலகு மூக்குத் தொடும்படியாகப் பிடித்துக்கொண்டு அதன் கண்ணெதிரே இடது கையால் தரையில் கத்தியால் ஒரு நேர்க் கோடாகக் கீறினார்.

கோழி உடனே மயங்கிப்போய் மரத்தால் செய்த கோழி போல் அப்படியே உறைந்து போய்விட, “இது மாதிரி மனுசங்களையும் செய்துரலாம்!” என்றார்.

கோழியை அந்த இடத்திலேயே விட்டுவிட்டாலும் அது சமைந்து போனது போல் அப்படியே இருந்தது. “வெள்ளைக்காரனை இந்த மாதிரி நிக்க வைக்கணுமா?”

“ஆமாங்க!” என்றான் முத்துக்குமரன்.

“எங்கே குரு தெட்சினை?”

“என்னங்க வேணும்?”

“சிவகாமி, கொஞ்சம் அப்பாலே போயிரு!” சிவகாமி சென்றுவிட முத்துக்குமரனை அருகில் அழைத்து, “குரு தெட்சினை என்ன தெரியுமா? ஒரு கெர்ப்ப ஸ்திரீயுடைய பிரேதம்!” என்றார்.

முத்துக்குமரன் திடுக்கிட்டுப்போய், “அய்யா! என்ன சொல்றீங்க!”

“அந்த ரத்தம் இல்லாம எனக்கு மை தயாரிக்க முடியாது. ரத்தம்னா அதுதான் ரத்தம். பச்சி ரத்தம்! அதைச் சேர்த்து, தக்கபடி ரோமம் பொசுக்கி, மை செஞ்சு கங்கணம் மட்டும் கட்டிக்கிட்டா அதுக்கு உண்டான சக்தி தெரியுமா? இப்ப நீயே அந்த கங்கணத்தையே மாட்டிக்கிட்ட, அந்த பொண்ணு அங்க நிக்குதில்லே, இங்கிருந்து கங்கணத்தை கையில உருவி உயர்த்திப் பாரு, அந்தப் பொண்ணு ஓடி வந்து உன்னைக் கட்டிக்கும் . . .”

“அய்யா, எனக்கு அதெல்லாம் வேண்டாங்க.”

“ஒரு பேச்சுக்கு சொன்னேனில்லே.”

“அய்யா, எனக்கு மந்திரம் எதுவும் வேண்டாங்க. சண்டை மட்டும் எப்படிப் போடறதுன்னு சொல்லிக் கொடுத்தாப் போதும். என்னால இந்த ரத்தம், பிரேதம் இதெல்லாம் ஆகாதுங்க.”

"ஏன் தம்பி, அதிலே நம்பிக்கையில்லையா?"

"எனக்கு மந்திரம் மாயமெல்லாம் வேண்டாங்க. ஏதோ பயிற்சின்னாச் சரிங்க."

"பின்ன அந்தக் கோளி எப்படி அங்கேயே நிக்குதாம்?"

"அது ஏதோ பளக்கப்பட்ட கோளியா தெரியுது!"

"சரி, நீதான் கோளி கொண்டா!"

"வேண்டாங்க! நான் வரனுங்க," என்று முத்துக்குமரன் சற்றுக் கோபத்துடன் புறப்பட்டான்.

"எங்கே போறே? மிச்சத்தையும் கத்துக்கிட்டுப் போக வேண்டாமா? இத பாரு, நான் விளையாட்டுக்குச் சொன்னேன். வா, வந்து உக்காரு! உனக்கு வித்தை கத்துத்தந்து வெள்ளைக்காரன் சைன்யத்திலே உன்னை நீர்க்கட்டியா சேத்துப்போட்டு துரையைக் காட்டி . . . அதுவரைக்கும் என் பொறுப்பு! வா, எனக்கு எதுவும் வேண்டாம்."

முத்துக்குமரன் 'இந்த பைராகி என்னை வெள்ளைக்காரனிடம் காட்டிக்கொடுத்தால்கூட ஆச்சரியப்படக் கூடாது,' என்று நினைத்தான். ஓரத்திலிருந்து சிவகாமி அவனைச் சிரிப்பு மாறாமல் பார்த்துக் கொண்டிருந்தாள்.

எல்லனின் குழந்தை நன்றாக வளர்ந்து கன்னத்தில் ஆப்பிள் வைத்துக் கொண்டிருந்தது. ஆயாவின் கன்னத்தைக் கொத்தாகப் பிறாண்டியது. எல்லன் மெல்லிய விரல்களால் கோப்பையிலே தேனீர் ஊற்றிக்கொண்டே தங்கையுடன் பேசினாள்.

"எமிலி, எப்படி இருக்கிறாய்?"

"என்னைத்தான் பார்க்கிறாயே! எப்படி இருக்கிறேன்?"

"ஏன் ஒரு மாதிரி விரக்தியாய்ப் பேசுகிறாய்?"

"கல்யாணம் என்பது எல்லாமே பாலும் தேனும் இல்லை எல்லன். அங்கங்கே கசக்கிறது."

"எந்த இடத்தில் கசக்கிறது?"

"உடம்பெல்லாம்!"

எல்லன் மௌனமாகத் தங்கையைப் பார்த்தாள். அவள் தொடர்ந்து, "இரண்டு பேருக்கு எத்தனை வேலைக்காரர்கள்! எந்த அறைக்குள் நுழைந்தாலும் வேலைக்காரர்கள். அந்தரங்கம் என்பதே கிடையாது! எங்கே

பார்த்தாலும் கரிய முக மௌனங்கள்! சில வேளைகளில் உடம்பெல்லாம் சிலிர்க்கிறது!'' எமிலி தன் நகங்களைப் பார்த்துக் கொண்டு, ''டெய்லர், லாண்டரிக்கு ஒருத்தன், பாத்ரூமுக்குத் தண்ணீர் கொண்டுவர பிஸ்தி; கித்மத்காரர், எட்வர்டின் தலையை அலம்பிக் காலணிகளைத் துடைத்து, படுக்கை தயாரித்து, விளக்குகளுக்குத் திரி போட ஒருத்தன், அவனுக்கு உதவிக்கு இரண்டு பேர்! எனக்கு என்ன வேலை, தின்றுவிட்டுத் தூங்குவதைத் தவிர?''

''ஏன், தோட்டத்தைக் கவனிக்காலமே?''

''அதற்கு மாலி இருக்கிறான். தோட்டத்தில் அவுட்ஹவுஸில் எத்தனை பேர் இருக்கிறார்களோ, எனக்கே தெரியாது. ஒரு லெஃப்டினண்டுக்கே இத்தனை வேலைக்காரர்கள் என்றால் கர்னலுக்கு எவ்வளவு பேர்!''

''பெண்கள்?''

''கறுப்பு கறுப்பாக நிறையப் பேர் இருக்கிறார்கள்!''

''ஒரு முறை எல்லோரையும் சந்தித்துவிடு!''

''எதற்கு? நான் கிட்டே போவதே இல்லை.''

''ஒருமுறை எல்லோரையும் பார்த்துவிடு! நான் வேறு காரணத்துக்காகச் சொல்லுகிறேன்.'' எமிலி தமக்கையைப் புரியாமல் பார்த்தாள். குழந்தை ஆயாவின் மேல் யுத்தம் செய்தது. திமிறிக்கொண்டு எமிலியைப் பார்த்துத் தாவியது. எமிலி எழுந்து, ''எல்லன், நான் வருகிறேன். இவனை எடுத்துக்கொண்டு போகிறேன். கொஞ்ச நேரம் கழித்துக் கொண்டு விடுகிறேன்'' என்றாள்.

''எல்லோரும் கல்கத்தா போக வேண்டும் போலிருக்கிறதே?''

''ஆம். எட்டிகூட இதைப் பற்றிப் பேசினான். ஏதோ கலகமாமே! நாம் உடன் போக முடியாதல்லவா?''

''போகலாம் எமிலி! 'நீ கல்கத்தா போக வேண்டியிருந்தால் நானும் கூட வருகிறேன்' என்று எட்டியிடம் சொல்லிவிடு. அஸ்ஸாமுக்குப் போய் சித்தப்பாவுடன் கொஞ்ச நாள் இருக்க உனக்குச் சந்தர்ப்பம் கிடைக்கும்.''

''பார்க்கலாம்.'' எமிலி குழந்தையை அணைத்துக் கொண்டு தாழ்வான பாரக் கட்டிடங்களின் ஊடே நடந்தாள். அங்கிருந்து அவள் வீடு அரை பர்லாங்தான் இருந்தது. குடையை விரித்துக் கொண்டு மெல்ல நடந்தாள். முற்பகலில் வெயிலில் இலைகள் அசையவில்லை. எல்லா வீடுகளும் மௌனமாக இருந்தன. தூரத்தில் கோட்டை தெரிந்தது. தன் வீட்டின் குட்டைக் கேட்டைத் திறந்து உள்ளே தோட்டத்து நடையில் சென்றாள். சவுக்கு மரங்கள் அடர்த்தியாக இருந்தன. ஓரத்தில் தாழ்வான

கட்டிடங்களில் வேலைக்காரர்கள் தரையில் உட்கார்ந்து சுதாரித்த நிலையில் இரைந்து பேசிக்கொண்டிருந்தார்கள். எமிலி வருவதைப் பார்த்ததும் எழுந்தார்கள். பெண்கள் அத்தனை பேரும் இடுப்பில் குழந்தைகள் வைத்திருந்தார்கள். முசால்சி கம்மர் பந்தை அவசரமாக அணிந்துகொண்டு அவளைப் பார்த்து வெள்ளை மின்னலாய்ச் சிரித்தான் அவர்கள் பேச்சில் இப்போது துரிதம் அதிகமாகியது. எல்லோருக்கும் ஈறுகள் ஆரோக்கியமாக இருப்பதைப் பார்த்தாள். எதற்கு எல்லன் 'ஒரு முறை அவர்களைப் பார்த்துவிடு. நான் வேறு காரணத்துக்காகச் சொன்னேன்' என்றாள்? அந்தப் பெண்ணுக்குப் பதினாறு வயதிருக்கலாம். இடுப்பில் குழந்தையைத் தூக்க முடியாமல் தவித்துக்கொண்டிருந்தாள். அவள் தலை பரட்டையாக இருந்தது. மூக்கில் சிவப்புக் கல் ஜொலித்தது. மார்பு பெரிசாக தாழ்ந்து இருந்தது. குழந்தை சுதந்திரமாக ஒரு மார்பைத் திறந்த மாதிரி பார்த்துக்கொண்டே இருந்தது. குழந்தை சற்றே திரும்பி எமிலியைப் பார்த்தது. எமிலி அருகே சென்றாள். கிட்டத்தில் இரண்டு குழந்தைகளும் ஒன்றை ஒன்று ஆர்வத்துடன் பார்த்துக் கொண்டிருக்க எமிலிக்கு ஏதோ குறுகுறுத்தது. அந்த இந்தியக் குழந்தையின் கண்கள் நீலமாக இருந்தன.

22

எமிலி திடுக்கிட்டு அப்படியே நின்றாள். அந்தப் பெண்ணின் கண்களில் சரித்திரம் கலந்த வெறுப்பு தெரிந்தது. உடலில் வீழ்ச்சி இருந்தது. வெகுவேகமாகப் பேசினது எமிலிக்குப் புரியவில்லை. அவள் பார்வை, கவனம் முழுவதும் அந்தக் குழந்தை மேல் பதிந்திருந்தது. கறுப்பும் வெளுப்பும் கலந்த காஃபி நிறத்தில் இருந்தது. தலைமயிர் செம்பட்டையாக இருந்தது. நிச்சயம் மேற்கத்தியக் கண்கள்தான். அம்மணமாக இருந்த குழந்தையின் மூக்கின் ஒழுகலை யாரும் கவனித்ததாகத் தெரியவில்லை. கண் கொட்டாமல் அந்தக் குழந்தையையும் அவளைப் பார்த்தது. அந்தப் · பெண் கிட்டத்தில் வருவதைக் கவனிக்கவில்லை. எமிலியின் கைக் குழந்தையைக் காட்டி அவள் ஏதோ உள்ளூர் மொழியில் சொல்வது கேட்டது.

வாசலில் குதிரை மெல்ல நடந்து வரும் குளம்பொலி கேட்க, மக்கின்ஸி குதித்து இறங்கிக்கொண்டான். வேலைக்காரன் உடனே குதிரையை அழைத்துச் செல்ல தயாரானான். மக்கின்ஸி மரக்கேட்டைக் கடந்து கருங்கல் பாதையில் சீட்டி அடித்துக்கொண்டே பிரம்பைச் சுழற்றிக்கொண்டே நடந்து வந்தவன் எமிலியைப் பார்த்து நின்றான். “எமிலி! எமிலி! அங்கே என்ன செய்கிறாய்?”

“எட்டி, இங்கே வா!”

மக்கின்ஸி மெல்ல அவளை அணுக, மக்கின்ஸி வருவதைப் பார்த்து வேலைக்கரர்கள் எல்லோரும் சரேல் என்று தத்தம் வீட்டுக்குள் புகுந்து மறைந்தனர்.

“என்ன எமிலி?”

“எல்லோரையும் காணோம்.”

“பயம்.”

“ஒரு குழந்தையின் கண்கள்!”

“என்ன கண்கள்?”

“நீல நிறம்,” என்றாள் எமிலி தன் கணவனைப் பார்த்துககொண்டே அவன் தன் நீலக் கண்கள் சுருங்கச் சிரித்தான். “நீ வா! நீ ஏன் இங்கெல்லாம் வருகிறாய்? நாகரிகப்பட்டவர்கள் வரக் கூடாத பகுதி. வேலைக்காரர்கள் பாவத்தில் உழலும் பகுதி. இங்கே உனக்கு என்ன வேலை?”

“கண்கள்! நீலக் கண்கள்!”

"வா போகலாம். உன்னிடம் ஒரு முக்கியமான செய்தி சொல்ல வேண்டும்."

"கண்கள்."

"என்ன பாழாய்ப் போயிற்று? கண்கள் நீலமாக இருந்தால் என்ன?"

"அதற்கு என்ன அர்த்தம்!"

"அந்தக் குழந்தை ஒரு பாஸ்டர்டு என்று! இதில் என்ன சந்தேகம்?"

"அதன் அப்பா யார்?"

"யாருக்குத் தெரியும் எமிலி? யாராவது பொழுது போகாத பிரிட்டிஷ் சோல்ஜராக இருப்பான். உள்ளூர் சாராயத்தை ஒரு கை பார்த்துவிட்டு இருட்டில் மடக்கென்று காரியத்தை முடித்திருப்பான். மதராஸ் பூரா இந்த மாதிரி குழந்தைகள் புழுக்கள் மாதிரி நெளியும். இதையெல்லாம் பார்த்து மாளாது. அவர்களுக்கும்தான் பொழுது போக வேண்டாமா? வீட்டை விட்டு ஐயாயிரம் மைல் தள்ளி வந்திருக்கிறார்கள். சும்மா இருந்தால் எல்லாம் மறந்து போய்விடாதா? அதனால் அவ்வப்போது பழக்கத்துக்கு ஒரு இருட்டடி!" என்று சிரித்தான்.

எமிலிக்கு மிகவும் அருவருப்பாக இருந்தது. "சே, நினைத்துப் பார்க்கவே முடியவில்லை."

"எட்டி!" என்று அதட்டினாள். "எனக்கு இதைப் பற்றிப் பேசவே பிடிக்கவில்லை."

"பேச வேண்டாம்."

"எட்டி!"

"மன்னித்துக்கொள். ஆங்கிலேய சிப்பாய்கள் இந்திய நிலங்களில் விதைத்த காட்டு விதைகளைப் பற்றிப் பேசுவதை நிறுத்திவிட்டு இன்றைய மிக முக்கியமான செய்திக்கு வருகிறேன். ஆணை வந்துவிட்டது."

"என்ன ஆணை?"

"எல்லோரும் கல்கத்தாவிற்குச் சீக்கிரமே புறப்படப்போகிறோம்."

"எல்லோரும் என்றால் யார் யார்?"

"ஆங்கிலேய அதிகாரிகள், ஆங்கிலேய சிப்பாய்கள், ஆங்கிலோ இந்தியச் சிப்பாய்கள். இந்தியர்களை அதிகம் அழைத்துச் செல்லப் போவதில்லை. அவர்கள் விசுவாசத்தைப் பற்றிச் சந்தேகமுள்ளது. சுமார் நூறு நூற்றிருபது பேர் போகப்போகிறோம். பதினைந்தாம் பகுதியிலிருந்தும் எண்பத்து நாலாம் பகுதியிலிருந்தும் தேர்ந்தெடுக்கப்பட்ட உன்னதமான

வீரர்கள் துடிப்புடன் புறப்படப்போகிறோம். நீலின் தலைமையின் கீழ் ... இது என்ன கலகம்! நான்கு நாட்களில் அடக்கிவிடுவோம்.''

``அதெல்லாம் எனக்குப் புரியவில்லை. எட்டி, நான் உண்டா இல்லையா?''

``நீயா? நீ எதற்கு?''

``நான் உன் மனைவி. நீ எங்கு போனாலும் நான் வருவேன்.''

``சரிதான்! யுத்தத்திற்கு எந்த மனைவியும் வருவதில்லை.''

``யுத்தமா?''

``யுத்தமில்லை, கலகம். அதை அடக்கப் போகிறோம். ஏதோ கொஞ்சம் துப்பாக்கி வெடிக்கும். பீரங்கி முழங்கும். ராத்திரி கூடாரத்துக்கு வந்து படுத்துவிடுவோம். இந்தச் சூழ்நிலையில் பெண்கள் வர முடியாது.''

``நான் கலகத்துக்கு வருவதாகச் சொல்லவில்லை.''

``பின்?''

``கல்கத்தா எப்படிப் போகப்போகிறீர்கள்?''

``பெரும்பாலும் நில மார்க்கமாக. கர்னலும் சிலரும் கடல் மார்க்கமாகப் போகலாம். ஏன்?''

``என்னையும் கூட அழைத்துக்கொண்டு சென்று அஸாம் சித்தாப்பாவிடம் விட்டுவிடேன். கலகம் முடிந்த பின் என்னை வந்து அழைத்துப் போயேன்.''

``அது நல்ல யோசனைதான். ஆனால் எமிலி, உனக்கு இங்கிருப்பதில் என்ன தயக்கம்?''

``எனக்கு இந்த இடம் பிடிக்கவில்லை. இந்த வீட்டில் தனியாக இத்தனை வேலைக்காரர்களுடன் இருந்தாக வேண்டும். நீ போய் விட்டால் அந்த நீலக் கண் குழந்தைகள் வீட்டுக்குள்ளேயே உலவத் துவங்கிவிடும்!''

``சேச்சே! அதெல்லாம் நடக்காது.''

``அவர்கள் இங்கு வரவில்லை என்றாலும் நான் தோட்டத்து வீடுகளுக்கு அவர்களைத் தேடிச் செல்வேன்!''

``எதற்கு?''

``அந்தக் குழந்தையின் தகப்பன் யார் என்று விசாரிப்பதற்கு!''

மக்கின்ஸி ஒரு முறை தன் மனைவியைக் கடுமையாகப் பார்த்தான். உடனே முகபாவம் மாறி - ``சே! அதற்கெல்லாம் விடை கிடைக்காது!''

"கிடைக்கும்! அந்தப் பெண்ணிடம்."

"அந்தப் பெண்ணின் மொழி உனக்குத் தெரியாது."

"நீ என்னைத் தனியாக விட்டுப் போய்விட்டால் கற்றுக்கொண்டு விடுவேன்."

"நான் உன்னைக் கல்கத்தா அழைத்துப் போவது பற்றி மேலிடத்தில் கேட்டு நாளை சொல்கிறேன்," என்று அவசரமாகச் சொல்லிப் போனான் மக்கின்ஸி.

எமிலி அவன் பின்னால் சிந்தனை வசமாகச் சென்றாள். அவளுக்கு உள்ளே போகவே வெறுப்பாக இருந்தது. போனவுடன் மக்கின்ஸி தொந்தரவு செய்வான். படுக்கைக்கு அழைப்பான். அதற்கு இடம், காலம் எதுவும் கிடையாது. அவனுக்கு எப்போதும் அக்கினி! அதுவும் மிகக் கொஞ்ச நேர அக்கினி! அப்புறம் சக்கையைத் துப்பிப் போடுவது போல அவளைத் தள்ளி ஒதுக்கிவிட்டுப் படுத்து விடுவான். அல்லது குளிக்கப் போய்விடுவான், அல்லது தன் துப்பாக்கியைத் துடைக்க . . . ஆனால் தனியாக விட்டுப் போய் விட்டால் அது வேறு நரகம். எமிலி வீட்டுக்குள் நுழையும்போது சாலையில் மந்த கதியில் குதிரை மேல் சென்றுகொண்டிருந்த ஆஷ்லியைப் பார்த்தாள். சீருடையில் பளபளப்பாக இருந்தான். எமிலியைப் பார்த்துப் புன்னகையுடன் வலது கையை உயர்த்திவிட்டுக் கடந்தான்.

"வரிசையா வாங்கய்யா எல்லோரும். ஆட்டு மந்தை மாதிரி மோதாதீங்க."

அந்த அலுவலகத்தில் வாசலில் காத்திருந்த முப்பது பேரும் யார் வரிசை அமைப்பது என்று தீர்மானிக்க முடியாமல் இன்னமும் கும்பலாகவே இருக்க, முத்துக்குமரன் முன் வந்து, "அய்யா, அவருதான் வரிசையா வான்னு சொல்றாரில்லை? இங்கேய கும்பலா நின்னுக்கிட்டிருந்தீங்கன்னா எப்படி? போய்யா! போய்யா பின்னால."

"நீ யாருய்யா நாட்டாமை?"

"நானா? உங்க பாட்டன்!"

"எதிர்த்துப் பேசற? பல்லைப் பேத்துருவன்!"

முத்துக்குமரனை அவன் ஒரு முறை உந்தித் தள்ள முத்துக்குமரன் கீழே விழுந்தவன் மெல்ல மண்ணைத் தட்டிக்கொண்டு எழுந்து ஓரத்தில் நின்றுகொண்டிருந்த பைராகியைப் பார்த்தான். அவர் உம் என்று தலையசைப்பில் அனுமதி கொடுக்க, முத்துக்குமரன் தன்னைத் தள்ளியவனைப் பின்னால் சென்று முதுகில் தட்டி திரும்பியவனை ஒரே கையால் தாடையில் பற்றி அப்படியே கன்னத்தின் உள் இருபுறத்திலும் விரல் வைத்து அழுத்தினான். அவன் தொட்ட இடம் பைராகி

சொல்லிக்கொடுத்த இடம். அவன் சகல நாடிகளும் ஒடுங்கிப்போய், கையை உதறக்கூட முடியாமல் ஊ ஊ என்ற சப்தம் மட்டும் கிளப்பி, கண்கள் மிரண்டு, முகத்தில் சொல்லொணாத வேதனை தெரியச் சாய்ந்தான்.

முத்துக்குமரன் அவனை விட்டுவிட்டான். "இது ஒரு முன்மாதிரி! யாராவது எங்கிட்ட வம்புக்கு வரவங்க தனியா ஒதுங்கிக்கங்க. மத்தப் பேர் வரிசைல நில்லுங்க. என்ன?" என்றான்.

எல்லோரும் மிரண்டுபோய் வரிசையாக நின்றார்கள். வேதனைப்பட்டவன் தாடையைப் பிடித்துக்கொண்டு தரையில் சுருண்டு படுத்துவிட்டான். எல்லாவற்றையும் பார்த்துக்கொண்டிருந்த அந்த ஆங்கிலோ இந்தியச் சிப்பாய், "ஏய் இங்க வா," என்றான்.

முத்துக்குமரன் வரிசையில் நின்றுகொண்டிருந்த பைராகியைப் பார்க்க, அவர் அனுமதி கொடுக்க, அங்கே போனான். பைராகி சைகையிலேயே சண்டைக்கு வந்தால் போகாதே என்று எச்சரித்தார்.

"எங்ககூட ஃபைட் வருவியா?"

"இல்லீங்க. நீங்கள்ளாம் சிப்பாய்ங்க. உங்ககூடப் போட முடியாதுங்க. ஆயுதம் எல்லாம் வெச்சிருப்பீங்க."

"ஆய்தம் கிடையாது. சும்மா ஹேண்ட் ஃபைட்டிங், வரியா?"

"வேண்டாங்க."

"என் மண் தின்பியா?"

பைராகியைப் பார்க்க, அவர் ஆமாம் என்று காட்ட, "ஆமாங்க," என்றான்.

சிப்பாய் சிரித்து, "பய்மா?" என்றான்.

"ஆமாங்க."

"ஷப்பாஷ்! உண்மை சொன்ன உனக்கு வேலை கொடுக்கறம், பேர் என்?"

"முத்து," என்று ஆரம்பித்தவன் பைராகி தலையாட்டுவதைப் பார்த்து, "முத்துக்கருப்பன்" என்று சமாளித்தான்.

"முத் கர்ப்பன்! ஏன் தாடி வெச்சிருக்க?"

"வேண்டுதலைங்க."

"தாடி எடுத்துரு. தொரைமாருக்குத் தண்ணி ஊத்தற வேலை கொடுக்கறம். சிப்பாய்ங்க பழக்கத்துக்குப் போவ அவங்களுக்குத் தண்ணி ஊத்தணும். மாசம் ரெண்ட் ரூபா சம்பளம்."

“சரிங்க. ரொம்ப சந்தோசமுங்க.”

“நாளைக்கு வேலைக் வா.”

“வரங்க! கும்படறேங்க.”

பைராகியும் முத்துக்குமரனும் நடந்தார்கள். அந்த ஆள் இன்னமும் அங்கேயே படுத்திருந்தான்.

“அய்யா, செத்துப்போயிட்டாங்களா? அச்சமா இருக்குதே! நீங்க சொன்ன எடத்தில இப்படி லேசாப் புடிச்சேன்.”

“அந்த நரம்புக்குப் பேர் வஜ்ர செலந்தி. அதைப் புடிச்சு ஒரு முறை தொட்டுட்டா இவண் எழுந்திருக்க ஆறு நாழிகை ஆகும்.”

“சாவலையே?”

“சேச்சே! எழுந்திருச்சிடுவான். கொஞ்ச நேரத்துக்கு முள் அடிச்சாப்ல இருக்கும். கொஞ்ச நேரம் சிரிச்சுக்குவான். அப்புறம் சரியாய்ரும்.”

“காலைல வேலைக்கு இங்கதான் வரணுமா?”

“ஆம், அப்புறம் படை சனங்ககிட்ட கூட்டிப் போவாங்க.”

“வெள்ளைக்காரங்களை எப்பதான் பாப்பம்?”

“அது வியாழக்கிழமைதான். அவங்க கவாத்து பழகுவாங்க. அப்ப அதிகாரிங்க வருவாங்க. அந்தச் சமயம் எனக்குக் காட்டி விட்டுரு.”

“அய்யா, அவனை நாந்தான் கொல்லுவேன்!”

“நீதாண்டா கொல்லப்போறே. உன்னைத்தான் உள்ள விடுவாங்க. நான் வெளியே இருந்து பாத்துக்கிட்டு கிஸ்ண பரமாத்மா மாதிரி சூத்ரதாரி. தெரியுதா?”

“மாதம் ரெண்டு ரூபான்னா எவ்வளவுங்க?”

“எல்லாம் போதும். அதெல்லாம் கேக்க வேணாம். எனக்கு இந்தப் பட்டணத்திலே சோறு போட கலெக்டர்மாருங்களும் துரைசாணிங்கமாரும் இருக்காங்க. ஒரு வசிய குலிகம் வெச்சிருக்கேன். ஒரு உருண்டைக்கு ரெண்டு வெள்ளிக் காசு கிடைக்கும். அவ்ள சக்தி!”

“என்ன சக்திங்க?”

“அதெல்லாம் நீ போட மாட்ட. ராப்பூராத் தாங்கும். இப்ப என் பின்னாடி வா. உனக்குப் பட்டணம் காட்டறேன்.”

“வேண்டாங்க. எங்கேயாவது கூட்டிட்டுப் போயிராதீங்க.”

"பயப்படாதே. கோயிலுக்குத்தான் போறம்."

"அப்பன்னா சரி."

"முதல்ல கோயிலுக்குத்தான் போறம்."

"அப்புறம்?"

"சாஸ்தி கேள்வி கேக்காம என் பின்னாடியே வந்துக்கிட்டிரு. கண் முன்னால பரமபதம், சொர்க்கலோகம் அப்படின்னு சொல்றாங்களே எல்லாத்தையும் காட்டறேன், வா."

பைராகி விரைவாக நடக்க, அவர் பின் சந்தேகத்துடன் சென்றான் முத்துக்குமரன். பைராகியை விட்டுவிட்டுச் சுதந்திரமாக இருக்கும் ஆசை இருந்தது. ஆனால் அவருக்கு எல்லாத் தந்திரங்களும் தெரிந்திருக்கிறது. வெள்ளைக்காரனைத் தாக்க அத்தனையும் தேவைப்படும் போது அவர் பின் சென்றுதான் ஆக வேண்டியிருக்கிறது. எங்கே அழைத்துப் போகிறாரோ? சுடுகாட்டுக்காக? சுடுகாட்டைப் பார்த்தால் நின்று எலும்பு சேகரிப்பார். இல்லை, ஓரத்தில் உட்கார்ந்துகொண்ட மண் குழியில் எதை-யோ புதைப்பார். இல்லை, இப்போது எங்கே போகிறார்? நெருக்கமான தெருக்களின் ஊடே புகுந்தடித்துக்கொண்டு ராஜநடையாக நடந்து செல்கிறார். அவரைப் பார்த்ததும் எதிர்ப்பட்டவர்கள் சற்று விலகுகிறார்கள். அவர்கள் கண்களில் பயம் தெரிகிறது.

"எங்கே அழைச்சிட்டுப் போறீங்க?"

"பேசாம வா."

ஒரு வீட்டின் வாசலில் நின்று தண்ணீர் கேட்டார். அவர்கள் வீட்டின் கதவை அடைத்தார்கள். வீட்டின் மேல் விபூதி ஊதிவிட்டு, சட்டென்று இன்னும் சிக்கலான தெருவுக்குள் நுழைந்தார். முத்துக்குமரன் அவர் சென்ற பாதை விளங்காமல் மலைத்து நின்றான். எதிரே யாரோ ஒருவன் ஓடி வந்தான். விலகு விலகு என்று ஒருத்தன் ஈட்டியால் கூட்டத்தை விலக்க, ஒரு பல்லக்கு வந்தது. அதனுள் இரண்டு வெள்ளைக்காரப் பெண்பிள்ளை-கள் லேசாகத் திரையைத் திறந்துகொண்டு வேடிக்கை பார்க்க, பின்னால் குதிரை மேல் வந்த துரை அவனையே பார்த்துக்கொண்டு வந்தான்.

23

முத்துக்குமரன் வெள்ளைக்காரத் துரையை அடையாளம் கண்டு கொண்டுவிட்டான். மைதானத்தில் அவனைக் காப்பாற்றிய துரை. துரைதான் அவனைச் சரியாக அடையாளம் கண்டுகொள்ளத் திணறுவது போல இருந்தது. அடிக்கடி அவனைப் பார்ப்பதும் திரும்பிப் பார்ப்பதும், தன் அருகில் நடந்து வந்துகொண்டிருப்பவனிடம் ஏதோ சொல்வதும், அவன் முத்துக்குமரனைத் திரும்பிப் பார்ப்பதும்... துரை மலை திரும்பும்வரை அவனைப் பார்த்துக் கொண்டே சென்றான்.

"எங்க ஆளைக் காணோம்," என்று பைராகி அவன் முழங்கையில் இடித்தான். "இந்த மாதிரிப் பாதைல நின்னு பராக்குப் பார்த்துக்கிட்டு இருந்தா வெள்ளைக்காரங்ககிட்ட நிச்சயம் மாட்டிக்குவே."

"இல்லீங்க. அந்தத் துரைதான் என்னைக் காப்பாத்தினவரு."

"எனக்குத் தெரிஞ்ச காண்ட்ராக்ட்டுக்காரங்ககிட்ட விசாரிச்சேன். வெள்ளைக்காரங்க எல்லோரும் எங்கயோ பெறப்பட்டுப் போவறதுக்குத் தயார் பண்ணிக்கிட்டு இருக்காங்களாம். எங்கன்னு தெரியலை. நமக்கு அதிகம் சமயமில்லை. உன்னைத் தண்ணி காட்ட சேத்துக் கிட்டான் இல்லை. நாளைக்கு வேலைக்குப் போவுறதுக்கு முன்னாலேயே அந்த மக்கி துரை எங்கிருக்கான்னு தெரிஞ்ச வெச்சுக்கணும். ஆள் பாத்தா அடையாளம் கண்டுப்ப இல்லை?"

"நிச்சயங்க! எங்கிருந்தாலும்."

"நீ அவனைச் சந்திக்கிறதுக்குள்ற அவன் வேற ஊருக்குப் போயிருவான்போலத் தோணுது."

"அங்கயும் அவனைத் துரத்திட்டுப் போயிர்றேனுங்க."

"அதெல்லாம் வேண்டாம். இங்கதான் நமக்குச் சௌகரியம். ஒண்ட ஒளிய நிறையச் சந்து இருக்குது. தெரிஞ்ச மனுசங்க நிறைய இருக்காங்க."

"எங்கப்பாவைக் கொன்னவங்க அவன்!"

"அதுதான் திருப்பித் திருப்பிச் சொல்லியாச்சே. வா. காலைல ரொம்பச் சோலியிருக்கு." பைராகியின் பின் சென்ற முத்துக்குமரன் அவர் ஒரு கோயில் பின்புறத்தில் இருந்த சின்ன வீட்டுக் கதவைத் தட்டுவதைக் கவனித்தான்.

"செல்லம்மா," என்று அன்பாக விளித்தார்.

ஒரு பெண் சற்று நேரம் கழித்துக் கதவைத் திறந்தாள். "வாங்கய்யா," என்றாள்.

"விருந்தாளி வந்திருக்காரு. கூட்டியாந்திருக்கேன் பாரு. உங்கப்பன் ஊரில்தான் இருக்கானா?"

"இருக்காரு, கோயிலுக்குப் போயிருக்காரு. இந்தா வந்துருவாரு!"

"வாய்யா உள்ள" - இது செல்லம்மா. "எனக்காக ஒரு முறை..."

"உள்ள வாங்க!"

முத்துக்குமரன் தயக்கத்துடன் உள்ளே செல்ல வீட்டின் தாழ்வாரத்தில் சுவரில் ஒரு பேரிகை தொங்கியது. "அப்பா கோயிலுக்கு டமாரம் அடிக்கிறவன். இத பாருய்யா. அங்க போயிப் படுத்துக்க. சாப்ட்டுட்டுச் சீக்கிரம் தூங்கிப் போயிரு. விடியக் காலைல எந்திரிச்சுப் போயிறலாம். செல்லம்மா வா. நான் கேட்ட மருந்து வெச்சிருக்கியா?"

முத்துக்குமரன் இருட்டாக இருந்த அறைக்குள் நுழைந்தான். அந்தப் பெண் அவனருகில் அகல் விளக்கு வைத்துவிட்டுச் சிரித்து விட்டுப் போனாள்.

மௌனமாக இருந்தது. அந்தத் துரை போய் மற்றவர்களிடம் சொல்வானோ? அவன் நல்லவன். காப்பாற்றினவன். சொல்ல மாட்டான். புறப்பட்டு வரும்போது சிவகாமி அழுதது ஞாபகத்துக்கு வந்தது. "நானும் வரேனுங்க." யாரையும் உடன் சேர்த்துக்கொள்ள விருப்பமில்லை. எனக்கு நான்! தனியன்! இந்தப் பைராகிக்குக் கொஞ்சம் சாமர்த்தியங்கள் இருக்கின்றன. அதனால் இவன் உதவி தேவையாக இருக்கிறது. ஆனால் இவன் சகவாசம் அதிகம் கூடாது! பைராகியைப் பிடிக்கவில்லை முத்துக்குமரனுக்கு. அவன் சாகசம் எல்லாம் சரிதான். ஆனால் சில காரியங்கள்தான் சரியில்லை. கோவிலில் பேரிகைச் சப்தம் கேட்டுக்கொண்டிருந்தது. தாகமாக இருந்தது. மெல்ல எழுந்து நாலாபக்கமும் தூண் அமைத்திருந்த கூடத்துக்குச் சென்றான்.

அறை வாசலில் தயங்கி நின்றான். பைராகி படுத்திருக்க, அநதச செல்லம்மாள் உடம்பு பிடித்துவிட்டுக்கொண்டிருந்தாள்.

இவன் வந்ததைப் பார்த்து இருவரும் நிலை கலையவில்லை. பைராகி, "என்ன வேணும் முத்து?" என்றார்.

"தண்ணி."

"வா, வந்து உக்காரு. உனக்கும் புடிச்சுவிடச் சொல்றேன்!"

"வேண்டாங்க!"

"என்ன வேண்டாம்? தண்ணியா பொண்ணா?"

"ரெண்டுமே வேண்டாம்."

களுக்கென்று அந்தப் பெண் சிரிக்கும் சப்தம் அருவருப்பாக

இருந்தது. சே! என்ன மனுசன் இவன். இவனுக்கு வித்தை தெரிஞ்சு என்ன பிரயோசனம். சுத்தமில்லையே! இவங்கூட நான் எதுக்கு சுத்தணும்? இன்னும் அந்த அறையில் சிரிப்பொலி கேட்க, முத்துக்குமரன் தன் மூட்டையைச் சப்தமில்லாமல் எடுத்துக்கொண்டு அந்த வீட்டிலிருந்து நழுவினான்.

எமிலி இங்கும் அங்கும் பார்த்துக்கொண்டு தோட்டத்தில் நடந்தாள். உடன் சுமாராக இங்கிலிஷ் தெரிந்த ஓர் ஆயாவை அழைத்து வந்திருந்தாள். அந்த வேலைக்காரர்களின் குடிலில் மண்ணில் குதித்துக் கும்மாளம் போட்டுக்கொண்டிருந்த குழந்தைகள் அவளைப் பார்த்ததும் விளையாட்டை நிறுத்தி, "வெள்ளைக்காரி! வெள்ளைக்காரி!" என்று சப்தமிட்டன.

"விச் ஹவுஸ்ம்மா?"

இதான் என்று காட்டினாள். அந்த வாசலில்தான் அன்றைக்கு அந்தப் பெண்ணைக் குழந்தையுடன் பார்த்திருந்தாள்.

"இது கன்ஸாமா வீடு! ஏய் யாரது உள்ள?"

"கம், வி கோ இன்!"

"நோம்மா நோ. பேட் ஸ்மெல்! வெரி டர்ட்டி!"

"இட் ஹார்ட்லி மேட்டர்ஸ் நௌ! ஐ வாண்ட் டு ஸீ தி எண்ட் ஆஃப் இட். கம்!"

மூக்கில் கைக்குட்டையை வைத்துக்கொண்டு மற்றொரு கையால் விசிறிக்கொண்டு எமிலி உள்ளே நுழைந்தாள். தரையில் போதாத வெளிச்சத்தில் நான்கு கறுப்புப் பெண்கள் உட்கார்ந்திருக்க, ஒருத்தி மற்றொருத்திக்குத் தலை வாரிப் பேன் பார்த்துக்கொண்டிருந்தாள். தரையில் கட்டம் போட்டு இருவர் ஆடிக்கொண்டிருந்தார்கள். அந்த நீலக் கண் குழந்தை அருகிலே மண்ணைத் தோண்டி தின்று கொண்டிருந்தது. "தேர் இட் இஸ்!" என்றாள் எமிலி. எல்லோரும் வாரிச்சுருட்டிக்கொண்டு எழுந்தனர். "தட்ஸ் த சைல்ட்!" என்றாள். அந்த இளம் பெண் பயத்துடன் கீழேயிருந்த குழந்தையைப் பொறுக்கிக் கொண்டாள். "இது யாருடைய குழந்தை என்று கேள்! யார் இந்தக் குழந்தைக்குக் காரணம் என்று கேள்."

ஆயா சற்றுத் தயக்கத்துடன் அந்தப் பெண்ணைப் பார்த்து, "ஏய், இங்க வாடி, துரைசாணி என்ன கேக்குது தெரியுமா?"

"என்னவாம்?"

"இந்தக் குழந்தை யாருதுன்னு கேக்கறாங்க?"

"யான்? என்னதுதான்!"

“மூதேவி! இதுக்கு அப்பன் யாருன்னு கேக்கறாங்கடி!”

அவள் மடியில் இருந்த பொட்டுக்கடலையையோ எதையோ கொறித்துக்கொண்டே, “எங்கம்மாவைக் கேளு,” என்றாள்.

“உங்க அம்மா எங்க?”

“எம்மோவ்! வெள்ளைக்காரி என்னமோ கேக்குது!”

“வாட்ஸ் ஷி ஸேயிங்?”

“ஷி ஸேயிங் ஆஸ்க் மதர். மதர் கமிங். ஏண்டி பொம்பளைங்களா ஏதாவது முக்காலி கொண்டாந்து போட்டா என்னவாம்? எங்கயாவது அவங்க தரையில உக்காருவாங்களா?”

இடுப்பில் குழந்தையுடன் அவள் மூலைக்குச் சென்று ஒரு முக்காலியை எடுத்து வந்து மத்தியில் வைத்தாள்.

“ஸிட்டம்மா.”

எமிலி தயக்கத்துடன் உட்கார்ந்தாள். சாக்குத் திரை நீக்கப்பட்டு உள்ளேயிருந்து புகை வறுத்த மீன் வாசனையுடன் வந்து அவள் மூக்கைத் தாக்கியது.

எந்தச் சாக்கடையாக இருந்தாலும் சரி, பரவாயில்லை, இந்தச் சந்தேக முள்ளை வைத்துக்கொண்டு என்னால் ராத்தூங்க முடியாது. விஷயம் வெளியே வந்துதான் ஆக வேண்டும் . . .

“யாரும்மா?” என்று உள்ளே நுழைந்த தாய், எமிலியைப் பார்த்ததும் உடனே பயந்து, “அய்யோ, வெள்ளைக்காரங்களா! நான் ஒண்ணும் செய்யலீங்களே!”

“பினாத்தாத கிளவி! இவங்க இந்தக் குழந்தையைப் பத்திக் கேக்கறாங்க!”

“அய்யோ, குழந்தை எங்களதுதாங்க. எம் பொண்ணு பெத்துப் போட்டதுங்க!”

“குளந்தையை யாரும் கேக்கலை. இதன் அப்பன் யாருன்னு கேக்கறாங்க.”

“அப்பனா? தெரியாதுங்களே.”

“என்னது, அவதாரமா? ஏய், பொய் சொல்லாமச் சொல்லு, அம்மா தங்மானவங்க. தகவல் சொன்னப் பணம் கொடுப்பாங்க. யு கிவ் மணியாம்மா?”

“எஸ். ஐ வில் கிவ் ஹர் மணி! லெட் ஹர் டெல் தி ட்ரூத்!”,

“உண்மையைச் சொன்னா வாரிக் கொடுப்பாங்க.”

அம்மா யோசித்து, “ஏண்டி, அந்தாளை யாவகம் இருக்குதா? போன வருசம் போய்க்கிட்டிருந்தியே?”

“த! வருசம் பூரா எங்க போனேன்? ஏதோ பத்துப் பதினைஞ்சு நா போயிருப்பேன். பொய் சொல்லாத!”

“அந்த ஆளு யாருன்னு தெரியுமா?”

“வெள்ளைக்காரன்.”

“வெள்ளைக்காரன்தான்! ஆளு அடையாளம் தெரியுமா?”

“அதெப்படி? பேர் எல்லாம் கேட்டு வெச்சுக்கலையே!”

“முகம்?”

“முகத்தைச் சரியாப் பார்த்ததில்லையே!”

“ஷி ஸேஸ் நாட் ரிமம்பர் ஃபேஸ்.” என்றாள் ஆயா.

“ஆஸ்க் ஹர் ஹு அரேன்ஜ்ட் இட்? ஹு டுக் ஹர்?”

“யாரும்மா இதுக்கெல்லாம் கூட்டிட்டுப் போனாங்க? யாரு ஏற்பாடு பண்ணாங்க?”

“காசு தருவாங்களா?” என்று கையை நீட்டினாள் தாய்.

எமிலி தன் மாலை ஒன்றைக் கழற்றிக் கொடுத்தாள்.

“அது வந்துங்க தாண்டவராயன்னு ஒருத்தரு. அவர்தான் வந்து வந்து கூட்டிக்கிட்டுப் போவாருங்க. காலைல கொண்டு விட்டுவருவாங்க!”

“துரை இருட்டுல வந்தாரு. முகத்தைப் பார்த்தா எல்லோரும் எனக்கு ஒண்ணே மாதிரிதான்!”

“அது இன்னா மாலை? முத்தா?”

“வாட் ஷி ஸேயிங்?”

“ஷி ஸேஸ் தாண்டவராயன் மேக் அரேன்ஜ்மெண்ட். டேக் ஹர் டு வைட்மேன்!”

“தாண்டவராயன்?”

“மெஸ்கிட்ட இருப்பாரு.”

“ஐ ப்ரிங் ஹிம் மிஸ்ஸி! நாட் ஒர்ரி!”

“எமிலி,” என்று வெளியே குரல் கேட்க, எமிலி உடனே எழுந்து

குடிசைக்கு வெளியே வந்தாள்.

தூரத்தில் மக்கின்ஸி குதிரை மேலிருந்து, "அங்கே என்ன செய்கிறாய்? மை காட்! உனக்குக் காலரா, சின்னம்மை எல்லாம் வந்துவிடும்! அங்கே போகாதே. யாரையாவது தொட்டாயா?" என்று கத்தினான்.

"இல்லை. நான் தொடவில்லை!" அருகே சென்றாள்.

"எமிலி! நாம் கல்கத்தாவுக்குப் புறப்பட வேண்டும். அனுமதி கிடைத்துவிட்டது."

"நானுமா?"

"ஆம். நீயும்தான். உன்னை அஸாமில் கொண்டு விட்டுவிட்டு நான் சண்டைக்குப் போகிறேன். கப்பலில் போக விசேஷ அனுமதி கிடைத்துவிட்டது. பெரும்பாலோர் தரை மார்க்கமாகத்தான் வருகிறார்கள். சில தேர்ந்தெடுக்கப்பட்ட அதிகாரிகளும் கர்னலும்தான் கப்பலில் செல்லப்போகிறோம். இன்னும் இரண்டு தினங்களில் புறப்பட வேண்டியிருக்கும். ஆமாம், அங்கே உனக்கு என்ன வேலை?"

"பொழுது போகவில்லை. வேலைக்காரர்களுடன் பேசிக்கொண்டிருக்கலாம் என்று போனேன்."

"வேலைக்காரர்களை எல்லாம் தூரத்தில் வைத்திருக்க வேண்டும்."

"பெண்களைத் தவிர. இல்லையா?" என்றாள்.

"என்ன சொல்லுகிறாய்?"

"ஒன்றுமில்லை. வா ஆயா! காலை அந்த பாண்ராயை வரச்சொல். வந்தனம். நீ போகலாம்," என்றாள். மக்கின்ஸி தன் மனைவி தன்னைப் பார்க்காமலேயே வீட்டுக்குள் நடந்து செல்வதைக் கவனித்தான்.

கூடாரத்துக்கு வெளியே எல்லோரும் கூடியிருந்தார்கள். ஓரத்தில் விரோதமாக ராக்கன் பக்கத்தில் லேசான குரலில் பேசிக்கொண்டு இருக்க. தாத்தா நடுவே வந்து மரத்தடியில் உட்கார்ந்துகொள்ள, பூஞ்சோலையும், சிவகாமியும் ஒதுக்குப்புறமாக நின்றுகொண்டிருக்க, பூஞ்சோலை கவனம் இல்லாமல் தன் நகத்தைக் கடித்துக்கொண்டிருந்தாள். "என்ன, கேட்டதுக்குப் பதிலே வரலே?" என்றான் ராக்கன்.

"ஏய்யா, பொண்டாட்டியை அடக்கத் தெரியாம ஊர்க் கூட்டம் கூட்டியிருக்கியே, வெக்கமா இல்லை?"

"இல்லீங்க. இது நடந்துகிட்ட விதம் சரியான்னு தாத்தாகிட்ட நாயம் கேக்கத்தாங்க கூட்டியிருக்கேன்."

“என்ன நடந்தது?”

“ஒண்ணுமே நடக்கலீங்க!”

“என்னது?”

“கல்யாணம் நடந்து எத்தினி நாளாச்சு? இதுவரைக்கும் என்கூட எத்தினி வார்த்தை பேசியிருக்குன்னு கேளுங்க. மொத்தம் நாலு அல்லது அஞ்சு வார்த்தைங்க!”

“அதுக்கு மேல அவருக்கு எண்ணத் தெரியாது.”

“பாருங்க. புருசன்கிட்டப் பேசற பேச்சா இது?”

“தாத்தா! அவருக்கு ஆக்கிப் போடலியா கேளு!”

“ஆக்கிப் போட்டாப் போதுமா?”

“வேற என்ன வேணும் உனக்கு?”

“வேற எத்தனையோ வேணும் தாத்தா! முக்கியமா விசுவாசம்!”

“ஏன்யா, நான் உங்ககிட்ட விசுவாசமா இல்லையா? போற வர ஆம்பிளைங்ககிட்டேயெல்லாம் சிரிச்சு வம்பு பேசிக்கிட்டிருக்கேனா?”

“இல்லை, ஒருத்தனை நினைச்சு உருகற!”

“அதெல்லாம் இல்லை!”

“ஆமா, ஆலப்பாக்கம் சிலம்பக்காரரை நினைச்சு. தாத்தா! கல்யாணம் ஆனதும் மறந்துரும்னு சொன்னீங்களே. ஆனப்புறம்தான் புலம்பல் சாஸ்தியாப் போச்சு. போனாப் போவுது. புது ஞாபகம் அழியட்டும்னு எத்தினி நா காத்திருப்பேன் தாத்தா? தங்கச்சியைத் தூது விட்டு அந்தாளுக்கு பைராகிகிட்ட வித்தை கத்துக்க வெச்சது எனக்குத் தெரியாதுன்னு நினைச்சியா? அப்புறம் நிதம் அவரு எப்படி இருக்காரு? என்னைப் பத்தி விசாரிச்சாரா? அப்படின்னு கேக்கறதெல்லாம் தெரியாதுன்னு நினைச்சியா? எல்லாம் என்ன தாத்தா? இதுக்கு ஒரு முடிவு வேண்டாம்? புருசனைப் பத்திக் கரிசனம் வேண்டாம்? இதுவரைக்கும் எத்தினி நா என்கூட அன்பா பக்கத்திலே. . .”

தாத்தா இடைமறித்தார். “ஏம்மா பூவு, அவன் சொல்றது நிசமா?”

“ஆமா தாத்தா. எனக்கு அந்தாளை மறக்க முடியல,” என்றாள் பூஞ்சோலை அழுத்தமாக.

24

"**என்ன** சொன்னே?" தாத்தா பூஞ்சோலையை நோக்கி வந்து அவள் தலைமயிரைக் கொத்தாகப் பிடித்துக்கொண்டு, "கட்டின புருசனை விட்டுட்டு வேற ஒருத்தனை நினைக்கிறேன்னு எல்லார் மத்தியிலும் சொல்வியா? உன்னை . . ." என்று தலைமயிரை ஒவ்வொரு வார்த்தைக்கும் உலுக்கினார்.

பூஞ்சோலை, "நீங்கதானே கட்டி வெச்சீங்க!" என்றாள்.

"நீ ஒப்புத்துக்கலை? ஒப்புத்துக்கலை? பொட்டைக் களுதை!"

"அந்தாளு செத்துட்டார்னு பொய் சொல்லித்தான கல்யாணம் செஞ்ச வச்சீங்க. அது மட்டும் நாயமா?"

"இதுக்கு ஒரு முடிவு பண்ணிப்போட்டுருங்க தாத்தா இன்னைக்கு."

"எல்லாம் சாதி வளக்கப்படி செய்துர வேண்டியதுதான்."

"அட இருய்யா!"

"மனசில உள்ளதை மறைக்காம சொல்லிப்போட்டேன், அவ்ளதான்."

"மறக்க மாட்டியோ? மறக்க அடிச்சுட்டா? என்ன சொல்ற?"

"தாத்தா, இந்தச் சொல்லுக்குத் தண்டனை கொடுக்க வேண்டாமா?"

"அட இருடா! கட்டின பொண்டாட்டியை செரியா வெச்சுக்கத் தெரியாம குறுக்க குறுக்க பேசற,"

"நான் நடக்கறதைச் சொல்லிப்போட்டேன்."

தாத்தா, தன்னைவிடத் தாத்தாவாக, பல்லில்லாமல் மென்று கொண்டிருந்தவர் அருகில் சென்று, "அய்யா, கேட்டீங்களா?" என்றார்.

"எனக்கு ஒண்ணுமே சுத்தமா கேக்கலை" என்றார் அவர் அலை அலையாக.

"எம் பேத்தி பூவு இருக்குதில்லை? அதுக்குக் கல்யாணம் கட்டினவனோடு சர்யா இல்லை. எவனோ சிலம்பக்காரனை மனசில வெச்சிக்கிட்டுப் புடிவாதம் புடிக்குது."

பெரிய தாத்தா கண் கலங்க, "அப்படி ஆயிருச்சா காலம்!" என்றார். அதற்குள் மூன்று முறை தலையாடியது.

"இதுக்கு என்ன செய்யணும். சொல்லித் தொலையேன் கிளமே."

"என்னாது?"

“ஏய், நீ சும்மாரு. அவருக்குத்தான் நம்ம கூட்டத்தோட நடைமுறைங்கள்ளாம் செரியாத் தெரியும். என்ன சொல்றாரு கேக்கலாம்.”

“தாத்தா! இந்த மாதிரி முந்தி எப்பயாச்சும் ஆயிருக்கா?”

“ஆயிருக்கு. என் மூத்தவ இப்படித்தான் ஒருக்களை வேளாமைக்காரங்கூடப் போய்ட்டா. திரும்பி வந்ததும் என்ன செஞ்சாங்க?”

“அதைத்தான் கேக்கறம் இப்ப.”

“இரு இரு சொல்றேன். அந்தப் பொண்ணை எங்கிட்ட கூட்டியா.”

“ஏய் மூதேவி, இப்படி வா.”

“என்னவாம்?” என்று கிழவரின் அருகில் போய் இறுமாப்பாக நின்றாள் பூஞ்சோலை. அவளை அருகில் கையைக் கண்களுக்கு மேல் நிழல் வைத்துக்கொண்டு பார்த்தார்.

“கனாக் கண்டியா?”

“என்ன கனா?”

“அதுதான் கேக்கறேன். நேத்தி என்ன கனாக் கண்ட?”

“காட்டில வேட்டையாடற மாதிரி கனாக் கண்டேன்.”

“சரித்தான்! இது ஓடிரும்.”

“வீட்டுக்கு நடுவில உலாத்தற மாதிரி வந்துச்சு.”

“ஊஹும், இனிமேல் பிரையோசனமில்லை!”

“இப்ப நீ என்னாதான் சொல்றயாம்?”

“இந்தப் பொண்ணு கூட்டத்தில் தங்காது. தூரதேசம் போறதும், போகமும்தான் தெரியுது கனாவில. இது ராத்தாங்காது. அத்தினி மாதிரித் தெரியுது. கண்ணில கலக்கம் தெரியுது. இதை வெச்சுக்கிட்டு புத்தி சொன்னா கேக்காது. வேற தண்டனை கொடுத்தாவணும்.”

“அதான் என்ன சொல்லுங்க.”

“கூரா கத்தி எடுத்துங்க. பைரவருக்குப் பூஜை போட்டுட்டு இதை நாலு நா பட்டினி போடுங்க. அதுக்கப்புறம் கத்தியை எடுத்துக்கிட்டு . . .”

பூஞ்சோலை சற்று அச்சத்துடன் கிழவரின் முகத்தைப் பார்த்தாள்.

“இது தலைமயிரை துப்புரவா வெட்டிப் போட்டுருங்க. கன்னத்திலே காயம் பண்ணிப்பிட்டு வுட்டுருங்க. அதுக்கப்புறம் விடிகாலைல ஏரித் தண்ணில முகத்தைக் காட்டிப்பிட்டு முக்கிருங்க.”

"செரியாப் போயிருமா தாத்தா?"

"செரியாப் போயிரும். இல்லை, செத்துப் போயிரும்!"

"மாட்டேன்! நான் மாட்டேன்!" என்று கூந்தலைத் தன்னை அறியாமல் பிடித்துக்கொண்டாள் பூஞ்சோலை.

"மாட்டேன்னா ஆயிருதோ?"

"வேண்டாம்! அந்தாளை நான் மறந்துட்டன்."

"சொன்னப் போதுமா? பாட்டன் சொல்றதில நாயம் இருக்குது. உம் முகத்திலே இத்தனை அழகு இருக்கிறதனாலதானே நீ இந்த மாதிரி இறுமாந்து பேசுற?"

"ஏய்யா, நான் உனக்குப் பெண்டாட்டிய்யா! என் மூஞ்சியைச் சேதப்படுத்துவியா?"

"இப்ப மட்டும் புருசனா?"

"தாத்தா, நீங்க சொல்லுங்க. நான் இனிப் பேசலை. இனி எல்லாத்தையும் மறந்து போட்டேன்."

"சும்மாப் பேசுதுங்க! டேய், இளுத்துக்கிட்டுப் போங்கடா. கூடாரத்தில் வெச்சுக் கட்டிருங்க. சோறு, தண்ணி காட்டாதீங்க."

"கிட்ட வந்தீங்கன்னா கீறிப்பிடுவேன்!" என்றாள் பூஞ்சோலை.

அவளை இழுத்துச் செல்ல நால்வர் தேவையாக இருந்தது.

எமிலி பெரிய பிரம்புப் பெட்டியில் ஒருவித ஒழுங்குமில்லாமல் தன் துணிகளை அடுக்கிக்கொண்டிருந்தாள். மே மாதத்தின் சூடு அவள் உடம்பெங்கும் சிவப்புத் திட்டுக்களாக வெடித்திருந்தது. அவளது மெல்லிய விரல்களின் அருகே கொப்புளங்கள் தெரிந்தன. எல்லன் அருகே அவளுக்கு உதவி செய்துகொண்டிருந்தாள். "இவன் இல்லையெனில் நானும் வந்திருப்பேன். இரண்டுங்கெட்டான் குழந்தையை வைத்துக் கொண்டு என்னால் நாடெங்கும் ஓட முடியாது."

"எல்லன், நான் போய்த்தான் ஆக வேண்டுமா?"

"ஏன், சண்டையைப் பற்றிப் பயமா?"

"இல்லை."

"சண்டை ஏதோ ஒரு விளையாட்டுப் போலத்தான் இருக்கும். ஜார்ஜ் சொன்னான். அப்படி ஒன்றும் தீவிரமில்லை, சின்னக் கலகமாகத்தான் இருக்கும் என்றான். போய்விட்டு வா. அஸ்ஸாம் மலைப்பிரதேசங்கள்

இப்போது நன்றாகவே இருக்கும். சித்தப்பா நன்றாகக் கவனித்துக் கொள்வார்."

"எல்லன்! உன்னிடம் ஒன்று கேட்க வேண்டும்."

"என்ன எமிலி?"

"தோட்டத்தில் வேலைக்காரப் பெண்ணை ஒரு குழந்தையுடன் பார்த்தேன். ஒரு ஆங்கிலேயருக்குப் பிறந்திருக்க வேண்டும்."

எல்லன் அவசரமாக, "அதெல்லாம் அப்புறம் விசாரிக்கலாம். நீ முதலில் கல்கத்தா புறப்பட்டுப் போ. இதோ பார் காலரா பெல்ட். இதை அணிந்துகொண்டால் காலரா வராது என்று சொல்கிறார்கள். எதற்கும் இதை வைத்துக்கொள். ஆய்ஸ்டர் சாப்பிடாதே. பழுக்காத பழங்களை உண்ணாதே. சீரணிக்கத் தகாத எதையும் சாப்பிடாதே."

"எல்லன், அந்த டாண்டவராயனை வரச் சொல்லி இருக்கேன்."

"யாரது?"

"அவன்தான் அந்தப் பெண்ணை அழைத்துச் சென்றானாம்!"

"அதையெல்லாம் விசாரிக்க உனக்கு சமயமில்லை. எத்தனை கார்ஸட் எடுத்துக்கொண்டாய்? பாரக்பூரில் நதிக்கரையில் யானை மேல் சவாரி ஜோராக இருக்கும். அதுவும் சாயங்கால வேளையில், கவர்னர் ஜெனரல் பங்களாவின் கோடியில் ஒரு மாஸ்க்கும் இந்துக்களை எரிக்கும் இடமும் இருக்கிறது. ராத்திரிக்கு முன் வானம் தாமிர நிறத்தில் இருக்கும். கரும்புள்ளி மீன்கொத்திப் பறவைகளைப் பார்க்கலாம்."

"நான் டாண்டவராயனைப் பார்க்கத்தான் போகிறேன். வரச் சொல்லி இருக்கிறேன்."

எல்லன் பெருமூச்சு விட்டாள். வெளியே அசைந்துகொண்டிருந்த குதிரைகூடச் சோம்பேறித்தனத்தில் வாலால் ஈ விரட்ட மனமில்லாமல் தலையைத் திருப்பி குதிரைக்காரன் அவைகளை ஓட்டுவானா என்று எதிர்பார்த்துக்கொண்டிருப்பது போலிருந்தது.

"எமிலி! இந்தியாவில் சில கேள்விகளைக் கேட்கக் கூடாது. நான் வந்த புதிதில் இந்த மாதிரி சந்தேகங்கள் நிறைய எனக்கு ஏற்பட்டன. இதை விசாரிப்பது வீண்! பெண்கள் அதிகம் இல்லாத சூழ்நிலை. ஏகப்பட்ட ஆண்கள். எவ்வளவு நேரம்தான் கிளப்பில் பில்லியர்ட்ஸும் டார்ட்ஸும் விளையாடுவார்கள்?"

"அப்படியெனில் நீ மறைமுகமாக இதை அங்கீகரிக்கிறாயா?"

"இல்லை. இதெல்லாம் கொடுமையானதுதான். பாவம், அந்தப்

பெண்கள்! ஆனால் நம் கணவர்கள் அந்த வழி செல்லவில்லை என்பதைத்தான் நான் நம்புகிறேன்!"

"எப்படி தெரியும்?"

"ஜார்ஜைப் பற்றி எனக்கு நன்றாகவே தெரியும். அவன் என்னிடம் எதையும் மறைப்பதில்லை."

"எட்டியைப் பற்றி நான் அப்படிச் சொல்ல முடியவில்லையே!"

"அசட்டுப் பெண்ணே! எதையோ நினைத்து மனத்தைப் போட்டுக் குழப்பிக்கொள்ளாதே." எல்லன் பெட்டிக்குள் வெண்மையாகப் பொடி போலிருந்த மருந்துப் பொட்டலத்தை வைத்தாள். "கடற் பிராயணத்தில் வாந்திக்கு வந்தால் இதைச் சாப்பிடு."

குழந்தையின் காதின் பின்பக்கத்தில் இருக்கும் சின்னக் கொப்பளங்களில் கவனமாகி, "வெயில் இப்போதே இவனைத் தாக்க ஆரம்பித்து விட்டது" என்றாள்.

எமிலி கவனிக்கவில்லை. "கல்கத்தா புறப்படுவதற்கு முன் எப்படியாவது அவனைப் பார்த்துவிட வேண்டும். அப்போதுதான் எனக்கு நிம்மதி. எனக்கு உண்மை தெரிந்தாக வேண்டும். உண்மை தெரிந்தால் நிம்மதி கிடைக்குமா?"

முத்துக்குமரன் காத்திருந்தான். சிவந்த முக சிப்பாய்கள் அவர்களை ஓர் ஓரத்தில் நிறுத்தியிருந்தார்கள். பிரம்மாண்டமான முட்டைகள் போலவும், குறுகிய வாய்களுடனும் இருந்த தண்ணீர்ப் பானைகளில் நீர் நிரப்பச் சொன்னார்கள். தூரத்திலிருந்து கிணறு. இடுப்பிலிருந்த கடிகாரத்தைப் பார்த்து எவ்வளவு சீக்கிரம் நிரப்புகிறார்கள் என்று கவனித்தார்கள். முத்துக்குமரன் கிணற்றுக்கும் பானைக்குமாக விரைந்தான். தூரத்தில் மைதானத்தில் சிப்பாய்கள் சுடப் பழகிக் கொண்டிருந்தார்கள். எல்லோரும் வெள்ளைக்காரர்கள் போலிருந்தார்கள். சிலர் கையில் நீண்ட துப்பாக்கிகளை வைத்துக்கொண்டு ஓடிப் போய்ச் சப்தமிட்டுக்கொண்டே சாக்கில் துப்பாக்கி முனைக்கத்தியால் குத்திப் பழகிக் கொண்டிருந்தார்கள். பந்தலுக்குக் கீழ் அவர்களுக்கு ஆவி பொங்க உணவு காத்திருந்தது. சின்னக் குழல் போன்றிருந்த ஏதோ வாத்தியத்தை அடிக்கடி ஊதினார்கள். முத்துக்குமரன் தன் பானையை விரைவில் நிரப்பிவிட்டான். அந்த இந்திய அதிகாரி 'சபாஷ்' என்று சொல்லிக் காசு கொடுத்தான்.

முத்துக்குமரன் உள்ளங்கைக் காசை வெறித்துப் பார்த்தான்.

"இப்ப வெள்ளைக்காரங்க வருவாங்க. அவங்க வரப்ப நீ இருக்க வேணாம். போயிரு! நாளைக்கு இந்த நேரத்துக்கு வா!"

"ஏங்க, மக்கி துரை வருவாங்களா?"

"மக்கி துரையா? அவர் இங்க எங்க வருவாரு? ஏன், அவரைத் தெரியுமா?"

"இல்லைங்க. தோட்டத்தில வேலை கொடுக்கிறதா சொன்னாங்க."

"யாரு?"

"அது யாரு தெரிலீங்க. உங்க மாதிரி நம்மூர் துரைங்க. அவரைப் பாக்க முடியுங்களா?"

"இரு. விசாரிச்சு சொல்றேன். ஓரமாய்ப் போய்க் குந்திரு."

முத்துக்குமரன் மர நிழலில் உட்கார்ந்தான். பலரைப் பார்த்தால் வெள்ளைக்காரர்களைப் போல் அவ்வளவு சிவப்பாக இல்லை. இந்தியக் கறுப்பும் இல்லை. எல்லோரும் இளைஞர்களாக இருந்தார்கள். தீவிரப் பயிற்சியில் அவர்கள் முகமெல்லாம் செக்கச்செவேல் என்றாகி வியர்வை வழிந்துகொண்டிருந்தது. உணவின் மேல் படையெடுத்து மாமிசத் துண்டுகளை ஆசையோடு கடித்தார்கள். அந்த அதிகாரி முத்துக்குமரனை விளித்தான். அருகே மரியாதையுடன் சென்றான். "மக்கி துரையைப் பத்தி விசாரிச்சேன்யா. அவர் ஊரை விட்டே போய்க்கிட்டிருக்காரு."

"அடாடா! எங்கே?"

"கல்கத்தா தெரியுமா, கல்கத்தா? அங்கே போறாரு கப்பல்ல."

முத்துக்குமரன் வேதனையுடன் நடந்தான். அவன் அலுப்பு தண்ணீர் ஊற்றியதில் இல்லை. இந்த முறையும் மக்கி துரையைத் தவற விட்டுவிட்டோமே என்பதில். நிழலில் நடந்தான். கையில் இருக்கும் காசுக்கு என்ன கிடைக்கும் என்று தெரியவில்லை. பசி மறந்து போய்விட்டது. துரையை எப்படியாவது இன்றைக்குள் பார்த்து விடவேண்டும். எப்படி? அவன் எங்கே இருக்கிறான்? எப்படி அணுகுவது? ஒன்றும் தெரியவில்லை. மறுபடி பைராகியைத்தான் போய்ப் பார்த்துத் தொலைக்க வேண்டும்!

"வந்துட்டியா! வருவான்னு தெரியும். என்னை விட்டு எங்க போற நீ? என் உதவி இல்லாமல் உன்னால என்னடா செய்ய முடியும்?"

"அய்யா, ஒப்புக்கறங்க."

"எங்க போயிருந்த?"

"தண்ணி ஊத்த."

பைராகி அந்த இருண்ட வீட்டில் தனியாகப் புகை பிடித்துக் கொண்டு படுத்திருந்தார். அந்தப் பெண்ணைக் காணோம். அது முத்துவுக்குச் சற்று

ஆறுதலாக இருந்தது.

"அய்யா, மக்கி துரையைப் பத்தி விசாரிச்சேங்க. அவரு எங்கேயோ கல்லு கல்லு என்னமோ சொன்னாங்களே?"

"கல்கத்தாவுக்குக் கப்பல்ல நாளைக்குப் போய்க்கிட்டு இருக்கான் துரை!"

"அய்யா, உங்களுக்குத் தெரியுங்களா?"

"எனக்கு எல்லாம் தெரியுண்டா. எல்லாம் நானதிருஸ்டி!"

முத்துக்குமரனுக்கு இதை விசாரிக்க நேரமில்லாமல், "அய்யா, இன்னைக்குள்ள எப்படியாவது துரையைச் சந்திக்க வெச்சிருங்க."

"இன்னைக்கு முடியாது. நாளைக்குத்தான் அவனைப் பார்க்கப் போறே."

"நாளைக்கு அவன் கப்பலேறிப் போயிருவாங்க."

"அதுக்குத்தான் வழி வெச்சிருக்கேன். வா என் பின்னாடி!"

"எங்கங்க?"

"கேள்வி கேக்காத," என்று வீட்டுக்குள் சென்று மர ஏணிப் படிகளில் ஏறினார். அவர் பின் ஏறினான் முத்துக்குமரன். மொட்டை மாடியில் மத்தியான வான நீலத்தில் கடற்காற்று அப்போதுதான் சலனிக்க ஆரம்பித்திருந்தது. பைராகி திறமையாக ஒரு தடுப்புச் சுவர் மேல் குதித்து ஏறி முத்துவையும் ஏற்றி வைத்தார். "அதோ பாரு!"

தூரத்தில் கரும்பச்சைப் படுகையாகக் கடல் புரண்டுகொண்டிருக்க, கடற்பறவைகள் அவ்வப்போது வெளுப்பாக மின்ன, "இடது பக்கத்தில பாரு! என்னது?"

"கப்பலுங்க."

"அதில்தான் வெள்ளைக்காரங்க போகப்போறாங்க."

முத்துக்குமரன் லேசாக ஆடிக்கொண்டிருந்த அந்த வெண்ணிறக் கப்பலையும், அதன் குறுக்குக் கம்பங்களையும், சுருட்டப்பட்டிருந்த பாய்களையும் பார்த்தான். "பெரிசா இருக்குதுங்களே?"

"அதில போறியா?"

"நானா?"

"ஆமா நீதான்! இல்லை, உங்க அப்பனா? உனக்குதான் ஏற்பாடு பண்ணி வெச்சிருக்கேன். இன்னைக்கு ராத்திரி இருட்டினதும் கட்டுமரத்துல

அழைச்சிட்டுப் போய் அதில உன்னை ஏத்தி வெச்சிரச் சொல்லியிருக்கேன். பேசாமப் போய்ப் பதுங்கிக்க. காலைல புறப்பட்டுருவாங்க. துரை பொண்டாட்டிக்கூடப் போறான். முத நா ராத்திரியே கப்பல் மேல்தளத்துக்கு நிலா பார்க்க வருவான்! பின்னாடி இரு! தீத்துரு!"

"என்னால முடியுங்களா?"

"ஏய்! உனக்கு எதுக்கு அந்த வெட்டு சொல்லித்தந்திருக்கேன்? எதுக்கு நீச்சல் சொல்லிக்கொடுத்திருக்கேன்? ஒரே குத்து! அப்படியே கடல்ல பாஞ்சுரு. அவ்ளதான். என்ன, தயாரா?" என்றார்.

25

முத்துக்குமரன் தூரத்தில் அசைந்தாடும் கப்பலைப் பார்த்தான். அது அவனைக் கையசைத்துக் கூப்பிட்டது. நீலப் படுதாக் கடல் நுரை பொங்க அலைந்து என்னிடம் அபாயமே இல்லை என்றது.

"நீ என்ன செய்யறே, ராத்திரிக்கு உடம்பெல்லாம் கொஞ்சம் எண்ணெய் தடவிக்கிட்டு வந்துரு. உன்னைக் கப்பலாண்டை கொண்டு விட வேண்டியது என் சோலி. மிதவை, துடுப்பு, பாய் எல்லாம் தயாரா வெச்சிருப்பேன்."

"நீங்களும் கப்பல்ல வருவீங்களாய்யா?"

"இல்லை! நீதானே தனியாத் தொரையைக் கொல்லணும்னு சொன்ன? எனக்கும் அந்தத் துரைக்கும் என்ன வழக்கு? பகையில்லாம நான் யாரையும் கொல்ல மாட்டேன். நீதான் கொன்னாவணும்."

"சரிதாங்க."

"அதிக நேரம் இங்க நிக்க வேண்டாம். யாராவது பாத்துருவாங்க."

பைராகி மீண்டும் துடிப்புடன் கீழே இறங்கிப் படிகளில் சரிய, முத்துக்குமரனுக்கு அவர் வேகத்துக்குத் தாக்குப்பிடிப்பது கஷ்டமாக இருந்தது.

தெருவில் விறகு வண்டியின் இடுக்கில் தப்பிப் போய் வந்துவிட்ட பாம்பை நாலு பேர் ஆர்வமாக அடித்துக்கொண்டிருந்தார்கள்.

"காலியாங் குட்டிடா இது! கடிக்கத் தெரியாது. ஆனா கடிச்சுருச்சு . . . விஷம்!"

பைராகி ஒரு சாண் அளவே இருந்த அந்தப் பாம்பை நிதானமாக அணுகி சரேல் என்று அதன் கழுத்தருகில் பிடித்து ஒரு சின்னக் குச்சியால் அதன் வாயைத் திறந்தார். உள்ளே சவ்வு போல சிவப்பாக இருந்தது. சின்ன உடல் முழுவதையும் பைராகியின் மணிக்கட்டில் சுற்றிக்கொண்டது.

"கடிச்சா முதல்ல தடிச்சிரும். அப்புறம் வாயில் நுரை; அப்புறம் தாரை தப்பட்டை அடிக்க வேண்டியதுதான்!"

பாம்பு அதற்கெல்லாம் திராணியின்றி அவர் விரலிடுக்கில் தவித்துக் கொண்டிருந்தது. "இப்படி எடுத்தா ஒரு சிரமம் இருக்குது. சாவற வரைக்கும் இப்படியே புடிச்சுக்கிட்டு இருக்கணும். விட்டா நீ செத்தே!" என்று அருகே வேடிக்கை பார்த்துக்கொண்டிருந்த சிறுவனிடம் அதைச் சட்டென்று முன்னுக்குக் காட்ட, அவன் அலறிக்கொண்டு பின்வாங்க, கூட்டத்தில்

நின்றிருந்தவர்களும் பின்வாங்கினர். பைராகி பாம்பை முத்துக்குமரன் அருகே கொண்டு வந்து, "என்ன, பிடிச்சுப் பாக்கறியா?" என்றார்.

முத்துக்குமரன் தயங்கிக்கொண்டே அந்தப் பாம்பின் கண்ணைப் பார்த்துக்கொண்டிருக்க, "வாடா, வந்து வாங்கிக்க. வெள்ளைக்காரனைக் கொல்லணும்னா இதுக்கெல்லாம் பயப்படுவியா?" என்று அவனைச் சீண்டினார்.

முத்துக்குமரன் தீர்மானித்து அந்தப் பாம்பை அவர் கையிலிருந்து பிடிக்க முற்பட்டான். கடித்தால்தான் என்ன! செத்தால்தான் என்ன!

"பயப்படாதே. ஏற்கெனவே செத்திருச்சு."

"பயம் போயிருச்சுய்யா!"

"அப்ப கடல்ல போகத் தயாராத்தான் இருக்க. ராத்திரி வந்துரு." ஜார்ஜ் கோட்டையிலிருந்து விலகித் தீவுத் திடலைக் கடந்து, திருவல்லிக்கேணியின் முகப்பில் மவுண்ட் ரோடின் ஆரம்பத்தில் எழுபத்தைந்து ஏக்கர் பரவியிருந்த அரசாங்க மாளிகையின் வாசலில் ஈட்டிக் கதவுகள் நீட்டி வெளியே மாட்டு வண்டிகள் காத்திருந்தன. உரத்த குரலில் வெற்றிலை, ஆரஞ்சு, பாக்கு, அரிசிச் சோறு என்ற சென்னை விற்றுக்கொண்டிருக்க, மாளிகையின் உட்புறத்தில் ஆங்கிலேய, ஆங்கிலோ இந்திய சிப்பாய்கள் சுமார் தொள்ளாயிரம் பேர் வரிசையாக நின்றுகொண்டிருந்தார்கள். கர்னல் வந்து விடைதரக் காத்திருந்தார்கள். ஆல், பனை, புளிய மரங்கள் அடர்ந்திருந்த நிழலில் அகலமான தாமரைக் குளத்தில் அவர்கள் அத்தனை பேரும் தலைகீழாக நின்றுகொண்டிருக்க கர்னல் நீல் கோல்டிங்ஹறம் கட்டிய விஸ்தாரமான படிகளில் இறங்கிச் சிலரிடம் வந்து அருகில் நின்று சற்று நேரம் பேசினார். ஆஷ்லியின் தோளில் கை வைத்துப் பேசினார். "ஆஷ்லி, எல்லாம் தயாரா?"

"எல்லாம் தயார் ஸர்" என்றான் ஆஷ்லி.

"பீரங்கிகள்?"

"காத்திருக்கின்றன."

நீல் பொதுவாக அவர்களைப் பார்த்தார். எல்லோரும் ஒரே திசையில் நோக்கிக் கொண்டிருக்க, "நண்பர்களே! நாம் வெகு விரைவில் இங்கிருந்து புறப்பட்டுக் கல்கத்தா செல்கிறோம். நீங்கள் இதைப் பற்றி முன்பே கேள்விப்பட்டு இருப்பீர்கள். ஆனால் எதற்கு என்று உங்களில் சிலருக்குத் தெரியாமல் இருக்கலாம். வடக்கே கல்கத்தாவில் துவங்கி மீரட் வரை ஒரு விஷம் பரவியிருக்கிறது. கலகம்! அதிகாரிகளுக்கு எதிராகக் கலகம்! ஆணைகளை மீறுவதும், அதிகாரிகளைக் கொல்வதும், ஒன்றும் அறியாதவர்களை வதைப்பதும், கடைகளைக் கொளுத்துவதும்,

கண்டோன்மெண்டுகளை எரிப்பதும், உழைத்துச் சேர்த்த சொத்தை யெல்லாம் இஷ்டப்படி சூறையாடுவதும் அங்கே நிகழ்ந்துகொண்டிருக் கின்றன. இதன் காரணத்தைப் பற்றி நமக்குக் கவலையில்லை. நம் கடமை அராஜகத்தை அடக்குவது. அதற்குக் காரணமாயிருப்பவர்களைப் பிடிப்பது. அவர்களைத் தூக்கிலிடுவது. உங்கள் எல்லோருக்கும் தெரிந்திருக்கும், ராணுவ ஆணைகளை மீறிக் கலகம் செய்பவர்களுக்குத் தண்டனை மரணம் தான் என்று. நாம் எல்லோரும் இப்போது கல்கத்தா புறப்பட்டுக் கொண்டிருக்கிறோம். நானும் உங்களுடன் தக்க சமயத்தில் சேர்ந்து கொள்ளப் போகிறேன். நீங்கள் எல்லோரும் ராணியின் ராணுவத்தில் மிகுந்த விசுவாசமுள்ளவர்கள் என்பது எனக்கு நன்றாகத் தெரியும். அந்தக் காரணத்துக்காகத்தான் நீங்கள் தேர்ந்தெடுக்கப்பட்டிருக்கிறீர்கள். இதுவரை நீங்கள் சுடுவதற்கும் கத்தியால் குத்துவதற்கும் பழகிக் கொண்டு வந்திருக்கிறீர்கள். இன்னும் சில நாட்களில் அந்தப் பயிற்சியை எல்லாம் பயன்படுத்த உங்கள் எல்லோருக்கும் சந்தர்ப்பம் கிடைக்கப்போகிறது. உங்கள் வீரத்திற்கு ஒரு பரீட்சை சமயம் வந்துவிட்டது. வாருங்கள், வடக்கே போகலாம். சென்னை ராணுவம் என்பது என்ன என்று அவர்களுக்குக் காட்டிவிட்டு வரலாம். என் வீரர்களின் துப்பாக்கிகள் எவ்வளவு உன்னதமாகச் சுடக்கூடியவை, அவர்கள் கத்திகளில் பொதிந்துள்ள மின்னல் எத்தனை வேகமானது என்று எதிரிக்கு நிரூபிக்க ஒரு அரிய சந்தர்ப்பம் கிடைத்துவிட்டது. வாருங்கள், செல்லலாம். கொல்லலாம். வெல்லலாம். தேவகுமாரன் எப்போதும் அருகிலேயே இருக்கிறான். அவன் நம்மை எப்போதும் காப்பாற்றுவான். புறப்படுங்கள், துடிப்பாக. நம் இலக்கு ஆயிரம் மைல் தூரத்தில் உள்ளது. இரவு பகலாகத் தளராமல் நடந்து அங்கே செல்லுவோம். வாருங்கள், என் கரத்தை வலுப்படுத்துங்கள்!"

சிப்பாய்கள் அனைவரும் சலனமின்றி, பார்வையின் திசை மாறாமல் நீலின் பேச்சைக் கேட்டுக் கொண்டிருந்தார்கள். அவர்களில் இந்தியர்கள் எவரும் இல்லை. வெகு ஓரத்தில் குதிரைகளுக்கும் எருது வண்டிகளுக்கும் அருகே இந்திய வேலைக்காரர்கள் நீலின் ஆங்கிலம் புரியாமல் நின்றுகொண்டிருந்தார்கள்.

"அண்ணே, எங்க போப் போறம்?"

"தெரியலையே. வடக்கேன்னு சொல்றாங்க. சண்டைக்குத்தான் போறாங்களாம், நாம கூடப் போவணுமாம், கூடாராம் கட்ட, குதிரை மேய்க்க. பீரங்கி பாரு, எத்தா பெரிசு!"

"இது சுடுமா?"

"சுடுமா? நேத்து மைதானத்தில பழகினாங்களே, இங்கிருந்து துருத்தி மாதிரி அடைச்சு பத்த வெடிச்சா காது சவ்வெல்லாம் பிச்சுக்குது. குண்டு அடுத்த கிராமத்தில் போய் உளுது."

“இப்ப யாருக்கும் யாருக்கும் சண்டையாம்?”

“வெள்ளைக்காரங்களுக்கும் வடக்கத்திக்காரங்களுக்கும் சண்டையாம்.”

“அண்ணே, சுபேதார் அய்யா சொன்னாரு. நமக்கெல்லாம் சம்பளப் பணம் சாஸ்தி பண்ணியிருக்காங்களாம்.!”

“நெடுந்தூரம் போவணுமில்ல? ஆமா, தண்ணி ஊத்த ரெண்டு பயலுவ சேர்ந்தாங்களே, எங்க காங்கல?”

“ஒருத்தன் வந்திருக்கான். இன்னொருத்தன் சண்டைக்காரன், கருத்த பய, அவனைக் காணம்.”

“வடக்க போகப் பயந்துகிட்டு வீட்டிலேயே கிடக்கான் போல. அவன் பேர் என்ன சொன்னான்?”

“முத்துக்கருப்பனோ என்னவோ!”

முத்துக்குமரன் ஒரு குன்றின் மேலிருந்து அந்த மனித ஓடையைப் பார்த்தான். கையை நீட்டி அவர்கள் எல்லோரையும் ஒரு நொடியில் தீர்த்துவிட வேண்டும் போலிருந்தது.

சாயங்கால வெய்யில் அவ்வப்போது அவர்கள் துப்பாக்கி முனைக் கத்திகளில் மின்னலடிக்க, “அப்பா! எத்தனை பேரு!” வரிசையின் முடிவுகளில் பீரங்கிகள் மெதுவாக எருது வண்டிகளில் நகர்ந்து கொண்டிருக்க, எல்லோரும் உற்சாகமாகச் செல்ல, புழுதிப் படலம் கிளம்பியது. முத்துக்குமரன் உடனே புறப்பட்டான். அவனுக்குக் கடற்கரையில் வேலை இருக்கிறது. சரசரவென்று சரிவில் இறங்க முற்பட்டபோது அவனை ஆர்வத்துடன் அணுகிய பூஞ்சோலையைக் கவனிக்காமலேயே குன்றின் சரிவில் இறங்கிக் கடற்கரையை நோக்கிப் புறப்பட்டான்.

“சிலம்பக்காரரே! சிலம்பக்காரரே!” என்று பூஞ்சோலை அவனைக் கூப்பிட்டது அந்த ஆரவாரத்தில் அவனுக்குக் கேட்கவில்லை.

கவர்னர் ஒய்யாரமாக இறங்கி வந்து பார்வையிட்டார். அவர்கள் வரிசையாகப் புறப்படத் துவங்கிவிட்டார்கள். நீல நிறத்தில் தொப்பியும், நீண்ட கால்சராயும், குறுக்கே வார் அணிந்த ட்யுனிக் வகை மேலங்கியும் அணிந்து அவர்கள் விரைவாக நடந்தார்கள். டமாரத் துடிப்புடன் ப்யுகிள் ஒலிக்க, அவர்கள் எல்லோரும் அந்த நீண்ட நீண்ட பயணத்தில் ஆரம்ப உற்சாகத்தில் நடந்தார்கள். எல்லோரிடமும் ஒரு எதிர்பார்ப்பு இருந்தது. இத்தனை நாள் பழகி வந்ததெல்லாம் பாசாங்குகள்தான். அவர்கள் ஆயுதங்கள் இதுவரை வெடித்ததெல்லாம் வெற்று. இதோ ஒரு நிஜ வாய்ப்பு. நிஜமாகவே சுடுவதற்கு நிஜமாகவே கத்தி வீசிக் கொன்று ரத்தம்

பொங்குவதைக் கண்டு களிப்பதற்கு; பீரங்கி முழங்க தூரத்தில் நிஜ மனிதர்கள் வசிக்கும் கிராமங்கள் நிஜமாகவே பற்றி எரிவதற்கு, அவர்கள் மனத்தில் கவலை எதுவும் இல்லை. கொல்லச் செல்லும்போது கொல்லப்படவும் வாய்ப்பு இருக்கிறதே என்பதைப் பற்றிய எண்ணம் அவர்கள் நடையில் தெரியவில்லை. மதராஸ் ராணுவத்தின் எண்பத்து நாலாவது, பதினைந்தாவது பிரிவினர் அந்த மாலை அவர்களது நீண்ட பிரயாணத்தைத் தொடங்கும்போது, அவர்களில் முக்கால்வாசிப் பேர் உயிருடன் திரும்பப்போவதில்லை என்பது தெரிந்திருக்கவில்லை. மே மாதம் பத்தாம் தேதி அன்று படைத் தலைவர் கர்னல் நீல் முதல் கடைசிச் சிப்பாய் வரை எவரும் கலகத்தின் பரிமாணத்தைச் சரியாக உணர்ந்திருக்கவில்லை.

“ஜார்ஜ்! ஜார்ஜ்!” என்று எல்லன் தன் கண்ணீரைத் துடைத்துக் கொண்டே திரும்பத் திரும்பக் கூப்பிட்டுக்கொண்டிருந்தாள். குழந்தையைக் கட்டி அணைத்து முத்தம் கொடுத்தான் காப்டன் ஜார்ஜ் ட்ரெவர், “எல்லன்! ஏன் அழுகிறாய்? போனேன் வந்தேன் என்று ஓடியே உடன் திரும்பிவிடுவேன்.” ட்ரெவர் அவள் கன்னத்தை லேசாகத் தட்டினான்.

“எமிலி! தயாரா இல்லையா இன்னும்?”

“இதோ ஒரு நிமிஷம்!”

“என்ன ஒரு நிமிஷம்! நீ புறப்படுவதற்குள் கப்பல் கல்கத்தா போய்ச் சேர்ந்துவிடும்.”

வாசலில் பல்லக்குத் தூக்கிகள் காத்துக்கொண்டிருந்தார்கள். மக்கின்ஸி குதிரை மேல் வீற்றிருந்தான். “எங்கே என் மனைவி என்பவள்! அப்பா! ஒரு மாதம் இருப்பதற்கு எத்தனை சாமான்கள்!”

“உனக்கென்ன. பரவாயில்லை; கப்பலில் வருகிறாய். நான்தான் நில மார்க்கமாக அல்லல்பட்டு வர வேண்டும்” என்றான் ட்ரெவர்.

“ஜார்ஜ்! நீயும் எங்களுடன் கப்பலில் அனுமதி கேட்டு வந்திருக்கலாம்.”

“யாராவது சிப்பாய்களை அழைத்து வர வேண்டாமா? எல்லோரும் கப்பலில் உல்லாசமாகப் போய்விட்டால் எப்படி? ஆஷ்லியும் கப்பலில் வருகிறான் என்று கேள்விப்பட்டேன்.”

“ஆஷ்லி நம்முடன் வருகிறானா?” என்று கேட்டாள் எமிலி.

“ஆம்! ஏன்?”

இதற்கு அவள் பதில் சொல்லவில்லை. அவள் தன் கணவனைப் பார்க்கவே இல்லை. தாண்டவராயன் சொன்னது இன்னும் அவள் மனத்தில், உடலில் எங்கும் வெறுப்பாகப் பரவியிருந்தது. கல்கத்தா

செல்வதற்குள் கேட்டுவிட வேண்டும்.

எல்லன் தன் தங்கையை முத்தமிட்டாள். “பத்திரமாகப் போய் வா எமிலி.”

“ம்! ம்! ஆகட்டும். அக்காவும் தங்கையும் இப்படி அழுது கொண்டிருந்தால் எப்படி?”

“ஜார்ஜ்! மறுபடி சந்திக்கலாம்! கறுப்பர்களுக்குப் புத்தி புகட்டி விட்டுத் திரும்பி வரும்போது மனைவிக்குப் பரிசாக சவுத் மாளிகையிலிருந்து முட்டை அளவுக்கு முத்தும் ஒரு ரத்தின மாலையும் கலகச் சிப்பாயின் தலையும் . . . எடுத்து வருவான், கவலைப்படாதே.”

“நீங்கள் முழுசாகத் திரும்பி வந்தால் போதும்” என்றாள் எல்லன். “எட்டி, என் தங்கையை அங்கேயும் இங்கேயும் அலைய வைக்காதே, பேசாமல் சிற்றப்பாவின் வீட்டில் கொண்டு விட்டுவிடு.”

“எல்லன், போய் வரவா?”

எமிலிக்கு அந்தச் சந்தர்ப்பத்தில் ஏதோ ஒரு பெரிய இழப்பு இருப்பதாக உள்ளுணர்வில் பட்டது. அக்காவை மறுபடி பார்க்கப் போகிறோமா என்பது சந்தேகமாக இருந்தது. அதற்கு இன்னும் நூறு வருஷம் இருக்கிறது போல பிரமிப்பாக இருந்தது. பல்லக்கில் ஏறிக்கொண்டாள். சட்டையணியாத இந்தியர்கள் அவளைப் பார்த்துச் சிரிக்காமல் சுமை தூக்க முற்பட்டபோது எமிலிக்கு அந்த வேலைக்காரப் பெண்ணின் முகம் ஞாபகம் வந்தது. அதிலும் வெறுப்புத்தான். அந்தக் குழந்தை! கேட்கத்தான் போகிறேன் கப்பலிலேயே, இன்றிரவே! வந்தது வரட்டும். ஆஷ்லி வருகிறானா! மனது சஞ்சலப்பட்டது. எண்ணங்களை அப்புறப்படுத்தி, பல்லக்குத் தூக்கிகளின் ஏற்ற இறக்கச் சொற்களில் கவனத்தைப் பிடிவாதமாக நிறுத்தினாள்.

கருநீல மசி போன்ற இரவில் நிலா தொங்கிக்கொண்டிருந்தது. கப்பலில் சுருட்டி வைக்கப்பட்ட பாய்மரங்கள் வெள்ளி விளிம்புபட்ட சிலுவைகள் போல இருந்தன. மேல்தளத்தில் காற்று லேசாகத்தான் இருந்தது. கொஞ்ச நேரத்தில் காற்றின் திசை மாறினதும் நீராவி இயக்க உதவியுடன் கப்பல் மெல்ல மெல்ல அசைந்தாடிப் புறப்படப்போகிறது. கர்னல் நீலும் மற்ற அதிகாரிகளும் நடுத்தளத்தில் பேசிக்கொண்டிருக்க, எமிலியும் மக்கின்ஸியும் மேல்தளத்தில் கம்பியைப் பிடித்துக்கொண்டு நிற்கின்றனர். தூரத்தில் சென்னையின் விளக்குகள் மஞ்சள் கலந்த வைரக் குவியல்களாகக் கடற்கரைக்குக் கிடைத்த இலவச மாலையாக ஜொலித்தன.

“என்ன அழகான காட்சி பார்,” என்றான்.

எமிலி பேசவில்லை.

"எமிலி, எமிலி! நாம் கல்யாணம் முடிந்தவுடன் தேனிலவு போக ஆசைப்பட்டோம். இப்போது கப்பலில் தேனிலவு ஏற்பாடாகிவிட்டது பார்!"

எமிலி பேசவில்லை.

"எமிலி, என்னுடன் பேச மாட்டாயா?" கிட்டத்தில் வந்து அவள் கன்னத்தை முத்தமிட்டான் கண்ணீர் கரித்தது. "ஏன் அழுகிறாய்? அக்காவைப் பிரிந்ததில் வருத்தமா?"

இல்லை என்று தலையாட்டினான்.

"கவலைப்படாதே. எங்களுக்கு ஆபத்து ஒன்றும் இல்லை. இந்தக் கலகம் என்ன! எங்கள் திறமைகளுக்குத் தூசு பெறாது. எமிலி எமிலி, வேறு ஏதாவது மனத்தில் வைத்துக்கொண்டிருக்கிறாயா, சொல்."

எமிலி கண்ணைத் துடைத்துக்கொண்டு மூச்சை இழுத்துப் பிடித்துக் கொண்டு, "எட்டி, நான் தாண்டவராயனைப் பார்த்தேன்."

"தாண்டவராயனா? யார் அது?"

"அவன் யார் என்று உனக்கு நன்றாகத் தெரியும். அவன் எல்லாவற்றையும் சொல்லிவிட்டான்."

"எல்லாவற்றையும் என்றால்?"

"தோட்டத்தில் வளரும் அந்தக் குழந்தை உன்னுடையது."

"அபத்தம்!"

"எட்டி! பொய் வேண்டாம். அவளுக்குப் பணம் கொடுத்துத் தோட்டத்தில் நிறுத்தி வைத்திருப்பது, அவளைப் பிரத்தியேகமாக நீ உன் அறைக்கே வரவழைத்தது, எல்லாம் எனக்குச் சொல்லிவிட்டான். அதன் முகத்தைப் பார்த்ததுமே எனக்குச் சந்தேகம் வந்துவிட்டது. இனி பொய் வேண்டாம் எட்டி! தயவுசெய்து பாசாங்குகள் போதும்."

மக்கின்ஸி மவுனமாக இருந்தான். அவர்களுக்குப் பின்னால் ஒரு கரிய உருவத்தின் சலனம் ஏற்பட்டது!

"எதிர்பார்த்தது என்ன! கிடைத்தது என்ன! எத்தனை ஏமாற்றங்கள்! எட்டி, எனக்கு நினைத்துப் பார்க்கவே கூசுகிறது. சின்னப் பெண்ணாக இருந்தபோது என் கனவுகளில் எல்லாம் . . . எட்டி! அங்கே பார்!" என்று வீரிட்டான்.

முத்துக்குமரன் நின்றுகொண்டிருந்தான்.

26

அந்த மெல்லிய இருட்டில் மின்னல் போல முத்துக்குமரன் பற்கள் பளிச்சிட்டன.

"துரை, என்னை ஞாபகமிருக்குதா?" என்றான்.

முத்துக்குமரன் கையில் இப்போது பைராகி கொடுத்திருந்த குத்துக்கத்தி இருந்தது. 'நேரா இடது பக்கத்தைப் பார்த்துக் குறி வையி. அங்கதான் இருதயம் இருக்குது. எலும்புக் கூட்டுக்கு இடைல குத்தணும். சாமர்த்தியமாச் செய்யணும்.'

மக்கின்ஸிக்கு ஒரு போர்வீரனின் பயிற்சியால் எச்சரிக்கைச் சக்திகள் சடுதியில் செயல்பட்டுவிட முத்துக்குமரனின் முதல் தாக்குதலைச் சமாளித்துவிட்டான். இருந்தும் அந்த ஆவேச விலகலின் காரணமாக அருகே கயிற்று மூட்டை மேல் விழுந்தான்.

கப்பல் இதைப் பற்றி எல்லாம் கவலைப்படாமல் மெல்ல நகர்ந்து கொண்டிருந்தது.

எமிலி இதற்குள் "கார்ட்ஸ்! கார்ட்ஸ்!" என்று வீறிட்டாள்.

அது காற்றினால் சுரத்திழந்து போயிற்று.

முத்துக்குமரன் இப்போது கீழே விழுந்த மக்கின்ஸி மேல் உயரமாகப் பரவியிருந்தான்.

எமிலிக்கு என்ன செய்வது என்று தோன்றாமல் அருகே கிடந்த ஏதோ ஒரு பொருளைப் பொறுக்கி அவன் தலை மேல் அடிக்க முற்பட முத்துக்குமரன் சற்றும் சிரமமின்றி அவளை ஒரு கையால் சமாளித்துத் தள்ளிவிட்டான். அப்பால் போய் விழுந்தாள்.

மக்கின்ஸி எக்கச்சக்கமாகக் கயிற்றுச் சுழற்சியில் சிக்கிக்கொண்டு விட அதிலிருந்து எழுந்திருப்பதில் சில கணங்களை விரயம் செய்வதற்குள் முத்துக்குமரன் அவன் மேல் முழுவதும் ஆக்கிரமித்துக்கொண்டு விட்டான்.

அந்தச் சிறு கத்தி மின்னல் குஞ்சு போல் வீசியது. மக்கின்ஸி மயிரிழையில் தப்பித்து, "வாட் டு யூ வாண்ட்?" என்று இரைந்தான்.

இதே சமயம் எமிலி எழுந்து ஓடிப் போய் மேல்தளத்தின் ஓரத்திலிருந்த அறைக்குள் ஓடினாள். அங்கே ஆஷ்லி இருப்பது அவளுக்குத் தெரியும்.

முத்துக்குமரனின் முதல் குத்து மக்கின்ஸியின் உள்ளங்கையில்

பதிந்தது. நேராக உள்ளே பிரவேசிக்காமல் கட்டை விரலுக்கும் ஆள்காட்டி விரலுக்கும் இடையே சவ்வைக் கிழித்தது. இதனால் வேகம் தடைப்பட்ட முத்துக்குமரன் சடுதியில் கத்தியைத் திருப்பி வாங்கிக்கொண்டு அவன் மார்பை மறுபடி விரும்பினான்.

மக்கின்ஸி தன் கத்தியை உருவுவதற்கு அவகாசமே தரவில்லை.

"துரை! கடைசில உன்னை எப்படிப் புடிச்சேன் பாத்தியா? இனி எங்க போவ? நானும்தான் எங்க போவேன்? என் மூச்சு முளுக்க இதுக்குத்தானே சேத்து வெச்சுக்கிட்டேன்."

"ஹேற! ஐ வில் கிவ் யூ மணி, மணி, பைசா! பகோடா!" என்று மூச்சிரைப்புகளுக்கு இடையே மக்கின்ஸி சொல்லிக்கொண்டிருக்க,

"எமிலி! என்ன?"

"காப்டன் ஆஷ்லி! சீக்கிரம்! என் கணவனை யாரோ தாக்குகிறார்கள்."

ஆஷ்லி ஒரு கணம் 'தாக்கட்டும், மறுபடி படுத்துவிடலாமா?' என்று யோசித்தான்.

"வாருங்களேன், அவன் கொன்றுவிடுவான்."

"கொல்லட்டுமே. நான் ஏன் போக வேண்டும்!"

"ப்ளீஸ் ஆஷ்லி!"

அந்தக் குரலில் இருந்த அவசரம் ஆஷ்லியை ஸ்திரப்படுத்தி விட்டது! சே, சுயநலம் கூடாது என்று உடனே துப்பாக்கியை எடுத்துக்கொண்டு காபினுக்கு வெளியே வந்தான்.

தளத்தில் அவர்கள் இன்னும் முயங்கிக்கொண்டிருந்தார்கள்.

ஆஷ்லி துப்பாக்கியை வைத்துக் குறிபார்க்க விரும்பவில்லை. எக்கச்சக்கமாக மக்கின்ஸி மேல் பட்டுவிடச் சந்தர்ப்பம் இருந்ததால் நேராக அந்தச் சண்டையில் புகுந்து முத்துக்குமரனைப் பின்னாலிருந்து அணுகி ஓங்கிய கத்திக் கரத்தை இரும்புப் பிடியாகப் பிடித்து அவனை மக்கின்ஸி மார்பிலிருந்து அப்புறப்படுத்தி–

இதற்குள் பலர் அங்கே வந்துவிட்டார்கள். முத்துக்குமரன் அவர்களை எல்லாம் மீறி ஒரு கடைசி முயற்சியாகத் திமிறி ஏறக்குறைய மக்கின்ஸியைக் குத்த வந்துவிட்டுச் சரணடைந்தான்.

பூஞ்சோலை கடற்கரையைப் பார்த்துக்கொண்டிருந்தாள். 'அடப் பாவி மனுசா! போய்ட்டியே. உன்னைய நம்பித்தானே நான் ஊரு சனத்தை எல்லாம் விட்டுட்டு ஓடி வந்தேன்!'

எப்படி? ஏறக்குறைய உயிர் தப்பி அல்லவா ஓடி வந்தாள். கூட்டத்தார் அவளுக்குக் கொடும்பாவி கட்டாத குறையாக ஈரப்புடவையில் அங்கமெல்லாம் தெரிய ஆத்தா கோயிலுக்கு அழைத்துச் சென்று நெற்றியில் ரத்தம் இட்டு வேப்பிலை அடித்துப் பலியாடு வெட்டி அவள் கூந்தலையும் வெட்டிவிடும் நோக்கத்துடன் தள்ள, அழுக்கு வஸ்திரமுடுத்த ஒரு விகாரி எதிர்ப்படுவதைப் பார்த்துப் பூசாரி 'சகுனம் சரியில்லை' என்று சொல்லிவிட, கொஞ்ச நேரம் தஞ்சம் கிடைத்ததில் ஏரிக்கரையில் தனியே விடப்பட, "அக்கா, ஓடிப்போயிரு. இப்படியே சரிவில எறங்கிப் போனா பட்டணத்துக்கு வண்டி கட்டிட்டுப் போயிட்டிருக்காங்க. அவங்கிட்ட கறுப்புப் பட்டணத்திலே கோயிலாண்டை கமலம்னு விசாரிச்சுக்க. அங்க பைராகி இருக்காரு. அவருகூடத்தான் சிலம்பக்காரரு இருக்காரு."

சந்தைக்குப் பொருள் வாங்கச் சென்றவர்களின் மாட்டு வண்டியில் நாள் பூரா உறங்கிவிட்டுக் கோயிலருகில் வந்தடைந்ததும், பைராகியைத் தேடி அலைந்ததும், கோயிலருகில் தற்செயலாக அவரைச் சந்தித்தும் –

"முத்துவா? அவன் போய்ட்டானே!"

"எங்கங்க!"?

"வெள்ளைக்காரங்கூட தண்ணி ஊத்தப் போயிருக்கான். இன்னேரம் கடற்கரைக்கிப் போயிருப்பான். என்ன விசயம்? நீ பூஞ்சோலையில்லே?"

"அய்யா! அந்தாளை நான் பார்த்தாகணும்யா! அவரு எங்க போனாலும் கூடப் போகணும்யா."

"எதுக்கு?"

"அவருதாங்க எனக்கு இனிமேல எல்லாம்."

"அவங்கூட நீ போக முடியாது."

"ஏன்யா?"

"அவன் கடல்ல கப்பல்ல போகப்போறான். வெள்ளைக்காரனைக் கொல்லப்போறான்."

"அட கருமமே! இன்னும் மறந்தபாடில்லையா?"

"நீ ஒரு காரியஞ் செய். இப்படியே போனீன்னா ஊருக்கு வெளியே அவங்கல்லாம் பொறப்படப்போறாங்க. பெரிசா வரிசை போவுதுன்னு கேள்விப்பட்டேன். அதை வேடிக்கை பார்க்க ஊர் சனம மொத்தமும் போவுது. வடக்கே கொஞ்ச தூரம் போனீன்னா அங்க சின்னதா குன்று வரும். அங்கதான் மறைஞ்சி இருக்கான். ரவைக்குத்தான் கப்பல்ல

போறான். பாத்துப் பேசிரு.”

அங்கேயிருந்து இன்னும் ஓட்டம். எங்கே மலை, எங்கே வடக்கு என்று தெரியாமல் வேடிக்கை பார்க்கும் சனங்களின் கூட நடந்து அந்தப் பெரிய கட்டிடத்திலிருநது வெள்ளைக்காரப் படை வெளிப்படுவதைக் கண்டு பிரமித்து அவர்களுடன் நடந்து –

முத்துக்குமரனைப் பார்த்துவிட்டாள். அருகே நெருங்குவதற்குள் அவன் மிக வேகமாகக் குன்றின் சரிவில் வேகமாக ஓடுவதைக் கண்டு 'அய்யா அய்யா! ஆலப்பாக்கத்துக்காரரே! சிலம்பக்காரரே!' என்று கூவியதை அவன் கேட்காமல் ஒரே மனதாக, ஒரே குறிக்கோளாக ஓடுவதைப் பார்த்துப் பின்பற்றத் திராணியில்லாமல், “நான் என்ன செய்வேன், ஏது செய்வேன்,” என்று தரையில் கன்னத்தில் கை வைத்து உட்கார்ந்தாள்.

அங்கேயே உட்கார்ந்து சற்று நேரம் அழுதாள். என்ன செய்ய முடியும்? கூட்டத்திலிருந்து வெட்டிக்கொண்டு ஓடி வந்தாகிவிட்டது. கல்யாணமாம் கல்யாணம் விருப்பமில்லாமல் . எங்கே போவேன்? திரும்பச் சென்றால் நிச்சயம் அவர்கள் ஓடிப் போன கழுதை என்று கொன்று போட்டுவிடுவார்கள். சே! என்ன பித்து! எதற்கு? பெரிய தாத்தா சொன்னது நினைவிற்கு வந்தது. 'இந்தப் பொண்ணு கூட்டத்தில தங்காது. தூர தேசம் போறதும் போகமும்தான் கண்ணில தெரியுது. இது ராத்தங்காது.'

“என்னம்மா! அவனைப் பாத்தியா?”

பைராகி பெரிசாகக் கம்பு வைத்துக்கொண்டு அவள் அருகே நின்றார்.

“இல்லைய்யா இல்லை. அவரு கடலைப் பார்க்க ஓடறாரு.”

“அங்க அவனுக்கு வேற காரியம் இருக்குது. இருட்டினதும் கட்டுமரத்தைப் பிடிச்சு வெள்ளைக்காரங்க போகப்போற கப்பல்ல யாருக்கும் தெரியாம ஏறிக்கிட்டு அந்தத் துரையை மறுபடி கொல்லப் போறான்.”

“அடப் பாவி மனுசா!”

“யாரை, என்னையா அவனையா?”

“ரெண்டு பேத்தையும்தான். ஏன்யா அவரை உசுப்பிவிட்டு அனுப்பிவிட்டு நீ இங்கேயே குந்திக்கிட்டு இருக்கியா?”

“என்னை என்ன செய்யச் சொல்றே? அவங்கூடப் போக முடியுமா? அவனே தனியாக் கொன்னாத்தான் ஆச்சுன்னு மல்லுக்கு நின்னான்.”

“நிச்சயம் திரும்பி வர மாட்டாரு! கப்பல் போய் . . . அதும் வெள்ளைக்காரங்களா இருப்பாங்க!”

“கவலைப்படாத. நிச்சயம் வந்துருவான். திரும்பி வந்துருவான்.

அவனுக்கு அத்தனை வித்தை கத்துக்கொடுத்திருக்கேன். தண்ணி மேல நடப்பான், தெரியுமா?"

"போய் வேற யார்கிட்டயாவது சொல்லுய்யா. அய்யய்யோ, அந்தாளு நிச்சயம் மாட்டிக்கப் போறாரு. இந்த முறை நிச்சயம் தூக்குல போட்டுருவாங்க."

"சேச்சே! தூக்குல எல்லாம் போட மாட்டாங்க. துப்பாக்கி வெச்சு சுட்டுருவாங்க."

கன்னத்தில் கை வைத்து உட்கார்ந்தாள். "இவரை நம்பி நான் காத தூரம் நடந்து வந்தேன். பாரு, எல்லாத்தையும் விட்டுட்டு, உறவு சனத்தை விட்டுட்டு. இப்ப நான் என்ன செய்வேன்? பைராகி! அங்கயும் திரும்பிப் போக முடியாது. இந்த ஆளோ திரும்பறது சந்தேகம். எப்பாடி! எம்மா! என்ன செய்வேன்?"

"கவலைப்படாதே பூஞ்சோலை. நான் உன்னைக் காப்பாத்தறேன்."

"அந்தாளு வந்துருவான்னு சொல்லுய்யா."

"நிச்சயம் வந்துருவான். கையைப் பாத்தேன். ஒரு கண்டம்தான் இருக்குது. தப்பிச்சுட்டான். இனி அவனைக் கட்டிப்பிடிக்க முடியாது. ராவோட ராவா நீஞ்சிக் காலைல வந்துருவான். அதோ பாரு. கல்லு மண்டபம் தெரியுது பாரு. கரையோரமா! அங்கதான் வந்து சந்திக்கிறதா சொல்லியிருக்கேன். காலைல மணியடிச்சாப்பல வருவான் பாரு. இப்ப எங்ககூட வரியா? கோவிலுக்குப் போயிறலாம். ஏதாவது தின்னியா?" என்று அவளை சகோதரி பாவத்தில் அழைத்துச் சென்றார்.

"விடியற்காலை இங்க வந்து காத்திருக்கப் போறான்னு நீ சொல்றது நடக்குதா பார்க்கலாம்."

"ஒரு மந்தரம் சொல்றேன். செபி. ஸ்தூல பஞ்சாட்சர மந்தரம். அதை உச்சரிச்சுக்கிட்டு இரு. தேவதை பிரத்தியட்சமாகும்."

"நான் என்னய்யா செய்வேன் தேவதையை வெச்சுக்கிட்டு! எனக்கு வேண்டியது அந்தாளு."

"தேவதை வந்தா கேட்டுக்க."

"எல்லாம் பொய். எனக்கு இதுவரைக்கும் எந்தச் சாமியும் பிரத்... என்னா?"

"பிரத்தியட்சம் ஆகலைன்னு சொல்றியா? அது உனக்கு சிரத்தை இல்லைன்னு காமிக்குது. சாமியைக் குறை சொல்லாதே."

"சரி. தூக்கம் வர்ற வரைக்கும் சொல்றேன்யா. எப்படியாவது நல்லபடியா ஆனாச் சரி!"

நல்லபடியாகக் கப்பலில் எதுவும் நடக்கவில்லை. முத்துக்குமரனை நான்கைந்து பேர் பிடித்துக் கையைப் பின்புறத்தில் கட்டிப் போட்டிருந்தார்கள். அவன் இன்னும் துருத்தி போல மூச்சு விட்டுக்கொண்டு மக்கின்ஸியைப் பார்த்துக்கொண்டிருந்தான்.

ஒரு விளக்கு அவன் முகத்தின் முன் காட்டப்பட்டது. பார்த்தவன் ஆஷ்லி.

"எட்வர்ட்! இவன் அப்போது தப்பித்தவன்தான்!"

மக்கின்ஸி அருகே வந்து பார்த்து முத்துக்குமரனின் வயிற்றில் துப்பாக்கியின் பின்பக்கத்தால் மிகவும் ஓங்கிக் குத்த, முத்துக்குமரன் அம்மா என்று அலறி உடனே இருமினான்.

"எட்வர்ட்! கொஞ்சம் ஆசுவாசப்படுத்திக்கொள். களைத்திருக்கிறாய். எமிலி, கொஞ்சம் பிராந்தி கொண்டுவா."

"இல்லை ஆஷ்லி. இவனைக் கொன்றுவிட்டுத்தான் மறு காரியம். எவ்வளவு தூரம் வந்திருக்கிறான் பார். இவன் எப்படிக் கப்பலுக்குள் நுழைந்தான்?"

"இருட்டில் நீந்தித்தான் வந்திருக்க வேண்டும்."

முத்துக்குமரன் நிமிர மறுபடி அடிக்கப்பட்டான்.

"எட்வர்ட்! இவனை அடித்தால் உனக்குத்தான் ஆசுவாசம் அதிகமாகும்."

"இல்லை! நான் இவன் சாவதைப் பார்த்தே தீர வேண்டும்."

"ஆல்ரைட், ஐ வில் கில் ஹிம்."

"இப்போதே இவனைக் கொல்ல வேண்டும்."

"கர்னலிடம் சொல்லிவிடலாமா?"

"யாரையாவது அனுப்பி போய்ச் சொல்லச் சொல்லு."

எமிலி பக்கத்தில் நின்றுகொண்டிருந்தாள். அவள் முத்துக்குமரனையே பார்த்துக்கொண்டிருந்தாள். அவள் கைகள் இன்னும் நடுங்கிக்கொண்டிருந்தன. "எட்டி, ஏன் இவன் உன்னையே துரத்துகிறான்?"

"இனி துரத்த மாட்டான். ஆஷ்லி, எதற்காகக் காத்திருக்கிறாய்! நாயைச் சுட்டுத் தள்ளு."

"எட்டி, முதலில் நீ ஆஷ்லிக்கு வந்தனம் சொல்ல வேண்டும். தக்க சமயத்தில் அவன் உன்னை வந்து காப்பாற்றினான்."

மக்கின்ஸி சற்று மிகையாக, "வந்தனம் காப்டன் ஆஷ்லி பிரேசர்! இப்போதாவது இவனுக்குக் கொடுக்கத் தவறிய தண்டனையை நிறைவேற்றுவீர்களா? ஏற்கெனவே கர்னல் நீல் இவனுக்கு மரணதண்டனை விதித்திருக்கிறார். ஞாபகமிருக்கும். என்னை நம்பு. கர்னலுக்குத் தகவல் சொல்லத் தேவையில்லை. இந்த நிமிஷமே என் கண் முன் இவனைக் கொல்ல வேண்டும். கொன்றாக வேண்டும். அதற்குத் தயாரில்லை என்றால் என்னைத் தனியாக இவனுடன் விட்டுவிடு. நான் பார்த்துக்கொள்கிறேன்! நரகம் வரைக்கும் நினைவிருக்கும்படி செய்கிறேன்."

"வேண்டாம் எட்வர்ட். இவனை இப்பொழுதே கொன்று கடலில் தள்ளிவிடலாம்."

இவர்கள் பேசுவது புரியாமல் கேட்டுக்கொண்டிருந்தான் முத்துக்குமரன். "கார்டுடன் போய் நான்கு சிப்பாய்களைத் துப்பாக்கிகளுடன் வரச் சொல்."

முத்துக்குமரன் அருகே ஆஷ்லி சென்றான். பக்கத்தில் நின்றான். அவன் கண்களில் கனலைப் பார்த்தான்.

முத்துக்குமரனுக்கு ஆஷ்லியை அடையாளம் கண்டுகொள்ள முடிந்தாலும் அவன் தன்னை முறைத்துப் பார்த்து என்ன சொல்கிறான் என்று தெரியவில்லை.

ஆஷ்லி, "என்னை ஏமாற்றிவிட்டு ஓடினாயா?" என்று புறங்கையால் அவனை அடித்தான். முத்துக்குமரனின் கைகள் பின்புறமாகக் கட்டப்பட்டிருந்தன. துப்பாக்கிகளும் சிப்பாய்களும் வந்தார்கள். ஆஷ்லி அவைகளில் குண்டுகளை ஆராய்ந்து புதிய கார்ட்ரிட்ஜுகளுக்கு ஏற்பாடு செய்தான்.

மேல்தளத்தின் விளிம்பில் ஒரு பலகை நீட்டப்பட்டு அதில் முத்துக்குமரனை நிற்க வைத்தார்கள்.

நான்கு சிப்பாய்களும் துப்பாக்கிகளை உயர்த்தி அவன் மேல் குறி வைத்தனர். மார்பின் மேல் குறி வைத்தார்கள்.

"சுடு!" என்று ஆணையிட்டான் ஆஷ்லி.

எல்லாத் துப்பாக்கிகளும் ஒரே சமயத்தில் வெடித்தன.

முத்துக்குமரன் பின்புறமாகத் தலைக்குப்புறக் கடலுக்குள் விழுந்தான்.

27

முத்துக்குமரன் தலைகீழாக விழுந்தபோது பாதியிலேயே உயிர் போய்விட்டது என்றுதான் நினைத்தான். கப்பலின் கணிசமான உயரத்திலிருந்து கீழே கடல் நீருக்குள் விழுந்த வேகத்தில் உள்ளே சென்றான். இருட்டு, கண்களைத் திரையிட்டது. ஓர் ஓரத்தில் ஆச்சரியம் ஒன்று இருந்தது. துப்பாக்கியால் சுட்டாங்களே! ஏன் மாருல வலிக்கவே இல்லை? குறி தவறிடுச்சா? இல்லை, பைராகி போட்ட மந்திரத்தால் என் மேல் குண்டு படாம பறந்துருச்சா புரியலை. இல்லை இது செத்த பிறகு வந்திருக்கிற மேலோகமா? இல்லையா! தண்ணி மூச்சு அடைக்குதே! உப்புக் கரிக்குதே!

முத்துக்குமரன், பைராகி சொன்னதை ஞாபகப்படுத்திக் கொண்டான். 'உள்ளாற குதிச்ச உடனே சும்மா கையைக் காலை ஆட்ட உங்கிட்ட இருக்கிற பலத்தை விரயம் பண்ணாதே. பேசாம மூச்சைப் பிடிச்சுக்கிட்டு இரு. உப்புத் தண்ணி தன்னால மேல கொணாந்து வுட்டுரும். அப்புறம் மித. முதக்காலே நீஞ்சத் துவங்கிராதே. நிதானமா சாக்கிரதையா இரு. நாய்ச் சுறா சுத்திக்கிட்டு இருக்கும். நாலடிதான் இருக்கும். ஆனா ரத்தத்தைப் பார்த்தாப் போச்சு. தீத்துரும். தண்ணில விழுந்தா பதறவே பதறாதே. முழுகிச் செத்துப்போனா அதுக்கு நீதான் காரணமா இருப்ப. தண்ணி காரணம் இல்லை.'

முத்துக்குமரனுக்கு உயிரோடிருக்கிறோம் என்பதே ஆச்சரியமாக இருந்தது. என்ன ஆயிற்று என்று புரியவில்லை. ஒருபோதும், துப்பாக்கிகள் அவன் மேல் குறி வைத்து உயர்த்தப்பட்டபோது கூட முத்துக்குமரனுக்குப் பயம் ஏதும் ஏற்படவில்லை. ஒரு விதத்தில் மரத்துப்போயிருந்தான். அதிகமாக வலிக்காமல் உடனே உயிர் பிரிந்துவிட்டால் நல்லது என்றுதான் நினைத்தான். இப்போது தண்ணீருக்குள் விழுந்து துப்பாக்கிக் குண்டு பட்டதா படவில்லையா என்கிற குழப்பமான அதிர்ச்சியிலேயே கீழே விழுந்து கடலுக்குள் நுழைந்து மெதுவாக மேலே எழும்போது மற்றொரு முறை அவன் அந்தச் செலுத்தப்படும் தன்மையை உணர்ந்தான். துரையை இரண்டு தடவை கொல்ல முயற்சித்து இரண்டு முறையும் தப்பித்துவிட்டான். எனக்குச் சாமி வேற ஏதோ எழுதி வைத்திருக்கிறார். இனி நாய்ச் சுறா, கொம்பன் சுறா, வாள் சுறான்னு பைராகி சொல்லிக்கொடுத்த எந்தச் சுறா வந்தால் என்ன? எமன் வாயிலிருந்து இரண்டு தடவை பிடுங்கிக்கொண்டு வந்துவிட்டேன். எனக்கு ஒன்றும் ஆகாது.

நீரின் மேற்பரப்புக்கு வந்துவிட்டான். அவன் கைக்கட்டுக்கள் தளர்ந்தன. மெதுவாக நின்றபடியே காலகளை மட்டும் லேசாகச் சக்கர வடிவில் சுழற்ற, அப்படியே மிதக்க முடிந்தது. மூச்சை லேசாக்கி நீரில்

படுக்கக்கூட முடியும். பைராகி சொன்னதெல்லாம் ஞாபகம் வந்தது. அவசரமே இல்லை. நன்றாகச் சுதாரித்துக்கொண்டு அப்புறம் கரை நோக்கி நீந்தத் துவங்கலாம்.

"**போ**ய்த் தொலைந்தான்" என்றான் ஆஷ்லி.

"காப்டன் ஃப்ரேஸர், அவனைச் சரியாகச் சுட்டீர்களா?"

"நான்கு பேர் சுட்டிருக்கிறார்கள். இன்னேரம் சுறா மீன்களுக்கு இரையாகியிருப்பான்."

"நீல் கேட்டிருந்தால் அவனைத் துண்டம் துண்டமாக வெட்டச் சொல்லியிருப்பார்."

"அவரை இப்போது தூக்கத்தில் எதற்கு எழுப்ப வேண்டும்? தேவையில்லை."

கப்பல் மெல்ல மெல்ல வெள்ளிச் சரிகை நிலா பட்ட தூரத்து விளிம்பை நோக்கிச் செல்ல, சென்னை நகரின் இந்தப் பக்கத்துத் தொடுவானம் மறைவதைப் பார்த்தாள் எமிலி. பெருமூச்சு விட்டாள். "எட்டி, போய்ப் படுத்துக்கொள். காயம் அதிகமா?"

"இல்லை. கையில் ஒரு வெட்டு! கட்டுப் போட்டாகிவிட்டது. சரியாகிவிடும்."

"எட்டி, காபினில் போய்ப் படுத்துக்கொள்."

கணவன் மற்றவர்களின் கைத்தாங்கலாகச் செல்ல எமிலி சற்றுத் தயங்கினாள். "ஆஷ்லி, வந்தனம்," என்றாள்.

"எதற்கு?" என்றான் ஆஷ்லி.

"என் கணவன் உயிரைக் காப்பாற்றியதற்கு."

"உங்களுக்கு வந்தனம்," என்றான் ஆஷ்லி.

"எதற்கு?"

"இந்த நிலவொளியில் இத்தனை அழகாக இருப்பதற்கு."

எமிலி உள்ளுக்குள் சற்றுத்தான் சபலப்பட்டாள். நின்று பேச வேண்டும் போல விரும்பினாள். அதே சமயம் அவளுடைய விக்டோரியப் பராமரிப்பு அதைப் பாவம் என்றது. ஒரு கணம் தயங்கிவிட்டு மக்கின்ஸி போன பாதையில் சென்று காபினுக்குள் நுழையும்போது திரும்பிப் பார்த்தாள். ஆஷ்லி இன்னும் அங்கேயே நின்றுகொண்டிருந்தான். மெல்லிய நிலா வெளிச்சத்தில் அவன் கண்கள் தெரியவில்லை. எனினும் அவன் பார்வையைத் தன் மேல் உணர்ந்தாள்.

ஆஷ்லி திரும்பிக் கடற்பரப்பைப் பார்த்தான். எங்கோ அந்தக் கருநீல அமைதியில் அவன் தத்தளித்துக்கொண்டிருப்பான் அந்தக் கறுப்பன்! அவனை ஏன் மறுபடி காப்பாற்றினேன்? புரியவில்லை. பொது வெறுப்பில் ஏற்பட்ட சினேகிதபாவமா? கோபமுள்ள இந்திய நண்பனே! உனக்கு நீந்தத் தெரியுமா? தெரிந்திருக்க வேண்டும். இவ்வளவு சாமர்த்தியமாக எப்படிக் கப்பலுக்குள் வந்தாய்? உன் கோபம் தணிந்ததா? மறுபடி எங்கள் வாழ்க்கையில் உன்னைச் சந்திப்பேனா? எங்கே? எப்போது?

ஆஷ்லி தனக்குள் சிரித்துக்கொண்டான். எல்லோரும் அவன் சுடப்பட்டுவிட்டான் என்றே நம்பிக்கொண்டிருப்பார்கள். நாளை நீல் அவனைக் கூப்பிட்டு, கொன்றது சரி என்று தட்டிக்கொடுப்பார்.

ஆஷ்லி ஒருவனுக்குத்தான் தெரியும். கொன்றது யார் என்று உணராமல் இருப்பதற்கு நான்கு துப்பாக்கிகளில் மூன்றில்தான் வெற்றுத் தோட்டாக்களைச் செலுத்த வேண்டும். ஒன்றில் மட்டும் நிஜ குண்டு வைக்க வேண்டும். அதற்குப் பதில், நான்கிலும் வெற்றுத் தோட்டாக்களை வைத்துவிட்டான். நல்ல வேளை, வெடியின் அதிர்ச்சியில் அவன் கடலில் விழுந்துவிட்டான். இனி தப்பிப்பதோ, நீந்துவதோ அவன் சாமர்த்தியம்.

கீழே வெளுப்பாக ஏதோ இருந்ததை எடுத்தான். எமிலியின் வலது கையுறை. அதைச் சற்று நேரம் பார்த்தான். முகர்ந்தான்.

அதில் கொஞ்சம் எமிலியின் மணம் மிச்சமிருந்தது.

ஆஷ்லி அந்தக் கையுறையைத் தன் மார்பில் வைத்துக்கொண்டான்.

பைராகி கல்லெடுத்துக் கடலுக்குள் வீசினார். “எத்தினி மீன் இருக்கு தெரியுமா கடலுக்குள்ள? பால் கொடுக்கு, வராலு, குரவை, அயிரை, இறால், கெண்டை, ஆரால், உளுவை, வாளை, சேலு ...”

“அய்யோ அய்யோ! போதும் நிறுத்துய்யா, பைராகி. இத்தனை மீன் இருக்குது. ஆனா அந்தாளு கடல்ல இருக்காரா, சொல்லிரு.”

பைராகி காற்றை நோக்கி மூக்கை உறிஞ்சினார். “வந்துருவான், வந்துருவான். கவலைப்படாத. நான் கத்துக்கொடுத்த எவனும் தோத்தத்தில்லை. உனக்குச் சின்னப் பிள்ளையில அந்த முட்டை ஆட்டம் கத்துக்கொடுத்தனே ஞாபகம் இருக்கா?”

“அதெல்லாம் ரொம்ப தூரத்தில இருக்குய்யா.”

“உனக்குக் கல்யாணம் ஆயிருச்சில்ல? சிவகாமி சொல்லிச்சே?”

“எல்லாம் ஆயிருச்சு.”

“புருசனை விட்டு ஓடி வந்தியா?”

“ஆமா.”

“புருசனை விட்டா வேற கிடையாதுன்னு சாஸ்திரங்கள்ளாம் சொல்லுதும்மா! அருந்ததி, மேனை, சுநீதி, சாவித்திரி, அனுசுயா, இப்படி ...”

“அவங்களுக்கெல்லாம் வேற பொழப்பு கிடையாதுய்யா!”

“புருசனை விட்டு மத்தவங்களை நினைச்சா என்னாவே தெரியுமா? பிசாசா!”

“இப்பவே நான் பிசாசுதான்யா.”

“புருசன்கூடச் சேர்ந்து சுமுகமா, அவனுக்குச் சந்தோசமா இருந்தியானால், அவன் உடம்பில எத்தினி ரோமம் இருக்கோ, அத்தினி வருசம் சொர்க்கத்தில இருப்ப!”

“முதல்ல இங்க இருக்கவே முடியலை.”

“எதுக்கு அவனைக் கல்யாணம் கட்டிக்கிட்டயாம்?”

“ஏமாத்திப்பிட்டாங்களே! பைராகி! அந்தாளு என்னை ஏத்துப்பாராய்யா?”

“நிச்சயம் மாட்டான். அவன் நல்ல பிள்ளை!”

“நான் உங்க கூடவே வந்துக்கிட்டிருப்பேன்!”

“சரி! நீ பிசாசுதான்.”

“முதல்ல அந்தாளு பொளச்சு வரட்டும், பார்க்கலாம்.”

முத்துக்குமரன் மெதுவாகத்தான் நீந்திக்கொண்டிருந்தான். பைராகி சொன்ன கல்மண்டபத்தை அவன் கண்கள் தேடின. அலை மேல் கொஞ்சம் உலவினான். சுதாரித்துக்கொண்டான். வயிற்றில் வலி அதிகம் இருந்தது. தூரத்தில் கடற்கரை தென்பட்டது. அதை அடைவோம் என்கிற நம்பிக்கை செத்திருந்தது. ‘அடேயப்பா! இன்னும் இத்தனை நீஞ்சணுமா!’ என்று மலைப்பாக இருந்தது. இந்த முறையும் தப்ப விட்டுவிட்டேன். துரை தூர தேசம் போய்விட்டானே!

அதிகாலை மீனவர்கள் தூரத்தில் புள்ளிகளாகத் தெரிய ஆரம்பித்தார்கள். யாராவது ஒருத்தன் அருகில் வர மாட்டானா. பார்க்கலாம். யாராவது என்னைப் பார்த்துவிட்டால் போதும்.

"எங்கய்யா, சூரியன் மேல ஏறிடுச்சு. இன்னும் அந்த ஆளைக் காணம்?"

"பொறு மகளே, பொறு! மதியம் வரை பார்க்கலாம்."

"அதுக்குள்ள வரலைன்னா?"

"வீட்டுக்குப் போயிர வேண்டியதுதான். உன்னை மறுபடி அழைச்சிட்டுப் போயி...."

"நான் வர மாட்டேன். இங்கதான் இருப்பேன்."

"ஒண்ணு செய்யலாம். கட்டுமரக்காரங்க யாராலும் பார்த்தா சேதி சொல்லுவாங்க."

"எல்லோரும் கடலை நோக்கில்ல போறாங்க?"

"அவங்ககிட்ட சொல்லிப்போடலாம். இந்த மாதிரி ஒரு ஆளு வந்தா ..."

"இத்தனை பெரிய கடல்ல ஒருத்தரை எப்படிய்யா கண்டுபிடிப்பாங்க?"

"கொஞ்சம் இரு!" பைராகி கண்களைச் சூரிய வெளிச்சத்தில் இருந்து மறைத்துக்கொண்டு கடலைத் துழாவினார். கரையோர மீன்கொத்திப் பறவைகளும் உள்ளான்களும் சிறகடித்துக்கொண்டிருக்க ஒரு கட்டுமரம் மட்டும் கடலிலிருந்து திரும்பி வந்துகொண்டிருந்தது. அங்கிருந்து சற்று தூரத்தில்தான் கரை சேரும் போல இருந்தது. "மீன் புடிக்கப் போனவன் பாதியில திரும்பி வரான்! ஏதாவது பாத்திருப்பான். வா, போகலாம்."

பைராகி கரையோரமாக விரைவாக நடக்க, பூஞ்சோலை அவருக்குப் பின் ஓடினாள்.

"இருய்யா! இருய்யா! என்னையும் இட்டுட்டுப் போ."

"வா வேகமா."

கோவணமும் ஓலைக் குல்லாயும் அணிந்த மீனவர்கள் இருவர் அலை மேல் லாவகமாக வழுக்கிக் கரை வந்து சேர்ந்தார்கள். கட்டு மரத்திலிருந்து மயக்கத்தில் இருந்த ஒருவனைத் தோளிலும் காலிலும் பிடித்துத் தொய்ய இறக்கினார்கள்.

"வந்துட்டான்! வந்து சேர்ந்துட்டான்!" பைராகி இப்போது அவர்களை நோக்கி ஓடினார். மீனவர்கள் முத்துக்குமரனைக் குப்புறக் கிடத்தினார்கள். ஒருவன் கால் பக்கம் உயர்த்தினான்.

முத்துக்குமரன் வாயிலிருந்து நீர் வழிந்தது. கண்கள் மூடியிருந்தன.

பைராகி அருகே போய், "விடுங்கய்யா, நான் பார்த்துக்கறேன்," என்றார்.

“நாங்க மீம்புடிக்கப் போய்க்கிட்டிருந்தமா, இந்தாளு தத்தளிச்சுக்கிட்டு முளுகிக்கிட்டிருக்காரு. நீச்சம் தெரியாம கடல்ல எறங்கப் போகுமா?”

“எல்லாம் நீஞ்சத் தெரிஞ்சவன்தான்யா. எங்கிருந்து நீஞ்சிக்கிட்டு வந்திருக்கான் தெரியுமா? களைச்சுப் போயிருப்பான். மயக்கமா விழுந்திருப்பான். மூச்சு சன்னமா இருக்குது. ஒதுங்கய்யா.”

பைராகி முத்துக்குமரனை ஒரே லாவாக லாவிச் சுழற்றினார். கன்னத்தில் தட்டினார். “முத்து, முத்து! இத பாரு, நான்தான் வந்திருக்கேன். நான்தான்!” மல்லாக்கக் கிடத்தி மார்பில் லேசாக அமுக்கினார். வாயில் ஊதினார். எல்லாம் முன்பே தீர்மானிக்கப்பட்ட காரியங்கள் போல் தங்குதடை இல்லாமல் செயல்பட்டார்.

“என்ன பைராகி, ஆளு பொளைச்சுருவாரா?”

“பொளைக்காம? தண்ணியை நிறையக் குடிச்சிருக்கான். எமங்கிட்ட போய்ப் பேசி முடிச்சு கூட்டியாந்துர மாட்டேனா? லே முத்து, இத பாரு. கண்ணை முளிச்சுக்க! யார் வந்திருக்கா பாரு!”

முத்துக்குமரன் லேசாகக் கண்விழித்தான். என்ன இது? கடல் எங்கே போச்சு? அவன் உடல் முழுவதும் மண்ணைப் பார்த்தான். பைராகியைப் பார்த்தான். பூஞ்சோலையைப் பார்த்தான்.

“என்ன செய்யுது?”

“யோவ் ஆலப்பாக்கத்துக்காரரே, நான் வந்திருக்கேன். என்னைத் தெரியுதா?”

“பூஞ்சோலை” என்றான் எழுத்து எழுத்தாக.

“அட, கண்டுபிடிச்சிட்டியே!” என்றாள் குதூகலத்தில்.

பைராகி மெல்ல அவனைக் கைத்தாங்கலாக உட்கார வைத்தார். “அப்ப நான் போயிரலாமுங்களா!” என்றான் மீனவன்.

“இரு, காசு வாங்கிட்டுப் போ! பூஞ்சோலை, உங்கிட்ட காசு உண்டா?”

“என்கிட்ட ஏது?”

“அப்ப நாந்தான் கொடுக்கணும்,” என்று இடுப்பு முடிச்சிலிருந்து எடுத்துக் கொடுத்தார்.

முத்துக்குமரன் இன்னும் மங்கலாகத்தான் விழித்துக் கொண்டிருந்தான். “என்னடா வவுத்தில?”

“அடி!”

“என்ன ஆச்சு?”

"தப்பிச்சுட்டான். நான் உயிரோடத்தான் இருக்கனா?"

"நாங்கல்லாம் உயிரோட இருக்கம், பாக்கறில்லை! பொளைச் சுட்டடா, பொளைச்சுட்ட!"

"வெள்ளைக்காரன் தப்பிச்சுட்டான்."

"ஏன், குத்தலையா?"

"இல்லை. மறுபடி அகப்பட்டுக்கிட்டேன்."

"போறான் போ! நீ உயிர் தப்பிச்சே இல்லை!"

"பைராகி! அவங்கல்லாம் எங்க போறாங்க?"

"எங்கயோ கல்கத்தாவுக்குப் போய் அங்கருந்து வடக்கே கான்பூரோ என்னவோ சொன்னாங்க."

பைராகியை இப்போது நிமிர்ந்து பார்த்தான். பூஞ்சோலையைப் பார்த்து, "நீ எங்க?" என்றான்.

"நான் உன்கூடத்தான் வரன்யா!"

"நான் வடக்கே போகப்போறேன். அது என்னா ஊரு? காம்பூரா? அங்க!" என்றான் முத்துக்குமரன்.

28

முத்துக்குமரன் இப்போது வார்த்தை வார்த்தையாகப் பேசினான். “அய்யா, நான் கப்பல் மேல ஏறினனா? அந்தாளு துரை சம்சாரத்தை வெச்சுகிட்டு நிலா வெளிச்சத்தில பேசிக்கிட்டிருந்தானா? அவனைப் பின்பக்கமாகக் குத்தப்போறதுக்குள்ள அந்தம்மா சத்தம் போட்டிருச்சு. துரை உஷாராயிட்டான். ஏறக்குறைய குத்திட்டேன். ரெண்டு பேரும் கவுத்தில விழுந்துட்டோம். . .”

“அட ஏன் வெட்டியா பேசிக்கிட்டு? அவனைக் குத்தலை, கொல்லலை, வந்துட்ட! எப்படி தப்ச்ச?”

“என்னைப் பிடிச்சு கப்பல் விளிம்பில பலவை வெச்சு முகனையில நிக்கச் சொல்லி, என் கையைக் கட்டிப்போட்டு நாலு பேர் குறி வெச்சுச் சுட்டாங்கய்யா. கீள விழுந்துட்டேன். ஆனா உடம்பிலே எங்கயும் குண்டு படலையே!”

“ஆஆ!” என்றாள் பூஞ்சோலை வாயைப் பிளந்து. “இத பாருய்யா,” என்றாள்.

“எனக்கு ஆச்சரியமே இல்லை,” என்றார் பைராகி. “நீ போறப்ப ஸ்தூல பஞ்சாச்சர மந்திரத்தை ஓதி உங்ககூட அனுப்பிச்சன் இல்லை? அது நீ செத்தே போயிருந்தாலும் இங்கக்கும் யமபுரத்துக்கும் இடையில் பத்தொம்பதாயிரம் காதம் இருக்குதில்ல? முதமுத மூணு நா நீர்லயும் மூணு நா அக்கினியிலேயும் இருந்தாகணுமில்ல? அப்பகூட மீட்டுட்டு வந்துரும் மந்திரம்!”

“அதென்னவோ பைராகி. உங்க மந்திரத்தாலோ இல்லை அவங்க குண்டு தவறிடுச்சோ எனக்குத் தெரியாது. உசிரோடத்தான் இருக்கமான்னு இப்பவும் ஆச்சரியமாயிருக்குது.”

“மறுபடி செத்துப் பொளைச்சய்யா! இனி அந்த சகவாசம் வேண்டாம். சொல்லு பைராகி.”

“ஏய் பூவு நீ இங்க கிடந்து என்னா செய்யுறே? உன் கூட்டத்தவங்க எல்லாம் எங்க? தாத்தா எங்க? சிவகாமி எங்க? உம் புருசன் எங்க?”

“எல்லாரையும் விட்டுட்டு வந்தேன்யா.”

“எதுக்கு?”

“உன் கூட வரத்தான்.”

“புருசனை வுட்டுட்டா?”

“ஆமா! அவன் என் புருசனாய்யா?”

“பாத்தியா! பொட்டைப்புள்ள எப்படிப் பேசுது பாரு. உன்னையே நினைச்சுக்கிட்டு இருக்குதாம். உங்கூடத்தான் வருமாம்.”

“பூவு! அதெல்லாம் நடக்காது. முதக்கா உன் ஊரைப் பாக்க, கூட்டத்தைப் பாக்க போயிரு. நீ செய்தது பெரிய தப்பு!”

“அதைவிடப் பெரிய தப்பு அவங்க செஞ்சாங்களேய்யா! நீ செத்துட்டன்னு சொல்லி ஏச்சுப்பிட்டுத்தானே கல்யாணம் செஞ்சு வெச்சாங்க? அவங்களைக் கேக்கறவங்க இல்லையா?”

“இத பாரு, எல்லார் முன்னிலயும் உங்க தாத்தாகூடச் சொல்லிப் போட்டுட்டு நானே உன் கல்யாணத்துக்குச் சம்மதம் தெரிவிச்சுட்டு வந்தேன்! அவங்களைக் குத்தம் சொல்லக் கூடாது. என்கூட நீ வர முடியாது!”

“ஏனாம்?”

“நான் வடக்க போறேன்னு சொன்னனில்ல?”

“வடக்க உனக்கு என்னடா தெரியும்?”

“ஒரு எளவும் தெரியாது பைராகி. ஆனா நான் போயாவணும். துரை அங்கதான் போயிருக்கான்.”

“உனக்கு பாசை தெரியுமா?”

“உங்களுக்குத் தெரியுமா பைராகி?”

“எனக்குத் தெரியாத பாசையில்லை. துரைக்குச் சமானமா அவன் பாசை பேசுவேன். இந்துஸ்தானி பாசை, சமஸ்கிருதம், வங்காளக்காரன் பாசை, தெலுங்கு எல்லாம் பேசுவேன்!”

“அப்ப எங்ககூட வந்திருங்க பைராகி. ரெண்டு பேரும் வடக்க போயிறலாம், அவனைத் துரத்திக்கிட்டு.”

“ம்? அங்க கலகம்னு சொல்றாங்க!”

“கலகம்னா உங்களுக்கு இன்னும் சுகமில்லையா பைராகி? எனக்கு உங்களை விட்டா யாரு துணையிருக்காங்க?”

“ம்? அப்படியே எனக்கு இமாலய மலையில குருநாதர் இருக்காரு. ஆறு மாசமா நின்னுகிட்டே தபஸ் பண்ணிக்கிட்டிருக்காரு.”

“வெளிக்கு வந்தா என்ன செய்வாரு?” என்றாள் பூஞ்சோலை.

“ஏய், அவரு தேவ ஜாதி. அதெல்லாம் இருக்க மாட்டாரு. கேக்கறதைப் பாரு. ஓடுகாலிப் பொணமே!”

“மன்னிச்சுக்கங்கய்யா. தெரியாமத்தான் பேசிட்டேன். பைராகி, என்னையும் உங்ககூடக் கூட்டிட்டுப் போயிருங்க பைராகி! உங்களுக்கு நான் எந்தவித சேவை வேணுமின்னாலும் செய்யறேன்.”

“என்ன முத்து? இந்தக் கழுதையையும் கூட்டிப் போயிரலாமா?”

“சேச்சே!” பேச்சே இல்லை! மத்தவன் சம்சாரம் அது.”

“எல்லாத்தையும் உட்டுட்டுத்தான் உங்ககூட வந்திருக்கேன்னு சொல்றேன்.” இப்போது பூஞ்சோலை அழ ஆரம்பித்தாள். “இப்ப நான் திரும்பிப் போனாக்க என்னைக் கூட்டத்தில் சாவ அடிச்சுருவாங்க. ஏற்கெனவே சாவடிக்கத்தான் வந்தாங்க. தப்பிச்சுக்கிட்டு வந்தேன்!”

“என்னா செஞ்சாங்க?”

“ம் . . . வந்து . . . பாம்பை மேலே விட்டாங்க. எட்டு நா பட்டினி போட்டாங்க. தலை மயிரை வெட்டி என்னை ஏரிக்குள்ளே தள்ளினாங்க.”

“எல்லாம் பொய்.”

“நிசமாத்தான். பைராகி, சொல்லுங்கய்யா.”

பைராகி அவளை மேலும் கீழும் பார்த்து, “இவ சொல்றது ஒரு விதத்தில வாஸ்தவந்தான். இவளை இனி கூட்டத்திலே சேர்க்க மாட்டாங்க, சாவடிச்சுருவாங்க.”

“இத பாருங்கய்யா. நிசமாச் சொல்லு. நான் சாக விருப்பமா?”

“நாங்க காடு, மலை நடந்து போவோம். ஒரு பொம்பளையை எப்படிக் கூட்டிட்டுப் போக முடியும்?”

“அய்யா, நான் உனக்கு ஒரு விதத் தொந்தரவும் கொடுக்க மாட்டன்யா. கூடவே வரேன். சோறாக்கிப் போடறேன். நடுநடுவிலே வித்தை காட்டிப் பணம் சம்பாரிச்சுத் தரேன். நீ பத்தடி நடந்தா நான் பதினைஞ்சடி அடி முன்னாலதான் இருப்பேன். வேணுமின்னா ஆம்பிள வேசம் போட்டுக்கறேன்.”

“இந்த மாறை என்ன பண்ணுவியாம்?” என்று பைராகி சிரித்தான். “என்ன சொல்ற முத்து? கூட்டிட்டுத்தான் போய்ப் பார்க்கலாமே. கழுதைக்குக் போக்கிடம் கிடையாது.”

“ம் . . . உங்ககூடப் பெரிய ரோதனையாப் போச்சு பூவு. ம், சரி, உன்னைக் கூட்டிப் போறோம். ஆனா ஒண்ணு! எங்ககூடப் பேசக் கூடாது. என்னைத் தொடக் கூடாது! சரியா?”

“நீ எங்கூட பேசினா?”

"பேச மாட்டேன்."

"சரிய்யா. பாத்துரலாம்," என்று சிரித்தாள். உற்சாகத்தில் மணலில் ஓர் அந்தரடித்தாள்.

"சரியான பொம்பளய்யா இது! நமக்கு உபயோகப்படும்" என்றார் பைராகி.

முத்துக்குமரன் களைப்பில் நடக்கச் சிரமப்பட்டான். "பைராகி, அந்தாளைத் தாங்கிப் பிடிச்சுக்க. கீள விழுந்துருவாரு," என்றாள் பூஞ்சோலை.

"பைராகி, இன்னிக்கே பொறப்பட்டுரலாம். அந்தச் சேனை வடக்காகத்தானே போய்க்கிட்டு இருக்காங்க? அவங்க பின்னாடியே போய்ச் சேர்ந்துக்கலாம்."

"அவங்க இந்நேரம் எத்தனையோ தூரம் போயிருப்பாங்க. அவங்களைப் பிடிக்கணும்னா குறுக்குப் பாதையில போவணும் சாயங்காலம் பொறப்பட்டாப் போதும். நீ இருக்கிற நிலையில் கொஞ்ச தூரம் போனதும் விளுந்திருவே. கவலப்படாதே. என்கிட்ட விட்டுரு. ஏய் பூஞ்சோலை, நீ என்ன செய்யறே. பட்டணத்துக்குள்ளே போயி கொஞ்சம் காச சம்பாரிச்சுக்கிட்டு வா. கோயிலாண்டை வந்துரு. அதுக்குள்ள நான் இந்த ஆளை அழைச்சுக்கிட்டுப் போயி மருந்து மாயம் எல்லாம் கொடுத்துத் தேத்தி வெக்கறேன். வடக்கப் போறதுக்கு ஏற்பாடு செய்யணும். வா முத்து!"

ஆங்கில இந்தியக் கலப்புப் பெயர் கொண்ட பாரக்பூர் கல்கத்தாவிலிருந்து பதினைந்து மைலில் ஹுக்ளி நதிக்கரையில் இருந்தது. அங்கு மர நிழல்களுக்குள் மறைந்திருந்த மிலிட்டரி பாரக்கிற்கு அருகில் எழுபது ஏக்கர் நிலப்பரப்பில் செல்வச் செழிப்பும் சீரழிவும் கலந்த வினோதப் பிரதேசத்தில் கானிங்கின் மாளிகை அமைந்திருந்தது. ஸ்டக்கோ வகை முன்னமைப்புகள், பச்சை பரவி மர நிழல்கள் ஏறக்குறைய இருட்டாகிவிட்ட பூமியில் சின்னச் சின்ன ஸ்விஸ் வகைக் குடிசைகள், விருந்தாளிகள் தங்குவதற்கு பங்களாக்கள், அரசாங்க யானைகள், நதியில் காத்திருக்கும் படகுகள்.

நீல், கவர்னர் ஜெனரல் மாளிகையை அடுத்த நதி தீரத்தில் கானிங் பிரபுவுக்காகக் காத்திருந்தார். கடற்பிரயாணக் களைப்பு அவர் முகத்தில் தெரிந்தது. இங்கு வந்தால் எல்லாம் அவசர கதியில் இருக்கும் என்று எதிர்பார்த்தவருக்கு, கவர்னர் படகுப் பிரயாணம் போயிருக்கிறார் என்பது ஆச்சரியத்தை அளித்தது. ஏ.டி.ஸி.யிடம் எப்போது, எங்கே புறப்பட வேண்டும் என்ற தகவல் இல்லை. சென்னையிலிருந்து புறப்பட்ட துருப்புகள் வந்து சேரும் வரை இங்கிருந்து புறப்பட முடியாது. ஆனால் இங்கே இருக்கும் சோம்பேறித்தனமான சூழ்நிலையைப் பார்த்தால் கலகமா, அது எங்கே? இது மயக்கமா? இந்தியர்களுக்கு ஆட்சித் தலைமை கலவரப்படவில்லை என்று காட்டிக்கொள்வதற்காகவா? அப்படித் தான்

இருக்க வேண்டும். நீல் காத்திருந்தார். உடைவாள் தரையில் இடிக்க, சென்னையைவிட இங்கு அதிகம் வியர்த்து வாங்க, செக்கச் சிவந்த முகத்தையும் ஏராளமான நெற்றிப் புருவங்களையும் துடைத்துக்கொண்டு காத்திருந்தார். தோட்டத்தில் குதிரைகள் திரிந்தன. தூரத்தில் அந்த யானை அசைந்து அசைந்துகொண்டிருந்தது. பாம்புகள் இருக்கலாம். பொந்தும் புதரும் அதிகமாக இருந்தன. ஹுக்ளி நதி பழுப்பாகச் சஞ்சரித்தது. என்ன ஒரு விரயமான பொழுதுபோக்கு!

தூரத்தில் அந்தப் பெரிய படகு தெரிந்தது. தங்கமும் வெண்மையும் வெய்யிலில் மின்ன, கரையோரத்திலிருந்து வேலைக்காரர்கள் இழுத்துக் கொண்டு வர, ஆணவப் பொன் பறவை போல மின்னிக்கொண்டு வந்தது. கவர்னர் ஜெனரல் கல்கத்தாவுக்கும் பாரக்பூருக்கும் இடையே பிரயாணம் செய்ய ஏற்பட்ட அரசாங்க மாளிகைப் படகு அது. அதில் ஆங்கிலத்திலும் வங்காள பாஷையிலும் ஸோனாமுக்கி என்று எழுதியிருந்தது. ஏறக்குறைய ஒரு பங்களா போல இருந்தது.

எத்தனை செல்வச் சிறப்பு என்று தனக்குள் வியந்துகொண்டார் நீல். அவர்கள் கலகம் செய்வதில் ஆச்சரியமில்லை.

இறங்குதுறைக்குப் பத்திரமாகப் பாலம் அமைக்கப்பட, நீல் அதில் நடந்து படகுக்குள் நுழைந்து கானிங் பிரபுவைச் சந்திக்கச் சென்றார்.

அந்தப் படகில் டிராயிங் ரூம், படுக்கை அறை, இரண்டு அலங்கார அறைகள் எல்லாம் இருந்தன. எல்லாம் வெண் தங்கத்தில் அலங்கரிக்கப்பட்டிருந்தன. முன்னறையில் பச்சை மொராக்கோ அணிந்த தங்க நிற சோபாக்களில் ஒன்றில் கானிங் வீற்றிருந்தார். இந்தியாவின் ஆட்சித் தலைமகன். ராணியின் முதல் பிரதிநிதி.

சார்லஸ் ஜான் வைக்கவுண்ட், நீலைவிட வயதில் சிறியவர்தான். தோற்றத்தில் இளமையும் பளபளப்பும் இருந்தது. அவருக்கு முன் கவர்னர் ஜெனரலாக இருந்த டல்ஹவுசியைப் போல அதிகப் பிடிவாதம் இல்லாதவர். கொஞ்சம் மனிதத்தன்மை நிறைந்தவர். இங்கிலாந்தின் பிரதம மந்திரியாக இருந்த ஜார்ஜ் கானிங்கின் மகன், தந்தை பிரதமராக இருந்தபோது அற்ப ஆயுளில் இறந்து போனபோது நான்காம் ஜார்ஜ் மன்னர் அனுதாபப்பட்டு அவர்கள் குடும்பத்துக்குப் பிரபுத்துவம் அளித்துவிட கானிங் பிரபுவாக மாறினவர். ஈட்டன் பள்ளியிலும், கிரைஸ்ட் சர்ச் கல்லூரியிலும் படித்தவர். கணிதத்திலும் இலக்கியங்களிலும் தேர்ந்தவர். ஸ்டுவர்ட் பிரபுவின் மகள் ஷார்லட்டை மணந்தவர். பார்லிமெண்ட்டுக்குச் சென்று அரசாங்கத்தின் கவனத்துக்கு உள்ளாகி 1855-ல் இந்திய கவர்னர் ஜெனரலாக நியமிக்கப்பட்டவர். இப்போது நீலின் கவனத்தில் அவர் சற்றே கவலை முகத்துடன் இருப்பதாகத்தான் தெரிந்தது. "கர்னல்! எப்படிப் பிரயாணம்?" என்றார்.

"பரவாயில்லை," என்றார் நீல் சுற்றிலும் பார்த்து. "அழகான படகு," என்றார்.

"ஆம்! ஆம்! ஹேஸ்டிங்ஸ் தனக்காகக் கட்டிக்கொண்டாராம். சலவைக் கல்லில் குளிக்கும் அறைகூட இருக்கிறது. துருப்புக்கள் எப்போது வந்து சேருவார்கள்?"

"நான்கு தினங்கள் ஆகும்."

"உடனே புறப்பட வேண்டும்."

"எங்கே?"

"அலகாபாத், கான்பூர், ஹேவ்லக் ஏற்கெனவே புறப்பட்டுப் போயிருக்கிறார். அவருடன் உங்கள் படையும் சேர்ந்துகொள்ள வேண்டும்."

"நிலைமை தீவிரமாக இருக்கிறதா?"

"இதுவரை வந்த ரிப்போர்ட்டுகளிலிருந்து சரியாகச் சொல்ல முடியவில்லை. கான்பூரில் ஜெனரல் வீலரின் நிலைமை சற்று மோசமாகும் போலிருக்கிறது. லக்னோ பரவாயில்லை. லாரன்ஸ் சமாளித்துவிடுவார் போலத் தெரிகிறது. இதுவரை அங்கு ஒன்றும் நிகழவில்லை. எல்லாம் நலம் என்று செய்தி வந்திருக்கிறது."

"என்ன நடந்தது? ஏன் இந்தக் கலகம்?"

"எல்லாம் டல்ஹவுசி செய்ததின் விளைவுதான்"

"என்ஃபீல்டு துப்பாக்கி என்று சொன்னார்கள்."

"துப்பாக்கி கலகம் வெடிக்க ஏற்பட்ட கடைசிக் காரணம். உண்மையான காரணம். டல்ஹவுசி காலத்தில் நாம் ஆக்கிரமித்த பிரதேசங்கள்தான். ஏய்!" கானிங் பிரபு கைதட்டி அறை வாசலில் சிவப்பில் அங்கியும், குறுக்கே வெண் பட்டையும் அணிந்து விறைப்பாக நின்றுகொண்டிருந்த இந்தியச் சிப்பாய்களை விலகிப் போகச் சொன்னார். "ஏதாவது சாப்பிடுகிறாயா? பல வகை மதுக்களும் பண்டங்களும் இந்தப் படகில் நிறைந்திருக்கின்றன."

"வேண்டாம். சொல்லுங்கள்."

கவர்னர், "உட்கார்," என்றார்.

கர்னல் நீல் மரியாதையுடன் நாற்காலி விளிம்பில் உட்கார்ந்தார். "இந்தப் படகைப் பார். இதுவே அவர்களுக்கு உறுத்தும். விடுமுறை தினங்களில் கங்கையில் மனைவியுடன் உல்லாசப் பயணம் செல்வோம். கூட எத்தனை படகுகள் தெரியுமா? இருபது! எத்தனை சேவகர்கள் தெரியுமா? நானூறு! ஸோனாமுக்கி! தங்க முகம்!"

நீல் மௌனமாக இருந்தார்.

"கர்னல்! அந்தச் செய்தி எனக்கு மே மாதம் பத்தாம் தேதி வந்தது. முதலில் நான் அதை நம்பவில்லை." கானிங் பிரபு பச்சை நிழலில் அமைதியாகப் பொதிந்திருக்கும் பங்களாக்களையும், ஹாத்தி கானாவில் சோம்பேறித்தனமாக அசைந்தாடிக்கொண்டிருக்கும் அரசாங்க யானைகளையும் பார்த்துக்கொண்டே தொடர்ந்தார்.

29

"**எல்லாம்** சிவப்பாகப் போகிறது," என்றார் கானிங் பிரபு. நீல் புரியாமல் தலையாட்டினார்.

"கதை வினோதமானது. ராத்திரி முழுவதும் கிராமத்துக்குக் கிராமம் ஒரு செய்தி போகிறதாம். எனக்கு ரிப்போர்ட் வந்திருக்கிறது."

"என்ன செய்தி?"

"சப்பாத்தி!"

நீல் விழித்தார்.

"சப்பாத்தி தெரியாது? கோதுமையில் செய்து இவர்கள் சாப்பிடுகிறார்களே, ஒரு வகையில் பான்-கேக் மாதிரி இருக்கும்."

"அதற்கும் கலகத்துக்கும் என்ன சம்பந்தம்?"

"மிகவும் மர்மமாக இருக்கிறது. மார்ச் மாதத்திலிருந்தே வடநாடு முழுவதும் இருக்கிறது. இதன் அர்த்தம் என்ன என்று யாருக்கும் தெரியவில்லை. இது எங்கே ஆரம்பித்து, யாரால், எதற்கு? மத சம்பந்தம் எதும் இருக்கிறதா? இது ஏதாவது சம்பிரதாயமா? இல்லை, ரகசிய அமைப்பா? செய்தித்தாள்கள் அத்தனையும் இதைப் பற்றி எழுதிவிட்டன."

"சப்பாத்தியா!"

"ஆம். அவர்கள் சாப்பிடும் சாதாரண அளவு சப்பாத்திகள் இல்லை. ஒரு சின்ன பிஸ்கட் அளவுக்குத்தான் இருக்கிறதாம். கிராமத்துக்குக் கிராமம் இந்தச் சப்பாத்திகளை வைத்துக்கொண்டு ஏதோ ஒரு ரகசியச் செய்தி பரவுகிறதாம். எல்லாம் இரவில்தான். ஒரு கிராமத்துக் குக் காட்டிலிருந்து ஒருத்தன் வந்து இந்தச் சப்பாத்தியை ஒரு காவலாளியிடம் கொடுப்பானாம். அவன் அதுபோல் நான்கு செய்து அடுத்த கிராமத்துக்கு கொடுக்க வேண்டுமாம். அவன் அதுபோல் அடுத்த கிராமத்துக்கு. வேறு எந்தச் செய்தியும் கிடையாது. கிராமத்துக்குக் கிராமம் சப்பாத்தித் துண்டுகள்தான்! இந்த வகையில் தென்மேற்கு மாகாணங்கள் முழுவதும் ஒரு நாளைக்கு நூறு மைல் பிரயாணம் செய்கின்றனவாம். ஆக்ராவின் கமிஷனர் ஹார்வி எனக்கு எழுதியுள்ளார். சில சமயம் ஒரு ராத்திரியில் இருநூறு மைல் பரவியிருக்கிறதாம் இந்தச் சங்கிலித் தொடர்! இதற்கெல்லாம் என்ன அர்த்தம்? இந்தக் கிழக்கிந்திய மர்மத்தில் என்ன அர்த்தம் பொதிந்திருக்கிறது?"

"அவர்கள் மதத்தில்தான் இதற்கு விடை இருக்க வேண்டும்."

"இருக்கலாம். நமக்குத் தெரியவில்லை. அப்புறம் இந்த வாக்கியம்!

'ஸப் லால் ஹோகயா ஹை!' எல்லாம் சிவப்பாகிவிட்டது. இதுவும் கிராமத்துக்குக் கிராமம் பரவியிருக்கிறது. ஜேம்ஸ், நான் கருமேகங்களைப் பார்க்கிறேன்! மின்னலைப் பார்க்கிறேன்! புயலை எதிர்பார்க்கிறேன்."

"கவலைப்படாதீர்கள். அடக்கிவிடலாம்."

"என்னால் அத்தனை தீர்மானமாகச் சொல்ல முடியவில்லை." பணியாள் துல்லியமான கோப்பைகளில் மதுபானம் கொண்டுவர, அதை ஒரு முறை உதட்டால் தொட்டுவிட்டு உடனே வைத்து விட்டுத் தொடர்ந்தார்.

"பெங்கால் ராணுவத்தில் எத்தனை இந்தியச் சிப்பாய்கள் தெரியுமா?"

"ஒரு லட்சத்து ஐம்பதாயிரம்!"

"நம் ஆங்கிலேயப் படை எத்தனை பேர் தெரியுமா? பதினாலாயிரம்!"

"ராணியின் ராணுவம்?"

"அதில் இருபத்து மூவாயிரம். ஆனால் பெரும்பாலானோர் பஞ்சாபில் இருக்கிறார்கள். நீ எத்தனை பேரை அழைத்து வந்திருக்கிறாய்?"

"தொளாயிரம்."

"மொத்த இந்தியச் சிப்பாய்களின் எண்ணிக்கை இந்தியாவில் மூன்று லட்சம்! இவர்கள் எல்லோரும் ஒன்றுசேர்ந்து எழுந்தால் நாம் என்ன ஆவது?"

"எல்லோரும் எப்படி எழ முடியும்? நடக்காது! சென்னையில் கலகமே இல்லை. உங்களுக்கு பெங்கால் ராணுவத்தில்தான் தகராறு என்று எண்ணுகிறேன்."

"இருக்கலாம். ஒரு லட்சத்து ஐம்பதாயிரம் எங்கே? பதினாலாயிரம் எங்கே?"

"கவலைப்படாதீர்கள். அவர்களைவிட நாம் உயர்ந்தவர்கள்."

"அவர்களுக்கு நாம்தான் பயிற்சி அளித்திருக்கிறோம். பெங்கால் ஆர்மியில் இருப்பவர்கள் பெரும்பாலும் சவுத் பிரதேசத்திலிருந்து சேர்க்கப்பட்டவர்கள். வாட்டசாட்டமான பிராமணர்கள், முஸ்லிம்கள் இருவருமே ஒன்றுசேர்ந்திருக்கிறார்கள்!"

"அடக்கிவிடலாம். அடக்கிவிடலாம்."

கானிங் பிரபு சற்று நேர மௌனத்திற்குப் பிறகு தொடர்ந்தார்.

"எப்படி ஆரம்பித்தது என்று தெரியவில்லை. தம்தம் பிரதேசத்தில் ஒரு பிராமணச் சிப்பாய் ஒரு கீழ்ச் சாதிக்காரனுக்குத் தண்ணீர் தர மறுத்தானாம். அவன், 'நீ சீக்கிரமே உன் சாதியை இழக்கப் போகிறாய். வெள்ளைக்காரன்

பன்றிக் கொழுப்பையும், மாட்டுக் கொழுப்பையும் துப்பாக்கிக் குண்டில் தடவித் தருகிறான். அதை நக்குகிறாய். எனக்குத் தண்ணீர் தர மாட்டாயோ?' என்று கேட்டிருக்கிறான். எப்படியோ செய்தி தீ போல் பரவிவிட்டது. பிப்ரவரி மாதம் பாரக்பூரில் இரண்டாவது நேட்டிவ் இன்ஃபண்ட்ரியில் முதல் தடவையாக என்ஃபீல்டு ரைஃபிள்களுக்கு மறுப்புத் தெரிவித்தார்கள். 34வது இன்ஃபண்ட்ரியைச் சேர்ந்த ஒரு இந்திய சுபேதார் ஏதோ கலகத்தைப் பற்றிக் காப்டன் ஆலனிடம் ரகசியமாக எச்சரித்திருக்கிறான். அவர்களுக்கெல்லாம் நாம் அத்தனை பேரையும் கிறித்தவர்களாக மதம் மாற்றிவிடப் போகிறோம் என்று பயமாம். ஜெனரல் ஹார்ஸே அவர்களுடன் ஹிந்துஸ்தானியில் பேசி அப்படியெல்லாம் இல்லை என்று வாக்குறுதி கொடுத்து இருக்கிறார். உனக்கு மங்கள் பாண்டே விவகாரம் தெரியுமா?"

"தெரியாது. நான்தான் சென்னையில் பத்திரமாக இருந்திருக்கிறேனே!"

"மங்கள் பாண்டே! இப்போது கலகம் செய்யும் சிப்பாய்களுக் கெல்லாம் பொதுப் பெயராகிவிட்டது. அவனுக்கு இருபத்தாறு வயது. 34வது இன்ஃபண்ட்ரியில் ஒரு சிப்பாய். இதுவரை அவன் நடத்தை ஒழுங்காகவே இருந்திருக்கிறது. மார்ச் மாதம் 29ஆம் தேதி ஞாயிற்றுக்கிழமை வரை. ஜெனரல் ஹார்ஸேயிடம் ரத்தம் சிந்த ஒரு லெஃப்டினன்ட் வந்து உடனே இந்தியப் பகுதிக்கு வரச் சொன்னான்."

ஹார்ஸே தன் இரண்டு பிள்ளைகளுடனும், இருவரும் ஆபீஸர்கள், பரேட் கிரவுண்டுக்குப் போனார். அங்கே மங்கள் பாண்டே கையில் துப்பாக்கி வைத்துக்கொண்டு கன்னாபின்னாவென்று குவார்ட்டர் கார்டை நோக்கிச் சுட்டுகொண்டிருந்தான். ரெஜிமெண்ட் ஜாக்கெட் அணிந் திருந்தானாம். ஆனால் வெறுங்கால்!

டிரவுஸருக்குப் பதில் வேட்டி. உரத்த குரலில் 'வெளியே வாங்கடா எல்லாரும்! வெள்ளைக்காரர்கள் நம்மை ஆக்கிரமிக்க வந்து விட்டார்கள். நீங்கள் ஏன் தயாராகவில்லை? இது நம் மதத்திற்காக! கார்ட்ரிட்ஜுகளைக் கடித்துக் கடித்து நாம் எல்லோரும் மதத்தை இழக்கப் போகிறோம். வெளியே வாருங்கள். என்னைத் தூண்டிவிட்டு என்னுடன் இப்போது வர மாட்டீர்களோ! வாங்கடா, வாங்க!' என்ற எல்லோரையும் கலகத்துக்கு அழைத்துக்கொண்டு கண்டபடி சுட்டுக்கொண்டிருந்தானாம். ஸார்ஜெண்ட் மேஜர் ஹ்யூஸன் ஜமேதாரிடம் போய், 'ஏன்யா அந்தாளை உடனே கைது செய்யாமல் பார்த்துக் கொண்டிருக்கிறாய்?' என்று கேட்டால், 'நான் என்ன ஸார் செய்வது? நாயக் அட்ஜுடண்ட்டிடம் போயிருக்கிறார். ஹவில்தார் ஃபீல்டு ஆபீஸரிடம் போயிருக்கிறார். நான் ஒண்டியாக எப்படிக் கைது செய்வது?' என்று போக்குக் காட்டுகிறான். காவல்காரச் சிப்பாய்களை உடனே ஸார்ஜண்ட் மேஜர் வரிசைக்கு வரும்படி ஆணையிட அவர்கள் முனகிக்கொண்டே வருகிறார்கள். இதற்குள் அட்ஜுடண்ட் லெஃப்டினன்ட்

பாக் வந்து குதிரை மேல் 'எங்கே அவன், எங்கே அவன்?' என்று ஆர்ப்பாட்டமாக நுழைய, ஹயூஸன் எச்சரிப்பதற்குள் மங்கள் பாண்டே அவனை நோக்கிச் சுட்டுவிட்டான். குண்டு குதிரை மேல் பட்டு பாக் கீழே விழுந்து உடனே எழுந்து பாண்டேயைக் கைத்துப்பாக்கியால் சுட்டிருக்கிறான். குறி தப்பிப் போக, துப்பாக்கியை அவன் முகத்தில் எறிந்துவிட்டு அவனை நோக்கி ஓடியிருக்கிறான். பாண்டே தன் கத்தியை உருவி 'வாடா, வாடா' என்று அழைத்து அவன் கழுத்திலும் தோளிலும் வெட்டியிருக்கிறான். இதே சமயம் ஹ்யூஸனை யாரோ பின்னாலிருந்து தாக்கியிருக்கிறார்கள். எல்லா இந்தியர்களும் சும்மா இருக்கிறார்கள். ஒரே ஒரு முஸ்லிம் மட்டும், அவன் பெயர் ஷய்க் பல்த்து, அவன் வந்திராவிட்டால் அன்று ஸார்ஜண்ட் மேஜரும் அட்ஜூடண்ட்டும் செத்துப்போயிருப்பார்கள். இந்த பல்த்து தன்னிச்சையாக முன்னால் ஓடி வந்து பாண்டேயை இடுப்பைப் பிடித்துத் தடுக்க இரண்டு பேரும் ரத்தத்துடன் தப்பிவிட்டார்கள்.

பல்த்து தனியாகத்தான் இருந்தான். மற்ற சிப்பாய்கள் அவன் மேல் கல்லெறிந்தார்கள். பாண்டேயைப் பயந்துபோய் விட்டுவிட்டான். 34ன் தலைவர் கமாண்டிங் ஆபீஸர் வெலர் வந்தும் அவர்கள் கேட்கவில்லை. யாரும் பாண்டேயைக் கைது செய்ய முன்வரவில்லை. பிரிகேடியர் சார்லஸ் கிராண்ட் வந்தும் பயனில்லை. அதன் பின் ஜெனரல் ஹார்ஸேயே போக வேண்டியிருந்தது. அவர் சென்றபிறகு தான் கொஞ்சம் பணிந்தார்கள். குவார்ட்டர் கார்டிடம் சென்று ஜமேதாரிடமே 'என் ஆணையை மீறும் முதல் சிப்பாய்க்கு உடனே மரணம். மார்ச்!' என்று ஆணையிட்டிருக்கிறார். இப்போதுதான் அவர்கள் பணிந்தார்கள். மங்கன் பாண்டேயை நோக்கி எல்லோரும் நகர்ந்தார்கள். அவன் இதற்குள் என்ன செய்தான் தெரியுமா? துப்பாக்கியைத் தன் மார்பின் மேல் பதித்துச் சாய்த்துக்கொண்டு கால் கட்டைவிரலால் அதன் குதிரையை அழுத்தியிருக்கிறான்!"

"இல்லை. குறி சற்று தவறிவிட மார்பில் ஆழமான காயம்தான் ஏற்பட்டது. ஏகப்பட்ட பாங் சாப்பிட்டிருந்தான். அவன் இறக்கவில்லை. ஒரு வாரத்தில் அவன் மேல் வழக்கு தொடுக்கப்பட்டது. 'எனக்கு ஒன்றுமே தெரியாது. என்னை யாரும் அந்த மாதிரி நடந்துகொள்ளத் தூண்டவில்லை. எனக்கு பாங் ஓப்பியம் எடுத்துக்கொள்ளும் வழக்கம் உண்டு. அதன் மயக்கத்தில் அப்படிச் செய்தேன்' என்றான். யாரையும் காட்டிக்கொடுக்கவில்லை."

"அவன் என்ன ஆனான்?"

"மரண தண்டனை அளிக்கப்பட்டது. ஏப்ரல் எட்டாம் தேதி நிறைவேற்றப்பட்டு விட்டது."

"நீல் பெருமூச்சு விட்டார்."

"ஜேம்ஸ்! உன்னிடம் இதை விஸ்தாரமாகச் சொன்னதற்குக் காரணம் இங்கு நிலவும் நிலையை நீ சரியாக உணர்ந்துகொள்வதற்கே!"

"புரிகிறது. நீங்கள் சொல்வது போல் ஏதோ பெரிதாகப் புயல் உருவாகப்போகிறது. அலகாபாத்தில் தகராறா?"

"இல்லை. அலகாபாத் அமைதியாகத்தான் இருக்கிறது. கான்பூரில் தான் நிலைமை மோசமாக இருக்கிறது."

அவர்கள் படகில் பேசிக்கொண்டிருக்க, நதிக்கரையை அடுத்த கவர்னர் ஜெனரலின் எஸ்டேட்டில் விருந்தினர்கள் தங்குவதற்கான பங்களா ஒன்றின் வராந்தாவில் எமிலியும், மக்கின்ஸியும், எமிலியின் சித்தப்பா ராபர்ட் அட்கின்ஸனும் அமர்ந்து தேனீர் அருந்திக் கொண்டிருந்தார்கள். அட்கின்ஸன் அட்டகாசமாகச் சிரித்துக் கொண்டிருந்தார். அவருக்கு அறுபது வயது இருக்கும். தேயிலைத் தோட்டத்தில் பெரும்பாலும் கடந்த நாட்களைப் பற்றி வேடிக்கையாகப் பேசிக்கொண்டு தானே சிரித்துக்கொண்டிருந்தார். அடிக்கடி தன் பக்கவாட்டு முடியைத் திருகிக்கொண்டே இருந்தார். பழுத்த கீரணிப்பழம் போல் இருந்தார். பெரிய குரலில், "எமிலி! நான் திரும்ப அஸாம் செல்லப்போவதில்லை. உன்னை அழைத்துக் கொண்டு கான்பூர் செல்லப்போகிறேன்! இன்றே புறப்படு."

30

எமிலியின் கணவன், அட்கின்ஸனை ஆச்சரியத்துடன் பார்த்து, "கான்பூருக்கா போகப்போகிறீர்கள்?" என்றான்.

"ஆம். ஏன்?"

"கான்பூரில்தான் கலகம் அதிகமாயிருக்கிறது என்றும் நிலைமை மோசமாக இருக்கிறது என்றும் சொன்னார்கள். அங்கே இந்த சமயத்தில். . .!"

"யார் சொன்னார்கள்! எல்லாம் அபத்தம். இந்தச் சிப்பாய்க் கலகமே மிகவும் மிகைப்படுத்தப்பட்ட விஷயம். எங்கே கண்டோன்மெண்ட்டுகளில் சில இந்தியர்கள் ஏதோ ரைஃபிளுக்கு எதிர்ப்பு தெரிவித்தால் இதைப் போய் நாடு பூரா பற்றி எரிகிறது என்று பெரிதாகத் திரித்துவிடுகிறார்கள். இதற்குச் செய்தித்தாள்களும் காரணம். 'ஃப்ரெண்ட் ஆஃப் இந்தியா' பார்த்தாயா?"

"சித்தப்பா, எதற்காக இந்தக் கலகம்?" என்று கேட்டாள் எமிலி. தோட்டத்தில் நடைபாதையில் காப்டன் ஆஷ்லி ஃப்ரேசர் வந்து கொண்டிருப்பதை ஓரக்கண்ணால் கவனித்தாள்.

"கலகம் பழமைக்கும் புதுமைக்கும் ஏற்பட்ட முரண்பாட்டினால் வந்தது," என்றார் அட்கின்ஸன்.

"புரியவில்லை."

"நாம் கொண்டுவரும் மாறுதல்கள்தான் இதற்குக் காரணம். இந்துக்கள் கணவன் இறந்த பிறகு மனைவிகளைக் கொளுத்தினார்கள். அதைச் சட்டத்தின் மூலம் தடை செய்தோம். பெண் குழந்தைகள் பிறந்தால் கொன்றார்கள். அதைத் தடை செய்தோம். விதவைகள் மறுமணம் செய்துகொள்ளலாம் என்று சொன்னோம். இதெல்லாம் தான் காரணம். . ."

"இவை எல்லாம் நல்ல காரியங்கள்தானே?"

"நம் மேற்கு தேசத்து நோக்கத்தில் நல்ல காரியங்கள்தான். ஆனால் பழமையில் ஆயிரக்கணக்கான வருஷங்களாக ஊறிப்போன இந்தியர்களுக்கு? இந்தச் செயல்கள் எல்லாம் அவர்களை மதம் மாற்றும் சாகசங்கள்தான் என்று சந்தேகப்படுகிறார்கள். சந்தேகம் நீங்குகிற மாதிரி நாம் ஏதும் செய்யவில்லை. வாரிசில்லாத ராஜாக்கள் உறவிலிருந்து சுவீகாரம் எடுத்துக்கொள்வது அவர்கள் மதத்தில் கிடைக்கும் முக்கியமான சலுகை. இறந்த பின் சில கிரியைகள் செய்ய ஒரு மகன் வேண்டும் என்பது ஒவ்வொரு இந்துவுக்கும் மிக முக்கியமான விஷயம். டல்ஹவுஸி என்ன செய்தார்? அதெல்லாம் செல்லுபடியாகாது என்று நேர் வாரிசு இல்லாத

அத்தனை தேசங்களையும் பைக்குள் போட்டுக்கொண்டுவிட்டார். எட்டு வருஷத்தில் சத்தாரா, ஜான்சி, நாக்பூர் என்று எவ்வளவு பிரதேசங்களைத் தந்திரமாகக் கவர்ந்துகொண்டாயிற்று! இந்த ஆத்திரம் எல்லாம் எங்கே போகும்? ஏதாவது ஒரு விதத்தில் கொதிப்பாக எழ வேண்டும் அல்லவா? போதாக்குறைக்கு ரெயில், தந்தி, மேல்நாட்டுக் கல்வி, சீர்திருத்தம் என்றெல்லாம் அவர்களைக் கேட்காமலேயே அவர்கள் மேல் திணித்துக்கொண்டிருக்கிறோம். விளைவு? கலகம்!"

ஆஷ்லி படியேறிப் பக்கத்தில் நின்றுகொண்டு பவ்வியமாகச் சிரித்தான். எமிலிதான் அறிமுகப்படுத்தினாள். "சிற்றப்பா, இவர்தான் காப்டன் ஆஷ்லி ஃப்ரேசர். இது என் சிற்றப்பா."

"இவரைத் தெரியும்! கல்யாணத்தின்போது பார்த்திருக்கிறேன். எட்வர்ட், எப்படி இருக்கிறாய்? கை குணமாகிவிட்டதா?"

அட்கின்ஸன் இப்போதுதான், "உன்னைக் கேட்க வேண்டும் என்றிருந்தேன்! கையில் என்ன கட்டு?" என்றார்.

"அது . . .வந்து . . . வருகிறபோது கப்பலில் ஒரு சின்ன விபத்து," என்றான் மக்கின்ஸி. அதற்கு மேல் அதைப் பற்றிப் பேச விருப்பமில்லை என்று தெரிந்தது.

"எமிலி! நாளைக் காலையே புறப்பட்டுவிடு கான்பூருக்கு. ராணிகஞ்சு வரை ரெயில் போட்டிருக்கிறார்கள். அங்கிருந்து ஸ்டீமரில் போகிறோம்!"

"கான்பூருக்கா!" என்றான் ஆஷ்லி அதிர்ந்து, "எமிலி! இப்போது அங்கே போவது நல்லதில்லை. கான்பூர் கலகத்தில் இருக்கிறது!"

"யார் சொன்னது! காப்டன், நீங்கள் வதந்திகளை நம்பாதீர்கள். எல்லாம் புரளி. கலகம் எல்லாம் அடக்கியாகிவிட்டது. நானே பார்த்தேன். ஜெனரல் வீலரிடமிருந்து செய்தி வந்திருக்கிறது. 'எல்லாம் சுகம்' என்று. சும்மா பயந்து சாகாதீர்கள். கான்பூரில் நல்ல தோல் காலணிகள் கிடைக்கும். ரொம்பச் சகாயம்!"

"மிஸ்டர் அட்கின்ஸன்! காலணிகளுக்காகக் கான்பூருக்கு இந்தச் சமயத்தில் . . ."

"காலணிகளுக்காக மட்டும் இல்லை. எனக்கு அங்கே முக்கியமான வேலை. எஸ்டேட் விஷயமாகச் சில காரியங்கள் இருக்கின்றன. எமிலி, இந்தச் சிறுவர்கள் சொல்வதைக் கேட்டுப் பயப்படாதே! நான் உன்னைப் பார்த்துக்கொள்கிறேன். எட்டி, உனக்குச் சம்மதம் தானே? இல்லை. நீ கூட இந்த கலகத்தை நினைத்துப் பயப்படுகிறாயா?"

"எனக்குப் பயமில்லை! நீங்கள் அவளை அழைத்துச் செல்லுங்கள்,"

என்றான் மக்கின்ஸி. ஆஷ்லி பெருமூச்சு விட்டான். கவர்னர் ஜெனரலின் படகிலிருந்து கானிங் பிரபுவும் கர்னல் நீலும் நடந்து வர, "இந்த மாதிரிப் படகைப் பார்த்தால் யாருக்குத்தான் பொறாமையாக இருக்காது? ஓ, இதுதான் உங்கள் நீலா?"

நால்வரும் காரை நோக்கி நடந்தார்கள்.

நீல் கவர்னல் ஜெனரலுடன் நடந்து வந்துகொண்டிருந்தார். கைகளைப் பலமாக அசைத்துப் பேசிக்கொண்டிருந்தார்.

"எந்த விதத்திலும் கருணை காட்டக் கூடாது! என்னுடைய கடவுள் யுத்தக் கடவுள்! பழைய ஏற்பாட்டின் ஜெஹோவா!"

"கர்னல்! இன்று ரெயில் நிலையத்தில் ஏதோ தகராறாமே?"

"அப்படி ஏதும் இல்லை. ஆனால் நம் ஆங்கிலேய சில்லறை அதிகாரிகளிடம் இருக்கும் பிடிவாதம் எனக்குச் சரிப்பட்டு வரவில்லை. எல்லோரும் கப்பலில் வந்திருக்கிறோம். பாதிப் பேரை ராணிகஞ்சுக்கு ரெயில் மார்க்கமாக அனுப்பிவிடலாம். ரெயில் நிலையம் நதிக்கரையில் இருக்கிறது. அதனால் என்னால் முடிந்த அளவு விரைவாக என் ஆட்களைக் கப்பலிலிருந்து சமதளப் படகு வைத்து நேராக ரெயிலடிக்கு மாற்றினேன். அந்தப் படகுகள் மெல்லத்தானே நகர முடியும்! ரெயில்வே அதிகாரிகள் ரெயிலைக் காலந்தாழ்த்த மறுத்து விட்டார்கள். சொல்லிச் சொல்லிப் பார்த்தேன். புறப்பட்டுத்தான் ஆக வேண்டும் என்று பிடிவாதம் செய்தார். அதிகாரி! பார்த்தேன். ஸ்டேஷன் மாஸ்டர், இன்ஜின் ஓட்டி, கரி தள்ளுபவன் மூவரையும் கைது செய்துவிட்டேன் – எங்கள் ஆட்கள் வந்து சேரும்வரை! எனக்கு அதிகாரம் இருந்தால் அவர்களை அங்கேயே தூக்கிலிட்டிருப்பேன்! என்ன! நான் செய்தது சரிதானே? இந்தச் சமயத்தில் ரெயில்வே நமக்கு உதவி செய்யவில்லை என்றால் என்ன பயன்?"

"கர்னல்! நீ செய்தது சரிதான். இந்தக் கலகத்தை ஒடுக்க சரியான ஆள்தான் நீ! முதலில் பனாரஸ் போய்விடுங்கள். அங்கே அதிக நாள் தங்காமல் அலகாபாத் போய்விடுங்கள்."

"பனாரஸில் நிலைமையைப் பார்த்துக்கொண்டு தீர்மானிக்கிறேன். ஆனால் இது மட்டும் நிச்சயம். கலகம் செய்தவர்களுக்கு எந்தவிதக் கருணையும் காட்டப்போவதில்லை நான்."

"காட்ட வேண்டாம்! வீலரைத்தான் முதலில் கவனிக்க வேண்டும் போல இருக்கிறது!"

"கவலையே படாதீர்கள். முதலில் பனாரஸ் போவதற்கு எத்தனை நாட்கள் ஆகும் ஸ்டீமரில்?"

“பதினாறு”

“பிரயோசனமில்லை. பாதி ரெயிலிலும் பாதி தரை மார்க்கமாகவும் போய்விடுகிறோம்.”

“எத்தனை ஆட்கள் கப்பல் மார்க்கமாக வந்திருக்கிறீர்கள்?”

“முக்கால்வாசிப் பேர். மீதிப் பேர் நில மார்க்கமாக வந்து சேர்ந்து விடுவார்கள்.”

அந்த மீதிப் பேரின் வரிசை நகர்ந்துகொண்டிருந்தது. சண்டைக்குப் போனாலும் சவுகரியங்களை விட்டுப் போவதாகத் தெரியவில்லை. அதிகாரிகள் சிலர் பல்லக்குகளில் வந்தார்கள். ஒவ்வொரு பல்லக்குக்கும் சுமார் ஆறு பல்லக்குத் தூக்கிகள். எல்லோருக்கும் தலைமையாக ஒரு ஸிர்தா. இன்னும் சில அதிகாரிகள் குதிரை மீதேறி வந்தார்கள். குதிரைகளைக் கவனிக்க ஒவ்வொரு குதிரையுடனும் ஒரு குதிரைக்காரன் நடந்து வர, அவனுடன் புல்வெட்டிச் சிறுவர்கள் தொடர்ந்தார்கள். இரவில் கூடாரங்கள் அமைக்க முப்பது கலாசிகள் சென்றார்கள். இரண்டு யானைகள் கூடாரங்களுக்கு வேண்டிய சாதனங்களைச் சுமந்து வந்து கொண்டிருந்தன. ஆணை கொடுத்தால் சடுதியில் அந்தக் கூடாரங்கள் அமைக்கப்பட்டுவிடும். அழகான கூடாரங்கள். இரண்டிரண்டாக கம்பம் அமைத்துக் கீழே கம்பளம் கூட விரித்து எல்லாம் தயாராகிவிடும். பெரிய அதிகாரிகள் கூடாரத்திற்குத் தரையில் மரப்பலகைகளும் கண்ணாடி சன்னல்களும் கூட அமைப்பார்கள். அந்தக் கூடாரத்திற்கு உண்டான நாற்காலிகளை இருபது கூலியாட்கள் தலையில் சுமந்துகொண்டு வந்தார்கள். பீரங்கிகள் எருது வண்டிகளில் கனமாக நகர்ந்தன. ராணுவத்தினருடன் கூடவே இரண்டு சலவைத் தொழிலாளிகள் சென்றனர். ரொட்டி தயாரிக்க ஒருத்தன் சென்றான். கன்ஸாமாக்கள், ஏன், ஒரு தையல்காரனும் சென்றான். பாத்திரங்களைக் கழுவுவதற்கு மஸால்ச்சிகள், சமையல்காரர்கள், சுத்தம் செய்வோர் . . .

கூடவே வெட்டிச் சாப்பிடுவதற்கு ஆடுகள் மந்தையாகத் தொடர்ந்தன. கூண்டுகளிலும் கூடைகளிலும் கோழிகள், வாத்துக்கள், முயல், வான்கோழி.

அவர்கள் ஏதோ சண்டை செய்கிறாற்போல் செல்லவில்லை. உல்லாசப் பிரயாணம் போல் அத்தனை சௌகரியங்களுடனும் கும்மாளமும் பாட்டுமாக நடந்தார்கள். ‘கொண்டுவா சிப்பாயை! அவன் தலையைக் கொய்து பூ ஜாடி அமைக்கிறேன்!’ என்றெல்லாம் பாடிக் கொண்டு சென்றார்கள். இரவில் களைத்துபோது கூடாரம் அமைத்துக் கொண்டு குடித்தார்கள். பக்கத்துக் கிராமங்களில் தற்காலிகமாக இன்னும்

வேலைக்காரர்களை நியமித்துக்கொண்டார்கள். வானத்தில் வீணே சுட்டார்கள். சென்னை ராணுவம் அதே உற்சாகத்துடனும் கொலை ஆசையுடனும் முன்னேறியது.

ஏறக்குறைய அந்த ராணுவத்தின் பாதையில்தான் முத்துக்குமரனும் பைராகியும் பூஞ்சோலையும் வடக்கே தொடர்ந்துகொண்டிருந்தார்கள். பைராகிக்குப் புதுப்புது குறுக்குப் பாதைகள் எல்லாம் தெரிந்திருந்தன. வடக்கே போனதும் தெலுங்கில் பேசினார். வெள்ளைக்காரன் படை எப்போது எந்த எந்த ஊர்களைக் கடந்து சென்றது என்று விசாரித்தார்.

"பொழுது சாயறதுக்குள்ள அவர்களைப் புடிச்சுரலாம்" என்றார்.

"அய்யா, அவங்ககூடச் சேர்ந்துக்கலாங்களா இல்ல தனியா பின்னால வரலாங்களா?"

"சேர்ந்துக்கறதுதான் நல்லது. திங்க நிறையக் கொடுப்பாங்க. உனக்குத்தான் முன்னமேயே தண்ணி காட்டற வேலை கிடைச்சிருக்கு. அங்கங்க கிராமங்கள்ள இருந்து ஆள் சேத்துப்பாங்க. நாளைக்குப் போய் அங்க சேர்ந்துக்கலாம். இந்தப் பொண்ணுதான் கொஞ்சம் ஒதுங்கி வரணும். பாத்துட்டான், பத்துப் பேரு பாஞ்சுருவாங்க. எல்லோரும் காஞ்சு கிடப்பானுங்களா!"

"இவளை எதுக்குத்தான் கூட்டி வந்தோமோ? இவளாலதான் நமக்குத் தொல்லை வரப்போவுது."

"பைராகி, நான் பின்னே தங்கிடறேன். உங்ககூடச் சிப்பாய்ங்க வரைக்கும் வரலை."

"உன்னை எங்க விட்டுட்டுப் போறதாம்? பேசாம வா!"

மூவரும் ஒரு மரத்தடியில் உட்கார்ந்திருக்க, பைராகி பூஞ்சோலையை அளப்பது போல் ஒருமுறை பார்த்தார். தன் ஏராளமான பையிலிருந்து எதையோ எடுத்தார். "எந்திரி புள்ளே!"

"என்ன பைராகி?"

"நீ முந்தி சொன்ன பாரு, அதான் லாயக்கு."

"என்னா சொன்னேன்?"

"இந்த இத்தைப் போட்டுக்க"

பூஞ்சோலை பைராகி கொடுத்த நீண்ட அங்கியை மாட்டிக் கொண்டு தன்னைப் பார்த்துக்கொண்டாள்.

"முடியையும் வெட்டணும் போல இருக்கு" என்றார் பைராகி.

முத்துக்குமரன் சிரித்தான்.

"ஏன் சிரிக்கிறாராம், கேளு" என்றாள்.

"ஏன்யா சிரிக்கிறே?"

"கோமாளித்தனமா இருக்குது பைராகி. இப்ப இவளைப் பொம்பளைன்னு சொல்ல முடியாதுங்கறீங்களா?"

"மார் தெரியலை பாரு. ஏ புள்ளே, மூச்சை இழுத்துப் பிடிக்காத. தளத்தி விடு!"

"இடுப்பு சொல்லுது, கண்ணில மையி சொல்லுது. தலைமுடி சொல்லுது."

"முடியை வெட்டிர வேண்டியதுதான். உங்க கூட்டத்திலே வெட்டியிருப்பாங்க. அங்கிருந்து தப்பிச்சு வந்த. அடுத்த கிராமத்துக்குப் போனதும் வெட்டிர வேண்டியதுதானே!"

"யோவ், அந்தாளைச் சிரிக்காம இருக்கச் சொல்லு பைராகி. என்னா வேண்டிக் கிடக்கு சிரிப்பு?"

"சிரிக்கலை பைராகி."

"ரொம்ப நாள் கழிச்சு சிரிக்கிறான்."

இப்போது பூஞ்சோலை கண்களைக் கசக்கிக்கொண்டு கண்ணீரைச் சேர்த்துக்கொண்டு, "நான் உங்களுக்காகக் காசு சேத்துக்கிட்டு வரலை? ராத்திரிக்குச் சோறாக்கிப் போடலை? ரெண்டு பேரும் எனக்கு வெக்காம மூக்கப் பிடித்துத் தின்னீங்களே! அதுக்கு மட்டும் பூஞ்சோலை வேணுமா?"

"இப்ப இவளை நாம என்ன சொல்லிவிட்டோம் பைராகி?"

"சிரிக்கச் சொல்லாதீங்க. அது போதும்."

"முத்து, சிரிக்காத. இத பாரு பூஞ்சோலை, அனாவசியத்துக்கு உன் முடியை வெட்ட வேண்டாம். முத்து, நானும் இந்தப் பொண்ணும் கொஞ்சம் தள்ளியே வரோம். நீ மட்டும் அந்தப் பட்டாளத்திலே போய்ச் சேர்ந்துக்க. நாங்க கூடவே வந்திக்கிட்டிருக்கோம். இவளை என்னதான் மறைச்சாலும் கண்ணைப் பார்த்தா போதும். பாஞ்சுருவாங்க! பொண்ணுன்னு தெரிஞ்சுரும்." பைராகி மூக்கைத் தேய்த்துக்கொண்டிருந்த பூஞ்-சோலையை ஆச்சரியமாகப் பார்த்தார். "என்ன பொண்ணு இது! வடக்கே உன்னொத்த பொண்ணுங்களெல்லாம் புருசன் செத்த அதே சிதையில அவங்களும் போயிர்றாங்க! இது என்னடான்னா கட்டின புருசனை விட்டுட்டு எவனையோ நினைச்சிக்கிட்டு எங்கேயோ வந்து, ஏன் உனக்கு இந்தத் தலையெழுத்து!"

"பொளுது போவலை."

"இல்லை பைராகி. திமிரு!" என்றான் முத்துக்குமரன். "என்னைக்காவது ஒரு நா என்னை வளைச்சுப் போட்டுரலாம்னு கனாக் கண்டுட்டிருந்தது."

"அதெல்லாம் இல்லைன்னு சொல்லுய்யா. எனக்கு ஊரைச் சுத்திப் பாக்கணும் போல. அதான் வந்தேன். இது வெறும் கல்லு! வெள்ளைக்காரனையே கரு கட்டிக்கிட்டு . . . அவனை விட்டா வேற கதி கிடையாது இதுக்கு! பைராகி, நான் உன்னைய கல்யாணம் கட்டிக்கிட்டா என்னை ஏத்துப்பியா?"

"சேச்சே! நான் எல்லாத்தையும் துறந்தவனம்மா."

"ஆமாம் ஞானிதான். உடம்பு புடிச்சிவிட பொம்பளை கேக்குதா? நான் கோயில்ல, வீட்டில பாக்கலைன்னு எண்ணிக்காத!"

"அது என் மக போலம்மா. யார்ரா அது! கொள்ளைக்காரங்களா?"

31

பைராகி அவர்களைச் சுவாரஸ்யமாகப் பார்த்து, "அட வந்துட்டீங்களா!" என்றார்.

"இவங்கள்ளாம் யாரு பைராகி?" என்றாள் பூஞ்சோலை.

"அப்பால. சொல்றேன். பார்த்துக்கிட்டே இரு."

சாதாரணப் பிரயாணிகள் போலத்தான் இருந்தார்கள். தலையில் முண்டாசு. மார்பில் ஒன்றும் இல்லை. இடுப்பில் சிக்கனமாகத் தூக்கிக் கட்டிய வேட்டி. வயிற்றை இறுக்கிய துண்டு. கையில்தான் நீண்ட தலைமுடி போல ஏதோ வைத்திருந்தார்கள். பைராகியை ஒருவன் பார்த்து, "அய்யா, நீங்கள்ளாம் வழிப்போக்கர்களா?" என்று கேட்டான்.

"ஆமாங்க. நீங்க?" என்றார் பைராகி.

"நாங்களும்தான். வடக்கே போறீங்களா?"

"ஆமாங்க! நீங்க?"

"நாங்களும்தான்!"

"அப்ப ரொம்பச் சௌகரியமா போச்சு. உங்ககூட இன்னும் யாரும் வரலிங்களா?"

"வந்திருக்காங்க," என்று பின்னால் காட்டினான்.

பின்னால் இன்னும் இரண்டு பேர். ஒருத்தனைக் காலையும் தோளையும் பிடித்துத் தூக்கி வந்துகொண்டிருந்தார்கள்.

பூஞ்சோலை ஆர்வத்துடன் பார்த்து, "அய்யோ பாவம்! என்ன ஆயிருச்சு இவருக்கு?"

"பிரயாணக் களைப்பில விழுந்துட்டாரு."

அவர்கள் இருவரும் தங்கள் சுமையைச் சாலையோரமாக இறக்கிவிட்டு, "என்ன, இவங்களும் வழிப்போக்கர்களா!" என்று கேட்க, "ஆமாண்ணே."

இப்போது ஒருவன் பைராகியைப் பார்த்து, "நாம எல்லோரும் பார்த்துப் போகணும். வழியில கொள்ளைக்காரங்க பயம் சாஸ்தி சொத்து ஏதாவது கொண்டுவந்திருக்கீங்களா?"

“உம் . . . ஏராளமாகத் தங்கம் இருக்குது! வெள்ளைக்காரன் காசு இருக்குது.”

முத்துக்குமரன் பைராகியை ஆச்சரியத்துடன் பார்க்க, அவர் அவனுக்குச் சைகை மூலம் சும்மா இரு என்றார்.

“பத்திரமாகப் பாதுகாத்துக்கணுங்க. நாங்க உங்களுக்குத் துணையா வரலாங்களா?”

“தாராளமா வாங்க! உங்ககிட்டேயும் பொருள் இருக்குதா?”

“ஆமாங்க! வாங்க போகலாம்.”

“வெள்ளைக்காரங்க முந்தி போயிருக்காங்க. தெரியுமா?”

“தெரியும்.”

“அந்தாளு அப்படியே படுத்துருக்காரே,” என்றாள் பூஞ்சோலை.

“மயக்கத்தில இருக்காரு. எழுந்திருச்சு வருவாரு. பின்னால எங்க கூட்டாளிங்க வராங்க. அவங்க கூட்டி வந்துருவாங்க.”

“போகலாமா?”

மூவரும் நடக்க, அவர்கள் பின்னால் நடந்தார்கள். கொஞ்ச தூரம் போனதும் சவுரியைக் காட்டி முத்துக்குமரன், “இது என்னங்க?” என்றான்.

“இதுங்களா? இது வந்து எங்க குலதெய்வத்துக்கு நாங்க காணிக்கை குடுக்கறதுக்கு முடி.”

“அப்படியா? இதை என்ன செய்வீங்க?”

“இது வந்துங்க. . .” என்று முத்துக்குமரன் அருகில் வந்து சுற்றிலும் பார்க்க அதை அவன் கழுத்தில், “முதல்ல இப்படி மாலை போல போடுவோம். அப்புறம் ஆளைப் படுக்க வைப்போம். அப்புறம் கழுத்தில் அது இறுக, ஒரு முறை இறுக்குவோம்!”

முத்துக்குமரன் கழுத்தில் அது இறுக, “விடுங்க! விடுங்க!” என்று பேச முற்பட்டான். சிரித்துக்கொண்டே இருந்தார்களே தவிர, விடுகிறவர்களாகத் தெரியவில்லை. முத்துக்குமரனுக்கு மூச்சுத்திணறி விழி பிதுங்கியது. பூஞ்சோலை பதறிப்போய், “அய்யோ பைராகி! என்னவோ செய்யறாங்களே!”

“எடு எல்லாத்தையும்,” என்றான் ஒருவன்.

முத்துக்குமரன் தன் பலங்கொண்ட மட்டும் திமிறிப் பார்த்தான். ஆனால் கழுத்தில் இறுக்கம் இன்னும் அதிகமாக, பூஞ்சோலை அலறினாள்.

"அய்யோ! அய்யோ! காப்பாத்துங்க பைராகி! எதாவது செய்யுங்க."

வேடிக்கை பார்த்துக்கொண்டிருந்த பைராகி மெதுவாக அவன் அருகில் சென்று, "ஏய், விடுரா அந்தாளை," என்றார்.

இப்போது அவன் முத்துக்குமரன் மேல் உட்கார்ந்துகொண்டு விட்டான். மற்றொருவன் தயாராக அருகே காத்திருந்தான். "முடியாது. கொண்டுவந்த பொருள் எல்லாம் எடு. பாதைல கிடக்கான் இல்ல, அவன் கதி உனக்கும் ஆகணுமா? எடு! காசு, நகை எல்லாத்தையும்."

பைராகி தன் இடுப்பிலிருந்து உருவி, "இந்தா," என்று அவன் முகத்தின் மேல் எறிந்தார். அவன் உடனே "அய்யோ அம்மா," என்று முகத்தைப் பிடித்துக்கொண்டு பின்பக்கம் சாய்ந்தான்.

மற்றொருவன் இப்போது பைராகி மேல் பாய, "ஓம் காளி!" என்று தொடையைத் தட்டிக்கொண்டு புஃபா என்று எதையோ ஊதினார். குபீர் என்று அவன் முண்டாசு நெருப்புப் பற்றிக் கொண்டது. "வாங்கடா வாங்க! நான் யார் தெரியுமா? பாசிக்காரனுக்கு பாசிக்காரன். உங்க தேவி என் கை அடக்கம். வா வா, செல்வ மகனே! எங்கிட்டயா களவாடுறே? வாடா!" என்றார்.

இரண்டு பேர் இந்த வினோதத் தீயைப் பார்த்து நழுவ, "இருடா! அங்கேயே இரு. இல்ல, மந்திரம் போட்டு நிக்க வெக்கவா?"

"வேண்டாம். வேண்டாம்!"

"எந்திரிடா எந்திரி!"

முத்துக்குமரன் மேல் உட்கார்ந்தவன் இப்போது எரிச்சல் கண்களில் அழுதுகொண்டு, "நீங்க யாரு?" என்றான் நடுக்கத்துடன்.

"உனக்குச் சர்தார் இருக்கானில்ல, அவனுக்கு சர்தார் நானு! எடு பையை!" அவன் தயங்க, "காளி!" என்று கூப்பிட்டார்.

"இல்லை! இல்லை!" எடுக்கறேன்."

"கொடு, கொள்ளை அடிச்சதெல்லாத்தையும்!"

அவன் இடுப்பிலிருந்து சிறிய குட்டை போல எடுத்து உதறினான். வளையல்களும் கொலுசுகளும் தங்க நாணயங்களும் சிதறின.

"எங்க அடிச்ச இதை?"

"உங்களுக்கு முன்னால மாட்டு வண்டில போய்க்கிட்டு இருந்தாங்க. அவங்ககிட்ட. ஒரு பொம்பள, ஒரு வயசான ஆளு, அப்புறம் . . .

"வண்டிக்காரன்!"

“இதோ கிடக்கான்!”

“அப்படியா சேதி! எல்லாத்தையும் போட்டுட்டு ஓடு முதல்லே. உங்க தலைவரைப் பார்த்தா பைராகி விசாரிச்சதாச் சொல்லு. ஓடுரான்னா!”

முத்துக்குமரன் இருமிக்கொண்டே எழுந்திருக்க, அவர்கள் ஓடும் திசையையே பார்த்துக்கொண்டிருந்த பூஞ்சோலை, “இவங்க யாரு பைராகி?” என்றாள்.

“பாசிக்காரங்கன்னு பேரு. எந்தக் கொலைக்கும் அஞ்ச மாட்டாங்க. கழுத்தை நெரிச்சே கொன்னு போட்டுருவாங்க!”

“என்ன ஆளு படுத்துட்டாரு! இன்னேரம் பைராகி இல்லன்னா உயிரை விட்டிருப்பாரு,” என்று சிரித்தாள்.

“சிரிக்கச் சொல்லாதீங்க! நானும்தான் எத்தனையோ முயற்சி பண்ணிப் பார்த்தேன்.”

“ஆமா, அது என்ன பொடி?”

“அது ஒரு நமைச்சல் பொடி. மூலிகை பார்த்து இடிச்சுக் கைவசம் எப்பவும் வெச்சிருப்பேன். வழித்துணைக்கு இதெல்லாம் தேவைப்படுவதில்லை!”

“அந்த நெருப்பு வந்திச்சே அது?”

“குங்கிலியம், கந்தகம்! அதும் ஒரு ரகசியம் வெச்சிருக்கேன்! பாக்கறியா!” என்று மறுபடி ஊதிக் காட்ட, மற்றொரு குபுக் நெருப்புக் கோளம் மேலே காற்றில் நெளிந்தது.

“காளி பேரைச் சொன்னா கட்டுப்பட்டுருவாங்க. பாதைல இவங்க அலைவாங்க. எட்டுப், பேர் பத்துப் பேரா வருவாங்க. ஆளுங்களைப் பொறுத்து. இவங்களுக்கெல்லாம் தலைவன் ஒருத்தன் இருக்கான். அவனுக்குப் பேர்தான் சர்தார்!”

“இதெல்லாம் உங்களுக்கு எப்படித் தெரியும்?”

“நானும் இவங்களோட சேர்ந்து ஒரு காலத்திலே கொள்ளை அடிச்சவன்தானே!” பைராகி தரையில் கிடந்த நகைகளையும் காசுகளையும் பொறுக்கிக்கொண்டு, “உரியவர்கள் கிட்ட சேர்ப்பிச்சுரலாம். பக்கத்துக் கிராமத்திலிருந்துதான் எங்கயாவது நடுங்கிக்கிட்டு அழுதுகிட்டு நின்னுகிட்டு இருப்பாங்க,” என்று அவர்களைப் பார்த்துச் சிரித்தார்.

சென்னை ராணுவத்தின் அதிகாரிகளும், மாளிகையில் தங்கியிருந்த உபரி விருந்தாளிகளும் பங்குகொள்ள, ராணியின் நல்வாழ்வுக்கும் கலகத்தில் வெற்றிக்கும் ‘டோஸ்ட்’ அருந்தப்பட்ட பின் அவர்கள் தனித்தனி

முடிச்சுக்களாக வராந்தாவில் சென்றுவிட, மக்கின்ஸியும் அட்கின்ஸனும் மற்றும் இரண்டு அதிகாரிகளும் மேலும் கொஞ்சம் மதுவை நாடித் தனியே ஒதுங்க, ஆஷ்லி எமிலியின் அருகே வந்தான்.

"இன்றைக்கு நீங்கள் வசீகரமாக உடை அணிந்திருக்கிறீர்களே!"

"வந்தனம்!" என்றாள் எமிலி.

மஞ்சள் ஸில்க்கில் கவுன் அணிந்து மார்பில் மஞ்சள் ரோஜா பொருத்தியிருந்தாள்.

"உங்கள் உடமை எதையும் நீங்கள் சமீபத்தில் கெட்டுப் போக்கவில்லையா?"

சற்று ஆச்சரியத்துடன் நிமிர்ந்து அவனைப் பார்த்து, "இல்லையே. ஏன்?" என்றாள்.

"உங்கள் கையுறை ஒன்று?"

"ஓ, அதுவா! கப்பலில் தொலைத்துவிட்டேன்."

"என்னிடம் பத்திரமாக இருக்கிறது."

"அப்படியா!"

"எப்போதும் என் பையில்! என் இதயத்துக்கு அருகிலேயே!"

எமிலி அவனைப் பார்க்கவில்லை.

"எமிலி! நீங்கள் கான்பூர் போவது இந்தச் சமயத்தில் நல்லதல்ல."

"சித்தப்பா தீர்மானித்துவிட்டார். அவரை மாற்றுவது கஷ்டம்!"

"எனக்காக, எனக்காக நீங்கள் இங்கேயே இருக்க வேண்டும்!"

"நீங்கள் எல்லாம் எங்கே போகிறீர்கள்?"

"முதலில் பனாரஸ் போகிறோம் என்று நினைக்கிறேன். எமிலி! தயவுசெய்து போக வேண்டாம்."

"ஒரு ராணுவ அதிகாரிக்கு நீங்கள் அதிகம் பயப்படுகிறீர்கள்! இங்கே தனியாக உட்கார்ந்துகொண்டு மான்களையும் யானைகளையும் எண்ணிக் கொண்டிருக்க வேண்டும் என்கிறீர்களா? கான்பூரில் கலகமில்லை என்று கவர்னர் ஜெனரல் அலுவலகத்திலேயே சொல்லிக் கொள்கிறார்கள்."

"உங்களுக்குத் தெரியாது. உள்ளூர் சிப்பாய்கள் கலவரப்படாமல் இருப்பதற்குச் செய்திகளை மறைத்து வைப்பார்கள். கலகம் இல்லாவிட்டால் கலகம் வர அதிக நாளாகாது."

"அதையும்தான் பார்த்துவிடலாமே! என்ன ஆகிவிடும்?"

"எமிலி, இது அனாவசியமான அபாயம். இப்போதுதான் கல்யாணம் ஆகி வாழ்க்கையில் இன்னும் நிறைய எதிர்நோக்கும் உங்களுக்கு இந்த..."

"தயவுசெய்து அந்தக் கல்யாணத்தைப் பற்றிப் பேசாதீர்கள். அதை மறக்கவே நான் கான்பூர் போக விரும்புகிறேன்."

"எமிலி! எனக்குப் புரியவில்லை!"

"அது என் சொந்த நரகம்! அதைப் பற்றிப் பேச விரும்பவில்லை."

"மன்னிக்கவும். உங்களை எந்த வகையிலும் புண்படுத்த விரும்பவில்லை. எமிலி, நான் உங்களிடம் சொல்ல விரும்பியதை எல்லாம் மத்தியானத்திலிருந்து ஒத்திகை பார்த்துக்கொண்டிருந்தேன். இப்போது சந்தர்ப்பம் கிடைத்ததும் விழிக்கிறேன்! தயக்கம். அதுதான் என் சொந்த நரகம்! தயக்கமும் தவிப்பும்! எமிலி, நான் உங்களைக் கல்யாணம் செய்து கொண்டிருக்கவேண்டும். எல்லோரையும் முந்திக்கொண்டு என் காதலை வெளிப்படுத்தி இருக்க வேண்டும்! நீங்கள் அவசரப்படவில்லை. நான்தான் தயங்கிவிட்டேன். எமிலி, உங்களை ஒன்று கேட்கலாமா?"

"என்ன?"

"உங்கள் மார்பில் குத்தியிருக்கும் அந்த ரோஜா!"

எமிலி வேறு திசையில் பார்த்து, "அதோ எட்வர்ட்!" என்றாள். தன் கணவனை நோக்கிச் சென்றாள்.

ஆஷ்லி இங்கிருந்து பார்த்துக்கொண்டிருந்தான். போகும்போது எமிலி இயல்பாகத் தன் மார்பில் பொருத்தியிருந்த மலரை எடுத்து நழுவ விட்டுவிட்டுத் தன் கணவனுடன் போய்ச் சேர்ந்துகொண்டாள். ஆஷ்லி அதை எடுத்துப் பத்திரப்படுத்திக்கொண்டு, 'எமிலி! எமிலி! நிச்சயம் கான்பூரில் நாம் சந்திப்போம்" என்று மெல்லத் தனக்குள் சொல்லிக்கொண்டான். எப்படி, எந்த ஒரு வினோதமான சூழ்நிலையில், அவளை மறுபடி சந்திப்போம் என்பது அவனுக்குத் தெரிந்திருக்கவில்லை.

நீல் அதிக மது உற்சாகத்தில் இருந்தார். பக்கத்தில் இருப்பவர்கள் கோப்பைகளையெல்லாம் நிரப்பிக் கொண்டிருந்தார்கள். கானிங் பிரபு கோப்பையை உயர்த்தி, "கர்னல் நீலுக்கு," என்றார்.

"இவரைப் போல் ஆசாமிதான் எனக்கு வேண்டும். கர்னல் இன்று ரெயில் நிலையத்தில் செய்ததை நான் முற்றும் அங்கீகரிக்கிறேன்! செய்ய வேண்டியது என்ன என்பதை அழுத்தமாகத் தெரிந்தவர் கர்னல்!"

நீல் உற்சாகத்துடன், "கவலையேப் படாதீர்கள். நமக்கு வேண்டியது செயல்பாடு! காருண்யத்துக்கு இப்போது இடமில்லை! யாராவது எதிர்த்தால்

உடனே மரணம்! அதுதான் இப்போது தேவை."

அட்கின்ஸன் கிடைத்த இடைவெளியில், "கான்பூர் எப்படி இருக்கிறது?" என்று விசாரித்தார்.

"ஏன்?"

"நான் அங்கே போகலாம் என்று இருக்கிறேன்."

"தாராளமாகப் போய் வாரும். நாங்கள் எதற்கு இருக்கிறோம்!"

"கலகம் உண்டா அங்கே?"

"இது என்ன கலகம், ஸர்! பத்து நாட்கள் எனக்குத் தாருங்கள் போதும். எல்லாம், எல்லாமே அமைதி!"

"முதலில் பனாரஸ் போய்விடுங்கள்!"

"என் கணக்கின்படி ஜுன் மூன்றாம் தேதி பனாரஸ். அங்கே எல்லாம் சரியாக இருந்தால் உடனே அலகாபாத்!"

"இல்லை, பனாரஸில் 37வது இன்ஃபண்ட்ரி இருக்கிறது. அவர்களை நம்ப முடியாது. ஒரு சீக்கிய ரெஜிமெண்ட் இருக்கிறது. அவர்கள் விசுவாசிகள்."

"37ஐக் கலைத்துவிட்டு துப்பாக்கியைப் பிடுங்கிவிட்டால் போகிறது! மாட்சிமை தங்கிய கவர்னர் அவர்களே, அதையெல்லாம் எங்கள் சென்னை ராணுவத்திற்கு விட்டுவிடுங்கள். கொஞ்சம் என் முறைகளைப் பற்றிக் கண்டுகொள்ளாமல் இருங்கள். அது போதும்." நீல் கோப்பையை மறுபடி உயர்த்தி "தூக்குக் கயிற்றுக்கு," என்றார்.

32

கான்பூர்! ரத்த ராத்திரிகளின் நிலைக்களமாக இருக்கப்போகிற நகரம்! அந்த 1857 ஆம் ஆண்டு மே மாதம் மூன்றாம் வாரத்தில் அமைதியாகவே இருந்தது. "கான்பூரில் எல்லாம் சுகம்," என்று கவர்னர் ஜெனரலுக்குச் செய்தி அனுப்பியிருந்தார் மேஜர் ஜெனரல் ஸர் ஹ்யூ மாஸ்ஸி வீலர்.

"அமைதியான அணுகுமுறையும் ராஜதந்திரமும் மக்களிடையே நம்பிக்கையை ஏற்படுத்திவிடும். கலகத்தைப் பற்றிக் கவலையில்லை. இன்னும் சில தினங்களில் எல்லாம் சரியாகிவிடும்."

செய்தியை அனுப்பி வைத்த ஜெனரல் வீலருக்கு 67 வயது. சிக்கனமாக நரைத்த தலையும் சற்றே கவலைக் கண்களும் கொண்ட வீலரைப் பார்த்து அவ்வளவு பயப்பட வேண்டாம். அயர்லாந்தில் பிறந்த வீலர் (கிழக்கிந்தியக் கம்பெனியில் ஒரு காப்டனின் மகன்) பாத் கிராமர் பள்ளியில் கொஞ்ச காலம் படித்துவிட்டுப் பதினாலு வயசிலேயே ராணுவத்தில் சேர்ந்தார். அப்போதிலிருந்து இப்போது வரை தன் வாழ்நாள் முழுவதையும் இந்தியாவிலேயே கழித்தவர். இந்தியாவை நேசித்தவர். இந்தியச் சிப்பாய்களை நேசித்தவர். அவருக்கு ஒழுங்காக இந்துஸ்தானி தெரியும். ஓர் இந்தியப் பெண்ணை மணம் புரிந்துகொண்டவர். வீலர் தன்னை ஏறக்குறைய இந்தியனாகவே கருதினார். தன் சொல்லை மீறித் தன் சிப்பாய்கள் கலகம் செய்வார்கள் என்று அவர் கருதவில்லை.

கான்பூரில் நான்கு இந்திய ரெஜிமெண்ட்டுகள் இருந்தன. முதல் 53ம் 58ம் இன்ஃபண்ட்ரி மற்றும் இரண்டாவது காவல்ரி, இந்திய ஆர்ட்டிலரியையும் சேர்த்து மூவாயிரம் பேர் இருந்தார்கள். ஐரோப்பியச் சிப்பாய்களை விடப் பத்து பங்கு அதிகம். இருந்தும் வீலர் அதைப் பற்றி கவலைப்படவில்லை.

எங்கள் சிப்பாய்கள் விசுவாசமுள்ளவர்கள். ஒருகாலும் கலகம் செய்ய மாட்டார்கள். ஏதாவது சிறு கலகம் ஏற்பட்டாலும் ஜெனரல் வீலர் அதைச் சமாளிக்கக்கூடியவர் என்றே கான்பூரின் வெள்ளைக்காரர்கள் நம்பினார்கள். ஜெனரல் மேல் அவர்களுக்கு நம்பிக்கையும் வாத்ஸல்யமும் இருந்தது.

கான்பூர் அவ்வளவு பிரதானமான நகரமில்லை. ஆங்கிலேயர்கள் அந்த பிரதேசத்திலிருந்து கட்டளையாக வாங்கிக்கொண்ட நிலத்தில் நிறுவிய பாரக்குகளைச் சுற்றிப் பதினெட்டாம் நூற்றாண்டின் இறுதியில் பரவிய நகரம். 1857ல் கான்பூர் கங்கை நதியின் தெற்குக் கரையில் ஆறு மைல்

பரவியிருந்தது. மூன்று பாகங்களாகப் பிரிந்திருந்தது. இந்தியப் பகுதி நடுவில் எப்போதும் போல நெருக்கமான தெருக்களும், குறுகலான சந்துகளும், பஜார்களுமாக விரவியிருந்தது. வடமேற்குப் பகுதியில் ஸிவில் லைன்ஸ், அரசாங்கக் கட்டிடங்கள், சிறைச்சாலை, ட்ரெஷரி, அழகான, சின்னச் சின்ன, தாழ்ந்த பங்களாக்கள், வெள்ளைக்காரர்களுக்காக அவர்கள் கூடிப் பேசும் பகுதிகள், தியேட்டர்கள், சர்ச், குதிரைப் பந்தய மைதானம் என்று சம்பிரதாயமான நகரம், இந்தியர்கள் பகுதிக்கு மேற்கே கால்வாயைக் கடந்ததும் ராணுவச் சிப்பாய்களின் மிலிட்டரி லைன்.

கான்பூர் வசீகரமான நகரம். ராணுவ அதிகாரிகளின் மனைவி மக்களுடன் பற்பல ஆங்கிலேய, ஆங்கிலோ இந்திய வியாபாரிகளின் குடும்பங்களும் கூடிப் பேசிப் பழகிச் சிரித்துக்கொண்டிருந்த காலம் அது. கல்கத்தாவிலிருந்து போடப்பட்டு வரும் ரெயில் பாதையை விஸ்தரிக்க இன்ஜீனியர்களும் ஏராளமாகச் சேர்ந்து கொண்டிருந்தார்கள். எல்லோரும் சமீபத்தில் சம்பவிக்கப்போகும் அபார அதிர்ச்சிகளைப் பற்றிக் கவலைப்படாமல் குடித்துக்கொண்டும் நடித்துக்கொண்டும் விளையாடிக்கொண்டும் வெவ்வேறு பாவங்களில் கவனமாக இருந்தார்கள்.

சாந்தினி சவுக்கில் தங்கமும், வெள்ளியும், விதவிதமான தோல் பொருட்களும், குதிரைச் சேணங்களும், பட்டுத் துணிகளும் விற்றுக் கொண்டிருந்த இந்திய வியாபாரிகளும் நகரத்தில் சீக்கிரமே பெருகப் போகும் ரத்த வெள்ளத்தை உணர்ந்திருக்கவில்லை. கான்பூரில் குழுமியிருந்த சில்லறை பத்மாஷ்களும் நாடோடிகளும் திருடர்களும் தமக்குத் திடீரென்று கிடைக்கப்போகிற சந்தர்ப்பங்களைப் பற்றித் தெரிந்திருக்கவில்லை. கான்பூருக்கு அருகில் நமக்கு மற்றொரு வசீகரமான விஷயம் இருக்கிறது.

கான்பூரிலிருந்து தென்மேற்கே சில மைல்கள் போனால் பிட்டூர் வருகிறது. அங்கே, நாம் இந்தக் கதையில் அதிகம் சந்திக்கப்போகும், தோந்து பந்த் என்னும் நானா சாஹிப் வசிக்கிறார்.

நானாவுக்கு வயது முப்பத்து ஐந்து. கடைசி மராட்டிய பேஷ்வா பாஜிராவின் சுவீகாரப் புத்திரன். ஜுன் மாதம் 1818ஆம் வருடம் பாஜிராவ் தன் ராஜ்ஜியத்தை ஆங்கிலேயர்களுக்குத் தாரை வார்த்துக் கொடுத்துவிட்டார். பதிலாக அவருக்கு வருடத்துக்கு எட்டு லட்சம் ரூபாய் உதவிச் சம்பளமும் பிட்டூர் அரண்மனையும் ஆங்கிலேயர்களால் அளிக்கப்பட்டது. பாஜிராவ் 1851 வரை உயிர் வாழ்ந்தார். பாஜிராவ் இறந்ததும் சுவீகார மகன் நானா சாஹிப் உதவிச் சம்பளத்தைத் தொடர்ந்து அளிக்குமாறு பல முறை கேட்டுக் கொண்டார். ஆங்கிலேயர்கள் பிடிவாதமாக மறுத்துவிட்டார்கள். அஸிமுல்லா என்பவனை லண்டனுக்கு அனுப்பிக் கிழக்கிந்தியக் கம்பெனி டைரக்டர்களிடமும் பிரிட்டிஷ்

அரசாங்கத்திடமும் கெஞ்ச வைத்துப் பார்த்தார். தீர்மானமாக மறுத்துவிட்டார்கள்.

நானாவுக்கு வெள்ளைக்காரர்கள் மேல் மகத்தான கோபம்.

அந்தக் கோபத்தைக் கான்பூரின் ராணுவத் தலைவரான வீலர் தெரிந்திருக்கவில்லை. வீலரின் இந்திய மனைவி நானா சாஹிப்புக்கு உறவு என்றுகூடச் சொல்லுகிறார்கள். நானா சாது, நம்மை எதிர்க்க மாட்டான் என்றே நம்பிக்கொண்டிருந்தார். தப்பு.

நானாவைச் சந்திக்கலாம். அவ்வளவு ஒன்றும் வசீகரமான ஆசாமியில்லை. வட்ட முகம். சற்றே பருமன். மெல்லிய மீசை. அப்பா, எத்தனை அலங்காரம் மாளிகையில்!

கண்களைப் பறிக்கும் சாண்டலியர்கள், உயர்ந்த கண்ணாடிப் பொருட்கள், ரத்தினக் கம்பளங்கள், ரகசியமான சித்திரச் சாலைகளில் ஐரோப்பிய, இந்திய சித்திரக்காரர்கள் வரைந்த வெட்கமில்லாத பெண்களின் பற்பல மோக தாகச் சித்திரங்கள்.

நானாவின் உடைகளே லட்சக்கணக்கில் பெறும். காஷ்மீர் சால்வை-கள், ரத்தினம் பதித்த அலங்கார உடைவாளுடன் அங்கிகள். திருநாட்களில் நானாவின் அலங்காரத்தைப் பார்க்கக் கண் கொள்ளாது.

கிரீடத்தில் முத்தும் வைரமும் ஜொலிக்கப் பாஜிராவின் மூன்று லட்ச ரூபாய் அலங்கார உடைவாளுடன் அழகான தோட்டத்தில் ஏகப்பட்ட பறவைக் கூண்டுகளின் ஊடே நடந்து வருவதும், நாடு நாடாகச் சேர்த்த அலங்காரத் துப்பாக்கிகளைப் பார்வையிடுவதும், வினோதக் கைப்பிடிக் கத்திகளையும் கட்டாரிகளையும் ஆங்கிலேய விருந்தாளிகளுக்குப் பெருமையுடன் காட்டுவதும் . . .

அலட்சிய சுபாவம். பிலியர்ட்ஸ் ஆட்டம் நன்றாகவே ஆடுவார். இங்கீலிஷ் தெரியாது. ஆனால் 'டெல்லி கெஜட்' 'இங்கிலீஷ்மன்' போன்ற ஆங்கிலப் பத்திரிகைகளை என்னவோ தவறாமல் வரவழைத்து, படித்துக் காட்ட ஒரு ஆங்கிலோ இந்தியரை வைத்திருக்கிறார். அவ்வளவு ஒன்றும் புத்திசாலியில்லை. சாப்பாட்டுப் பிரியர். கண்ணில் மை தீட்டி வெற்றிலைக் காவி படிந்த உதடுகளையுடைய நாட்டியப் பெண்களிடமும் பிரியமாம். அவரைச் சந்தித்த ஒரு டாக்டர் சொல்கிறார்.

நானா அந்தக் கோப தினங்களில் வெள்ளைக்காரர்களை விருந்துக்கு அழைத்து உபசரித்தாலும் உள்ளுக்குள் வெள்ளமாக வெறுப்புக்குக் காரணங்கள் பல இருந்தன, முக்கியக் காரணம் அந்த உதவிச் சம்பள மறுப்பு. அத்தனை பழக்கங்களுக்கும் விரயங்களுக்கும் பணம் நிறையத்

தேவையாக இருந்தது. ராஜா என்று ஊரே சொன்னாலும் தினப்படிச் செலவைச் சமாளிக்கக் கடன் வாங்க வேண்டிய நிலையிலிருந்தார் நானா. இந்தியச் சிப்பாய்க் கலகத்தின் ஒரு முக்கிய நாயகனாக இருக்கப்போகிற நானா?

ராணிகஞ்ச் வரை ரெயில் மார்க்கமாக வந்து அதன் பின் கொஞ்ச தூரம் தபால் வண்டியிலும் கொஞ்ச தூரம் மாட்டு வண்டியிலும் பிரயாணம் செய்து கான்பூர் வந்து சேருவதற்கு அட்கின்ஸனுக்கும் எமிலிக்கும் பன்னிரண்டு நாட்களாயின. அவர்கள் வந்தபோது நகரத்தில் பீதி பரவியிருப்பதைக் கவனித்தார்கள். தெருக்களில் அடர்த்தியின் ஊடே இந்தியர்கள் மௌனமாக வேடிக்கை பார்த்துக்கொண்டிருக்க ஆங்கிலோ இந்தியக் குடும்பத்தினர் தத்தம் அவசர உடைமைகளை எடுத்துக்கொண்டு ஒரே திக்கில் செல்லுவதைப் பார்த்தார்கள். அட்கின்ஸன் கமிஸேரியட்டைச் சேர்ந்த ஷெப்பர்ட் என்பவரின் இல்லத்துக்குப் போக வேண்டியிருந்தது. அங்கே போய்ச் சேர்ந்தால் வீடு பூட்டியிருந்தது. "அடப்பாவி! வரச் சொல்லிவிட்டு வீட்டைப் பூட்டிக்கொண்டு போய்விட்டானே," என்று ஆத்திரப்பட்டார். பக்கத்து வீட்டில் காலி பண்ணிக்கொண்டிருந்தார்கள்.

"என் பெயர் அட்கின்ஸன்."

"பெயர் என்னவாக இருந்தாலும் உடனே புறப்படும்!"

"எங்கே?"

"கண்டோன்மெண்ட்டுக்குத்தான், வீலரின் விருந்தாளியாக!"

"என்ன ஆச்சு?"

"கலகம் வரப்போகிறது. சீக்கிரம் கலகம் வரப்போகிறது!"

"இன்னும் வரவில்லையே?"

"வரப்போகிறது. சீக்கிரமே வரப்போகிறது. நிலைமை சரியாக இல்லை. நீ யார்?"

"என் பெயர் அட்கின்ஸன். இது என் அண்ணா பெண்?"

"இப்போது எதற்குக் கான்பூருக்கு வந்தீர்கள்?"

"வியாபார விஷயமாக."

பக்கத்து வீட்டுக் கிழவர் பல்லில்லாத ஈறு தெரியச் சிரித்தார். "வியாபாரமா! இந்தச் சமயத்திலா? ஓஹோஹோ!"

"ஏன்னா எல்லாக் கடைகளும் மூடிவிட்டார்களே!"

"பேசாமல் ஊரைப் பார்க்கப் போய்ச் சேரும். எங்கிருந்து

வந்திருக்கிறீர்?"

"கல்கத்தா."

"உம்மைப் போலப் பைத்தியக்காரனை நான் பார்த்ததேயில்லை. சவுகரியமாக கல்கத்தாவில் இருப்பதை விட்டு இந்தச் சமயத்தில் கான்பூர் வந்தீரா? எப்படி? படகில் வந்தீரா? படகு காத்திருந்தால் இப்போதுகூடத் தாமதமில்லை! பேசாமல் திரும்பிப் போய்ச் சேரும்."

அட்கின்ஸன் தன் மகளைப் பார்த்தார். எமிலி, "என்ன சிற்றப்பா இது?" என்றாள்.

"ஒன்றுமில்லை எமிலி. எல்லாம் புரளி. முதலில் நாம் ஷெப்பர்டைப் பார்க்க வேண்டும். ஷெப்பர்ட் எங்கே போயிருக்கிறார்?"

"காலையிலேயே காலி பண்ணிக்கொண்டு கண்டோன்மெண்ட்டுக்குப் போய்விட்டார்."

"கண்டோன்மெண்டில் என்ன?"

"எல்லா ஆங்கிலேயர்களும் ஆங்கிலோ இந்தியர்களும் ஒன்றாகச் சேர்ந்துகொண்டிருக்கிறார்கள்."

"சிப்பாய்கள் தாக்கத் துவங்கிவிட்டார்களா?"

"இன்னும் இல்லை."

எமில், "இப்போது நாம் என்ன செய்வது?" என்றாள்.

"பயப்படாதே. நான் பத்திரமாக அழைத்துப் போகிறேன். வேண்டுமென்றால் ஜெனரல் வீலரையே பார்த்துவிடலாம். வா, அவர்களுடன் போகலாம்."

அவர்கள் பஜாரில் நடந்தார்கள். கத்திக் குத்துக்கள் போன்ற இந்தியப் பார்வைகள் அவர்கள் மேல் விழுந்தன. அந்த கண்களில் இருந்த புராதன விரோதம் இன்று எமிலிக்கு அதிக உக்கிரமாக இருப்பது போல் பட்டது. பார்த்துப் பார்த்துத் தங்களுக்குள் பேசிக் கொண்டார்கள். கடைகளைப் பெரும்பாலும் மூடிக்கொண்டிருந்தார்கள்.

ஒரு சில இந்தியர்கள் இவர்களைப் பார்த்துச் சிரித்தார்கள். ஒருவன் தெளிவாக ஆங்கிலத்தில், "இன்னும் ஒரு வாரம்தான் உங்களுக்கெல்லாம்" என்றான்.

எமிலிக்குப் பயமாக இருந்தது. "வேளை தப்பி வந்துவிட்டோம்."

"பயப்படாதே எமிலி. பயம்தான் பாதித் தோல்விக்குக் காரணம். சற்றுப் பரபரப்புத்தான். கலகம் ஏதும் இல்லை. எல்லோரும் சுதந்திரமாகத்தான்

நடந்து போய்க்கொண்டிருக்கிறார்கள்."

கங்கைக் கால்வாயைக் கடந்து தந்தி அலுவலகத்தையும் தேவாலயத்தையும் கடந்து தெற்கே திரும்பி அந்த வரிசையுடன் நடந்து கண்டோன்மெண்டைச் சார்ந்த பாராக்களுக்கு அவர்கள் வந்து சேர்ந்தபோது மாலை வெளிச்சம் தணிந்துகொண்டிருந்தது.

நீண்ட இரண்டு கட்டிடங்களில் ஒன்று செங்கல் கட்டிடம். ஒன்று ஓலைக் கூரை வேய்ந்து இருந்தது. சுற்றிலும் நான்கு அடி உயரத்துக்கு அவசரமாகச் சுற்றுச்சுவர் எழுப்பி மணல் மூட்டைகள் வைத்து பீரங்கிகள் அமைத்துக்கொண்டிருந்தார்கள். நான்கு பீரங்கிகள் அமைக்கப்பட்டிருந்தன. ஆங்கிலேய ஆர்ட்டிலரி ஆசாமிகள் அவைகளைப் பழுது பார்த்துக்கொண்டிருந்தார்கள்.

பற்பல ஜனங்கள் மேலும் கீழும் அலைந்துகொண்டிருந்தார்கள். பெரும்பாலும் ஆங்கிலேய ஸிவில் மற்றும் ராணுவ அதிகாரிகள். அவர்களின் மனைவிமார்கள், குழந்தைகள், ஆயாக்கள், பிடிவாதமாகக் கொண்டுவந்திருந்த வினோத உடைகள். நான்கு பேர் சேர்ந்து ஒரு பியானோவைத் தாங்கிக்கொண்டு வந்தார்கள். கை வண்டிகள், பல்லக்குகள், மெஸ் மேஜை மேல் உட்கார்ந்துகொண்டு முலைப்பால் கொடுத்துக்கொண்டிருந்த சீமாட்டிகள், வித்தைக்காரர்கள், வியாபாரிகள், எழுத்தர்கள், அங்கும் இங்கும் அழுக்காக ஓடிய ஆங்கிலேயக் குழந்தைகள், ராணுவ அதிகாரிகள். அவர்களில் ஒருவரை அட்கின்ஸன் அணுகி விசாரித்தார்.

"குட் ஈவ்னிங். என் பெயர் அட்கின்ஸன்!"

"நான் காப்டன் ஹேஸ், ஃப்ளெட்சர் ஹேஸ்!"

அட்கின்ஸன் புன்னகையுடன், "ஜெனரல் வீலரின் ராணுவமா?"

"இல்லை! லக்னோவிலிருந்து வந்திருக்கிறேன். ஜெனரல் வீலருக்கு ஒத்தாசைக்காக லாரன்ஸ் அனுப்பியிருக்கிறார்."

"ஏன் இத்தனை குழப்பம்?"

"எனக்கும் தெரியவில்லை. இன்றுதான் வந்தேன். எல்லோரும் ஒரு கற்பனை எதிரியை எதிர்நோக்கிக் காத்திருக்கிறார்கள்."

"கலகம் வருமா?"

"வருகிறதோ இல்லையோ, நாம் பயப்படுவதைப் பார்த்தால் கலகம் வராமலேயே சொந்த முயற்சியிலேயே பிராணனை விட்டு விடுவோம் என்று தோன்றுகிறது. பாருங்கள், யாராவது எதையாவது ஒழுங்காகச்

செய்கிறார்களா பாருங்கள். இவ்வளவு தொடைநடுங்கிகளை நான் பார்த்ததே இல்லை. எங்கே எதிரி? யார் எதிரி? சிப்பாய்கள் கலகம் பண்ணினாலும் நேராக டில்லிக்குத்தான் போவார்கள். அதற்குள் இவ்வளவு பயந்து எல்லோரும் கூடி நடுங்கிக் கொண்டு அவர்களுக்குத் தாக்கும் தைரியம் அளிக்க எல்லாப் பிரயத்தனங்களும் பண்ணிக்கொண்டிருக்கிறோம்."

எமிலி சுற்றிலும் இருந்த பெண்களைச் சுவாரஸ்யமாகப் பார்த்தாள். அவர்களில் ஒருத்தி அவளை நெருங்கி வந்து புன்னகைத்தாள்.

33

ஒட்டகத்தின் இரட்டை முதுகில் கெட்டியான துணி போர்த்தியிருந்தது. அசௌகரியமாக உட்கார்ந்துகொண்டு பெரிய உதடுகளால் எதையோ கவலையே இல்லாமல் மென்றுகொண்டிருந்தது. பைராகி அதன் சொந்தக்காரனுடன் முத்துக்குமரனுக்குப் புரியாத பாஷையில் பேசிக்கொண்டிருந்தார். ஒட்டக்காரன் கைகளை வேகமாக அசைத்துப் பேசுவதிலிருந்து இருவருக்கும் கருத்து வேறுபாடு இருப்பதாகத் தெரிந்தது. அவர்கள் ஒரு பழைய காலத்து இருண்ட கட்டிடத்தின் முன் மைதானத்தில் நின்றுகொண்டிருந்தார்கள். கட்டிடம் சந்தோஷ நாட்களைப் பார்த்திருக்க வேண்டும். இப்போது அதில் உடைந்த சுவர்களில் கண்டமேனிக்குக் காட்டுச் செடிகள் பரவியிருந்தன.

"யோவ்! நாம எங்கய்யா இருக்கோம்?"

முத்துக்குமரன் பதில் சொல்லவில்லை.

"அய்யோ! உன்னோட ரொம்பச் சிரமம்ய்யா. சரி, ஒட்டகத்தைப் பார்த்துக் கேக்கறேன். ஒட்டகம், இது என்ன ஊரு?"

"யாருக்குத் தெரியும்!" என்றான் முத்துக்குமரன் ஒட்டகத்திடம்.

"வெள்ளைக்காரங்க வேற பாதைல எப்பவோ போயிட்டாங்க. இந்தாளு குறுக்கு வழி குறுக்கு வழின்னு நம்மை எங்க கூட்டிட்டுப் போறாருன்னு தெரியலை ஒட்டகம்."

"எப்படியாவது துரை இருக்கிற ஊருக்குப் போய்ச் சேர்ந்தால் சரி."

"உனக்கு வேறு நினைப்பே கிடையாதா ஒட்டகம்? எப்பப் பார்த்தாலும் பழிதானா?"

"வேற நினைக்கிறதுக்கு ஒண்ணுமில்லையே"

"பக்கத்தில குத்துக்கல் மாதிரி ஒருத்தி வந்துகிட்டே இருக்கேன்."

"மத்தவன் பொண்டாட்டி."

"மத்தவன் பொண்டாட்டியா இருந்தா . . . அட, சும்மா பேசினாத் தப்பா? எந்த ஊர் நியாயம்?"

"பேச்சிலதான் எல்லா வினையும் ஆரம்பிக்கும்."

பூஞ்சோலை அவன் எதிரே வந்து நின்று நேராகப் பார்த்தாள். "இத பாருய்யா, உனக்கு இரக்கம் கிடையாதா? எவ்வளவு அல்லல்பட்டு உன் பின்னால துரத்திக்கிட்டு வந்திருக்கேன். உன் மனசு என்ன கல்லா?"

“துரையைக் கொன்னுட்டு அப்புறம் உன்னைக் கொண்டு உன் புருஷன்கிட்ட விட்டுறப்போறேன்.”

“நிசமாவே ஒட்டகம்தான்யா நீ!”

பைராகி அவர்கள் அருகே ஒட்டக்காரனுடன் வந்தார். “எல்லாம் பேசியாச்சு. நேரே வடக்கே போய் கங்கை நதிக்கரையைப் பிடிச்சுட்டு அங்கிருந்து படகில காசிக்குப் போயிர்றோம்.”

“வெள்ளைக்காரங்க?”

“அவங்க எப்படியும் கல்கத்தா போய்ட்டு அங்கிருந்து உத்தரதேசம் வரதாத்தான் எனக்குச் செய்தி கிடைச்சிருக்கு. கலகம் அங்கதான் நடக்குதாம். அவங்க பின்னால போயி, திரும்ப மேற்கே வரதில லாபமில்லை. அதனால குறுக்க வெட்டிர்றம்.”

“நீ சொல்றதே ஒண்ணும் விளங்கல்லே பைராகி,” என்றாள் பூஞ்சோலை. “ஆமா இது எதுக்கு?” என்றாள் ஒட்டகத்தை நோக்கி.

“வாடகைக்கு எடுத்திருக்கேன். மூணு பேரும் இதிலதான் இனிமே பிரயாணம் செய்யப்போறோம்.”

“அய்யோ! மூணு பேரைத் தாங்குமா?”

“ஒருத்தர் நடந்து வர வேண்டியது. மத்த ரெண்டு பேரும் சவாரி. இப்படியே மாத்தி மாத்தி போய்க்கிட்டே இருக்கலாம். நல்லா சுமை தாங்கும். அப்பப்ப சிரிக்கிறா மாதிரி சத்தம் போடும். பயந்துக்காதே, என்ன?”

பைராகி அவர்களது தற்காலிக உடைமைகள் அத்தனையும் கொண்ட இரண்டு சாக்குப் பைகளை ஒட்டகத்தின் பக்கவாட்டில் பொருத்தி, அதைத் தட்டிக்கொடுத்தார். ஒட்டகக்காரன் காசை எண்ணிக்கொண்டு பேசிக்கொண்டிருந்தான். தன் ஒட்டகத்தின் கல்யாண குணங்களைச் சொல்கிறான் போலும்.

“முத்து, ஏறிக்க. நீதான் கொஞ்சம் களைப்பா இருக்க. முதல்ல நான் நடந்து வர்றேன். நீங்க ரெண்டு பேரும் ஏறி வாங்க.”

“இல்லைய்யா, நான் நடந்தே வர்றேன்.”

“இத பாரு, இந்தக் கூட்டத்துக்குத் தலைவன் நானு. நான் சொல்றதுக்கு மறுப்பு கிடையாது. ஏறுன்னா ஏறணும். ஏ பொண்ணு, சீலையை இடுப்பைச் சுத்தி இறுக்கிக்கிட்டு அந்த ஆளு ஏறினதும். பின்னால ஏறிக்க. ரெண்டு முடிச்சு இருக்குது பாரு, பின் முடிச்சுப் பள்ளத்துல பொருந்தி ஒக்காந்துக்க. கொஞ்ச தூரம் தொடை அரையும். எலும்பெல்லாம் பாகம் பாகமா ஆடும். பரவாயில்லை, சமாளிச்சுரலாம். பழக்கமாயிருச்சுன்னா அதுவே ஒரு சுகமாகவும் இருக்கும்.”

முத்துக்குமரன் முதலில் ஏறிக்கொள்ள, பின் இருக்கையின் இடைவெளியில் பூஞ்சோலையை பைராகி ஏற உதவி செய்ய, ஏறிக்கொண்டாள். அவளுக்குச் சிரிப்பாய் வந்தது. ஒட்டகம் மெல்ல முதலில் பின்னங்கால்களின் மடக்கலை நீக்கிக்கொண்டு ஆகாசத்தில் உயர, பூஞ்சோலை ஏறக்குறைய முத்துக்குமரன் மேல் விழுந்தாள்.

"அய்யோ அய்யோ! பயமா இருக்குது பைராகி!"

"பயப்படாதே. கெட்டியாப் புடிச்சிக்க."

"உறுத்தது, உறுத்தது."

இப்போது முன்கால்களையும் நேர்ப்படுத்திக்கொண்டு அது புறப்பட அவர்கள் வகைவகையாக ஆட்டம் கண்டார்கள். ஏதோ ஒரு அலை மேல் பிரயாணம் செய்வது போல் இருந்தது. அவ்வப்போது குலுக்கலில் அவள் மார்பு முத்துக்குமரன் மேல் இடிக்க வேண்டியது கட்டாயமாகப் பட்டது.

"வேணுமின்னுட்டு இடிக்கல்லையா. இந்த உதறு உதறுது!" என்றாள் பூஞ்சோலை.

முத்துக்குமரன் பேசாமல், இருந்தான். பைராகி கீழேயிருந்து பாட்டுப் பாடத் துவங்கினார்.

"மூட்டுக்கு மூட்டு வலிக்குது பைராகி!"

"பழகிக்க. எங்ககூட எதுக்கு வந்தே? பேசாமெ ஊர்லயே இருந்து குழந்தை குட்டி பெத்திருக்கலாமில்லே!"

"திமிரு," என்றான் முத்துக்குமரன். ஆனால் அவன் மனத்தின் உள்ளே சற்றுச் சலனம் இருந்தது. இப்போது பூஞ்சோலைக்குக் கொஞ்சம் கொஞ்சமாக அந்த அசைவுகள் பழகிவிட்டன. இடுப்பில் ஒரு சொடுக்கு, ஒரு இடது பக்க வெட்டு, மார்பு ஒரு முன்துருத்தல், அப்புறம் வயிற்றில் மெல்லியதொரு குத்து போல. இதே திரும்பத் திரும்ப!

மெல்ல முத்துக்குமரனின் தோளைத் தொட்டாள்.

கல்கத்தாவிலிருந்து நதி மார்க்கமாக பனாரஸ் நோக்கிக் கிளம்பிய படகுத் தொடரில் மக்கின்ஸியும் ஆஷ்லியும் ட்ரெவரும் இருந்தார்கள். மக்கின்ஸி எதிர்நோக்கிய ஆர்வத்தில் இருந்தான். "ஆஷ்லி! ரொம்ப நாளாயிற்று நிஜ மனிதர்களைக் கொன்று!" தன் துப்பாக்கியைத் தடவிக்கொடுத்துக்கொண்டான்.

"எட்வர்ட், உன் மனைவி எப்போது கிளம்பிப் போனாள்?"

"இன்னேரம் கான்பூர் சௌக்கியமாகப் போய்ச் சேர்ந்திருப்பாள்."

"கான்பூரில் நிலைமை மோசம்" என்றான்.

"காப்டன்! என் மனைவியைப் பற்றி நான் கவலைப்பட்டுக் கொள்கிறேன்."

ஆஷ்லி மௌனமானான். அவன் தினம் தினம் எழுதும் குறிப்பேட்டில் அன்று எமிலி கொடுத்த ரோஜா முத்திரை பதிந்திருந்தது.

"நான் அவளைப் பற்றி நினைப்பதே தவறு என்று ஒரு மூலையில் என் மனசாட்சி எச்சரிக்கை செய்கிறது. ஆனால் அதையும் மீறி ஒன்று என்னை முழுவதும் ஆக்கிரமித்துக்கொண்டு எமிலி, எமிலி என்று என் ரத்தத்தின் துடிப்பு ஒவ்வொன்றிலும் செய்தி அனுப்புகிறதே அது என்ன? சைத்தானின் குரலா? இல்லை. அவள் போய் விட்டாள். இருந்தும் அவளை நிச்சயம் மறுபடி சந்திப்போம் என்கிற நம்பிக்கை இருக்கிறது. அந்த நம்பிக்கையில்தான் பிரயாணமே மேற்கொண்டிருக்கிறேன். அது ஒன்றுதான் எனக்கு உந்துசக்தி. எனக்கு இந்தியர்களைக் கொல்வதில் ஆர்வமில்லை. கலகம் செய்கிறார்கள் என்றால் காரணம் இருந்துதான் ஆக வேண்டும். பரிதாபத்துக் குரியவர்கள். அவர்களை நாம் நடத்தும் விதத்தில் எத்தனையோ தப்புகள் இருக்கின்றன. அதை முதலில் திருத்த வேண்டும். இந்த வினோத ராஜ்ஜியத்தை எங்களில் எத்தனை பேர் புரிந்துகொண்டிருக்கிறோம்."

இங்கிலீஷ் ராஜ்ஜியத்தின் ஆணவம் போலப் படகுகள் அசைந்தாடிச் சென்றுகொண்டிருந்தன. முன் படகுகளில் தளவாடங்கள் நிரம்பியிருந்தன. துப்பாக்கி முனைக் கத்திகள் வானத்தைக் குத்த முயன்று கொண்டிருக்க, பெட்டி பெட்டியாகக் கார்ட்ரிட்ஜுகளும் பீரங்கிக் குண்டுகளும் பிரயாணம் செய்தன. நதியோரத்தில் அடர்ந்த மரங்களின் ஊடே பெரிதாகப் புகைமேகம் தெரிந்தது. படகோட்டிகளின் தசைநார்கள் சூரிய மஞ்சளில் பளபளத்தன. நான்கு பேர் நீண்ட கோல்களைச் செலுத்திப் படகுக்குள்ளேயே நடந்து மெல்ல நீரோட்டத்தின் எதிர்ப்புக்கு ஈடுகொடுத்துச் செலுத்திக்கொண்டிருந்தார்கள்.

"அங்கே என்ன புகை" என்றான் எட்வர்ட்.

"தெரியவில்லை."

பக்கத்தில் இருந்த, இந்துஸ்தானி தெரிந்த அதிகாரி மூலம் படகோட்டியைக் கேட்க, அவன் ஏதோ சொல்ல, அதிகாரி சற்றே திகைத்தார்.

"என்னவாம்?"

"ஒரு கைம்பெண்ணை எரிக்கப்போகிறார்களாம்!"

"அட! பார்க்கலாம் வா! படகைக் கரைக்குச் செலுத்தச் சொல்லுங்கள்."

ஆஷ்லி திடுக்கிட்டான். "கைம்பெண்ணை எரிக்கிறார்களா? சத்தி எப்போதோ தடை செய்யப்பட்டுவிட்டதே!"

"இன்னும் சில இடங்களில் நிகழத்தான் செய்கிறது. நூற்றாண்டுக் கணக்கான பழக்கத்தைச் சில வருடங்களில் நீக்கிவிட முடியுமா?"

"எட்வர்ட், காப்டன் ஃப்ரேஸர்! வாருங்கள். போய்ப் பார்க்கலாம். சுவாரஸ்யமாக இருக்கும் போல தெரிகிறது!"

"இல்லை இல்லை! தடுக்க வேண்டும். தடுக்க வேண்டும்! என்றான் ஆஷ்லி."

"முதலில் பார்க்கலாம். அப்புறம் தடுப்பதைப் பற்றி யோசிக்கலாம்."

படகைக் கரையோரமாகச் செலுத்த ஆணையிட்டான் மக்கின்ஸி. கல்கத்தாவிலிருந்து வியாபாரப் படகுகள் அந்தப் புகைமேகத்தைப் பற்றி எந்தவிதக் கவலையுமின்றி ஊர்ந்துகொண்டிருக்க, இவர்கள் படகு திசைதிரும்பிக் கரையை விரும்பியது. கரையடைந்து சாய்வுப் பலகை வைத்ததும் மக்கின்ஸி துடிப்புடன் இறங்கினான். ஆஷ்லிக்குத் தயக்கமாக இருந்தது.

கரையோரத்தில் குபுகுபு என்று சனங்கள் கூடிக்கொண்டிருந்தார்கள். ஒரு சிதை அடுக்கப்பட்டு கொண்டிருந்தது. ஆஷ்லிக்கு முதலில் அதைப் பார்த்ததும் தோன்றி அருவருப்பை மீறி ஆர்வமும் ஏற்பட்டது. என்ன வினோதமான மக்கள்! யாரும் ஏதும் கவலைப்படாமல் ஒழுங்காகச் சிதையை அடுக்கிக்கொண்டிருக்கிறார்கள். சற்று வழுக்கலான கரையில் சிரமத்துடன் ஒருவர் கையை ஒருவர் பற்றிக் கொண்டு ஏறி ஆஷ்லி, மக்கின்ஸி, ட்ரெவர் மூவரும் மேலே வந்தார்கள். இப்போது சிதை தெளிவாகத் தெரிந்தது. இவர்கள் இருந்த இடத்திலிருந்து இருநூறு அடி தூரம். அங்கே கூடியிருந்தோர் ஒருவரும் இவர்கள் வருவதைக் கவனித்ததாகத் தெரியவில்லை. அவர்கள் கவனம் முழுவதும் சிதைக்கு அருகே நின்றுகொண்டிருந்த பெண் மேல் இருந்தது. கீழே இறந்துபோன அவள் கணவனின் உடல் மூங்கில் படுக்கையில் வெண்ணுடை அணிந்து காத்திருந்தது. இறந்தவனுக்கு முப்பத்தைந்து வயது இருக்கலாம். கொஞ்சம் உயரமான ஆசாமி என்பது தெரிந்தது.

அந்த விதவை மற்ற பெண்களிலிருந்து வித்தியாசமாகத் தோன்றவில்லை. அவளை எல்லோரும் பார்த்துக்கொண்டிருந்ததிலிருந்துதான் அவளை இறந்தவனின் மனைவி என்று ஊகிக்க முடிந்தது. மக்கின்ஸி இன்னும் சில கஜ தூரம் முன்னே சென்றான்.

"இது ரொம்ப சுவாரஸ்யமாக இருக்கப்போகிறது! இந்த மாதிரிச் சந்தர்ப்பம் யாருக்குக் கிடைக்கும்?"

சிதை சுமார் நான்கு அடி, நாலரை அடி இருந்தது. சுமார் ஆறடி நீளம். அடிப்பாகத்தில் வறண்ட சாணத் துண்டுகளும் மேற்பகுதியில் உலர்ந்த பனை இலைகளுமாக இருந்தது. பார்த்துக் கொண்டே இருக்கையில் அதைச் சுற்றியிருந்த சனக் கூட்டம் நதிமுகமாகச் சற்று விலகிக்கொள்ள, உடல் சிதை மேல் தலை கங்கைப் பக்கமாக அமைத்து வைக்கப்பட்டது.

அவர்கள் இப்போது அந்த இடத்துக்குப் பத்தடி தூரத்தில் வந்துவிட்டார்கள். இன்னும் அவர்கள் வருகையை யாரும் கவனித்ததாகத் தெரியவில்லை. அந்த இடத்தில் அப்போதைய கதாநாயகி எரியப்போகிற அந்தப் பெண்தான். இரண்டு குழந்தைகளுக்கு இடையே உட்கார்ந்து கொண்டாள். கன்னத்தில் கை வைத்து கண்களை மூடிக்கொண்டு யாரையும் எதையும் பார்க்காமல் உட்கார்ந்திருந்தாள். பற்பல பெண்கள் சூழ்ந்திருந்தாலும் யாரும் எதுவும் பேசவில்லை.

சில நிமிஷங்கள் கழித்து அந்தப் பெண் எழுந்தாள். சில பிராமணர்கள் முன் வந்து அவள் கையில் சின்னதாகத் துணி மூட்டையைக் கொடுத்தார்கள். கொடுத்து அவள் பின் நின்றார்கள். குழந்தைகளைச் சிலர் பின்னுக்கு இழுத்துச் சென்றார்கள். மற்றப் பெண்கள் சிலர் அவள் பின் வரிசையில் சேர்ந்துகொண்டுவிட விதவை மெதுவாக உடலைச் சுற்றி நடக்கத் துவங்கினாள். அவள் கையிலிருந்த துணி மூட்டையிலிருந்ததைச் சுற்றுப்பட்டவர்களுக்குக் கொஞ்சம் கொஞ்சமாகக் கொடுத்துக்கொண்டே நடந்தாள்.

ஆஷ்லி துடித்தான். இதோ அவள் அவர்களுக்கு அருகே வரப்போகிறாள். மெல்ல மெல்ல அவள் கிட்டே வர ஆஷ்லி முன் வந்து மற்றவர்களுக்குக் கொடுத்துக்கொண்டிருந்ததைத் தானும் கொஞ்சம் கையில் வாங்கிக்கொள்ள விரும்புபவன் போல் கை நீட்டினான். நிமிர்ந்து பார்த்தாள். அவள் கண்களில் சற்றே ஆச்சரியம் தென்பட்டது. தன் வாழ்க்கையிலேயே முதன் முறையாக ஓர் ஐரோப்பியனைப் பார்க்கிறவளாக இருக்கலாம். மற்றவர்களை ஏறிட்டும் பார்க்காதவள் ஒரே ஒரு முறை அவனைப் பார்த்து உடனே கண்களைத் தழைத்துக்கொண்டாள். அவன் கையில் சுட்ட அரிசி மணிகளை வைத்தாள். மக்கின்ஸி, ஆஷ்லியின் முழங்கையைப் பற்றி, ஒன்றும் செய்யாதே. குறுக்கிடாதே என்று சொல்வது போல எச்சரித்தான். ஆஷ்லி அவள் முகத்தையே பார்த்துக் கொண்டிருந்தான். அவளுக்கு இருபது வயது இருக்கும். ஒழுங்கான, செதுக்கப்பட்டது போல வடிவமான இந்திய முகம். அவள் அடுத்த முறை சுற்றி வரும்போது அவளுடன் பேசலாம் என்று எண்ணினான் ஆஷ்லி.

அவள் மறுபடி மெல்ல வரும்போது ஆஷ்லியை எதிர்பார்த்து நிமிர்ந்தவள் போலத் தோன்றியது. அவன் கையில் தயாராக அரிசி மணிகளைக் கொடுத்தாள். ஆஷ்லி அவளிடம், "வேண்டாம்! செய்யாதே!

செய்யாதே! என்னுடன் தப்பி வந்துவிடு! நான் உனக்குச் சரண் தருகிறேன். எல்லாவற்றையும் விட்டுவிட்டு ஓடி வந்துவிடு! என்னிடம் துப்பாக்கி இருக்கிறது.'' என்றான்.

ஆங்கிலம் எதுவும் புரியாமல் அவள் தொடர்ந்து நடந்தாள். ஆஷ்லி தன் சகாக்களிடம், ''ட்ரெவர்! எட்வர்ட்! என்ன பார்த்துக் கொண்டிருக்கிறீர்கள்! எல்லோரையும் கைது செய்யுங்கள். என்ன ஒரு காட்டுமிரண்டித்தனமான பழக்கம்! இவளைக் காப்பாற்றுங்கள்,'' என்று உரக்கக் கத்தினான்.

மக்கின்ஸி, ''ஷ்ஷ்ஷ் . . . வேடிக்கை பார்க்கலாம்! அதை நாம் தடுக்கக் கூடாது. அவர்கள் மதத்தில் இருக்கும் பழைய நம்பிக்கை. அதில் குறுக்கிடக் கூடாது.''

''முட்டாள்தனம்! இது தடை செய்யப்பட்டுவிட்டது!''

''பேசாமல் வேடிக்கை பார்த்துக்கொண்டிருங்கள். காப்டன், பிடிக்கவில்லை என்றால் விலகிப் போங்கள்!''

அந்த அதிர்ச்சிகரமான கடைசிக் காட்சி நெருங்கிக்கொண்டிருந்தது.

34

அந்தப் பெண் மூன்றாம் முறை வலம் வருவதை முடிப்பதற்கு முன்னமேயே சிதையின் கால்மாட்டுப் பகுதியில் நிறுத்தப்பட்டாள்.

இரண்டு ஆம்பிளைகள் அவளைப் பிடித்துக்கொண்டு கைகளால் தூக்கிச் சிதையின் மேல் கிடத்தினார்கள். கிடத்துவதில் அவர்களுக்குச் சிரமமிருந்தது.

அவள் கணவன் முழங்காலை மடக்கிக்கொண்டு செத்திருந்தான். இதனால் அவளைக் கணவனின் உடலுடன் சேர்த்து வைத்துக் கட்டுவது சிரமமாக இருந்தது. இதை அவர்கள் எதிர்பார்க்கவில்லை போலும். இதனால் சுற்றுப்பட்டவர்களிடம் சற்றுச் சலசலப்பு ஏற்பட்டது.

சிலர் பக்கத்தில் படுக்க வைக்கலாம் என்றார்கள். சிலர் அப்படிக் கூடாது என்றார்கள். கொஞ்ச நேர விவாதித்திற்குப் பிறகு அவர்கள் ஒரு தீர்மானத்திற்கு வந்ததாகத் தெரிந்தது.

அந்த அபலைப் பெண்ணின் கணவனுக்குப் பின்புறத்தில் எடுத்துச் சென்று அவன் உடலுக்கு அடியில் அவளைச் செலுத்தி இருவரையும் – இறந்தவனையும் இவளையும் – கயிறு சுற்றிக் கட்டினார்கள். அதன் பின் அவர்கள் மேல் இன்னும் உலர்ந்த சுள்ளிகளையும் உலர்ந்த சாணவட்டங்களையும் கட்டைகளையும் பரப்ப, இப்போது அவளைக் காணவில்லை.

ஆஷ்லி தன் விரல்களை இறுக்க ரத்தம் வரும் போல் அழுத்திக் கொண்டு, "கடவுளே! யாராவது நிறுத்துங்களேன்!"

மக்கின்ஸி "வேடிக்கையைக் கெடுக்காதே! பார்த்துக்கொண்டே இரு!"

மூடப்பட்டதும் இரண்டு மூங்கில் கம்புகளால் அந்த உடல்கள் மேல்புறத்திலிருந்து அழுத்தப்பட்டுக் கட்டப்பட்டன.

எழுந்திருக்க முடியாதபடி அவள் மேல் அடுக்கப்பட்டிருக்கும் பொருள்களின் மூச்சுத்திணறலிலேயே அவள் உயிரை விட்டால் நல்லது என்று ஆஷ்லி எண்ணிக்கொண்டான் . . .

"என்ன இது, இந்தக் குரூரத்தை இப்படி ரசிக்கிறார்கள்! நான் ஏன் இன்னும் நின்றுகொண்டிருக்கிறேன்? எனக்கும் இதைப் பார்க்க ஒரு வக்கிர இச்சை இருக்கிறதா? இப்போது என்ன செய்யலாம்? உள்ளே புகுந்து துப்பாக்கியால் சுட்டுக் கலைக்கலாமா? இதோ! எடு! துப்பாக்கியை எடு!"

உடல்களின் மீது மூங்கில்கள் அழுத்தப்பட்டவுடனேயே, ஒரு சிறிய

புகைச்சலிலிருந்து நெருப்பு கொண்டுவரப்பட்டு மற்றவர்கள் எல்லோரும் ஏதோ கோஷிக்க, தலைமாட்டில் தீ இடப்பட்டது.

பிறகு கால்மாட்டில், பிறகு பக்கங்களில் . . .

குபுக்கென்று பற்றிக்கொண்டது. தீயின் வேகத்தை அதிகரிக்க அதன் மேல் நெய் கொட்டப்பட்டது. எல்லோரும் இரைந்து பேசிக் கொண்டிருந்தார்கள். அந்தப் பெண் அலறியிருந்தாலும் அந்த ஓசையில் கேட்டிருக்காது போலத்தான் தோன்றியது. வேண்டுமென்றே இரைந்து பேசுகிறார்கள் போலும். இப்போது நெய்த் தீ முழுவதும் நாக்கு நாக்காகப் பக்கமெல்லாம் பரவி உயர வளர்ந்து ஆஷ்லியின் கண்ணீரை உலர்த்தியது.

'நானும் ஒரு கோழைதான். ஏன் தடுக்கவில்லை இந்த அக்கிரமத்தை? எந்த நாட்டில் நடந்தால் என்ன? எந்த மக்களுக்கு நடந்தால் என்ன? இதை மனிதனாகப் பிறந்தவன் எவனும் தடுத்திருக்க வேண்டாமா? ஏன் தடுக்கவில்லை? ஏன்? கோழைத்தனம்தான், பயம்தான்! இத்தனை பேரைக் கண்டு பயம். இந்த வினோத இந்திய மத வழக்கத்தைக் கண்டு பயம். இல்லை, பார்க்கும் குரூர ஆசை! இல்லை பயம்!'

ஆஷ்லி அந்த இடத்தை விட்டு விலகியபோது சிதை ஒரே ஒரு பிரம்மாண்ட நெருப்பு நாக்காக மாறியிருந்தது.

மக்கின்ஸியும் மற்றவர்களும் சிரித்துக்கொண்டே நடக்க ஆஷ்லி தயங்கித் தயங்கித் திரும்பிப் பார்த்துகொண்டே நடந்தான். பிஸ்டல் ஒலித்தாற்போல் பட்டென்று வெடிச் சத்தம் கேட்டது. அதைத் தொடர்ந்து சுற்றியுள்ளவர்களிடம் ஆரவார ஒலி கேட்டது. படகுகாரனை ஓர் அதிகாரி என்ன என்று விசாரித்தான்.

மக்களுக்குச் சந்தோஷமாம். அந்த வெடிச் சத்தம் நல்ல சகுனமாம். அது இருவரில் ஒருவரின் மண்டை வெடித்த சப்தமாம். நிச்சயம் அவருக்குச் சொர்க்கமாம்!

சற்று நேரத்தில் மற்றொரு வெடிச் சத்தம் கேட்க மக்கள் திருப்தியுடன் மறுபடி ஆரவாரித்துவிட்டு வீடு திரும்பினார்கள்.

"எப்படி இருந்தது காப்டன் ஃப்ரேஸர்?"

ஆஷ்லி நதியோரத்துக்குப் போய் வாந்தி எடுத்துக்கொண்டிருந்தான்!

கான்பூரில் எமிலியைப் பார்த்துச் சிரித்த அந்தப் பெண்ணுக்குச் சுமார் பதினெட்டு வயதிருக்கும். ஐரோப்பியக் குடும்பங்கள் இங்கும் அங்கும் அதீதக் குழப்பத்தில் சிதறி நடந்துகொண்டிருக்க, அத்தனை சந்தடியின் மத்தியில் அவள் தன் தங்கை போல் இருந்த மற்றொரு சின்னப்

பெண்ணுக்குப் பூப்பறித்துத் தந்துகொண்டிருந்தாள். உடலின் நிறத்திலிருந்து ஆங்கிலோ இந்தியப் பெண் என்று தெரிந்தது. அழகாக இருந்தாள். சின்ன மார்பகங்கள், சற்றே கசங்கிப்போன நீல கவுன். சிரிப்பில் எல்லோரையும் சினேகிக்கும் சுபாவம் தெரிந்தது. விரல்கள் மென்மையாக இருந்தன.

"என் பேர் அமிலியா. அமிலியா ஹார்ன்!"

"எமிலி மக்கின்ஸி."

"என் அப்பா பேர் ஹார்ன். என் அப்பா இறந்துவிட்டார். இது என் தங்கை."

தங்கைக்கு எட்டு வயதிருக்கும்.

"ஒரே கலாட்டா," என்று சுற்றுமுற்றும் பார்த்துச் சிரித்தாள். "கலகம் இருக்கிறதோ இல்லையோ, இவர்களே பாதிக் கலகம் செய்கிறார்கள்."

தொடர்ந்து, "எல்லோரும் பயப்படுகிறார்கள் என்பது தெரிகிறது. அம்மா சொல்லுவாள். 'எதற்குப் பயப்பட வேண்டும். தேவன் நமக்கு என்ன விதித்திருக்கிறானோ அது நடந்தே தீரும்!"

"உன் அம்மா வந்திருக்கிறாளா?"

"அதோ, படியில் உட்கார்ந்து கம்பளி நூல் பின்னிக்கொண்டிருக்கிறாளே. பக்கத்தில் என் அப்பா!"

"அப்பா இறந்துவிட்டதாக..."

"ஓ, அது என் சொந்த அப்பா. இது என் அம்மா மறுமணம் செய்துகொண்ட அப்பா!"

"கலகம் வரப்போகிறதா?"

"வந்துவிட்டது. பஸாரில் எல்லாவற்றையும் எரிக்கிறார்களாம். நாம் எல்லோரும் இங்கு வந்து அடைந்துகொண்டாகிவிட்டது. எந்த நேரமும் பாரக்ஸ் தாக்கப்படலாம் என்று சொல்கிறார்கள். எல்லோரும் முதல் பீரங்கி வெடிக்கக் காத்திருக்கிறார்கள்."

எமிலி தன் சிற்றப்பாவைத் தேடினாள். அவர் ஓர் அதிகாரியிடம் ஏதோ விசாரித்துக்கொண்டிருந்தார்.

"உங்களை நான் பார்த்தது இல்லை. கான்பூரில் எங்கே இருந்தீர்கள்?"

"நான் கான்பூர் இல்லை. சென்னை."

"சரிதான். சென்னையிலிருந்து இந்தக் குழப்பத்தில் வந்து மாட்டிக்

கொண்டீர்களா? அங்கேயே இருந்திருக்கலாமே?"

"என் கணவர் வருகிறார் படையுடன்."

"படை வரப்போகிறது என்றுதான் சொல்கிறார்கள். காணோமே!"

"இன்னும் சில தினங்களில் பெரிய படை வருகிறது. சென்னை ராணுவம் வந்திருக்கிறது."

"அதற்குள் இந்தத் தொற்றல் கோட்டை விழாமல் இருக்க வேண்டும். இருப்பது ஆறு பீரங்கிகள். ஒன்றுதான் இருபத்துநான்கு பவுண்டு. மற்றதெல்லாம் சோடை. இதை வைத்துக்கொண்டு எப்படித் தாக்குப் பிடிக்கப் போகிறோம்!"

எமிலி சுற்றிலும் பார்த்தாள். கட்டிடங்கள்! "ஒளிந்துகொண்டு குண்டு வீசச் சரியான இடம்! கட்டிடங்களை இடித்துத் தள்ளிவிட வேண்டும் என்று எல்லோரும் அபிப்பிராயப்பட்டார்கள். ஜெனரல் வீலர்தான் வேண்டாம் என்று சொல்லிவிட்டார். எல்லாம் முஸ்லிம் தொழுகை இடங்களாம்."

அட்கின்ஸன் அவர்களிடம் வந்தார். "எமிலி, வகையாக மாட்டிக் கொண்டுவிட்டோம். இந்த இடத்தை விட்டு நாம் விலக முடியாதாம். ரொம்ப மோசம். ஊரில் கலகமாம். எல்லாம் புரளி, கல்கத்தாவிலிருநது அவர்கள் வரும்வரை நாம் இங்கேதான் இருந்தாக வேண்டும். தொந்தரவுதான்!"

"சிற்றப்பா, அது அமிலியா."

அட்கின்ஸன் அவளைப் பார்த்துக்கண்களால் சிரித்து, "உனக்குத் தெரிந்திருக்கும், இங்கே யார் யார் விஸ்கி வைத்துக் கொண்டிருப்பார்கள்?"

"என் அப்பாவைக் கேட்டுப் பார்க்கிறேன் ஸர்!"

"நல்ல பெண்! குழந்தைக்குச் சாக்லேட் வாங்கித் தருகிறேன். கொஞ்சம் கிட்ட வா."

அமிலியா சிரித்துக்கொண்டே அட்கின்ஸன் அருகில் செல்ல, "கலகம் வருவது எல்லாம் பொய்தானே?" என்றார்.

"அப்படித் தோன்றவில்லை."

"கலகம் வந்தால் அதற்குக் காரணம் நாம்தான்! இவர்கள் பயப்படுவதைப் பார்த்து எந்தச் சிப்பாய்க்கும் தைரியம் வந்துவிடும். எமிலி, பயப்படாதே! இந்தச் சிற்றப்பன் இருக்கிற வரைக்கும் உன் உயிருக்கு ஏதும் ஆபத்து இல்லை. கொஞ்சம் அசௌகரியம். அநாவசியத்துக்கு வந்து உன்னை இங்கே இழுத்துக்கொண்டு வந்து விட்டேன். உன் கணவர் வந்து சேருகிறவரை உன்னைக் காப்பாற்றுவது என் பொறுப்பு. அமிலியா, எங்கே

உன் அப்பாவைக் காட்டு பார்க்கலாம்!"

"ஒரு நிமிஷம்," என்று அமிலியா செல்ல எமிலி அந்தச் சின்னப் பெண்ணைப் பார்த்தாள்.

"உன் பெயர் என்ன?"

"ஃப்ளாரன்ஸ் குர்ன்," என்றாள்.

"உனக்குச் சாக்லேட் பிடிக்குமா?"

அந்தப் பெண் களங்கமில்லாமல் சிரித்தாள். ஆங்கிலோ இந்தியப் பெண். இரண்டு வர்க்கத்திற்கும் கலப்பு! எமிலிக்குச் சென்னையில் பார்த்த நீலக் கண் குழந்தை ஞாபகம் வந்தது. அதற்கு என்ன பெயர்? கிரிஷ்ணா மக்கின்ஸியா! துரோகம்! தன் சுற்றுப்புத்தில் தெளிவாகத் தெரிந்த பீதி நிலை அவளை அச்சுறுத்தவில்லை: பதிலாக அந்த இடத்தில் பரவியிருந்த ஓர் எதிர்பார்ப்பு, திரி பற்ற வைக்கப்பட்ட வெடிகுண்டுத்தனம் அவளுக்கு ஏனோ பிடித்திருந்தது. எத்தனை வெள்ளையர்கள்! எல்லோரும் ஒரு பொது பயத்தால் ஒன்றுசேர்க்கப்பட்டவர்கள்.

ராணுவம் கல்கத்தாவிலிருந்து வரும்வரை தத்தம் விதிகளை இங்கே பங்குகொள்ள வந்திருக்கிறவர்கள். அதோ, தள்ளாடும் நடைபோடும் கிழவர். இதோ பீரங்கியைப் பழுதுபார்க்கும் இளம் ஆங்கில அதிகாரி. அங்கே ஒரு பெண். நடந்துகொண்டிருக்கும் சம்பவங்களுடன் எவ்விதச் சம்பந்தமுமில்லாமல் நொண்டியடித்துக் கொண்டும் ஓடிப் பிடித்து விளையாடிக்கொண்டும் இருக்கும் ரோஜாக் கன்னக் குழந்தைகள்.

எல்லோரும் சரண் புக வீலர் தேர்ந்தெடுத்திருக்கும் இடம் சற்றுப் பத்திரக்குறைவானது என்பது எமிலிக்கே தெரிந்தது. வீலர் இந்த இடத்தைத் தேர்ந்தெடுத்தற்குக் காரணங்கள் இருக்க வேண்டும். தாழ்வான பாரக்குகள், சுற்றிலும் நாலடிக்கு அவசரமாக எழுப்பப்பட்ட மண் சுவர்கள். மத்தியில் வெட்டவெளியில் ஒரு கிணறு. எமிலிக்குப் பதட்டமாக இருந்தது. இத்தனை குழந்தைகள், இத்தனை பெண்கள், எல்லோரும் குழுமியிருக்கிறோம். சிப்பாய்கள் வந்துவிட்டால்!

வர மாட்டார்கள். இத்தனை அதிகாரிகள் இருக்கிறார்கள். இத்தனை பீரங்கிகள்! இருப்பது ஆயிரம் பேர். இவர்களில் போரிடக்கூடியவர் எத்தனை பேர்?

அட்கின்ஸன் மெல்ல அந்த வராந்தாவின் படிகளில் ஏறி அமிலியாவின் தந்தையைச் சந்தித்தார்.

"என் பெயர் அட்கின்ஸன்."

"என் பெயர் குக். ஜான் ஹாம்டன் குக்." உடனே பிரவாகமாகப் பேச ஆரம்பித்தார்.

"பேசாமல் லக்னோவில் இருந்திருக்கலாம். ஏழு மாதத்துக்கு முன்தான் குடும்பத்துடன் கான்பூருக்கு என் வியாபாரத்தை மாற்றினேன்!"

"லக்னோவும் மோசம் என்றுதான் சொல்லுகிறார்கள்."

"எப்போது வருகிறார்களாம்?"

"யார்? சிப்பாய்களா, இல்லை கல்கத்தாவிலிருந்து நம்மைக் காப்பாற்ற வரப்போகிறவர்களாம்?"

"கல்கத்தாகாரர்கள்தான்! இன்னும் இருபது தினங்களுக்குள் வரவில்லை என்றால் சிப்பாய்கள் உதவி இல்லாமலேயே செத்துப் போவோம்!"

"ஏன்?"

"உணவு இருப்பு அவ்வளவுதான் இங்கே!"

"விஸ்கி இருப்பைப் பற்றிக் கேட்க வந்தேன். உங்களிடம் இருக்கிறதாமே?"

குக் உடனே மலர்ந்து, "வைத்திருக்கிறேன்," என்று தன் பின்னாலிருந்து ஒரு பாட்டிலை எடுத்துக் கொடுத்தார். "வைத்துக் கொள்ளுங்கள். என்னிடம் இன்னும் இரண்டு உள்ளது."

"நன்றி. நான் ஜெனரல் வீலரைப் பார்க்கப் போகிறேன்!"

"பார்த்தால் அடித்துக் கேளுங்கள், இந்தத் தொத்தலான இடத்தை ஏன் தேர்ந்தெடுத்தீர் என்று!"

"கேட்கிறேன்."

அட்கின்ஸன் மெல்ல வீலர் தங்கியிருந்த கட்டிடத்தை நோக்கி நடந்தார். மொத்தம் அந்தப் பீரங்கிச் சத்தத்தில் சுமார் ஆயிரம் ஆங்கிலேயர்கள் இருப்பார்கள் போலத் தோன்றியது. இவர்களைக் காப்பாற்ற, இருக்கும் ராணுவத்தினர் போதாது என்று சுலபமாகப் புரிந்தது. சரண் அடைந்திருக்கும் இடமும் மட்டம்.

"ஜெனரல், பிரிகேடியர் ஜாக்குடனும் கலெக்டர் ஹில்டர் ஸன்னுடனும் பேசிக்கொண்டிருக்கிறார்."

"கல்கத்தாவிலிருந்து வந்திருக்கிறேன். கானிங் பிரபுவிடமிருந்து வந்திருக்கிறேன் என்று சொல்லு. பெயர் அட்கின்ஸன்."

அந்தப் பணியாள் உள்ளே சென்று உடனே திரும்பி வந்தான். "வரச் சொல்கிறார்."

அட்கின்ஸன் ஜெனரல் வீலரின் அறைக்குள் நுழைந்தார். பெரிய பெரிய ஜன்னல்கள். அத்தனையும் திறந்திருந்தன. மாடி அறை வேறு. பீரங்கிக் குண்டு விழுந்தால் மடியிலேயே வந்து விழும். வீலருக்கு அது பற்றிக் கவலை இல்லை போலத் தோன்றியது. அறுபத்தெட்டு வயதுக்குக் கச்சிதமான உடற்கட்டுடன் ஜெனரல் வீலர் அட்கின்ஸனுக்குக் கைகுலுக்கி வரவேற்றார்.

"ஜெனரல்! உங்களைச் சந்தித்ததில் சந்தோஷம்."

"மன்னிக்கவும். வேறு சந்தர்ப்பத்தில் உங்களை நான் சரியாகக் கவனித்துக்கொண்டிருக்க முடியும். மிஸ்டர் அட்கின்ஸன், கல்கத்தாவில் கானிங் பிரபுவைச் சந்தித்தீர்களா?"

"ஆம்! சென்னை ராணுவம் வந்து சேர்ந்துவிட்டது. உங்களை எல்லாம் மீட்க கர்னல் நீல் தலைமையில் புறப்பட்டு வந்துகொண்டிருக்கிறார்கள்."

"அவர்கள் எப்போது இங்கு வந்து சேருவார்கள் என்பது தெரியுமா?"

"வழியில் பனாரஸ் போய் அங்கே கொஞ்சம் கவனித்துவிட்டு வரப்போவதாகக் கேள்விப்பட்டேன். எப்படியும் பத்து தினங்களில் வந்துவிடுவார்கள் என்று நம்புகிறோம். நிலைமை மோசமாக இருக்கிறதா?"

"வதந்திகள் நிறைய. எதற்கும் முன்னெச்சரிக்கையாக எல்லா ஐரோப்பியர்களையும் இங்கு கொண்டு சேர்த்துவிட்டேன். இதுவரை ஏதும் நிகழவில்லை."

"சண்டை போடக்கூடியவர்கள் நம்மவர் எத்தனை பேர் இருக்கிறார்கள்?"

"ஆர்ட்டிலரி அறுபது பேர், இன்ஃபண்ட்ரி இருநூறு."

"அதில் எழுபத்து நாலு பேர் உடல்நலம் சரியில்லாதவர்கள்!" என்றார் கலெக்டர்.

"லக்னோவிலிருந்து லாரன்ஸ் எண்பத்து நான்கு பேர் அனுப்பியிருக்கிறார்."

"அவர்கள் எத்தனை பேர்?"

"மூவாயிரமாவது இருக்கும்."

அட்கின்ஸன் நெற்றியைச் சுருக்கிக்கொண்டார். "கஷ்டம்தான்."

"கல்கத்தாவிலிருந்து அவர்கள் வந்தே ஆக வேண்டும். அவர்கள் வரும்வரை தாக்குப்பிடித்தால் போதும். இதுவரை யாரும் இந்த இடத்தைக் தாக்குதல் செய்யவில்லை!"

அவர்கள் சொல்லி முடிப்பதற்குள் முதல் பீரங்கிக் குண்டு வெடிக்கும் சத்தம் கேட்டது!

35

கான்பூர் நகரத்தில் இந்தியப் பகுதியில் மாலை நேரம். நெருக்கமான தெருக்கள் எங்கும் அந்தக் கேள்வித்தான் தொங்கிக் கொண்டிருந்தது. எப்போது? எப்போது வெள்ளைக்காரர்களைத் தாக்கப்போகிறார்கள்?

மீரட்டில் கலகம் எழுந்துவிட்ட செய்தி கான்பூரை எட்டிவிட்டது. கடைகள் கொஞ்ச நேரம் திறந்தும் கொஞ்ச நேரம் மூடிவிடுவதுமாக இருந்தன. செருப்புத் தொழிற்சாலைகள் அத்தனையும் கதவடைத்து விட்டன. பஸாரில் அவசரம் விரவியிருந்தது. பேரத்துக்கு நேரமில்லை.

மே மாதம் 24 ஆம் தேதி ஈத் பெருநாளின்போது ஒரு கிளர்ச்சியை எதிர்பார்த்து நகரமே பரபரப்பில் இருந்தது. ஈத் வந்து போனது. முகமதியர்கள் நண்பர்களை வழக்கம் போல் சந்தித்தார்கள். விசாரித்தார்கள். அணைத்துக்கொண்டார்கள். கலகம் வரவில்லை. ஏதோ ஒரு இரகசியக் குழு இயங்குகிறது என்று பேசிக்கொண்டார்கள் அது எங்கிருந்து இயங்குகிறது. என்ன செய்யப்போகிறது என்று தெரியவில்லை. சுபேதார் திக்காசிங்கின் வீட்டில் என்றார்கள். ஜ்வாலா பிரசாத் என்பவன்தான் தலைவன் என்றார்கள். பரங்கி ஆதிக்கம் முடிந்துவிட்டது. இனி அவர்கள் எல்லோரும் ஊருக்குப் போய்விட்டார்கள் என்றார்கள். இல்லை, ஊருக்கு வெளியே ஒளிந்து கொண்டிருக்கிறார்கள் என்றனர். பீரங்கிகள் முழங்கப்போகின்றன என்று எல்லோரும் அந்தத் திக்கில் காதைத் தீட்டி வைத்துக்கொண்டு காத்திருந்தார்கள்.

கான்பூரில் தினசரி வாழ்க்கை அலங்கோலமாயிருந்தது. அவ்வப்போது மார்க்கெட்டுக்கு மாமிசம் வாங்க வரும் வெள்ளையர்கள் ஒருவரையும் காணோம். அவர்கள் தங்கியிருந்த வடமேற்குப் பகுதியில் ஆளரவமே இல்லை. வீடுகள் பூட்டியிருந்தன. நானா சாஹிப்பின் சிப்பாய்கள் ஊருக்குள் வந்திருக்கிறார்கள் என்று பேசிக்கொண்டார்கள். அவர்கள் ட்ரெஷரியைக் காவல் காப்பதாகச் சொல்லிக் கொண்டார்கள். திடீர் என்று தெருவில் ஒற்றைக் குதிரையில் துப்பாக்கியை உயரப் பிடித்துக்கொண்டு சிப்பாய் உற்சாகமாக, "தீன்! தீன்!" என்றும் "மாரோ! மாரோ!" என்றும் கூச்சலிட்டுக் கொண்டு ஓடுவதும், தொடர்ந்து சிறுவர்கள் ஓடுவதும் பழகிவிட்டது கான்பூர்வாசிகளுக்கு இருந்தும் அவர்கள் முகத்தில் கவலை ரேகைகள் படிந்திருந்தன. சீக்கிரத்திலேயே தெருக்களில் ரத்தம் வடியப்போகிறது என்பதில் அவர்களில் பெரும்பாலோருக்குச் சந்தேகம் இருக்கவில்லை.

முத்துக்குமரனும் பைராகியும் பூஞ்சோலையும் களைத்துப்போய் அந்த நகரத்தில் நுழைந்தபோது மாலை முடியும் தருவாய். கடைகள் எண்ணெய் விளக்குகளைப் பொருத்தலாமா என்று யோசித்துக் கொண்டிருந்தன. பைராகியின் பின் நடந்து வந்த முத்துக்குமரனுக்கு அந்த வினோத நகரத்தின் இன்றைய கவலைகள் தெரிந்திருக்கவில்லை.

"எங்க தங்கப்போறோம் பைராகி?" என்றான்.

"முதல்ல விசாரிக்கலாம்."

"இவங்கல்லாம் என்ன பாசை பேசறாங்க? இது என்னாது இந்தப் பொம்பளை கருப்பா மூடிக்கிட்டு வருது? எல்லோருமே குல்லா போட்டவங்களா? அட! இத பாரு, வெள்ளியா இதெல்லாம்?" போன்ற பூஞ்சோலையின் கேள்விகளுக்குப் பதில் கிடைக்கவில்லை.

"இங்கே எங்கயாவது உக்காந்துக்கலாமே பைராகி," என்று கெஞ்சினாள்.

ஒட்டகம், மாட்டு வண்டி, படகு, கால்நடை என்று பல தினுசாக வந்த பிரயாணக் களைப்பில் பூஞ்சோலை பொலிவிழந்து இருந்தாள். வெயிலில் இத்தனை உக்கிரத்தை அவள் இதுவரை சந்தித்தது இல்லை. "வெயிலுன்னா வெளிலு என்னமா சூளைல பூந்தாப்பல இருக்குது பைராகி. சாயங்காலம்கூட அனல் அடிக்குது!"

மார்பின் குறுக்கே தோட்டா அணிந்த சிப்பாய்களில் ஒருவனை வழிமறித்து பைராகி இந்துஸ்தானியில் பேசினார்.

"நீங்கள் பிரயாணிகளா?"

"ஆம்."

"ஊர் சுற்றிப் பார்க்க வந்திருக்கிறீர்களா? அதற்கு இது நேரமில்லை."

"இல்லை, நாங்கள் மதராஸிலிருந்து வருகிறோம்."

"மதராஸிலிருந்தா?" என்று அவர்களை ஆச்சரியத்துடன் பார்த்துக் கொஞ்ச தூரத்தில் இருந்த தன் சகாவை அழைத்துக் காட்டினான்.

"மதராஸிலிருந்து வெள்ளைக்காரர்கள் கல்கத்தாவிற்குப் புறப்பட்டிருக்கிறார்கள். அவர்களைப் பற்றி எங்களுக்குக் கொஞ்சம் விவரம் தெரியும்."

"அப்படியா? நீ எங்களுடன் சேருகிறாயா?"

"நிச்சயம்."

"இவனைத் தலைவனிடம் அழைத்துச் செல்ல வேண்டியதுதான். அது யார்?"

"என் சகா."

"பெண்?"

"அவன் மனைவி," என்றார் பைராகி. இப்போதைக்கு அப்படிச் சொல்வது நல்லது என்று பட்டது.

"அவர்களையும் வரச் சொல்."

"ஒரு சின்ன விஷயம். நாங்க இந்த ஊருக்குப் புதுசு. தங்குவதற்கு இடம் வேண்டும்."

"இடத்திற்கு என்ன குறைச்சல்? உங்களுக்கு ஒரு மாளிகையே தருகிறோம். வா! வெள்ளைக்காரர்கள் காலி பண்ணிப் போன மாளிகைகள் ஏராளமாக இருக்கின்றன. அதில் ஒன்றை எடுத்துக் கொண்டால் ஆயிற்று. என்னுடன் வா."

"என்னங்க சொல்றாரு சிப்பாயி?"

"நமக்கு தங்க இடம் கொடுக்கிறார்களாம். அதுக்கு முன்ன தலைவரைப் பார்க்கப் போறோம்."

"என்ன தலைவர்? எதுக்குத்தலைவர்?"

"பசிக்குதுன்னு சொன்ன இல்லை? பேசாம வா. முதல்ல சோறு கிடைக்கும்."

"நீங்கள் பேசுவது என்ன பாஷை?"

"தமிழ்."

"உனக்கு எப்படி இந்துஸ்தானி தெரியும்?"

"நான் ஒரு யாத்ரிகன்."

"அவர்களுக்குத் தெரியுமா?"

"தெரியாது."

சிப்பாய் முத்துக்குமரனைப் பார்த்தான். "நல்ல திடமாக இருக்கிறான். துப்பாக்கி சுடுவானா?"

"ஓ தெரியுமே," என்றார் பைராகி. எதையாவது சொல்லி அழைத்துச் சென்று சாப்பிடக் கொடுத்தால் சரி.

சிப்பாய் விரைவாக நடக்க அவன் வேகத்துக்கு தாக்குப்பிடிக்க மூவருக்கும் சிரமமாக இருந்தது. முத்துக்குமரனுக்கு முழங்கால்கள் கெஞ்சின. எதிர்கொண்டவர்களை எல்லாம் அந்தச் சிப்பாய் 'ஸலாம், ஸலாம்' என்று வரவேற்றுக்கொண்டே செல்ல, சந்து திரும்பி மறுபடி ஒரு சந்து திரும்பி ஒரு தாழ்வான வீட்டுக் கதவை சங்கேதத்தட்டு தட்டிவிட்டு மீசையை முறுக்கிக்கொண்டு காத்திருந்தான்.

"ஏதாவது தப்பாகச் சொன்னாயோ, உனக்கு அந்த இடத்திலேயே சமாதி."

"தெரிகிறது."

கதவு திறக்க, உள்ளே பிரகாசமாகக் கண்ணாடி சூழ்ந்த விளக்குகள் தெரிய, "இங்கேயே இரு. சற்று நேரத்தில் வருகிறேன்," என்று அவன் உள்ளே செல்ல, கதவு மறுபடி சாத்தப்பட்டது.

பூஞ்சோலை திண்ணையில் உட்கார்ந்தாள். காலைப் பிடித்துக் கொண்டாள். முத்துக்குமரனும் சற்று ஒதுங்கி உட்கார்ந்துவிட்டான். "பைராகி! எங்கயோ கூட்டி வந்துட்ட. கோடாலி மீசைக்காரங்க பாக்கற பார்வையே நல்ல இல்ல. என்னய்யா இத்தனை நேரம் ஹைஹைன்னு பேசிக்கிட்டிருந்தே. எனக்கும்தான் சொல்லேன்."

"சொல்றேன் சொல்றேன். கம்முனு இரு."

பூஞ்சோலை இப்போது சயனித்துக்கொண்டு முத்துக்குமரனைப் பார்த்தாள். 'யோவ், ஆலப்பாக்கத்துக்காரரே! எங்கருந்து எங்க கொணாந்துட்ட பாத்தியா என்னை? இன்னா ஒரு இது. காம்பூரா! என்ன காம்பு?'

முத்துக்குமரன் பதில் அளிக்காமல் இருக்க, "இந்தாளு வேற! வேத்தூருக்கு வந்துகூட இதுவரைக்கும் ஒரு வார்த்தை பேசலை. உங்களை நம்பி வந்தன் பாரு! நானு போக்கத்த சன்மம்ன்னுதானே என்ன இந்த மாதிரி அல்லாட வைக்கிறீங்க!"

கதவு மறுபடி திறந்து சிப்பாய் வெளியே வந்து, "உள்ளே வா," என்றான்.

பைராகி, "வா முத்து!" என்று அழைக்க, பூஞ்சோலையும் எழுந்திருந்தாள்.

"பெண் வேண்டாம்! பெண் இங்கேயே இருக்கட்டும்."

"பூஞ்சோலை! இங்கேயே இரு."

"என்னை விட்டுட்டுப் போகாதீங்கய்யா. ஏ சிப்பாயி! மீசை! என்னையும் உள்ள கூட்டிப் போயேன்!"

"சும்மாரு. அவங்க கோபக்காரங்க."

"அவள் என்ன சொல்கிறாள்?"

"பசி!"

"ஏதாவது தரச் சொல்கிறேன். நீங்கள் இரண்டு பேரும் உள்ளே வாருங்கள்."

"இரு பூஞ்சோலை! தின்ன ஏதாவது வரும்," என்று அவர்கள் இருவரும் உள்ளே செல்ல, பூஞ்சோலை இருட்டில் கன்னத்தில் கை வைத்துக்கொண்டு உட்கார்ந்தாள்.

பைராகியும் முத்துக்குமரனும் குனிந்து நிலைப்படியைத் தாண்டி வானத்துக்குத் திறந்திருந்த தாழ்வாரத்தையும், கிளிகள் வரைந்திருந்த சுவர்களையும் கடந்து பின்கட்டுக்கு அழைத்துச் செல்லப்பட்டார்கள். மாட்டுக் கொட்டகை போல இருந்த இடத்தில் வைக்கோலில் பலர் பல விதங்களில் உட்கார்ந்திருந்தார்கள். எல்லோரும் நீட்டமாகத் துப்பாக்கி வைத்திருந்தார்கள். சுமார் முப்பது பேர் இருப்பார்கள் போலிருந்தது. இரண்டு பேர் துப்பாக்கியை அலட்சியமாகப் பிடித்துக் கொண்டு வாசலில் காத்திருந்த அந்த அறையில் உள்ளே திண்டு போட்டு மூன்று பேர் உட்கார்ந்திருந்தார்கள். மண்பாண்டத் திலிருந்து ஏதோ அருந்திப் பாதி வைத்திருந்தார்கள். மாமிசத் துண்டு அடுத்த கடிப்புக்குக் காத்திருந்தது.

"ஆவோ!" என்று ஒரு சிக்கனமான குரல் வரவேற்றது.

பைராகி பயமில்லாமல் அந்த நடுநாயகனைப் பார்த்தார். அவனுக்குச் சுமார் 43 வயது சொல்லலாம். சிவப்பாக இருந்தான். சின்ன நெற்றி. சற்றே சப்பையான கீழ்பாகம். அகலமான மூக்கு. நடுத்தரத் தேகக்கட்டு. கூர்மையான கண்கள். வெண்ணிற முண்டாசு மார்பின் குறுக்கே சுருக்கிடப்பட்ட மராட்டிய உடை.

"யாரிது?"

"சர்க்கார், தெற்கே இருந்து வந்திருக்கிறான். அங்கிருந்து ஆங்கிலேயர்கள் வருகிறார்களாம்."

"முன்னே வா."

பைராகி முன்னால் வந்து வணங்கினார். அந்த ஆசாமிதான் அந்த இடத்துக்குக் கருத்து வேறுபாடில்லாத தலைவன் என்பது தெளிவாகத் தெரிந்தது.

"சமூகத்தை எனக்குப் பரிச்சயமில்லை. நான் ஒரு யாத்ரிகன். நெடுந்தூரம் பிராயணப்பட்டு இருக்கிறேன். இதோ இவனும் என்னுடன் பிடிவாதமாக வந்திருக்கிறான்."

“எதற்கு வந்தீர்கள்”

“ஒரு வெள்ளைக்காரனைப் பழிவாங்குவதற்கு!”

இப்போது அந்த நடுநாயகன் தன்னைச் சுற்றிலும் உள்ளவர்களைப் பார்த்துப் புன்னகைத்தான்.

“ஒரு பரங்கியையா அல்லது அந்த இனத்தையேவா?”

“குறிப்பாக ஒருத்தனை. அவன் பெயர் மக்கின்ஸி. அவன் சென்னை ராணுவத்தினருடன் வடக்கே புறப்பட்டு இங்கு வந்துகொண்டிருக்கிறான்!”

“அவனை ஏன் கொல்ல வேண்டும்?”

“இவன் தந்தை அவனால் அநியாயமாக கொல்லப்பட்டுவிட்டான். பழிவாங்குவதற்கே மதராஸிலிருநது வந்திருக்கிறோம்.”

“சபாஷ்!”

“அவர்கள் கல்கத்தாவிலிருந்து இங்கு வரப்போவதாகக் கேள்விப்பட்டோம்.”

உட்கார்ந்திருந்தவன் எழுந்து முத்துக்குமரனை மெல்ல அணுகினான். அவனைப் பார்த்துப் புன்னகைத்தான். முத்துக்குமரன் சற்றே பயந்திருந்தவன், அந்தப் புன்னகையைப் பார்த்ததும் மனசு லேசாகிப் பதிலுக்குப் புன்னகைத்தான்.

“உன் பெயர் என்ன?”

“அய்யா என்ன கேக்கிறார்?”

“பேர் சொல்லுடா.”

“முத்துக்குமரன். அய்யா பேர் என்னன்னு கேளுங்க?”

அதைப் பைராகி மொழிபெயர்த்துச் சொல்ல, அவன் பின்வாங்கி, சற்றே ஆச்சரியப்பட்டு, “என் பெயர் தெரியாதவர் இந்தப் பிரதேசத்தில் யாரும் இல்லை. என் பெயரைக் கேட்டதும் எத்தனை ஆங்கிலேயர்கள் பயந்து ஒடுங்கி ஒன்றுக்கிருப்பார்கள் என்பதற்கு கணக்கு இருக்கிறதோ அமர்சிங்?”

அமர்சிங் என்பவன் சிரிக்க, “ஏய் சன்யாசி! சர்க்கார் பெயர் தெரியாதா?”

“அவர் யார் தெரியுமா! தாத்யா தோப்பே! நானா சாஹிப்பின் சேனாதிபதி!”

பைராகிக்கு அந்தப் பெயர்கள் எதுவும் பரிச்சயமில்லாவிட்டாலும் 'அப்படியா?' என்று செயற்கை ஆச்சரியத்துடன் அவரைப் பார்த்து வணங்கினான். "கும்பிடுறா முத்து! ஏதோ பெரிய ஆசாமி போலத்தான் தோணுது. எல்லோரும் மயங்கறாங்க."

தாத்யா தோப்பே முத்துக்குமரனைப் பார்த்து, "நண்பா, உன் பாஷை எனக்குத் தெரியாது. என் பாஷை உனக்குத் தெரியாது. ஆனால் இருவருமே பாரத தேசத்தவர்கள். இருவருக்கும் பொதுவாக ஒரு பாஷை உண்டு. அது பரங்கியின் மேல் நமக்கு இருக்கும் வெறுப்பு! நீ ஒருத்தனைத்தான் வெறுக்கின்றாய். நான் அந்த வர்க்கத்தையே வெறுக்கிறேன். கொள்ளைக்காரர்கள்! எங்கள் நாட்டைக் கைப்பற்றிப் பிடுங்கிக்கொண்டவர்கள்!"

"அய்யா சொல்றது ஏதும் விளங்கலை பைராகி."

"சும்மாத் தலையை ஆட்டிக்கிட்டு இரு. அப்பால விவரமாக சொல்றேன்."

"இந்தக் கரிய நண்பனிடம் சொல்லு. நான் அவனை விரும்புகிறேன்; அவனை நாங்கள் இன்னும் நாலு தினங்களில் நடத்தப்போகும் போரில் பங்குகொள்ள அனுமதிக்கப்போகிறோம் என்று."

"என்னய்யா?"

"டேய், வெள்ளைக்காரனை எதிர்த்துச் சண்டை போட்டா நீ சேருவியான்னு கேக்காறரு?"

"தாராளமா. அந்த மக்கி துரை எதித்த கட்சியில இருப்பானில்லை?"

"இருப்பான்."

"அப்ப உயிரைக் கொடுக்க வேணாத் தயாருன்னு சொல்லுங்க."

பைராகி மொழிபெயர்த்துச் சொல்ல தாத்யா தோப்பே என்கிற ராமசந்திர பாண்டுரங்கா முத்துக்குமரனின் தோளில் தட்டி, "நாளை உனக்கு ஒரு வேலை தருகிறேன். பொறுப்பு தருகிறேன், துப்பாக்கி தருகிறேன்."

பாஷை தெரியாவிட்டாலும் பாண்டுரங்காவின் பார்வையிலிருந்தும், அதைச் சொன்ன பாவத்திலிருந்தும் முத்துக்குமரன் அதை அர்த்தம் பண்ணிக்கொண்டு, "சரி, சொன்னபடியே செய்யறேன் அய்யா," என்றான்.

36

ஆஷ்லியின் நெஞ்சுக்குள் இன்னும் துக்கம் அடைத்துக் கொண்டிருந்தது. படகு அசைந்து போக, கங்கை நதியின் கரையில் விளக்குகள் மிதந்துகொண்டு செல்ல, புகையும் புனிதமும் கலந்து அந்த சாஸ்வத நதி ஓடும் நளினத்தைத் திகைப்புடன் பார்த்துக் கொண்டேயிருந்தான். ஆஷ்லிக்குப் புரியவில்லை. அதிகாரிகளின் போக்கு புரியவில்லை. பன்றித்தனமாக இந்தியர்களின் உள்மனக்கிடக்கைகளைப் புரிந்துகொள்ள மறுக்கும் அவர்கள் பிடிவாதம் புரியவில்லை. இளம் பெண்ணை உயிரோடு எரிக்கும் இந்தக் கொடூரம் புரியவில்லை. அதைப் பார்த்து ரசிக்கும் தன் ஜாதியின் வக்கிரம் புரியவில்லை.

“என்ன, காப்டன் ஃப்ரேஸர்! பேசாமல் வருகிறீர்கள்?”

“அவள் என்னைப் பார்த்தாள்! ஏதோ சொல்ல விரும்பினாள்!”

“எவள்?”

“அந்த இளம் விதவை.”

“ஓ! இன்னும் அதையே நினைத்துக்கொண்டிருக்கிறீர்களா? நான் எப்போதோ மறந்து விட்டேன்,” என்றான் மக்கின்ஸி. “நாளை பனாரஸ்! ரொம்ப நாளாயிற்று இதை உபயோகப்படுத்தி,” என்று துப்பாக்கியைத் தடவிக்கொடுத்தான்.

ஆஷ்லி வெறுப்புடன் படகின் வேறு பகுதிக்குச் சென்றான். நின்றுகொண்டு கவிந்த இருளை யோசித்துக்கொண்டிருந்தான். எமிலியின் முகம் தென்பட்டது. எமிலி கான்பூரில் இருக்கிறாள். எமிலியைச் சந்திக்கப்போகிறோமா என்பது தெரியவில்லை. பைக்குள் தொட்டுப் பார்த்துக்கொண்டான். அவள் கையுறை இன்னமும் பத்திரமாக இருந்தது.

காலை பனாரஸ் தெரிந்தது. வேத காலத்திலிருந்து மாறாத நதிக்கரையில் சின்னக் குடைகளின் கீழ் சூரியனை நோக்கி நீரிறைத்து முணுமுணுத்துக்கொண்டிருக்கும் வெய்யிலில் கிழவர்கள். காவி நிறத்தில் ஒன்றையொன்று தொட்டுக்கொண்டு அந்த ஜுன் மாதக் காலை. ஏராளமான கட்டிடங்களில் ஏராளமான கடவுள்கள்.

நீலின் சைன்யம் பனாரஸுக்கு வந்து சேர்ந்தபோது நகரம் கலகத்தின் எந்தவிதமான அறிகுறிகளும் இன்றி அதன் புராதனச் செயல்களில் தொடர்ந்து இயங்கிக்கொண்டுதான் இருந்தது. இருந்தும் வெள்ளையர்கள் பனாரஸை ஒரு கவலைக்குள்ளான நகரமாகத்தான் கருதினர். ஹிந்துக்களின் புண்ணிய ஸ்தலம். அதனால் இந்து புரட்சியாளர்கள்

ஒளிந்து மறைந்திருக்கக்கூடிய ஸ்தலம். முக்கியமாக பனாரஸ்ஸில் அரசாங்கக் கைதிகளின் சிறைச்சாலை இருந்தது. முஸ்லிம், இந்து கைதிகள் திரளாக அடைப்பட்டிருந்த சிறைச்சாலை. மேலும் மொகலாய ராஜ குடும்பத்தினர்கள் சிலர் நகரத்தில் தங்கியிருக்கிறார்கள். அபாயம்!

நீல் கம்பீரமாகத் தன் மதராஸ் ராணுவத்துடன் நகரின் குறுகலான தெருக்களின் ஊடே நடக்கும்போது நகர மாஜிஸ்ட்ரேட் அவரை வரவேற்றார்.

"சற்று எச்சரிக்கையாக இருக்க வேண்டும் கர்னல்!"

"ஏன் பயப்படுகிறீர்கள்? தேவன் நமக்கு எப்போதும் துணையிருப்பான்."

"கர்னல், அதெல்லாம் சரிதான்! இந்த நகரத்தில் உங்களை விட்டால் வேறு ஐரோப்பியத் துருப்புகள் கிடையாது."

"இந்தியத் துருப்புகள் எத்தனை பேர் இருக்கிறார்கள்?"

"37-வது இன்ஃபண்ட்ரி, ஒரு சீக்கிய ரெஜிமெண்ட், தற்காலிக காவல்ரி ஒன்று!"

"அவர்கள் கலகம் செய்கிறார்களா? கலகத்தின் அறிகுறி ஏதாவது இருக்கிறதா?"

"இல்லை. இன்னும் இல்லை!"

"இன்னும் இல்லையென்றால்?"

"எப்போதும் கலகம் நேரலாம். ஆஸம்கரில் கலகம் ஏற்பட்டுவிட்ட செய்தி இவர்களுக்குத் தெரிந்துவிட்டது. சீக்கியர்கள் கலகம் செய்ய மாட்டார்கள். அவர்கள் இதுவரை எந்தவிதப் பங்கும் எடுத்துக் கொள்ளவில்லை. ஆனால் 37-வதைப் பற்றிச் சொல்ல முடியாது!"

"சந்தேகத்துக்கு இடமே வேண்டாம். முதன் முதலாக அவர்கள் துப்பாக்கிகளைப் பறித்துக்கொள்ள ஏற்பாடு செய்துவிடுகிறேன்," என்றார் நீல்.

"அதற்குள்ளாகவா?" என்றார் மாஜிஸ்ட்ரேட்.

"எதற்காகத் தயங்க வேண்டும்? இது கலக சமயம். செயல்பாடுகளும் தண்டனைகளும் விரைவில் நடக்க வேண்டும். இல்லையெனில் அவர்கள் கை ஓங்கிவிடும். எட்வர்ட்! ஆஷ்லி! ஜார்ஜ்! உடனே கிளம்பிச் செல்லுங்கள், 37-வது ரெஜிமெண்டிற்கு., கலவரம் ஏதும் இல்லாமல் நிதானமாக அவர்களைக் கேட்டுக்கொள்ளுங்கள், துப்பாக்கிகளைப் பின் ஆயுதக் கிடங்கிற்கு ஒவ்வொருத்தராக வந்து திருப்பித் தரும்படி."

"மறுத்தால்?"

"உடனே அங்கேயே தண்டித்துவிடுங்கள்!"

“என்ன தண்டனை கர்னல்?”

“சுட்டுத் தள்ளுங்கள்!” என்றார் நீல்.

மாஜிஸ்ட்ரேட் மாளிகையில் சாய்வு நாற்காலியில் சுதாரித்துக் கொண்டு நீல் காம்பவுண்டு சுவருக்கு வெளியே எட்டிப்பார்த்த கரிய முகங்களைக் கவனித்தார். “இவர்களைப் பயத்தால்தான் ஆள முடியும். உடனே செல்லுங்கள்!”

பரேடு மைதானத்தில் 37-வது இன்ஃபண்ட்ரியின் சிப்பாய்கள் எல்லோரும் வாட்டசாட்டமாக இருந்தார்கள். சுபேதாரிடம் சொல்லி நீலின் கட்டளை அவர்களுக்கு இந்துஸ்தானியில் அறிவிக்கப்பட்டது.

மவுனமாக கேட்டுக்கொண்டிருந்தார்கள். மக்கின்ஸியும் ட்ரெவரும் ஆஷ்லியும் ஓரத்தில் வரிசையாக நின்றுகொண்டிருக்க எதிரே உக்கிரமான கண்கள் தங்களைத் துளைப்பது போலப் பார்ப்பதை ஆஷ்லி கவலையுடன் கவனித்தான். எந்த நேரத்திலும் அந்த இடம் கோபத்தில் பற்றிக்கொள்ளும் போலத்தான் இருந்தது.

மக்கின்ஸி அதட்டினான். “நான் மூன்று எண்ணுவதற்குள் துப்பாக்கியைக் கீழே வைக்காத எந்தச் சிப்பாயும் சுட்டுக் கொல்லப்படுவான்! சுபேதார், இதை மொழிபெயர்த்துச் சொல்லு.”

மொழிபெயர்த்துச் சொன்னதும் எல்லோரும் மக்கின்ஸியைப் பார்த்தார்கள். அத்தனை பார்வைகளும் அவனைத் தாக்கின. மக்கின்ஸியின் விரல்கள் அவன் துப்பாக்கியின் குதிரையின் மேல் இறங்குவதை ஆஷ்லி கவனித்தான். “எட்டி! வேண்டாம் கொஞ்சம் பொறு! நாமாக நிலைமையை மோசமாக்க வேண்டாம்.”

“ஒருத்தனைச் சுட்டால்தான் அவர்கள் பணிவார்கள்!”

“எட்டி! அவர்கள் இன்னும் ஆயுதங்களைக் கீழே போடவில்லை. அவர்கள் நம்மைவிட அதிக எண்ணிக்கை. அவசரத்தில் செயல்படக் கூடாது.”

மக்கின்ஸி கவனிக்காமல் எண்ண ஆரம்பித்தான். “ஒன்று . . . இரண்டு . . .”

மெல்ல ஒருத்தன் தன் துப்பாக்கியைக் கீழே வைத்தான். தொடர்ந்து மற்றப் பேர் ஒவ்வொருத்தராகச் சரணடையத் துவங்கினார்கள்.

மக்கின்ஸி புன்னகைத்தான்.

எதிர்ப்போ மறுப்போ இல்லாமல் ஆறு கம்பெனிகளைச் சேர்ந்த சிப்பாய்கள் தங்கள் துப்பாக்கிகளைக் கீழே வைத்துவிட்டார்கள்.

இப்போது அசம்பாவிதமாக ஒன்று நடந்தது. சிப்பாய்கள் ஒழுங்காகத் துப்பாக்கிகளைச் சரண் கொடுத்துக்கொண்டிருந்தபோது நீல் ஆர்ப்பாட்டமாகக் குதிரை மேல் படையுடன் பரேடு மைதானத்தில் நுழைந்தார். சிப்பாய்களுக்கு அவர்கள் தங்களை ஆயுதம் பறித்த பின் கொல்லத்தான் வந்திருக்கிறார்கள் என்ற அச்சம் வந்திருக்க வேண்டும். கீழே வைத்த துப்பாக்கிகளைப் பலர் மறுபடி எடுத்துக் கொண்டார்கள்.

"நோ! நோ!" என்று ஆஷ்லி கத்தினான்.

மக்கின்ஸி உடனே அவர்களை நோக்கிச் சுட்டான்.

இந்தியர்களில் ஒருத்தன் துடிதுடித்து விழுந்தான். உள்ளே நுழைந்த ஆங்கிலேயர்கள் அதைத் தொடர்ந்து படபடவென்று சுட ஆரம்பித்து விட்டார்கள்.

ஒரு நிமிஷத்தில் அமைதி கலைந்து சிப்பாய்கள் அங்குமிங்கும் துப்பாக்கிகளுடன் ஓட அருகாமையில் அவர்களை அணுகிக்கொண்டிருந்த சீக்கியர்கள் பயந்துபோய் அவர்களும் சுடத் துவங்க, பலர் ஓட, பலர் தடுக்கி விழ, பலர் செத்து விழ, நீல் அவர்களிடையே தைரியமாகத் தன் குதிரை மேல் விரைந்து கத்தி வீச . .. சிறிது நேரத்தில் அங்கே கணிசமான இந்திய ரத்தம் சிந்தியது.

ஓடிப் போனவர்கள், ஓட நினைத்தவர்கள், முழங்காலில் அடிபட்டு விழுந்தவர்கள், குதிரை மிதித்துத் துடித்தவர்கள், கத்திக் குத்தை நேராக மார்பில் வாங்கியவர்கள், இறைந்து அல்லாவையும் இராமனையும் அழைத்தார்கள்.

கொஞ்ச நேரத்தில் அங்கே அங்குமிங்கும் கிடந்த சிப்பாய்களின் உடல்கள்தான் மிஞ்சியிருந்தன.

அதிர்ச்சியுற்ற ஆஷ்லி குதிரை மேல் தனியாகப் பெருமிதத்துடன் வந்துகொண்டிருந்த நீலை நோக்கி நடந்தான்.

"எப்படி? என்றார்"

"ஸர்! இதைச் சொல்வதற்காக என்னை மன்னிக்கவும். இந்தக் காரியத்தை மிகவும் அபத்தமாக, அவசரமாகச் செய்துவிட்டோம்!"

"இல்லை! அவர்கள் உள்ளத்தில் பயத்தை விதைத்துவிட்டோம். அது போதும். எங்கே சீக்கியர்கள்?"

"ஓடி விட்டார்கள். சீக்கிய நண்பர்களையும் இழந்துவிட்டோம். மிகவும் அவசரப்பட்டுவிட்டோம்."

"இது விதண்டாவாதத்திற்கெல்லாம் சமயமில்லை. இன்னேரம் செய்தி பரவியிருக்கும். நீல் எப்படிப்பட்டவன் என்று அவர்களுக்குத் தெரிந்திருக்கும்.

பனாரஸ் பூரா பரவிவிடும். மூன்று தினங்களில் இந்த நகரத்தை ஒழுங்குபடுத்திவிடலாம்!"

நீலுக்குச் சற்றே குற்ற உணர்ச்சி இருக்கத்தான் வேண்டும் என்று ஆஷ்லி நினைத்தான். இந்த ஆரம்பம் அவனை அச்சுறுத்தியது. கலகம் செய்யத் தயங்கியவர்களைக் கலகத்துக்குத் துரத்தியாகிவிட்டது. ஓடிப் போனவர்கள் அத்தனை பேரும் இனி எதிரிகள்! கடவுளே! என்ன இது! எதற்காக இதெல்லாம்!

மக்கின்ஸி கீழே கிடந்த சிப்பாயின் தலைப்பாகையைக் கத்திமுனையில் எடுத்துச் சுற்றிப் பார்த்தான். "என் முதல் போர்ப்பரிசு" என்றான்.

மைதானத்தை விட்டுக் கிளம்பும்போது கீழே கிடந்தவர்களில் இன்னும் சிலர் உயிருடன் துடித்துக்கொண்டிருப்பதை ஆஷ்லி பார்த்தான். மறுபடி அவன் வயிற்றுக்குள் கத்திக் குத்துப் போல் சோகத்தை உணர்ந்தான்.

கான்பூர்

கான்பூரில் ஏறக்குறைய அதே சமயம்தான் அந்த முதல் புயல் வெடித்தது. ஜெனரல் வீலர் அட்கின்ஸனுடன் பேசிக்கொண்டிருந்தபோது முதலில் மெலிதான சீழ்க்கை போல சப்தம் கேட்டு, அதிகமாகி நுட்பமாகி, மிகப் பெரிய ஓசையுடன் வீலரின் மாளிகைக்கும் மைதானத்துக்கும் இடையில் நெருப்புக் கோளமாக விழுந்து வெடித்தது. வெடித்த உடன் துகள்கள் நான்கு பக்கங்களிலும் சிதறின.

"இதுதான் ஆரம்பம்!" என்றார் வீலர்.

மைதானத்தில் இருந்த ஐரோப்பியர்கள் அலறிக்கொண்டு இங்குமங்கும் வீடு தேடி ஓடினர்.

ஜெனரல் வீலர் ஜன்னலுக்கு வெளியே வந்து பார்த்தார். இந்த இடம் எத்தனை அபாயகரமானது என்பது இப்போது அவருக்குத் தெளிவாகப் புரிந்தது. சிப்பாய்கள் எங்கிருக்கிறார்கள் என்பது தெரியவில்லை. அடுத்த பீரங்கிக் குண்டு எப்போது பறந்து வரும் என்பதும் தெரியவில்லை. பரிதாப-கரமான மண் சுவர்! ஆங்கிலேய அதிகாரிகள் அவசரமாக எதிர்த் தாக்குதலுக்குத் தங்கள் பீரங்கிகளைத் தயார்படுத்திக்கொண்டிருப்பதை பார்த்தார்.

'ஆறு பீரங்கிகள் எத்தனை நாளைக்குத் தாங்கும்? கடவுளே! இந்தத் தாக்குதல்களைச் சமாளிக்கும் வலிமையை எங்களுக்குத் தா. எல்லோரையும் இங்கு கொண்டுவந்து நிரப்பிய தீர்மானத்துக்கு இந்த பாரக்ஸைத் தேர்ந்தெடுத்ததற்கு நான்தான் முழுப் பொறுப்பு. டில்லி செல்லும் பாதையில் இருந்த பத்திரமான கோட்டையைத் தேர்ந்தெடுத்திருக்கலாம்.

அங்கே கற்சுவர்கள் கனமானவை. மாகஸீனில் ஏராளமான ஆயுதங்கள் உள்ளன. அதை விட்டு விட்டு ஏன் இந்தப் பொத்தல் இடத்தைத் தேர்ந்தெடுத்தேன்! விதிதான்! இதற்கு என்னைச் சரத்திரம் மன்னிக்காது!'

வீலரின் முடிவுக்குக் காரணமில்லாமல் இல்லை. மாகஸீன் பத்திரமான இடம்தான். இருந்தும் அது டெல்லி செல்லும் பாதையில் இருந்தது. நகரத்துச் சிப்பாய்கள் கலகம் செய்தால் முதல் காரியமாக அவர்கள் சகாக்களுக்கு உதவி செய்ய டெல்லியை நோக்கிச் செல்வார்கள் என்று எதிர்பார்த்தார்கள். அப்படி டெல்லி செல்லும் பாதையில் வெள்ளையர்கள் பத்திரம் தேடியிருக்கும் கோட்டையைப் பார்த்தால் முதல் கோபம் அவர்கள் மேல்தான் எழும். உடனே தாக்குவார்கள். அதனால் ஜி.டி. ரோடில் இல்லாத, ஒதுக்குப்புறமான இந்த இடத்தைத் தேர்ந்தெடுத்தார்.

சிப்பாய்கள் தாக்குவார்கள், கலகம் செய்வார்கள் என்கிறதையெல்லாம் அவர் நம்பவில்லை. இப்போது முதல் குண்டு விழுந்த போது அதிர்ச்சியில் பாதி, செயலின் எதிர்பாராத தன்மையிலும் இருந்தது.

எப்படியோ தீர்மானித்தாகிவிட்டது. இந்த இடத்தில் அத்தனை பேரும் வந்து மாட்டிக்கொண்டாகிவிட்டது. சுற்றிலும் சிப்பாய்கள் சூழ்ந்துகொண்டு மெல்ல மெல்ல நெருங்குவார்கள். அதற்குள் கல்கத்தாவிலிருந்து உதவி வந்தே ஆக வேண்டும். இல்லையெனில் ... சே! அதைப் பற்றி நினைக்காதே. கடைசி வரைக்கும் பார்த்துவிடலாம். கடைசி ஆங்கிலேயரின் கடைசி ரத்தத் துளி வரைக்கும்!

வீலர் மைதானத்தைப் பார்த்தார். போன வாரம் வரை கோச்சுகளிலும் குதிரை மேலும் ஒய்யாரமாகச் சென்றுகொண்டிருந்த ஐரோப்பியப் பிரஜைகள் காலில் செருப்பில்லாமல் பித்துப் பிடித்தவர்கள் போல அங்குமிங்கும் சிதறி ஓடுவதைப் பார்த்தார். பயம் இங்கே ஆக்கிரமித்துக்கொண்டுவிட்டது. என்ன செய்வோம்! எப்படி சமாளிப்போம்!

வீலர் அப்போது வினோதமாக ஒன்று செய்யத் தீர்மானித்தார்.

பிட்டூருக்கு நானா சாஹிப்பிற்கு, உதவிக்கு ஆட்களை அனுப்பும்படி ஒரு கடிதம் எழுதி அதை அனுப்பி வைக்க தீர்மானித்தார்.

எமிலிக்கு முதலில் பயம் ஏதும் தெரியவில்லை. அதற்கு அந்த இளம் ஆங்கிலோ இந்தியப் பெண் அமிலியாவும் காரணம் என்று சொல்லலாம். "முதலில் இந்த கவுனைக் கழற்றிப்போட வேண்டும். இதை வைத்துக்கொண்டு எப்படி ஓடுவது?"

"எங்கே ஓடுவது!"

"அது யாருக்கும் தெரியாது! ஷெல் சப்தம் கேட்டால் எங்கேயாவது பதுங்க வேண்டுமாம்."

“இதோ மற்றொன்று!”

ஒன்பது பவுண்டு குண்டு அது. வானத்தில் கருப்பு பாகம் விரைந்து வந்தபோது வெடிப்பதற்கு முன் கேட்ட அதன் விநோதமான விஸ்ஸ் சப்தம் எமிலிக்குச் சற்று வசீகரமாகத்தான் இருந்தது! வடமேற்கே பாரக்ஸின் கூரை மேல் பெரிய ஓசையுடன் விழுந்து உருண்டது. பாரக்ஸின் முன்வாசலில் நின்றுகொண்டிருந்த பெண்கள் பதறிப்போய் ஓடினார்கள். உடனே வெள்ளைக்காரச் சிப்பாய்களைப் போருக்குத் தயாராகக் கூப்பிடும் கொம்பொலியும் கேட்டது. பெண்களின் அலறலுக்குப் பின்னணி சங்கீதம் அமைப்பது போல இருந்தது. எமிலி சிற்றப்பாவைத் தேடினாள். அட்கின்ஸன் ஜெனரல் வீலரைச் சந்தித்துவிட்டுத் திரும்பும்போது நிதான-மாகச் சீட்டியடித்துக் கொண்டே நடந்தார். மேலே பறந்து வந்த குண்டுக்கு உடனே கீழே படுக்காததால் இடுப்பில் அடிபட்டு மைதானத்தில் விழுந்தார்.

37

எமிலி தன் சிற்றப்பாவைப் பார்த்தபோது அவர் வேடிக்கையாக நடந்து வருகிறார் என்று நினைத்தாள். புதிதாக நடை பழகின குழந்தை போல நடந்துவிட்டு அவர் தடுமாறி விழுவதைப் பார்த்துக் கலவரப்பட்டு அவரை நோக்கி ஓடினாள்.

"எமிலி! ஓடாதே, ஓடாதே. அபாயம்" என்றாள் அமிலியா.

எமிலிக்கு அதெல்லாம் கேட்கவில்லை. சிற்றப்பாவை நோக்கித் தன் உடைகளைத் தூக்கிப் பிடித்துக்கொண்டு ஓடினாள். அருகே வந்தபோதுதான் ரத்தத்தைப் பார்த்தாள். மைதானம் காலியாக இருக்க, நடுவே அவரருகில் உட்கார்ந்தபோது சிற்றப்பா காற்றுக்காக வாயைத் திறந்து வார்த்தை வராமல் தவிப்பதையும் சரசரவென்று பழுப்பு நிலத்தில் ரத்தம் கறைப்படுத்துவதையும் பார்த்து, "நோ! நோ!" என்று கத்தினாள். பக்கத்திலிருந்து "லுக் அவுட். எ ஷெல்! ஷெல்!" என்று அவசர எச்சரிக்கை கேட்க, எமிலி தன்னியல்பாக மண்ணில் படுத்துக்கொள்ள, ஷெல்லின் கீச்சுக்குரல் அவளைத் தாண்டிச் சென்று எதிர்க் கட்டிடத்தின் அருகில் வெடித்து உடனே பெண்களின் அலறல் கேட்டது. சற்று நேரம் மவுனம். அட்கின்ஸனின் இடுப்பில் செருகியிருந்த விஸ்கி பாட்டிலைப் பார்த்து அதை எடுத்து அவரது திறந்த வாயில் ஊற்றினாள். தாடையில் ரத்தக் குதறலாக இருந்தது. இடுப்புக்குக் கீழே பார்க்க பயமாக இருந்தது. ஆனால் அட்கின்ஸன் உயிருடன் இருந்தார். விஸ்கி உள்ளே சென்றதும் சற்றே தெம்பு வந்து ஓரிரு வார்த்தைகள் வெளிப்பட்டன.

"எமிலி! இங்கே இருக்காதே. பத்திரத்துக்குப் போ!"

"இல்லை இல்லை. உங்களை நான் விட மாட்டேன். விட மாட்டேன்!"

"முட்டாள் பெண்ணே, மறைவுக்கு வா," என்று ஓர் அதட்டல் ஓரத்திலிருந்து கேட்டது. எமிலி செவிசாய்க்கவில்லை.

"செத்துப்போவாய்! செத்துப்போவாய்!"

"இவருக்கு உயிரிருக்கிறது!" என்று சப்தம் வந்த திசையை நோக்கிக் கத்தினாள்.

"சீக்கிரமே செத்துப்போவார்! நீ வா!"

எமிலி சிற்றப்பாவைப் பார்த்து மளமளவென்று கண்ணீர் சிந்தி, "செத்துப்போகாதீர்கள், ப்ளீஸ்! செத்துப்போகாதீர்கள்," என்று கெஞ்சினாள்.

அவர் ரத்தம் கலந்து புன்னகைத்தார். "எமிலி! போய்விடு! அபாயம்!"

எமிலி அவரை எடுக்க முயற்சித்தாள்.

மற்றொரு ஷெல் சங்கீதம் பாடிக்கொண்டு தலை மேல் பறந்து அங்கே வெடித்தது. அதன் உஷ்ணக் காற்றை உணர்ந்தாள். அவள் ஆடைகளைத் தீய்த்தது போல் தாக்கியது. அவளை நோக்கி ஓர் அதிகாரி ஓடி வருவது தெரிந்ததே. கிட்டே வந்து, "முட்டாள்! என்ன செய்கிறாய். செத்துப்போவாய்," என்று அவள் கையைப் பற்றித் தரதரவென்று இழுத்தார்.

"இவர் இறந்துகொண்டிருக்கிறார்.! இறந்துகொண்டிருக்கிறார்!"

"நீயும் அவருடன் போக உத்தேசமா?" வலுவான இழுப்பைத் தாங்க முடியாமல் தரையில் தேய்த்துக்கொண்டே அப்புறப்படுத்தப்பட்டாள்.

இருள் போர்வை வரும்போது தாக்குதல் நின்றிருந்தது. அட்கின்ஸன் அங்கேயே கிடந்தார். அவரை இருவர் தோளிலும் காலிலும் பிடித்து அலங்கோலமாகத் தூக்கி எமிலியின் அருகில் கொண்டுவந்து கிடத்தினார்கள். எமிலி அவர் மார்பில் காதை வைத்துக் கேட்டாள். உயிர் இருந்தது. கண்கள் மூடியிருந்தன. யாரோ குழப்பமாக வந்தார்கள். இடுப்பிலும் தாடையிலும் காயத்தின் மேல் துணி சுற்றினார்கள். யாரோ வாயில் சிறிது பிராந்தி ஊற்றினார்கள். யாரோ தூக்கிக் கிடத்தினார்கள். மிக அதிகமாக வலித்திருக்க வேண்டும். முனகல் சப்தம் கேட்டது. "ராத்திரி தாங்க மாட்டார். சவப்பெட்டி தயார் செய்துவிடுங்கள்," என்றார் ஓர் அதிகாரி.

எமிலி பிரமிப்பில் உடல் முழுவதும் மண்ணாக, கன்னத்தில் உலர்ந்த கண்ணீருடன் அவர் பின் இயந்திரம் போல் நடந்தாள். தலை ஆடியது. ஒரு முறை அவளைக் கண் திறந்து பார்ப்பது போல் இருந்தது. கிட்டே சென்று காது கொடுத்துக் கேட்டாள். மெலிதான ஈனஸ்வரத்தில், "உன்னைக் காப்பாற்றிக்கொள்," என்றார்.

எமிலிக்குப் பொலபொலவென்று கண்ணீர் வடிந்தது. தோள்களில் ஒரு கையை உணர்ந்தாள். அமிலியா.

வராந்தாவில் அடிபட்டவர்கள் எல்லோரையும் கிடத்தியிருந்தார்கள். அங்கங்கே முனகலும் உச்சக்கட்ட உபத்திரவ அலறல்களும் கேட்டுக்கொண்டிருந்தன. குறுக்கே மருத்துவர்கள் செயல்பட்டுக் கொண்டிருந்தார்கள். ஜெனரல் வீலர் தீவிர முகத்துடன் அவர்கள் ஊடே நடந்தார். அட்கின்ஸனைப் பார்த்ததும் நின்றார். "மாலை தான் என்னுடன் பேசிக்கொண்டிருந்தார்." குனிந்து, "மிஸ்டர் அட்கின்ஸன்! மிஸ்டர் அட்கின்ஸன்!" என்று கூப்பிட்டார். சிற்றப்பா மெல்லக் கண் திறந்தார். "எப்படி இருக்கிறீர்கள்?"

"வலி!" என்றார் கிணற்றுக் குரலில்.

"மகளா?" என்றார் வீலர், எமிலியைப் பார்த்து.

"ஆம்."

டாக்டரைப் பார்த்து, "என்ன சொல்கிறீர்கள்?" என்றார்.

"ராத்திரி தாங்க மாட்டார். இத்தனை நேரம் இருப்பதே ஆச்சரியம்! இடுப்பு பூராவும் போய்விட்டது. தாடையின் ஊடே சிதறல் பாய்ந்து துளைத்திருக்கிறது."

"எப்படியாவது இவரை மயங்க வைத்துவிடுங்கள்!"

எமிலி பிரமிப்பில் தன்னைச் சுற்றிலும் பார்த்தாள். பார்க்கவே தயக்கமாக இருந்தது. அமிலியா அவள் கையைப் பற்றி அழுத்தினாள். அருகே முப்பது வயது மதிக்கத்தக்க மாது முகத்தில் அடிபட்டுக் கால்களைப் பரப்பிக்கொண்டு படுத்திருந்தாள். ஓரத்தில் ஒரு பிரைவேட் சோல்ஜர் குண்டடிபட்டு, சத்தியமாகச் செத்திருந்தான். அருகே அவன் மனைவி மலைத்துப்போய் உட்கார்ந்திருந்தாள். அவள் கையிலும் அடிபட்டிருந்தது. அவள் மார்பு திறந்திருந்தது. இரண்டு மார்பையும் அவளுடைய இரட்டைக் குழந்தைகள் பற்றிக் கடித்துக்கொண்டிருந்தன.

"கடவுளே! கடவுளே! நாம் என்ன குற்றம் செய்தோம்! இந்தக் குழந்தை யாருடையது?" என்று ஒருவர் அலறும் குழந்தையைத் தூக்கிப் பிடித்துக்கொண்டு சென்றார்.

"இறந்தவர்களை எங்கே புதைப்பார்கள்?"

அமிலியா, "தெரியவில்லை! எல்லோருக்கும் சவப்பெட்டி செய்ய நேரமிருக்காது என்று சொல்கிறார்கள். வெளியே ஒரு கிணறு இருக்கிறதாம் அதில்தான் எல்லோரையும் . . ."

"நின்று விட்டதே!"

"இருட்டு வந்துவிட்டதல்லவா? சுட மாட்டார்கள் என்றுதான் சொல்லுகிறார்கள். உன் கணவனின் படை எப்போது வரும்?"

"சீக்கிரமே! சீக்கிரமே!"

"வர வேண்டும். வராவிட்டால் நாம் எல்லோரும் ஒழிந்தோம்!"

எமிலியின் சிற்றப்பாவுக்கு அவர் மயக்கத்தையும் மீறி ஒரு வலிப்பந்து வெடித்திருக்க வேண்டும். முனகினார். எமிலி அவரைப் பார்த்துப் பிரார்த்தனை செய்தாள். "கடவுளே, இவரைச் சீக்கிரம் அழைத்துக் கொண்டு செல்லுங்கள்! தயவுசெய்து! தயவு செய்து!"

ஜெனரல் வீலர் ஜன்னல் திறந்து இருட்டைப் பார்த்துக்கொண்டிருந்தார். எல்லாம் மௌனமாக இருந்தது. ஏமாற்றம், மௌனம். அடிபட்டவர்களின் மெல்லிய ஓலம் மட்டும் அவ்வப்போது கேட்கும். பீரங்கிகள் மௌனமாகி

விட்டன. காலை அவை மறுபடி விழித்துக் கொள்ளும். இதுவரை அவர்கள் நேர்த் தாக்குதல் செய்யவில்லை. நகரத்திலிருந்து பீரங்கிகள் மூலம்தான் தாக்கிக்கொண்டிருக்கிறார்கள். அருகே வரத் தயங்குகிறார்கள். எத்தனை பீரங்கிகள் வைத்திருக்கிறார்கள்? நமக்கு அவர்களைக் கண்டால் பயம். அவர்களுக்கு நம்மைக் கண்டால் பயம். அங்கிருந்து பீரங்கி வீச்சு. இங்கிருந்து பதில்! எத்தனை நாள் இப்படித் தாக்குப் பிடிக்கமுடியும்? எத்தனை நாள் ஆகும் அவர்களுக்கு உண்மை தெரிய?

இங்கே இருக்கும் தொற்றல் கோட்டையில் ஆயிரம் பேரில் இருநூறு பேர்தான் போர் புரியக் கூடியவர்கள். மற்றவர்கள் கிழவர்கள், பெண்பிள்ளைகள், குழந்தைகள்தான். எல்லாவற்றிற்கும் நான்தான் காரணம். கடவுள் நம் பக்கம் இருந்து, அவர்கள் தைரியம் பெற்று உள்ளே வருவதற்குள் கல்கத்தாவிலிருந்து பக்கபலம் வந்தாக வேண்டும். நானா சாஹிப் என்ன செய்வான்? நிச்சயம் என்னை எதிர்க்க மாட்டான். நானா என் நண்பன்!

வீலர் சிந்தித்துக்கொண்டிருந்தபோது அதே சமயம் அருகாமை பிட்டூர் அரண்மனையில் மிகவும் கலகலப்பாக இருந்தது.

இருபதடி நீள மேசையில் நானா உட்கார்ந்திருந்தார். வெள்ளைக்கார தேசத்து சாண்டலியர்கள் அறை முழுவதும் பிரகாசிக்க, அருகே எல்லோரும் உற்சாகமாக உண்டுகொண்டிருந்தார்கள். மேல்நாட்டு டாமஸ்க் மேசை விரிப்பில் மதுபானங்கள் காத்திருந்தன. ஸூப் ஆவி அசையக் காத்துக்கொண்டிருந்தது. ஒன்பதாவது லான்ஸர்களிடம் இருந்து நானா கவர்ந்த பளபளப்பான தட்டுக்களில் புலவு, நெய் பளபளக்க வரவேற்றுக்கொண்டிருந்தது. வெள்ளிக் கத்திகளும் முள் கரண்டிகளும் காத்திருந்தன. கிளாரெட், ஷாம்பேன், பீர் எல்லாம் இருந்தன. நானாவின் அருகில் அஸிமுல்லா, நானாவின் அந்தரங்கக் காரியதரிசி வீற்றிருந்தார். அஸிமுல்லாவின் இளமையும் வசீகரமான தோற்றமும் யாரையும் மயக்கும். அனாதையாகக் கான்பூரில் பிறந்தவன். சின்ன வயதில் கான்பூர் இலவசப் பள்ளியில் படித்தவன். நானாவின் அரண்மனையில் கன்ஸாமாவாகச் சேர்ந்தவன். அதன் பின் நானாவின் ஆங்கில ஆசிரியன், பின் அந்தரங்கக் காரியதரிசி. இப்போது நானா அஸிமுல்லாவைக் கேட்காமல் எந்தக் காரியமும் துவங்க மாட்டார். இன்றிரவு நானாவுக்கு எதிரே கான்பூரிலிருந்து கலகக்காரர்களின் தூதுவர்கள் ஐந்து பேர் உட்கார்ந்திருக்கிறார்கள். அவர்களில் உக்கிரமான ஒருவன் பேசிக்கொண்டிருந்தான்: “மஹாராஜா! எதற்காக நீங்கள் வெள்ளையருடன் சினேகிதத்தைத் தொடர வேண்டும்? மகாராஜா, எங்களோடு சேருங்கள். உங்களைத் தலைவராக ஏற்பதில் எங்களில் யாருக்கும் எந்தவிதத் தயக்கமும் இல்லை. உங்களுக்காக ஒரு ராஜ்யம் காத்திருக்கிறது

எங்களுடன் சேர்ந்தால்! ஆனால் பரங்கிகளுடன் சேர்ந்தால் மரணம்தான் காத்திருக்கிறது. எதற்குத் தயங்குகிறீர்கள்?"

நானா அஸிமுல்லாவைப் பார்த்தார்.

"நாம் வெள்ளைக்காரர்களுக்கு உதவி செய்வதாக வாக்களித்து, படையும் கொஞ்சம் அனுப்பியுள்ளோம். ஞாபகமிருக்கட்டும் மகாராஜா," என்றான்.

"எனக்கும் அந்த வெள்ளைக்காரர்களுக்கும் என்ன சம்பந்தம்? நான் அவர்களுக்கு உதவி செய்வதெல்லாம் பாசாங்குதான்! உள்ளுக்குள் நான் உங்கள் கட்சிதான்!"

"சபாஷ்!" என்று மேசையைக் குத்தினான் புரட்சித் தூதுவன். "பின் ஏன் தயக்கம்? வாருங்கள். எங்களுடன் சேருங்கள்!"

"நீங்கள் எங்கே கலகம் நடத்துவதாக உத்தேசம்?"

"டில்லிக்குப் போகலாம் வாருங்கள். எங்கள் தலைவராக வாருங்கள்."

"அஸிமுல்லா என்ன சொல்லுகிறாய்?"

"மகாராஜா, சற்றுத் தனியாகப் பேச வேண்டும்."

அவர்களை வெளியே அனுப்பிவிட்டு அஸிமுல்லாவுடன் நானா தனியாக இருந்தார்.

"என்ன அஸிம்?"

"இவர்களுடன் சேர்ந்தே ஆக வேண்டும் என்று தோன்றுகிறது. கான்பூரில் வீலர் வசமாக அகப்பட்டுக்கொண்டிருக்கிறார். மிகவும் அஜாக்கிரதையான இடத்தில், முழுவதும் சிப்பாய்கள் சூழ. இன்னும் இரண்டு மூன்று தினங்கள்தான் தாங்குவார் என்று தாத்யா செய்தி அனுப்பியிருக்கிறார்!"

"டில்லிக்குப் போவதா?"

"இல்லை. நாம் டில்லிக்குப் போக வேண்டாம்."

"ஏன்?"

"மகாராஜா! நீங்கள் ஒரு உன்னத பிராமணர். டில்லிக்குச் சென்றால் மொகலாய சாம்ராஜ்யத்தில் ஒரு உபதலைவராகத்தான் உங்களை அங்கீகரிப்பவர்கள். எத்தனையோ கலகத் தலைவர்களில் நீரும் ஒருத்தராக இருப்பீர்கள். ஆனால் கான்பூரில்? கான்பூர் சரிய இருக்கிறது. இங்கே நீங்கள் முதல் தலைவர்! கலகம் செய்யும் நான்கு ரெஜிமெண்டுகள் இருக்கின்றன. பரங்கிகள் சொற்பமே. அதிவிரைவில் வென்று உங்கள்

இழந்த பதவியைத் திரும்பப் பெறலாம். நம் ராஜ்யத்தைப் புதுப்பித்து அமைக்கலாம்! பேஷ்வா பாஜிராவின் புதிய சாம்ராஜ்யம்!"

நானா சாஹிப்பின் கண்களில் புத்தொளி பிறக்க, "அஸிம், இப்போது வீலருக்கு என்ன சொல்வது?"

"நாளை அவருக்குச் செய்தி அனுப்பிவிடுவோம் - நாம் அவரைத் தாக்கப்போவதாக!"

"அவர் என்னை நண்பனாக எண்ணிக்கொண்டிருக்கிறார்.!"

"மகாராஜா! நட்புகள் எல்லாம் யுத்த சமயத்தில் வெகு விரைவில் மாறும். மாற வேண்டும். ட்ரெஷரி நம் கையில். அதில் லட்சக்கணக்கான ரூபாய்கள் இருக்கின்றன. மாகஸீனில் ஆயுதங்கள்! இதைவிடச் சுலபமாக வெள்ளையரை வெல்ல இதைவிட எளிதான சந்தர்ப்பம் வராது!"

"அவர்களைக் கூப்பிடு."

கலகத் தலைவர்கள் மறுபடி விளிக்கப்பட்டார்கள். அஸிமுல்லா பேசினான்.

"மகாராஜா நிலைமையை முழுவதும் சிந்தித்துப் பார்த்து உங்கள் போராட்டத்துக்கு ஒத்துழைப்பது என்று தீர்மானித்துவிட்டார். மகாராஜாவை உங்கள் ஒரே தலைவராக நீங்கள் ஏற்றுக்கொள்ள வேண்டும். கான்பூரின் அரசாட்சி அவர் பொறுப்பில் உடனே கொடுக்கப்பட வேண்டும். கான்பூர் நகரில் சூறையாடப்பட்ட, சூறையாடப்படப்போகிற அத்தனை சொத்தும் மகாராஜாவைச் சேர வேண்டும். மகாராஜாவின் சகோதரர் பாபா பட் கான்பூர் நகரின் நியாயத் தலைவராக நியமிக்கப்பட வேண்டும். நவாப்கஞ்ச் ட்ரெஷரியில் உள்ள அத்தனை சொத்துக்களும் மகாராஜாவைச் சேர்ந்தது. சம்மதமெனில் மகாராஜா தோந்து பந்த் நானா சாஹிப் தன் குதிரை, காலாட்படைகளையும் தன் பீரங்கிகளையும் உங்கள் போராட்டத்திற்கு உதவியாக அனுப்புவார்!"

அவர்கள் சற்றும் தயக்கமின்றி, "எல்லாவற்றுக்கும் சம்மதம். எங்களை ஒன்றுபடுத்த எல்லோரும் சம்மதிக்கக்கூடிய தலைவர் தேவை. அது மகாராஜாதான்!"

"நாளையே ஜெனரல் வீலருக்குச் செய்தி அனுப்பப்படும், நானா தாக்கப்போகிறார் என்று." அவர்கள் உற்சாகத்துடன் மேசை மேல் வைத்திருந்த மதுக் குப்பிகளை ஒரே மடக்கில் குடித்தார்கள். "ஜெனரல் வீலரின் மரணத்திற்கு!"

38

முத்துக்குமரன் சற்றே முரண்டு பிடிக்கும் குதிரை மேல் ஏறிக் கொண்டான். அவனை வாங்கிக்கொண்டு குதிரை அரைச்சுற்று சுற்றிப் பின்சாய்ந்தது. "பாத்து பாத்து! எங்கயாவது சரிஞ்சுரப் போறே. ஏய்யா, குதிரை ஓட்டத் தெரியுமா?"

"எல்லாம் பைராகி சொல்லிக்கொடுத்திருக்காரு."

"அட, என்கூடப் பேசிட்டியே!"

"நான் குதிரைகிட்டச் சொன்னேன்."

பூஞ்சோலை வெறுப்புடன், "பாளாப் போவட்டும். சந்து திரும்பறதுக்குள்ளே குதிரை சாய்ச்சுட்டு நொண்டிக்கிட்டே வா! ஈரமத்த சன்மம்," என்றாள்.

முத்துக்குமரன் குதிரையைக் கட்டுப்படுத்திவிட்டு அதன் கழுத்துப் பாகத்தில் தட்டித் தடவிக்கொடுத்தான். மற்றவர்கள் சேர்ந்துகொள்ளக் காத்திருந்தான். பின்னல் குதிரை குளம்பொலி மெதுவாகக் கேட்க, கலகக்காரர்களில் மூவர் துடிப்பாக அவனுடன் சேர்ந்து கொண்டார்கள்.

முத்துக்குமரன் கையில் தீப்பந்தம் ஒன்று கொடுக்கப்பட்டது. "சலோ!" என்றான் அவர்களில் ஒருவன்.

குதிரைகளை உசுப்பிவிட, அவை துரித கதியில் கிளம்ப முத்துக்குமரன் தொடர்ந்தான்.

பைராகி, "பார்த்துப் போ, ரொம்ப வெரட்டாத. பழக்கமில்லாத பிராணி!"

"சரிங்க, வரேன்."

முத்துக்குமரனின் உள்ளத்தில் துடிப்பு அதிகரித்தது. சந்தின் இருமருங்கும் இருந்த கடைகள் யாவும் பூட்டியிருந்தன. எல்லோரும் புரட்சிக்காரர்களுக்குப் பயந்தவர்கள். குளம்பொலி ஏகமாக எதிரொலிக்க, சன்னல் வழியாக முகங்கள் எட்டிப்பார்த்தன. அவர்களை உற்சாகப் படுத்தும் வகையில் வண்ணத் துணித் துண்டுகளை அசைத்தனர். முத்துக்குமரனுக்குப் பெருமையாக இருந்தது. இப்போது கான்பூரின் பிரதான பாட்டை ஒன்றில் அவர்கள் தூள் கிளப்பிச் சீய்த்துக்கொண்டு சென்றார்கள். "பாஸார் பாஸார் சலோ! தீன் தீன்! மாரோ மாரோ! ஃபீரங்கிக்கோ," என்று முதல்வன் ரத்த குரலில் துப்பாக்கியை ஒற்றைக் கையால் பிடித்துக்கொண்டு வான் நோக்கிச் சுட்டுக்கொண்டு சென்றான்.

மிச்சமிருந்த கடைகளும் பட்பட்வென்று மூடிக்கொண்டன. முத்துக்குமரனின் தீப்பந்தம் பிடிவாதமாக அணையாமல் மஞ்சளில் தீக்கோடு இட்டுக்கொண்டு சென்றது.

எங்கே போகிறார்கள்?

"சாந்தினி சௌக்! சாந்தினி சௌக்!" என்றான் ஒருத்தன்.

பட்டுத் துணிகள் வண்ண வண்ணமாகத் தொங்கிகொண்டிருக்கிற ஒரு கடையை அப்போதுதான் மூடிக்கொண்டிருக்க, சிப்பாய்கள் பாய்ந்து வந்து முத்துக்குமரனைப் பார்த்து என்னவோ சொல்ல, அவன் புரியாமல் விழிக்க, அவன் கைப்பந்தத்தை வாங்கி அபாரமான ஆடைகள் மேல் தொட்டு, "ஐஸா!" என்றான். "ஆக் லகாவோ ஆக்!". . .

முத்துக்குமரன் சற்றே தயக்கத்துடன் பற்ற வைக்க, சுருள் சுருளாகத் தீ நாக்குகள் கடைக்குள் பரவ இவர்கள் ஆரவாரித்தார்கள். கடைக்காரன், "சர்க்கார்! சர்க்கார்!" என்று கெஞ்ச அவன் தலைப்பாகையைத் துப்பாக்கி முனையால் இடறிவிட்டு, அவனைக் குறிபார்க்க அவன் பட்டுத் துணிகளை மறந்து ஓடினான்.

வெள்ளைக்காரர்களுக்குத் துணி விற்பவன் போலும்!

மற்றொரு சிப்பாய், குதிரையிலிருந்து கீழே இறங்கி எதிரே ஒரு கடைக் கதவை துப்பாக்கியின் பின்பக்கதால் இடித்து இடித்து உடைத்து வழி பண்ணினான். அது நகைக் கடை தங்கமும் வெள்ளியும் பெட்டிக்குள் பளபளக்க அத்தனையும் இழுத்துக் காலி செய்து சாலையில் இறைத்தான்.

ஒருவரும் பொறுக்க வரவில்லை. முத்துக்குமரன்பால் ஒரு தங்க நகையைத் தூக்கி எறிந்து, "லோ! பீபிக்கோ தோ!" என்று சிரித்துக் குதிரையின் மீது தாவி ஏறிக்கொண்டு, "சலோ சலோ!" என்று ஆரவாரிக்க, முத்துக்குமரன் அவர்கள் பின் சென்றான்.

திரும்பிப் பார்த்தபோது வியாபாரி அழுதுகொண்டிருந்தான். கால்வாயின் மேம்பாலத்தை இரைச்சலாக, உற்சாகமாகக் கடந்து செல்ல தேவலாயம், வெறிச்சோடியிருந்தது.

தனித்தனியான பங்களாக்கள் கதவு அடைத்திருந்தன. சுவர்களில் வினோத எழுத்துக்கள் வழிந்தன. இருப்பதற்குள் பெரிசாக ஒரு வீட்டைத் தேர்ந்தெடுத்து அதன் வெளிப்புறக் கதவை உதைத்துத் திறந்து சுற்றிலும் தோட்டங்களை மிதித்துவிட்டு வாசலுக்கு வந்தார்கள்.

பூட்டியிருந்தது. வெள்ளைக்காரர் வீடாகத்தான் இருக்க வேண்டும். யாரும் தென்படவில்லை. பூட்டை நோக்கிச் சுட்டான். வெடித்துத் திறக்க, குதிரையுடன் உள்ளே வராந்தாவில் சென்றார்கள். முத்துக்குமரன் இறங்கிப்

பந்தம் பிடிக்க, உள்ளே ஒரு பெரிய வாத்தியம் தெரிந்தது. வெள்ளைக்காரர் குடும்பப் படம் தெரிந்தது. கண்ணாடிப் பாத்திரங்கள் அடுக்கப்பட்டிருந்த அலமாரியை ஒரே சரிவில் சாய்க்க அவை சங்கீதத்துடன் உடைந்தன.

மாடிப்படிகளில் ரத்தினக் கம்பளம். சிப்பாய்களில் ஒருத்தன் அருகே இருந்த அறைக்குச் சென்று பெண்கள் அணியும் கவுனை எடுத்து வந்து தன் மேல் வைத்துக்கொண்டு, "தேக்! தேக்," என்று நடனமாடினான். முத்துக்குமரன் பந்தம் காட்ட அவர்கள் மாடிக்குச் சென்றார்கள். போகிறபோது திரைச்சீலைகளைப் பற்ற வைத்துக் கொண்டே சென்றார்கள். அலமாரி நிறையப் புத்தகங்களை ஒன்று சேர்த்து எரித்தார்கள்.

"அப்பா! எத்தனை வெறுப்பு வெள்ளைக்காரர்கள் மேலே!"

இப்போது அந்த வீட்டினுள் இருப்பது அபாயகரமாக இருக்கும் அளவுக்குத் தீ எங்கும் பரவி, விட்டத்துக் கட்டைகள் வெடித்துத் தீ அணிந்துகொண்டு விழ அவர்கள் ஆரவாரமாக ஓசை எழுப்பிக் கொண்டு வெளியே ஓடி வந்தார்கள். முத்துக்குமரனுக்கு மனத்தின் ஒரு மூலையில் தான் செய்வது தப்பு என்று பட்டது. ஏதாவது சொன்னால் என்னை எரித்துவிடுவார்கள். எனக்கு இருக்கும் வெறுப்பெல்லாம் ஒரே ஒரு துரை மேல்தான். மக்கி துரையைச் சந்திக்கிற வரைக்கும் இவர்கள் பாதுகாப்பில் இருந்துதான் ஆக வேண்டும். இவர்கள் சொல்லுவதைச் செய்துதான் ஆக வேண்டும். முத்துக்குமரன் ஜன்னலெல்லாம் எரியும் அந்த வீட்டை விட்டு வெளியே வந்து குதிரை மேல் தாவி ஏறிக்கொண்டான்.

"மாரோ மாரோ! லூட்லோ!" நகரமெங்கும் இந்த வார்த்தைகள் ஒலித்துக்கொண்டிருந்தன. முத்துக்குமரனுக்குப் பழக்கமாகிவிட அவனும் அவர்களுடன் சேர்ந்து, "மாரோ மாரோ!" என்று சப்தமிட்டான்.

சிப்பாய்களின் குரல் ஜெனரல் வீலரின் என்ட்ரென்ச்மெண்டில் லேசாகத்தான் கேட்டது. இங்கிருந்து பார்க்கும்போது கான்பூர் நகரத்தில் பற்பல பகுதிகள் எரிந்துகொண்டு மசி நிற வானத்தில் தங்கச் சரிகை துடித்துக்கொண்டிருந்தது எமிலிக்குத் தெரிந்தது. அருகே மரணத்தின் கிட்டத்தில் இருப்பவர்களின் ஓலமும் முனகலும் கேட்டன. சிற்றப்பா இல்லை. அவருக்குச் சவப்பெட்டி தயாரிக்கச் சமயமில்லாது இருள் கவிந்ததும் அவர் உடலை மூடி நான்கு பேர் தூக்கிச் சென்று ஓரத்தில் இருந்த பெரிய கிணற்றில் அன்று இறந்த மற்ற உடல்களுடன் எறிந்தாகிவிட்டது. எல்லோருக்கும் சேர்த்துப் பிரார்த்தனை சொன்னார்கள். பத்து நிமிடங்களில் இறந்தவர்கள் அத்தனை பேரையும் அப்புறப்படுத்தியாயிற்று.

எமிலி கன்னத்தில் கை வைத்துக்கொண்டு உட்கார்ந்திருக்க அருகே அந்தப் பெண் அமிலியா தன் தங்கைக்கு விளையாட்டு காட்டிக்கொண்டிருந்தாள். சின்னப் பெண்ணின் கை எலும்பில் அடிபட்டுக்

கட்டு போட்டிருந்தது. அழுகைக்கு நடுவே அமிலியாவின் விளையாட்டுக் காட்டலில் அவ்வப்போது கவனம் வந்து, சற்றே அழுகையை நிறுத்தி மறுபடி தொடர்ந்தாள்.

கணவனை இழந்தவள் இன்னும் பிரமிப்பில் ஏதும் பேசாமல் ஒரே திசையில் பார்த்துக்கொண்டிருக்க, அவளுடைய இரட்டைக் குழந்தைகள் அழுதுகொண்டிருந்தன.

எமிலி யோசித்தாள். எங்கிருந்து எங்கே வந்துவிட்டோம்! ராத்திரி வராந்தாவில்தான் தூக்கம் போலிருக்கிறது. என் கணவர் வரும்வரை எனக்கு ஆதரவு யார்? எமிலியின் கவுன் இப்போது கிழிந்திருந்தது. அவ்வவ்போது காயங்களைக் கட்டத் தேவைப்பட்டபோதெல்லாம் தானம் செய்து அவள் உள்ளுடைகள் தெரியுமளவுக்குக் கிழித்திருந்தாள்.

இருந்தும் அவள் உள்ளத்தில் ராத்திரியைப் பற்றி அச்சமில்லை. எப்படியும் கணவன் தன்னைக் காப்பாற்ற வந்துவிடுவான். கணவன் அல்லது ஆஷ்லி!

"எமிலி, இதோ யார் வந்திருக்கிறேன் பார்!"

"ஆஷ்லி! நீயா!"

"ஆம் எமிலி! உன்னைக் காப்பாற்ற ஓடி வந்துவிட்டேன் பார்."

"காப்பாற்றி என்னை என் கணவனிடம் சேர்த்துவிடுவாயா?"

"உன் கணவன் இறந்துவிட்டான் எமிலி!"

சீ! என்ன எண்ணம் இது.

"அமிலியா!"

"என்ன அமிலி?"

"அமிலியா, உனக்குச் சினேகிதர்கள் உண்டா?"

"ஓ! கான்பூரே என்னை மணக்க விரும்பியது."

"இப்போதும் நீ அழகாகத்தான் இருக்கிறாய்; உன்னிடம் ஆங்கில இந்திய ..." வேண்டாம்; அதைப் பற்றி பேச விரும்பவில்லை.

இந்தச் சந்தர்ப்பத்திலும், வினோத சூழ்நிலையிலும் அவளுக்குச் சென்னையில் பார்த்த நீலக் கண் குழந்தையின் முகம் உறுத்தியது. நான் ஆஷ்லியை நினைப்பதில் என்ன தப்பு? ஆஷ்லி வரப்போகிறான். என்னைக் காப்பாற்றி, என்னை இங்கிருந்து மீட்டு, இங்கிலாந்துக்கு அழைத்துச் சென்று . . . "அமிலியா! நீ காதலிக்கிறாயா?"

"வாரம் ஒரு முறை!"

"வேடிக்கை செய்யாதே. நிசமாகத்தான் கேட்கிறேன்."

"இல்லை. நான் சந்தித்த எல்லாக் காதலர்களும் இருட்டுக்கு அழைத்துச் செல்வதே குறிக்கோளாக இருக்கிறார்கள். யாராவது ஆதர்சக் காதலன் வருவான் என்று காத்திருந்தேன். அதற்குள் கலகம் வந்துவிட்டது. இருபத்தைந்து நாட்களுக்குத்தான் உணவு இருக்கிறது என்று சொல்லுகிறார்கள். நெய், பருப்பு, அரிசி, டீ, சர்க்கரை, ரம் எல்லாம் கொண்டுவர நகரத்துக்கு ஆள் அனுப்பியிருக்கிறார்கள். ஒருவரும் நமக்கு விற்க மறுத்துவிட்டார்களாம். போனவன் கொஞ்சம் பட்டாணி, கோதுமை மாவு மட்டும் எடுத்து வந்திருக்கிறானாம்."

"எனக்கு இந்தக் கலகமே புரியவில்லை."

"புரிவதற்கு என்ன இருக்கிறது இதில்? இந்தியச் சிப்பாய்கள் ஆங்கில அதிகாரிகளை எதிர்த்துக் கலகம் செய்கிறார்கள்."

"எதற்கு?"

"அப்பா சொன்னார், துப்பாக்கியில் தடவப்படும் கொழுப்பை எதிர்த்து என்று. இந்தச் சின்ன விஷயத்துக்காகக் கலகத்தைப் பரவ விட ஆங்கிலேயர்கள் அவ்வளவு முட்டாள்கள் இல்லை என்று நினைக்கிறேன். இன்னும் அழுத்தமான காரணங்கள் இருக்க வேண்டும்."

"அவர்கள் எங்கே இருக்கிறார்கள்.?

"நகரம் முழுவதும்."

"இங்கே எப்போது வருவார்கள்?"

"வரக் கூடாது. வந்தால் நாம் எல்லோரும் செத்தோம். உனக்குத் துப்பாக்கி சுடத் தெரியுமா?"

"தெரியாது."

"நாளை நமக்கும் கற்றுத்தரப்போகிறார்களாம். கைத்துப்பாக்கிகள். நாளைக்குக் காலை வெள்ளோட்டம் பார்க்க முப்பது பேர் கொஞ்ச தூரம் நகருக்குள் செல்லப்போகிறார்களாம். லெப்டினன்ட் ஆஷ் போகப்போகிறாராம்."

"உனக்கு எப்படித் தெரியும்?"

"எல்லோரும் என்னுடன் பேச வருகிறார்கள். இத்தனை அவலத்திலும் சில ஆசைகள் மடிவதில்லையே!" என்று கண் சிமிட்டி அமிலியா சிரித்தாள். இத்தனை அழுக்கிலும் அந்தப் பெண் வசீகரமாகத்தான் இருக்கிறாள் என்பதை எமிலி உணர்ந்தாள். உற்சாகமும் குறையவில்லை. ஆங்கில இந்தியக் கலப்பின் உன்னத வெளியீடு! செதுக்கினாற்போல் மூக்கு,

வெள்ளைக்கார நிறத்திலிருந்து ஒரே ஒரு மாற்றுக் குறைவு. நடுநிசிக் கூந்தல். மெல்லிய நீலக்கண்கள்.

"எமிலி! எத்தனை வயசில் நான் கல்யாணம் செய்துகொள்ளலாம்?" தெரிவதைப் பார்த்து அமிலயா, "ச்சே! என்னை மன்னித்துவிடு. கல்யாணத்தைப் பற்றிப் பேச இதுவா சமயம்!" என்றாள்.

அவர்கள் சாய்ந்து உட்கார்ந்திருந்த வராந்தாவுக்கு எதிர்த் திசையில் மாடியில் ஜெனரல் வீலர் இருந்தார். அலங்கார விளக்கின் ஒளியில் கான்பூர் நகரத்தின் வரைபடத்தைத் தன் அதிகாரிகளுடன் பார்த்துக் கொண்டிருந்தார்.

"கல்கத்தாவிலிருந்து சாலை மார்க்கமாக 628 மைல்; நதி மார்க்கமாக 954 மைல்; எதற்காகவோ நதி மார்க்கமாக வருகிறார்கள்!"

"கனமான தளவாடங்கள் காரணமாக இருக்கலாம்."

"அலகாபாத் போய்விட்டுத்தான் வருகிறார்களாமே?"

"அப்படித்தான் தோன்றுகிறது."

"நம் நிலைமையை அவர்களுக்குத் தெரிவிக்கவில்லையா நீங்கள்?"

"நான் இந்த நிலையை எதிர்பார்க்கவில்லை! இப்போதுகூட அவர்கள் இங்கே வர மாட்டார்கள் என்றுதான் தோன்றுகிறது. நாளை கொஞ்ச நேரம் பீரங்கி வீசிவிட்டு டில்லி நோக்கிப் போய் விடுவார்கள். பார்க்கலாம். காலை தெரிந்துவிடும்!"

"நானா யார் கட்சி ஜெனரல்?"

"ஏன் நம் கட்சிதான். இதில் என்ன சந்தேகம்?"

"நானாவை அவ்வளவு தூரம் நம்ப முடியும் என்று தோன்றவில்லை."

"சே! நானா துரோகம் செய்ய மாட்டான். இப்போது அவன் சிப்பாய்கள்தான் நம் மாகஸீனையும் ட்ரெஷரியையும் காவல் காத்துக் கொண்டிருக்கிறார்கள். என்னப்பா?"

"வாசலில் ஓர் இந்தியன் வந்தான். நானாவிடமிருந்து செய்தி கொண்டுவந்தான்."

"ஏதாவது உளவாளியாக இருக்கலாம். சுட்டுவிடலாமா?"

"இரு இரு! வேண்டாம். நானாவிடமிருந்து நான் செய்தியை எதிர்பார்க்கிறேன். அவனைச் சோதித்து என்னிடம் அனுப்பு!"

வந்தவன் நானாவின் சொந்தச் சைன்யத்தைச் சேர்ந்தவன்தான். ஜெனரல் வீலரிடம் மரியாதையாக வந்து அந்தக் கடிதத்தைச் சமர்ப்பித்தான்.

வீலருக்கு அருகில் இருந்த காப்டன் மௌப்ரே தாம்ஸன், வீலர் அந்தச் செய்தியைப் படிக்கும்போது அவர் முகம் மாறுவதைப் பார்த்தார். "நான் நம்பவில்லை!" என்றார்.

"செய்தி என்ன?"

"நானாதான் எழுதியிருக்கிறான். 'நான் உங்களைத் தாக்கப் போகிறேன்!"

அந்த இடத்தில் மௌனம் நிலவியது. வீலர் சிறுபிள்ளைத்தனமாக நானாவை நம்பியதை அப்போது யாரும் சுட்டிக்காட்ட விரும்பவில்லை. வீலரின் நெற்றிப் புருவங்கள் பின்னிக்கொண்டன. சற்று நேர மௌனத்துக்குப் பிறகு அவர், "காப்டன்! நாம் இனி மிகவும் தனியாகத்தான் நம்மைக் காப்பாற்றிக்கொள்ள வேண்டும். நமக்கு உதவி வரும்வரை, நம் உடம்பில் இருக்கும் ரத்தம் எல்லாம் வடியும் வரை, இந்த இடத்தைப் பாதுகாத்துத்தான் ஆக வேண்டும். காலை அவர்கள் நிச்சயம் தாக்குதலைத் தொடரப்போகிறார்கள். எல்லோரையும் எச்சரிக்கை நிலையில் இருக்கச் சொல்லுங்கள். எனக்கு ஒரு காகிதம் கொடுங்கள்."

வீலர் மங்கலான வெளிச்சத்தில் அவசரமாக லக்னோவுக்கு ஒரு கடிதம் எழுதினார்.

"நாங்கள் சூழப்பட்டுவிட்டோம். நானா சாஹிப் இந்தியச் சிப்பாய்களுடன் சேர்ந்துவிட்டார். அவர்களிடம் 24 பவுண்டு பீரங்கிகள் உள்ளன. எங்களிடம் இருக்கும் பீரங்கிகள் போதாது. உதவி! உதவி!"

39

கான்பூர் அவர்கள் வரவுக்காக உயிரைப் பிடித்துக்கொண்டு காத்திருக்க, அவர்கள் நிலைமையின் தீவிரத்தை அறிந்திராத கர்னல் நீல், தன் மதராஸ் படையுடன் பனாரஸில் அவசரமில்லாமல் தன் அராஜகத்தை நிலைநிறுத்துவதில் கவனமாக இருந்தார். 37வது இன்ஃபண்ட்ரியைத் தண்டித்துவிட்டதில் அவர் சற்று அவசர புத்தியைக் காட்டிவிட்டதை அவரிடம் யாருக்கும் சொல்லத் தைரியமில்லை. நீல் அந்தக் கலக சமயத்தில் சில தகாத முறைகளைப் பயன்படுத்தியே ஆக வேண்டும் என்று தீர்மானமாக இருந்தார். அவருடைய அவசரத்தினால் விசுவாசமாக இருந்த சீக்கியரின் விரோதத்தையும் சம்பாதித்துக்கொண்டுவிட்டார். இருந்தும் நீலுக்குத் தன் தப்பு தெரியவில்லை. கடவுளின் ஆணையை நிறைவேற்றிப் பகைவனை வென்றுவிட்டேன் என்று சொல்லிக்கொண்டார்.

நீல் பனாரஸை விட்டு அலகாபாத்துக்குக் கிளம்புமுன் பனாரஸிலிருந்த வெள்ளைக்காரர்களிடம் கலகம் செய்பவர் எவரையும் மன்னிக்கவே கூடாது என்று எச்சரித்தார். இரண்டு தினங்களிலேயே கலகம் செய்தவர்களைக் குற்றம் சாட்டித் தண்டிப்பதற்குப் பிரத்யேக ராணுவ நீதிமன்றங்களை அமைத்தார். தங்கசாலைக்கு அருகே அந்த நீதிமன்றங்கள் செயல்பட்டன. அவர்கள் பாரபட்சமோ கருணையோ காட்டுபவர்களாகத் தெரியவில்லை.

ஆஷ்லியும் மக்கின்ஸியும் அந்த ராணுவ நீதிமன்றப் பணியில் இருந்தார்கள்.

சுறுசுறுப்பாகத் தூக்குமேடை தயாராகிக்கொண்டிருந்தது. கயிற்றை இழுத்துப் பதம் பார்த்த ஆங்கிலேயனுக்கு அதில் உள்ளூர சந்தோஷம் இருப்பது போல் ஆஷ்லிக்குத் தோன்றியது. வழக்குகள் வெறும் கண் துடைப்புக்களாக இருந்தன. எல்லோருக்கும் ரத்த தாகம் தலைக்கேறியிருந்த வேளையில் ஆஷ்லி ஒருத்தன் மிகவும் வருத்தப்பட்டான். கடவுளே, என்ன கொடுமை இது! எனக்கு இவர்களைப் போல் இதில் எந்த மகிழ்ச்சியும் இல்லை. பெரும்பாலானோர், ஏன் - எல்லோரும் இந்தக் காட்சிகளை ரசிக்கிறார்களே! இதோ மக்கின்ஸி எத்தனை உற்சாகமாக இருக்கிறான்! என்னிடம் ஏதாவது தப்பு இருக்கிறதா? ஏன் என் வயிற்றில் ஒரு தீராத சோகக் கவ்வல் தங்கியிருக்கிறது? இங்கிலாந்து தேசத்தின் மேல் என் விசுவாசத்தில் ஏதாவது குறைபாடா? பார்க்கவே பிடிக்கவில்லையே?

ஆஷ்லி ஓரத்தில் தலை குனிந்து அழாக்குறையாக உட்கார்ந்திருந்தான். அவன் உள்ளே வெறுப்பும் சோகமும் இலக்கற்றுப் பரவியிருந்தன. நீலின்

அராஜகம் நகரம் பூராவும் பரவியிருக்க, அவர்களை அணுகவே இந்தியர்கள் தயங்கினார்கள். தெருக்கள் வெறிச்சோடி இருந்தன. கலகம் செய்தவர்கள் எல்லோரும் ஓடி ஒளிந்துகொண்டு விட்டார்கள். மிச்சமுள்ள ஒன்றும் அறியாத இந்தியர்கள் மாட்டிக்கொண்டு கோர்ட்டு கேட்கும் கேள்விகளுக்குப் பதில் சொல்ல முடியாமல் விழுந்து உடனே தீர்ப்பு வழங்கப்பட்டு தண்டனை கொடுக்கப்பட்டது. எப்படிப்பட்ட தண்டனை? எதிலும் சம்பந்தமில்லாதவர்களுக்குப் போகிற போக்கில் சவுக்கடி. கொஞ்சமேனும் சம்பந்தமிருந்தால் உடனே தூக்குத் தண்டனை!

எல்லாம் நீல் சொல்லியிருக்கிறார். அவர் ஆணையை மீறக் கூடாதாம்.

ஆஷ்லிக்கு அந்த இடத்தில் நிற்பதே பிடிக்கவில்லை. கடமை காரணமாக இருந்து தொலைக்க வேண்டியிருக்கிறது. நிதானமாக அந்த வெட்டவெளியைப் பார்த்தான். "சர்க்கார்! சர்க்கார்! மெகுச் நஹி கியா சர்க்கார்!" என்று அலறும் குரல்கள் பரிச்சயமாகி விட்டன. சர்க்கார்! சர்க்கார்! என்ற அந்த ஓலம் பழகிவிட்டது.

இரண்டு சிறுவர்களை ஆங்கிலேய சிப்பாய்கள் அழைத்து வருவதை ஆஷ்லி பார்த்தான். என்ன இது! இவர்கள் எட்டு வயது, பத்து வயதுச் சிறுவர்கள். மெல்ல நீதி ஸ்தலத்துக்குச் சென்றான். அந்தச் சிறுவர்களுக்கு ஆங்கிலம் தெரியவில்லை. கரிய கண்களில் மருண்ட மானின் பார்வை தெரிந்தது. சுற்றுமுற்றும் பார்த்துப் புரியாமல் விழித்தார்கள். மக்கின்ஸி அவர்களை விசாரித்துக்கொண்டிருந்தான்.

அந்தச் சிறுவர்கள் இருவரும் கலகக்காரர்கள் போல விளையாட்டு உடை அணிந்திருந்தார்கள். கைகளில் ஆளுக்கொரு தம்பட்டம் வைத்திருந்தார்கள்.

கலகக்காரர்கள் போல் தெருவில் தம்பட்டம் அடித்துக்கொண்டு ஓடினார்களாம். இதுதான் குற்றச்சாட்டு.

"இரண்டு பேரையும் தூக்கிலிடுங்கள்!" என்று ஆணையிட்டான் மக்கின்ஸி.

"எட்வர்ட்! என்ன ...இது?"

"என்ன, காப்டன் ஃப்ரேஸர்?"

"இவர்கள் அறியாப் பிள்ளைகள்! இவர்கள் கலகம் ஏதும் செய்திருக்க முடியாது!"

"உடையைப் பாருங்கள். இப்போதே கலகக்காரர்களாக மாறுவதற்கு ஆயத்தம் செய்துகொண்டிருக்கிறார்கள்."

“சேச்சே! இத்தனை சிறுவர்களைத் தூக்கிலிடுவது அநியாயம்! கூடாது!”

“காப்டன், நீங்கள் சில சமயம் யார் கட்சி என்று எனக்குச் சந்தேகம் வருகிறது.”

“நியாயத்தின் கட்சி.”

“ராணுவ நியாயம்தான் வழங்கியிருக்கிறேன். இந்தச் சமயத்தில் சமாதான காலப் பிரயோகங்களெல்லாம் செல்லுபடியாகாது. இவர்கள் கலகக்காரர்களின் பிள்ளைகள். உளவு பார்க்க அனுப்பப்பட்டவர்கள்!”

“அதெல்லாம் நிரூபிக்கப்படவில்லை.”

“இல்லை, சந்தேகம் ஏற்பட்டிருக்கிறது. அது போதும். அழைத்துச் செல்லுங்கள். நேரமில்லை!”

“எட்வர்ட், நான் இதைப் பலமாக ஆட்சேபிக்கிறேன்!”

“கர்னலிடம் சொல்லுங்கள்! அழைத்துப் போ!”

ஆஷ்லி இப்போது, “அவர்களைத் தொடாதே!” என்று தன் கத்தியை உருவிக்கொண்டான்.

“காப்டன்! என்ன இது? நீரும் கலகக்காரர்களுடன் சேரப் போகிறீர்களா? உங்களையும் கைது செய்ய வேண்டுமா?”

“முட்டாளே! இத்தனை இளைய சிறுவர்களை . . .”

“காப்டன், எனக்கு அதிகாரி கர்னல் நீல். அவர் பணித்த கடமையைத்தான் செய்கிறேன். ஏய், ஏன் பார்த்துக்கொண்டிருக்கிறாய்? இழுத்துச் செல்!”

அவர்கள் எண்ணிக்கையில் அதிகமாக இருந்தார்கள். ஆஷ்லிக்கு சாதகமாகப் பேச ஒருவரும் முன்வரவில்லை. ஆஷ்லி இந்தியர்கள் முன்னிலையில் ஒரு சொந்தத் தரப்பு மோதலை ஏற்படுத்த விரும்பவில்லை. ஏதாவது செய்தால் மக்கின்ஸி அவனை எதிர்க்கத் தயங்கவே மாட்டான்! வெள்ளையர்களின் இப்போதைய மனநிலையில் யாரும் அவனை ஆதரிக்க மாட்டார்கள்.

அந்த இரண்டு சிறுவர்களுக்கும் தமக்கு நிகழப்போவதைப் பற்றிச் சரியாகத் தெரிந்திருக்கவில்லை. தம்மை இழுத்துப் போகும் ஆங்கிலேயர்களை ஆர்வத்துடன்தான் பார்த்துக்கொண்டிருந்தார்கள். மரத்தில் தொங்கும் தூக்குக் கயிற்றைப் பார்த்தவுடன்தான் நிலைமையின் தீவிரம் அவர்களுக்கு உறைத்திருக்க வேண்டும். உடனே ஓட முயற்சித்துப் பிடிபட்டு அடிபட்டு விழுந்தார்கள். கோவென்று கதறி அழத் துவங்கினாரகள்.

இளமையும் துடிப்பும் இருந்ததால் பிடிபட்டாலும் கையைக் காலை வீசி அட்டகாசம் செய்தார்கள். ஒவ்வொருத்தனையும் கட்டுப்படுத்த மூன்று பேர் தேவையாக இருந்தது.

சிறுவர்களில் ஒருவனைத் தேர்ந்தெடுத்துத் தூக்குமேடை மேல் ஏற்றினார்கள். தூக்குமேடை என்பது தற்காலிகமாக ஒரு மாட்டு வண்டி! அது தூக்குக் கயிற்றுக்குக் கீழே நிறுத்தி வைக்கப்பட்டு, மாட்டின் கழுத்தை ஒருத்தன் வண்டி புறப்படாமல் இருப்பதற்காகப் பிடித்துக்கொண்டிருந்தான். மாடு தன் வாலால் அவனை அடித்துக் கொண்டிருந்ததை அவன் பொருட்படுத்தவில்லை. சிறுவன் வண்டி மேல் ஏற்றப்பட்டு அவன் கைகள் பின்புறம் சேர்த்துக் கட்டப்பட்டு, கழுத்துக்குக் கயிற்று மாலை அணிவிக்கப்பட்டது. அவன் திமிறின திமிறலில் வண்டியின் நுகத்தடியைப் பிடித்துக்கொள்ள வேண்டியதாக இருந்தது.

சுருக்குக் கயிறு அவசரமாக இறுக்கப்பட்டு, சட்டென்று வண்டியை வேகமாக ஓட்டினார்கள். சடுதியில் வண்டி விலகிவிட அந்தச் சிறுவன் அந்தரத்தில் ஊசலாடினான். அவனிடம் இருந்த அபார இளவயது பலத்தால் தன்னிச்சையாக அவன் ஒரு பெண்டுலம் போல ஆடுவதை ஆஷ்லி பார்த்தான். அதே சமயம் தூக்குக் கயிற்றின் இறுக்கத்தினால் அவன் கைகள் மார்புப் பகுதியை ரத்தம் வரச் சொறிந்துகொள்ளுவதையும் தூக்குக் கயிற்றை அப்புறப்படுத்தும் இச்சையைச் செயலாக்க முடியாமல் அவன் நரம்புகள் செய்தியின்றித் தவிப்பதும் துடிப்பதும் துடிப்பதும் துடிப்பதும் பார்த்து ஆஷ்லி, "கடவுளே, கடவுளே! எங்களை மன்னியுங்கள்!" என்று மனசுக்குள் ஓலமிட்டான்.

இந்தக் காட்சி அனைத்தையும் இரண்டாவது சிறுவன் பார்த்துக் கொண்டிருக்க, இப்போது அவனுக்கு அழைப்பு வந்தது. மாட்டு வண்டி சோம்பேறித்தனமாக மரத்தடிக்குத் திரும்பி வந்தது. ஆஷ்லி இனியும் அங்கு நிற்க முடியாமல் வேகமாக அந்த இடத்தை விட்டு நகர்ந்து காவல்ரியிலிருந்து ஒரு குதிரை எடுத்துகொண்டு அதன் மீதேறி வேகமாக பனாரஸின் தெருக்களின் ஊடே கண்ணீருடன் கடந்து, நீல் தங்கியிருந்த மாளிகைக்கு வந்தான்.

"வா ஆஷ்லி. என்ன? தண்டனைகள் எல்லாம் சரிவர நிறைவேறிக் கொண்டிருக்கின்றனவா?"

"ஸர், எனக்கு இது பொறுக்கவில்லை. சிறுவர்களை எல்லாம் தூக்கிலிடுகிறான் மக்கின்ஸி."

"ஆஷ்லி, கலக்காரர்களுக்கு வயசு கிடையாது. யாராயிருந்தாலும் கலகக்காரன் என்று நிரூபணமாகிவிட்டால் உடனே தண்டனை அதுதான் என் ஆணை!"

“நிரூபணமாகாமலே செய்துகொண்டிருக்கிறார்கள். இளம் சிறுவர்கள்! கலகக்காரர்கள் போல் உடையணிந்து தெருவில் டாம் டாம் அடித்துக்கொண்டு சென்றார்களாம். இதுதான் குற்றம்.”

“மக்கின்ஸி விசாரித்து இருப்பான். அப்படியே தப்பு நிகழ்ந்து விட்டாலும் அதையெல்லாம் இப்போது நிவர்த்திக்க சமயம் இல்லை. நமக்கு வேண்டியது முக்கியமாக உடனே அவர்களை நம் பயராஜ்யத்தின் கீழ் கொண்டுவருவது. பொதுமக்கள் தூக்கிலிடுவதைப பார்க்கிறார்களல்லவா? பார்க்க வேண்டும். பார்த்தாக வேண்டும்! அப்போதுதான் பயம் உண்டாகும்.” நீல் சிரித்தார். “தன்னிச்சையாகப் பல தூக்கிலிடும் குழுக்கள் நகரத்தில் எனக்கு உதவ வந்திருக்கிறார்கள். ஒவ்வொருத்தரும் ஒவ்வொரு விதமாகத் தூக்கிலிடுகிறார்கள். ஒருத்தர் மாமரத்தில் தூக்குக் கயிற்றை மாட்டி யானைகளைத் தூக்குமேடையாகப் பயன்படுத்துகிறார். தூக்கிலிடுபவர்களை எட்டாம் நம்பர் போல கட்டித் தொங்க விட்டு ...” நீல் ரசித்துச் சிரித்தார். “ரொம்ப தமாஷ். நல்ல பொழுதுபோக்கு.”

ஆஷ்லி மவுனமாக இருந்தான். ‘எப்படி இந்த மனிதர் மனிதத் தன்மையே அற்றுப் பேசுகிறார்! எப்படி இவரே எல்லாம் கடவுளின் நியமனம் என்று சொல்கிறார்! ஆதாரமாக எல்லோரும் மனிதர்கள் என்பது எப்படி இவருக்குத் தெரியாமல் போய்விட்டது? நான் ராணுவத்திற்கு லாயக்கில்லாதவன்! நான் படித்த புத்தகங்கள் தப்பு. என்னால் இந்தக் கலகத்தை முழுவதும் தாங்க முடியாது! எனக்குப் பைத்தியம் பிடித்துவிடும். இத்தனை கொடுமை ஆகாது. இத்தனை ரத்தம் ஆகாது. நான் இந்தத் தொழிலுக்கு ஏற்றவனல்ல. இவர்கள் பார்வையில் ஒரு கோழை நான். இப்போதே இங்கேயே ராஜினாமா செய்துவிட்டால் என்ன? ராணுவத்தைப் புறக்கணித்ததற்குத் தண்டனை கிடைக்குமா? என்னைச் சிறையில் அடைப்பார்களா? அடைக்கட்டும். எங்கேயாவது இந்தக் காட்சிகளை எல்லாம் பார்க்க இயலாத இடத்தில் இருந்தால் போதுமானது.’

ஆஷ்லி தீர்மானித்தான். “ஸர், உங்களிடம் முக்கியமாக ஒன்று சொல்ல வேண்டும்.”

“என்ன ஆஷ்லி?”

“என்னால் இத்தனைக் கொடுமைகளைத் தாங்க முடியவில்லை. பார்க்க முடியவில்லை. என் மனம் . . .”

“அவர்கள் நமக்கிழைத்த கொடுமை பற்றி உனக்குத் தெரியுமா?”

“பார்த்ததில்லை.”

“பார்த்துவிட்டு இந்த முடிவுக்கு வா. நான் செய்வது முழுவதும் அவர்கள் செய்ததைத் திருப்பிச் செய்வதே! கருணைக்கு இப்போது நேரம்

இல்லை, ஆஷ்லி. இப்போது நம் ராஜ்யம் ஆட்டம் கண்டு கொண்டிருக்கிறது. விழுவதற்குள் அதை நாம் காப்பாற்றி ஸ்திரப்படுத்த வேண்டும். வடநாடு முழுவதும் இந்தக் கலகம் பரவியிருக்கிறது. இதைச் சடுதியில் அடக்கவில்லை என்றால் நாம் எல்லோருமே தூக்கில் தொங்கப்போகிறோம். நீ பார்த்ததைவிட கேவலமாகப் பழி தீர்க்கப் படுவோம். அதை வளரவிடாமல் தவிர்க்க, முதலில் மக்களின் உள்ளங்களின் ஆழத்தில் பயத்தை விதைக்க வேண்டும். அதன்பின் தான் சமாதானம். யாராவது நம்மை எதிர்த்து மூச்சு விட்டால்கூட மரணம் என்பது அவர்களுக்குத் தெளிவாகத் தெரியவேண்டும். பயத்தைப் போல உண்மையான ஆயுதம் கிடையாது . . .”

"ஸர், நான் இன்றிலிருந்து . . .”

"இன்றிலிருந்து?"

சட்டென்று எமிலியின் ஞாபகம் வந்தது. ஆம், கான்பூர் போகும் வரையாவது இவர்களுடன் இருந்துதான் ஆக வேண்டும்.

"கான்பூர் போக எத்தனை நாளாகும்?"

"அலகாபாத் போனவுடன்தான் தெரியும். . . . அங்கே நிலைமை கட்டுக்கடங்கியிருந்தால் உடனே கான்பூர் புறப்பட்டுவிடலாம். ஏன், அங்கே உன் காதலி யாராவது இருக்கிறாளா?"

"ஆம்," என்றான் ஆஷ்லி.

40

கான்பூரில் காலை துல்லிய நீல வானத்தில் காய்ச்சி உருக்கினது போல் சூரியன் அன்றைய கோபத்துக்குத் தயாரானான். பிரிட்டிஷ்காரர்களிடம் அவன் அன்று கருணை காட்டப்போவதில்லை. மிக உஷ்ண தினத்துக்கு அறிகுறியாகக் காலையிலேயே கதகதப்பு அந்தப் பிரதேசத்தில் பரவி உஷ்ணமானி 138° ஐத் தொடப்போகிறதுக்கு அறிகுறிகள் இப்போதே இருந்தன. இன்று சூரிய உதயத்திலேயே ஐந்து ஆங்கிலேயர்கள் இறக்கப்போகிறார்கள். நெற்றியை ஒரு எஃகு வளையம் சுற்றினாற்போல முதலில் அவர்கள் உணர, அதன் பின் வாந்தியும் மயக்கமும் வந்து முகம் கருகி அவர்கள் இறக்கப் போகிறார்கள். சிப்பாய்கள் அவர்களை வெடி வைத்துக் கொல்வதற்கு முன் வெய்யில் அவர்களை வீழ்த்தப்போகிறது. வெய்யிலில் சில துப்பாக்கி கள் தன்னிச்சையாக வெடிக்கப் போகின்றன. மண் சுவர்களின் பரிதாபப் பாதுகாப்பிலிருந்து, இங்கிருந்து பார்க்கும்போது கான்பூர் நகரம் சாகச மவுனத்தில் இருந்தது. எப்போது அவர்கள் பீரங்கிகள் பேசத் துவங்கும் என்பது தெரியவில்லை. தூரத்தில் நீல நதி தெரிந்தது. காட்டுப் பகுதியின் பசுமை தெரிந்தது.

இங்கே தாகம்! சிறு குழந்தைகள் தண்ணீர் தண்ணீர் என்று கதற, அவர்களுக்குத் தாகத்துக்கு உறிஞ்சுவதற்குத் தோல் பட்டைதான் கொடுக்கப்பட்டது. இங்கே தண்ணீர் பொன்னுக்குச் சமானமாக இருந்தது. அந்த இடத்தில் இருந்த ஒரே குடிநீர்க் கிணறு திறந்தவெளியில் இருந்ததால் யாரேனும் தண்ணீர் எடுத்து வரப் போகும் போது நிச்சய ந்கர்ப்புறத்திலிருந்து துப்பாக்கி வெடிக்கும். மிகுந்த அபாயத்தில்தான் நீர் கொண்டுவர முடிந்தது. கொண்டுவந்த நீரில் அங்கங்கே ரத்தத் துளிகள் தென்பட்டன.

இன்று ஞாயிற்றுக்கிழமை. கலகம் துவங்கி ஆறாவது தினம். இன்று யாவரும் பிரார்த்தனைக்குச் செல்ல வேண்டும். தேவனை நினைப்பதற்காக பெண்களுக்கும் குழந்தைகளுக்கும் பத்திரமான இடமே இல்லை. அதனால் சாப்ளெய்ன் - ரெவரண்ட் எட்வர்ட் மான்க்ரீஃப் பிரார்த்தனைகளைச் சுமந்துகொண்டு ஒவ்வொர் இடத்துக்கும் சென்று அவர்களுக்குத் தேவ ஆறுதல் அளித்தார். பீரங்கிகள் அருகே தயாராக நிற்கும் இளம் ஆங்கிலேய அதிகாரிகளிடமும் சென்று, "ராஜாவுக்கு ராஜாவே, அனைத்தையும் ஆளுபவனே, எங்களைக் காப்பாற்றுங்கள். உங்களைச் சிரந்தாழ்த்தி வேண்டுகிறோம். எங்களை எங்கள் பகைவர்களிடமிருந்து காப்பாற்றுங்கள். அவர்கள் கொடுமைகளைக் கட்டுப்படுத்துங்கள். அவர்கள் வெறுப்புக்களைத் தணியுங்கள். அவர்கள் சாதனங்களை

வீணாக்குங்கள். எங்களிடம் இருக்கும் ஒரே பாதுகாப்பு நீர் ஒருவரே! எங்களைத் துன்பத்திலிருந்து காப்பாற்றுங்கள்...” என்று முணுமுணுத்துக் கொண்டே சென்றார்.

ஜெனரல் வீலர் தன் அறையில் லக்னோவுக்குக் கடிதம் எழுதிக் கொண்டிருந்தார். ‘ஆறாம் தேதியிலிருந்து நாங்கள் நானா சாஹிப்பின் தலைமையில் இந்தியத் துருப்புக்களின் ஆக்கிரமிப்பில் இருக்கிறோம். நான்காம் தேதியிலிருந்து தாக்கிக்கொண்டிருக்கிறார்கள். அவர்களிடம் இரண்டு இருபத்திநாலு பவுண்டு பெரிய பீரங்கிகளும் பற்பல சிறிய பீரங்கிகளும் இருக்கின்றன. எங்கள் தற்காப்பு முயற்சி பாராட்டத்தக்கதெனினும் எங்கள் நஷ்டங்கள் கொடூரமானவை. எப்போது உதவி வரப்போகிறது என்று காத்திருக்கிறோம். எப்போது? எப்போது?’- இந்தச் செய்தியை 53 மைல் தூரத்தில் லக்னோவுக்கு அனுப்ப வேண்டும்.

அதற்காக ஓர் இந்தியத் தூதுவன் தேவை.

அவன் காதுக்குள் காகிதத்தைச் சுருட்டித் திணித்து அவனை அனுப்ப வேண்டும். செய்தியை அங்கே கொண்டு கொடுத்தால் அவனுக்கு நூறு பவுன் சன்மானம் தரப்படும். அங்கே டாக்டர்கள் அவன் காதிலிருந்து செய்திக் கடிதத்தை ஆயுதம் கொண்டு வெளியே எடுப்பார்கள் . . .

ஆனால் யார் முன்வருவார்கள்? வீலர் தன் ‘வீர’ சைன்யத்தைப் பார்த்தார். பரிதாபகரமான காட்சி. பாதிப் பேருக்கு உடைகள் கிழிந்திருந்தன. பசியாலும் தாகத்தாலும் பாதியாகியிருந்தார்கள். கொஞ்சநஞ்சம் மிச்சமிருந்த தெம்பைச் சூரியன் வாங்கிக்கொண்டிருந்தது. இருந்தும் அவர்கள் தத்தம் நியமித்த இடங்களைப் புறக்கணிக்கவில்லை. பாதி முடிந்திருந்த மண்சுவர். சுற்றிலும் குதிரை லாட வடிவத்தில் எதிரிகள் சூழ்ந்திருந்தார்கள். அவர்கள் எங்கே இருக்கிறார்கள்? எங்கிருந்து குண்டு வீசுகிறார்கள்? எதிரே இருந்த கட்டிடங்கள் அவர்களை மறைத்திருக்கின்றன. அவைகளை முன்பே வெடி வைத்துத் தகர்க்காதது மற்றொரு தப்பு. எத்தனையோ தப்புக்களில் இதுவும் ஒன்று. இந்த இடத்தைத் தேர்ந்தெடுத்ததே ஆரம்பத் தப்பு!

எமிலி பிரமித்திருந்தாள். மரத்திருந்தாள். பயப்படுவதற்கு அவகாசமே இல்லாமல், எந்த இடத்திலும் பத்திரமில்லாமல், இப்போது காம்ப்பின் மற்ற பெண்களுடன் ஒரு செங்கல் கட்டிடத்தின் பின்சுவரில், தரையில், மண்ணில் அவர்கள் வீற்றிருந்தார்கள். அமிலியாதான் பேசிக்கொண்டிருந்தாள். இந்தப் பெண் இத்தனை கல்வரத்திலும் கொஞ்சம் உற்சாகம் மிச்சம் வைத்திருந்தாள்.

எமிலிக்கு இப்போது பீரங்கிக் குண்டின் சீழ்க்கை பழகிப் போயிருந்தது. மஸ்கெட்டின் தடதட ஒலியும் பழகிவிட்டது. அமிலியா சப்த

வித்தியாசத்திலிருந்தே 'இது ஒன்பது பவுண்டு, இது அதன் தாத்தா இருபத்தைந்து பவுண்டு' என்று வர்ணித்துக்கொண்டிருந்தாள். இன்று துப்பாக்கி, பீரங்கி சப்தம் நிற்கவே நிற்காது போலத் தோன்றியது. ஒரு தொடர்ச்சியான நரகம் நாள் பூராவும் அவர்களுக்குக் காத்திருந்தது. மூன்று மார்ட்டர், இரண்டு 24 பவுண்டு, மூன்று 18 பவுண்டு, இரண்டு 12 பவுண்டு, இரண்டு 9 பவுண்டு என்று பீரங்கிகள் வகை வகையாகக் கோலாகலமாக முழங்கி நெருப்பு பந்துகளை அவர்கள் பால் வீசிக்கொண்டிருந்தன. இவைகளில் சில இவர்கள் ஒண்டியிருந்த இடத்திலிருந்து சுமார் எழுநூறு கஜத்திற்குள் இருப்பதாகப் பட்டது. தென்மேற்கில் ஏழு செங்கல் கட்டிடங்கள் எதிரிகளுக்குச் சௌகரியமாக நாற்பது அடி உயரச் சுவர்களுடன் இருந்தன. அருகே ஸென் ஜான் தேவாலயம் இருந்தது. இவ்விரண்டு பகுதிகளிலிருந்து சுமார் பன்னிரண்டாயிரம் சிப்பாய்கள் மறைந்திருந்து மஸ்கெட் துப்பாக்கிகளால் இவர்களை நோக்கிச் சதா சுட்டுக்கொண்டிருந்தார்கள். இவ்வளவிலிருந்தும் அவர்கள் நேராக இன்னும் தாக்கவில்லை. இங்கிருந்து பதில் பீரங்கிகள் வெடித்துக்கொண்டிருந்தாலும், இங்கு எத்தனை பேர் இருக்கிறார்கள் என்கிற நிலை தெரியாததாலும் அவர்கள் நேர்த் தாக்குதலுக்கு இன்னும் தீர்மானிக்கவில்லை என்று தெரிந்தது. மறைமுகமாகத்தான் ஷெல் வீசல் நடந்துகொண்டிருந்தது.

அமிலியா எமிலியைப் பார்த்து, "உன் கணவனின் படை வருவதற்குள் நாமெல்லோரும் கும்பலாகக் கற்பழிக்கப்பட்டுவிடுவோம்."- அருகே இருந்த பாட்டியைப் பார்த்துச் சிரித்தாள்.

"சிரிப்பதற்கு நேரமில்லை பெண்ணே இது!"

"எனக்கு இன்னும் அடிபடிவில்லையே எமிலி! இதெல்லாம் ஓய்ந்த பின் நான் முதல் காரியமாக என்ன செய்யப்போகிறேன் தெரியுமா? உன்னை நான் முதலில் பார்த்தபோது அணிந்திருந்தாயே நீல டிரெஸ்! அதுபோல் நானும் கான்பூர் சையதிடம் தைத்துக் கொள்ளப்போகிறேன்!"

எமிலிக்குச் சிரிக்காமல் இருக்க முடியவில்லை. "அமிலியா, உனக்குப் பயமாகவே இல்லையா?"

"இத்தனை சாவைப் பார்த்த பின் பயம் போய்விட்டது."

"இந்தியர்கள் ரொம்பக் கொடுமைக்காரர்களா?"

"நான் பார்த்த இந்தியர்கள் அப்படியில்லை. எல்லோரும் என்னை உபாசித்தார்கள்."

"அவர்கள் உள்ளே வருவதற்குள் உதவிப் படை கல்கத்தாவிலிருந்து வந்துவிடுமா?"

"அதை நீதான் சொல்ல வேண்டும்! பதினைந்து நாளாயிற்று. எங்கே எல்லோரும் காணாமற் போய்விட்டார்கள்? தெரியவில்லை."

"இன்று என்ன நடக்கப்போகிறது?"

"தினம் போலத்தான். ஷெல் . . . மஸ்கெட் . . . ஷெல் . . . மஸ்கெட் . . .!"

"இல்லை. இன்று ஒரு முன்னோட்டம் போல நம் படைகளை ஊருக்குள் அனுப்பப்போவதாகப் பேசிக்கொண்டார்களே!"

"போய் அடிபட்டுத் திரும்பி வரப் போகிறார்கள்!"

"இல்லை. அவர்களைத் தாக்காமல் விட்டுவிட்டால், தைரியம் வந்து மெல்ல மெல்ல மிக அருகில் வந்துவிடுவார்கள். நம் கேவல நிலையைப் பார்த்துவிட்டால் எல்லோரும் புகுந்துவிடுவார்கள்!"

"கடவுள் அதைத் தவிர்க்கட்டும்," என்றாள் அருகே இருந்த மூதாட்டி. "கான்பூரில் என் வீட்டில் ஜெரேனியம் போட்டிருந்தேன். பூத்ததோ என்னவோ," என்றாள்.

"இந்த இடம் பூரா ஜெரேனியம் பூக்கப்போகிறது. நாம் எல்லோரும் நல்ல உரமாகத்தான் போகிறோம்."

"இந்தப் பெண் ரொம்பப் பயப்படுகிறாள்."

"பாட்டி, இதோ பார். அதிர்ஷ்டம் உள்ளவர்கள்தான் பிழைக்கப் போகிறோம்!"

"கல்கத்தா சேனை வந்துகொண்டிருக்கிறது. கான்பூருக்குள் நுழைந்துவிட்டது என்று சொல்லிக்கொள்கிறார்கள்."

"இப்படித்தான் பத்து நாட்களாகச் சொல்லிக்கொண்டிருக்கிறார்கள்."

இவர்கள் இதெல்லாம் பேசிக்கொண்டிருக்கும்போது பீரங்கிச் சத்தமும் துப்பாக்கிச் சத்தமும் முழங்கிக்கொண்டுதான் இருந்தன.

எமிலிக்கு எல்லாமே கனவு போல் இருந்தது. அவளுடைய நம்பிக்கைகள் அத்தனையும் தகர்ந்திருந்தன. 'நான் யாருக்குத் துன்பம் செய்தேன்? இந்தச் சிறுமி யாருக்குத் துன்பம் செய்தாள்? இந்தப் பாட்டி என்ன பாவம் செய்தாள்? எதற்காக நாங்கள் புழுதியில் உட்கார்ந்து கொண்டு மரணத்திற்காகக் காத்திருக்க வேண்டும்? சாப்ளெய்ன் சொன்ன பிரார்த்தனைகள் எல்லாம் அபத்தம். கடவுள் இருந்தால் இத்தனை துன்பங்களை அனுமதிப்பாரா? ஏன் இதெல்லாம்? எதற்காக, யாருக்காக நாங்கள் ரத்தம் சிந்துகிறோம்?'

சென்ற தினங்களின் ஞாபகம் முழுவதிலும் ரத்தக் கறையிருந்தது எமிலிக்கு. எங்கிலும் ஏராளமான மரணத்தைப் பார்த்தாள். எத்தனை

பெண்களின் சடலங்களைப் பார்த்துவிட்டாள்! சாவின் சமாதான கால மரியாதை கழன்றுபோய் அழுக்கான மஸ்லின் உடையில் வராந்தாக்களில் நாதியற்றுக் கிடந்த சிறுமிகளின் சடலங்களை எத்தனை பார்த்துவிட்டாள்! அருகே அலங்கோலமாகக் கிடந்த ஆண்கள்! இருள் போர்வை பரவினதும் அந்த உடல்களைக் கால் மாடாகத் தரதரவென்று இருநூறு கஜம் இழுத்துப் பாழுங்கிணற்றில் தள்ளுவதைப் பார்த்திருக்கிறாள். ஒருமுறை ஓர் அதிகாரியின் தலை மட்டும் குண்டு வெடியால் துண்டிக்கப்படுவதைப் பார்த்தாள். அவள் வராந்தாவில் கையைக் கட்டிக்கொண்டு உட்கார்ந்திருந்தபோது சற்றும் எதிர்பாராமல் குண்டு தாக்கிச் சட்டென்று தலை சீவப்பட்டது போல காணாமற் போக, உடல் மட்டும் இன்னும் கைகட்டிக் கொண்டிருந்தது. தோள்களில் நீரூற்று போல ரத்தம் பொங்கியதைப் பார்த்தாள். எமிலிக்கு இப்போது எல்லாம் மரத்துவிட்டது. அதிர்ச்சியின் எல்லையைக் கடந்துவிட்டாள். மரணம் அவளுக்கு எந்தவித உணர்ச்சியையும் ஏற்படுத்தவில்லை.

ராத்திரி அவள் படுத்திருந்த அதே கயிற்றுக் கட்டிலில் இரவில் யாராவது ஒருவன் வந்து அவளை நகர்த்திவிட்டுப் படுப்பான். ஆனால் உடல் சம்பந்தமாக எந்தவித விபரீதமும் கிடையாது! களைப்பினால் இருவரும் தூங்கிகொண்டிருப்பது சாதாரணக் காட்சியாகிவிட்டது.

இது எல்லாம் நிஜமா? இந்த ஜனங்கள், இந்த நாற்றம், அந்த நாராசம்? நகரத்தில் இருக்கும் முகமற்ற எதிரிகளில் நல்லவர்கள் இல்லையா? எப்போதாவது அவர்கள் ஓய்ந்துதானே ஆக வேண்டும்? எத்தனை பீரங்கிக் குண்டுகள் வைத்திருப்பார்கள்? என்றாவது ஒரு நாள் அவை தீர்ந்துபோகத்தானே வேண்டும்? யாராவது உயிர் தப்பிக்கத் தானே வேண்டும்?

உள்ளே ஆயிரம் பேர்! வெளியே நகரத்தில் எத்தனை ஆயிரம், பல்லாயிரம் கரிய முகங்கள்! இங்கே ஆயிரம் பரிதாப முகங்கள். பெண்களின் கீச்சுக்குரல் அலறல்கள்; குழந்தைகளின் கூச்சல்கள்; எல்லோர் முன்னிலையிலும் இயற்கைக்கு இருக்க வேண்டிய அந்த இளம் பெண்ணின் அவஸ்தை; மிக ஆபாசமான வார்த்தைகளில் திட்டும் பாதிரியார் - ரெவரண்ட் ஹேகாக்; நேற்று அவருக்குப் பைத்தியம் பிடித்துத் தன் உடைகளைப் பிய்த்தெறிந்து முழு நிர்வாணமாக மைதானத்தில் ஓடியது; இருக்கும் ஒரே ஒரு குடிநீர் கிணற்றின் ராட்டின் சப்தம்; தோல் பக்கெட்டுகளில் நீர் ஒழுக அதைக் குனிந்து வாயில் வாங்கிக்கொள்ளும் சிறுவன்; ஷெல்களின் சதா சாஸ்வத அலறல்; ஒரு விழுங்கு தண்ணீருக்குக் கோடி சண்டை; இறந்த குதிரைகளையும் நாய்களையும் மனிதர்கள் வெட்டி வெட்டி அவைகளை இறைச்சித் துண்டுகளாக்கிக் கெட்டில்களில் கொதிக்க வைக்கும் கொதகொத சப்தம்!

கான்பூரின் கானம்!

ஜுன் மாதம் 13 ஆம் தேதி இரவு அவர்கள் நம்பிக்கை அத்தனையும் இழந்து போனார்கள். ஓரத்தில் மிச்சமிருந்த ஒரு கூரைக் கட்டிடத்தில் அவர்கள் படுத்திருந்தார்கள். பெண்கள், குழந்தைகள் எல்லோரும் தற்காலிகமாகக் கிடைத்த அமைதியைக் கவர்ந்துகொண்டு களைப்பில் உறங்கிக்கொண்டிருந்தார்கள். ஐந்து மணிக்குத் தனியான தூதன் போல் ஒரே ஒரு கந்தக நெருப்புப் பந்து ஜ்வாலையாகச் சுழன்று சுழன்று வந்து அந்தக் கட்டிடத்தின் வயிற்றில் விழுந்து உடனே அந்தக் கட்டிடம் பற்றிக்கொண்டு கண்களை மறைக்கும் நெருப்புத் திரையாக விரிந்து பரவியது. உத்திரங்கள் உற்சாகமாக விழுந்தன. கூரை நெருப்பு அணிந்து சரிய, அவர்கள் மேல் செங்கல் மழை பொழிய, இருட்டில் அவர்கள் பிசாசுகள் போல, 'என் குழந்தை எங்கே, நான் எங்கே?' என்று தவழ்ந்தும் குனிந்தும் பற்றிக்கொண்டும் பதறிக்கொண்டும் ஓடினார்கள். அந்த நான்கு ஏக்கர் பிரதேசத்தில் இருந்த ஒரே ஒரு பத்திரத்தையும் இழந்தார்கள்.

41

முத்துக்குமரன் அவர்கள் பின்னால் இயந்திரம் போல் சென்றான். அவனால் பல காட்சிகளையும் செயல்களையும் சீரணிக்க முடியவில்லை. கொல்வது என்பது இவர்களுக்கு சர்வ சாதாரணமாக இருந்தது. சில சமயங்களில் அவசியமே இல்லாமல் இவர்கள் கொன்றதைப் பார்த்தபோது பயமாக இருந்தது. இருப்பினும் இவர்களுக்கு எதிராகப் பேச பாஷை தெரியாது. பாஷை தெரிந்தாலும் இவர்கள் கோபம் சட்டென்று இலக்கு மாறி முத்துக்குமரனையே தாக்கினாலும் தாக்கி விடுவார்கள்.

வெள்ளைக்காரர்களுக்கு யாராவது பரிந்து பேசினால் உடனே அவன் எதிரி, துரோகி; அவனையும் கருணை இல்லாமல் கொல்லத் தயாராகவே இருந்தார்கள். இவர்களிடம் மிகுந்த சாக்கிரதையாக இருக்க வேண்டி யிருந்தது. அவர்கள் சென்ற இடமெல்லாம் சென்றான். கொடுத்ததை எல்லாம் குடித்தான். பாடினபோதெல்லாம் பாடினான். படுத்தபோதெல்லாம் படுத்தான். இருந்தும் மனசின் ஓரத்தில் அந்த உறுத்தல் இருந்தது. சில சமயங்களில் இவர்களின் செய்கையில் மன்னிக்க முடியாத குரூரம் இருந்தது.

எல்லோரும் நகரத்தில் யாராவது வெள்ளைக்காரன் மிச்ச மிருக்கிறானா என்று துருவித் துருவித் தேடினார்கள். அவசரத்தில், கலவரத்தில், பீதியில் அவர்கள் விட்டுச்சென்ற சொத்துக்கள் அத்தனை-யயும் இஷ்டத்துக்குச் சூறையாடினார்கள். அலுவலகங்கள், கோர்ட்டுகள் எல்லாவற்றிலும் இருந்த காகிதங்கள் அத்தனையும் எரிக்கப்பட்டன. தப்பித் தவறி யாராவது வெள்ளைக்காரன் அகப்பட்டால் அவன் வேட்டை யாடப்பட்டான். சர்ச்சுக்கு எதிரே இப்படித் தான் வயதான ஒரு வெள்ளைக்காரரும் அவர் மனைவியும் தள்ளாடிக் கொண்டு தங்களால் முடிந்த வேகத்தில் சென்றுகொண்டிருக்கும்போது இவர்கள் பார்த்து விட்டார்கள். உடனே நாற்பது குதிரைகள் அவர்களை நோக்கி விரைந்து சென்று சூழ்ந்துகொள்ள, 'தாத்தா! எங்கே போகிறாய்?' என்று பொருள்படும்படி யாரோ கேட்க, அந்தப் பெரியவர், பழுத்த பழம் போல இருந்தவர் இவர்களைப் பார்த்துப் பொக்கையாகச் சிரித்து, 'எனக்கு வீலரின் பாதுகாப்புப் பகுதிக்குப் போக வேண்டும். மகனும் மருமகளும் அப்போதே சென்றுவிட்டார்கள். தயவுசெய்து என்னை அழைத்துச் செல்கிறீர்களா?' என்று சொல்ல அவர்கள் சிரித்தனர். "தாத்தா, நாங்கள் உன்னைக் கொல்லட்டுமா?"

"என்ன? கொஞ்சம் இரைந்து பேசுங்கள்."

“உன்னைக் கொல்லப்போகிறோம். கொல்லப்போகிறோம்.”

“என்னையா? எதற்கு? நான் என்ன செய்தேன்?” என்று சிரித்தார் தாத்தா.

அந்தச் சிரிப்பின் குறுக்கே ஒருத்தன் கத்தி வீச, முத்துக்குமரன் ‘ஸ்ஸ்ஸ்’ என்று பரிதாபப்பட, கிழவனாரின் ரத்தம் அவர் முகத்தைத் துடைத்துக்கொண்டபோது கையில் படிய, அவர் அவர்களை நிமிர்ந்து பார்த்து ... ஆம்! சிரித்தார். பக்கத்தில் இருந்த மனைவி ஊ என்று கூவி மயக்கமாக விழுவதற்கு முன்னமேயே சுத்தமாக அவள் தலை ஒரே வீச்சில் சீவப்பட்டது. தாத்தா நம்பிக்கையின்றிப் பார்த்துக் கொண்டிருக்கும்போது... முத்துக்குமரனுக்கு அதைப் பற்றி நினைக்கவே பயமாக இருந்தது.

இப்போது அவர்கள் எங்கே போகிறார்கள்? நவாப்கஞ்ச் என்று பேசிக்கொண்டார்கள்.

எல்லோரும் மிகுந்த உற்சாகத்தில் இருந்தார்கள். முத்துக்குமரனுக்குச் சீக்கிரத்திலேயே அந்தக் குதிரைப் படையின் தலைவன் யார் என்று தெரிந்துகொள்ள முடிந்தது. சுபேதார் என்று அழைக்கப்பட்ட திக்காசிங். அவருடைய வெள்ளைக் குதிரை துள்ளிச் செல்ல மற்றவர்கள் உணர்ச்சிவசப்பட்டவர்கள் போல அவரைப் பின்தொடர்வதும் அந்த இளைஞனின் கருகருப்பான தாடியும் கூர்மையான கண்களும் முத்துக்குமரனைக் கவர்ந்தன. ஆனால் அவர் மூர்க்கத்தனமும் அவனை அச்சுறுத்தியது. கருணைக்கோ யோசனைக்கோ திக்காசிங் தயங்குவதாகத் தெரியவில்லை. வெள்ளையர்கள்பால் மட்டும் அல்ல. ஒரு சுபேதார் மேஜர் லேசாகப் புரட்சியாளர்களிடம், “நண்பர்களே, கொஞ்சம் யோசித்துப் பாருங்கள். நீங்கள் செய்வது சரிதானா?” என்று கேட்டு முடிப்பதற்குள் திக்காசிங் அவருடைய மண்டைக்குக் குறுக்கே கத்தியால் தாக்கி வீழ்த்திவிட்டார். “பயங்கரமான ஆளுங்க,” என்றான் முத்துக்குமரன் தனக்குள்.

முதலில் காலாட்படை ரெஜிமெண்டுக்குப் போய் அவர்களை அதட்டிக் கலகத்தில் சேர்ந்துகொள்ளச் செய்து சுமார் மூவாயிரம் பேர் நவாப்கஞ்சுக்குச் சென்றார்கள். அங்கே நானா சாஹிப் அவர்களுக்காகக் காத்திருப்பதாகப் பேசிக்கொண்டார்கள். நானா சாஹிப் யார் என்று தெரியவில்லை. எல்லாருக்கும் ராஜா போல. முத்துக்குமரனுக்குப் பெரிய ராஜாவைப் பார்க்கப்போகிறோம் என்று சந்தோஷமாக இருந்தது. பாதுகாப்பான ட்ரெஷரி கட்டிட வாசலில் நானா சாஹிப் குதிரையிலிருந்து இறங்கி வந்த திக்காசிங்கை அணைத்துக்கொண்டு வரவேற்றார்.

நானாவுக்கு அருகே அவர் குடும்பமே இருந்தது. சகோதரர்கள் பாலா சாஹிப், பாபா சாஹிப் மற்றும் ராவ் சாஹிப் எல்லோரும் வந்திருந்தார்கள். தாத்யா தோப்பே இருந்தார். அஸிமுல்லா இருந்தான்.

சுபேதாரைப் பார்த்து, நானா, "நண்பனே, வெள்ளைக்காரனைத் தாக்குதல் எப்படி நடந்துகொண்டிருக்கிறது?"

"மகாராஜா, நாங்கள் துவங்கிவிட்டோம். உங்களைப் போன்றவர்களின் தலைமைக்காகத்தான் காத்திருக்கிறோம்."

"பீரங்கிகள் முழங்குகின்றனவா?"

"ஆம் மகாராஜா, அதைவிடப் பலமாக அங்கே அகப்பட்டிருக்கும் வெள்ளைக்காரர்களின் ஓலங்கள்!"

"சபாஷ், எப்போது வீலரின் படை விழும்?"

"உங்கள் தலைமையில் நான்கு அல்லது ஐந்து நாட்களுக்குள். பேதலித்து நிற்கிறார்கள். அவர்களிடம் இருக்கும் பீரங்கிகள் சொற்பமே. அவைகள் அத்தனையையும் மௌனமாக்கிவிட்டு நாம் நுழைந்து விடலாம். கான்பூரை இன்னும் ஒரு வாரத்தில் உங்கள் மடியில் கொண்டுவந்து கொடுக்கிறேன்."

"உங்கள் மன்னன் யார்?"

"நீங்கள்தான். பிரம்மவர்த்தத்தின் அதிபர்! பேஷ்வா! கான்பூரின் மன்னர். ஏன், இந்தியாவின் மன்னர்!"

"சுபேதார் திக்காசிங்! இன்றிலிருந்து, இந்தக் கணத்திலிருந்து நீ சுபேதார் இல்லை! நம் இந்திய ராணுவத்தின் முதல் ஜெனரல் நீ. இந்த யுத்தத்தின் அத்தனை பொறுப்பையும் உன் கையில் தருகிறேன்."

"நன்றி பேரரசே, நன்றி!"

"அஸிமுல்லா, நம் சார்பில் ஒரு அறிக்கை தயாரித்துவிடு. ஜெனரல் திக்காசிங்! உனக்கு இஷ்டப்பட்ட பேரைப் படைத்தலைவர்களாக நியமிக்கலாம். உன் உபதேசப்படி நாம் ஆணை பிறப்பிக்கிறோம்."

"அரசே, 53வது ரெஜிமெண்ட்டுக்கு ஜமதார் தல்கஞ்சன்சிங், 56வதுக்கு சுபேதார், கங்காதின் இருவரையும் கர்னல்களாக ஆக்கிவிடும்படி ஆணையிடக் கேட்டுக்கொள்கிறேன்!"

"உடனே! அஸிமுல்லா!"

"பேரரசே, உங்கள் பாதங்களில் இந்த நாட்டையே கொண்டு வந்து கிடத்தும் பணி என்னுடையது . . . !"

"முதலில் கான்பூர்!"

எல்லோரும் சந்தோஷமாக இருந்தார்கள். முத்துக்குமரன் அந்த வெள்ளத்தில் அடித்துச் செல்லப்பட்டான். யானை மேல் கொடியேற்றி மிகப்

பெரிதாக உற்சாக ஊர்வலம் சென்றார்கள். நானா சாஹிப்பின் பெயர் சொல்லி உரத்த குரலில் தொண்டை வறளும்வரை வாழ்த்தினார்கள். 'தீன் தீன்' என்பதும் 'ஃபிரங்கி கோ மாரோ' என்பதும் முத்துக்குமரனுக்குப் பழகிவிட்டது. தெருக்களில் குதிரை மேல் ஊர்வலம் போகும்போது சன்னல்களிலிருந்து பெண் முக நிலாக்கள் எட்டிப் பார்த்து அவர்களை நோக்கி வண்ணத் துணிகளை அசைத்து, அந்தச் சிவந்த பெண்கள் எல்லோரும் தன்னை நோக்கிக் காற்றில் முத்தத்தை அனுப்புவதைப் பார்த்து முத்துக்குமரனுக்குப் பூரிப்பு கிடைத்தது. குறிப்பாக ஒரு பெண் சற்றுத் தைரியமாக வாசலுக்கு வந்து உயர்ந்த இடத்தில் நின்றுகொண்டு எல்லோரையும் உற்சாகப்படுத்திக்கொண்டிருந்தாள். அவள் அழகு கண்ணினைப் பறிப்பதாக இருந்தது. ரோஜா நிறத்துக்கு மிக அருகே இருக்கும் உடல் நிறத்தில் சரிகை உடைகளில் மின்னியது. அவள் புன்னகை அந்தச் சைன்யத்தையே சாப்பிட்டுவிடும் போல இருந்தது. சிப்பாய்கள் அத்தனை பேரும் அவளைக் கூப்பிட்டுக் கையசைத்துச் சிரித்துப் பேசினார்கள்.

"இது யாரு பைராகி?" என்றான் முத்துக்குமரன்.

பைராகி வினனோதமான அங்கி அணிந்துகொண்டு நீண்ட தலைப்பாகை அணிந்து சற்று வேடிக்கையாக இருந்தார். அவர் குதிரை அவருக்குச் சற்றுச் சின்னதாக இருந்தது.

"அந்தம்மா நடனக்காரப் பொண்ணு. சிப்பாய்களுக்கெல்லாம் உற்சாகம் கொடுக்குது. அது ஒரு சிரிப்புச் சிரிச்சா இவங்க உயிரையே கொடுக்கத் தயாரா இருக்காங்க. அஸீஸான்னோ என்னவோ சொன்னாங்க!"

"பூஞ்சோலை எங்க?"

"இந்தம்மாகூடத்தான் சேத்து விட்டிருக்கேன் ஒத்தாசைக்கு அதோ பாரு. எட்டிப்பார்க்குது."

முத்துக்குமரன் மேலே பார்க்க, பூஞ்சோலை அந்தப் பொண்ணுக்குப் பின்புறத்திலிருந்து எட்டிப்பார்த்துக்கொண்டிருந்தாள். முத்துக்குமரனைப் பார்த்து, "யோவ் ஆலப்பாக்கம்! நல்லாச் சண்டை போட்டுட்டு வா!" என்று உற்சாகமாகக் கூவினாள்.

"நீ என்னை செய்யப்போறே?" என்று பைராகி இங்கிருந்து இரைந்தார்.

"நானும் இவங்ககூடச் சண்டைக்கு வரப்போறேன்! பாத்துக்கிட்டே இரு! அந்தாளைப் பாத்துக்க பைராகி!"

“சரிதான்,” என்று சிரித்துக்கொண்டார். “சாலாக்கான பொண்ணு. இப்பவே ஒண்ணு ரெண்டு வார்த்தை இந்துஸ்தானி பேச ஆரம்பிச்சருச்சு. அந்தம்மாவுக்கும் இதைப் புடிச்சுப்போச்சு.”

ஊர்வலம் இப்போது சூடுபிடித்துக் காவல் புரியும் ஆர்ட்டிலரியும் வரிசையாக அமைந்து வீலரின் பாதுகாப்பகத்தைச் சூழ்ந்து தாக்கும் இடத்துக்குத் துடிப்பாகச் சென்றது.

“அதோ பாரு! அங்கதான் எல்லா வெள்ளைக்காரங்களும் ஒளிஞ்சுக்கிட்டு இருக்காங்க.”

“இங்கிருந்து ஓயாம குண்டு வீசிக்கிட்டு இருக்காங்க.”

“மக்கி துரை உள்ள இருக்கிறானா?”

“இல்லை. அவங்கள்ளாம் கல்கத்தாவில் இருந்து இன்னும் வரலை. இவங்க உள்ளூர் ஆசாமிங்க . . . வசமா மாட்டிக்கிட்டாங்க.”

“அய்யோ பாவம்.”

“அய்யோ பாவம்னு இரைஞ்சு சொல்லாத. உன்னைக் கண்டதுண்டமா வெட்டிப் போட்டுருவாங்க.”

“பெண்டு பிள்ளைங்க இருக்க மாட்டாங்களா? அவங்க என்ன பாவம் செஞ்சாங்க?”

“இந்த மாதிரி சமயத்தில அதையெல்லாம் பார்க்க மாட்டாங்க!” வீலரின் படைகளிலிருந்த என்ட்ரெஞ்ச்மெண்டைச் சுற்றிலும் உள்ள கட்டிடங்கள் அனைத்திலும் சிப்பாய்கள் தெரிந்தார்கள். நடு ரோடில் பெரிய பீரங்கிகள் வான் நோக்கி, வாய் புகையக் காத்திருந்தன. அடுக்கடுக்காக அதற்கு வெடிமருந்தும் குண்டுகளும் காத்திருக்க, அதை அடுத்த வீச்சுக்குக் கெட்டித்துத் தயார்படுத்திக் கொண்டிருந்தார்கள். சூழ்ந்திருந்த மாளிகைகளின் வாசல்கள் அத்தனையிலிருந்தும் தொடர்ந்து மஸ்கெட் வெடி ஒலித்துக் கொண்டே இருந்தது. பிரதேசம் முழுவதும் உற்சாகமும் வெடிமருந்து வாசனையும் பரவியிருந்தது.

“கிட்டக்கத்தான் இருக்காப் போலிருக்கே.”

“ஆமா! ஆனா இவங்க உள்ளே போகத் தயங்கறாங்க.”

பீரங்கி ஒரு முறை வெடித்துப் பின்வாங்கி அதிர, அதிலிருந்து கோபப் பறவை போலக் கறுப்புக் குண்டு ஆங்கிலேயர்களை நோக்கிப் பறந்தது. கொஞ்ச நேரத்தில் அங்கே வெடித்து, மெலிதான கீச்சுக்குரல் ஓலம் கேட்டது.

இங்கே, “சபாஷ், சபாஷ்,” என்று உற்சாகக் குரல்கள் கேட்டன.

"பொம்பளைங்க குரல்," என்று கவலைப்பட்டான் முத்துக்குமரன். "பேசாம உள்ளே போயி எல்லாரையும் கைது பண்ணிறலாமே."

"முடியாது. அவங்களும் அங்கிருந்து குண்டு வீசிக்கிட்டு இருக்காங்களே! அவங்க குண்டு தீர்ற வரை இப்படித்தான் செய்துக்கிட்டு இருப்பாங்க."

"இதுதான் சண்டையா?"

"ஆமா! இதோ வருது பாரு. பதுங்கு, பதுங்கு!"

பதில் குண்டு பறந்து வந்து சற்றுத் தள்ளி வெடிக்க ஒரு நிமிஷம் செங்கற் கட்டிடம் அதிர்ந்து ஒரு சுவரின் பகுதி சரிய, அங்கிருந்து துப்பாக்கிகளை உயரப் பிடித்துக்கொண்டு சிப்பாய்கள் ஓடினார்கள். "சும்மா பாத்துக்கிட்டு நிக்க வேண்டாம். அவங்க கோவிச்சுப்பாங்க. வா, போய் அவங்களுக்கு ஒத்தாசை செய்யலாம்."

முத்துக்குமரன் தனக்கு அளிக்கப்பட்ட துப்பாக்கியை எடுத்துக்கொண்டு பைராகியுடன் கட்டிடத்தை நோக்கிச் சென்றான்.

"ஓடி வா!" என்று யாரோ கூப்பிடுவது கேட்க, அவர்கள் உடனே கட்டிடப் பத்திரத்தை நோக்கி ஓட, விலகின இடத்தில் வெள்ளைக்காரன் எறிந்த அடுத்த குண்டு வெடித்துச் சாலைப் புழுதி, பிரம்மாண்டமான மலர் போல வெடித்தது. "அப்பாடா தப்பிச்சோம்."

இப்போது கட்டிடத்துக்குள் ஒளிந்திருந்தவர்களுடன் சேர்ந்து கொண்டான். முதல் மாடி. தூரத்தில் ஆங்கிலேயர்கள் ஒளிந்திருக்கும் பகுதி தெரிந்தது. "யாரையும் காணலையே?"

"எல்லோரும் குழி பறிச்சுப் பதுங்கியிருப்பாங்க. பாத்துக்கிட்டே இரு! எப்பவாவது தலை தெரியும்!"

"இப்ப நாம என்ன செய்யணும்?"

"இவங்களைப் போல அந்தப் பக்கமா ஆர்டர் கொடுத்த உடனே வரிசையாச் சுட்டுக்கிட்டே இரு. அவ்வளவுதான்!"

"யார் மேலயும் படாது போல இருக்குதே. ரொம்பத் தூரமா இருக்காங்களே!"

"கவலையில்லை. இத பாரு, ஒருத்தன் தெரியறான் பாரு! சுடு! சுடு!"

42

கட்டடம் ஒடிந்து விழுந்தபோது அவர்கள் நம்பிக்கைகளும் மண்ணுடன் சரிந்தன. அந்தக் கட்டிடத்தில் அவர்களுக்கு வேண்டிய எல்லா மருந்துப் பொருள்களும் இருந்தன. அவசர அறுவை சிகிச்சைக்காக வைத்திருந்த பாண்டேஜ்கஷிம் எரிந்துபோயின. இனி அங்கே ஆயிரம் பேருக்கு அடிபட்டால் சிகிச்சை தர ஒரு சிறிய பெட்டியில் நான்கைந்து மருந்து சீசாக்கள் மட்டுமே மிச்சம் இருந்தன.

இந்தியத் தரப்பில் அந்தக் கட்டிடத்தைக் குறிபார்த்து வீழ்த்திய சுபேதார் ரியாஸ் அலிக்கு நானா ஒன்பது பவுன் காசும் ஒரு சால்வையும் பரிசாக அளித்தார். ஆஸ்பத்திரி விழுந்த இந்தச் சம்பவம்தான் கான்பூரின் திருப்புமுனை. ஏற்கெனவே அந்த நான்கு ஏக்கர் பரப்புக் கட்டிடங்கள் செல்லரித்தது போலக் கருகிப்போன சன்னல்களுடன், அங்குமிங்கும் வினோதமாகச் சாய்ந்திருந்த உத்தரங்களுடன் மரண பூமியாகக் காட்சியளித்தது. இப்போது பெண்களுக்கும் குழந்தைகளுக்கும் ஒரே பாதுகாப்பு ட்ரெஞ்சுக் குழிகள்தான். மண்ணில் தோண்டியுள்ள ஒன்றரை அடி ஆழக்குழிகள்தான். தெற்கு மூலையில் கொஞ்சம் பத்திரம் இருந்தது. குவார்ட்டர் கார்டை அடுத்த இருண்ட மூலைகளில் கொஞ்சம் சரண் இருந்தது. கள்ளிப் பெட்டிகளின் மடியிலும், கட்டில்களின் நிழலிலும், கான்வஸ் துணியால் மண் தரையில் அமைத்த அவசரக் கூடாரங்களிலும் அந்தச் சீமாட்டிகள் குளிக்காமல் ரத்தம் கட்டிப் போய்ப் பேயுலகச் சனங்கள் எப்போதும் பீரங்கி வெடியை எதிர்பார்த்துக்கொண்டு, எப்போதும் மரண ஓலத்தையும் எதிர்பார்த்துக்கொண்டு அழகான ஐரோப்பியக் கரங்களால் மண்ணைத் தோண்டிக்கொண்டு இருந்தார்கள். அவர்கள் நாக்குகள் எப்போதோ சுவைத்த ஷாம்பேனின் ஞாபகத்தில் இப்போது உலர்ந்து தாகத்தின் எல்லையெல்லாம் கடந்து, எச்சில் ஊறினால் கடவுளுக்கு வந்தனம் சொல்கிற அளவுக்கு வறண்டிருந்தார்கள்.

இந்தியப் பீரங்கிகள் கொல்லாதவர்களைக் காலராவும் வெய்யிலும் கொன்றது. அவர்கள் சுவாசித்த உஷ்ணத்தில் பலருக்குப் பைத்தியம் பிடித்தது.

இன்று தாக்குதல் ஆரம்பித்துப் பதினான்காவது தினம். இத்தனை நாட்கள் இப்படி உயிர் பிழைத்ததே ஆச்சரியம்! தினம் ஒரு தான்யம், ஒரு முழங்கு ரம் இவ்வளவுதான் உணவு. கொஞ்சம் கஞ்சி கிடைத்த போது அதை ஏதோ பொன்னைப் போல ஒளித்து வைத்துத் தன் தங்கைகளுக்குக் கொடுத்த அமிலியாவைப் பார்த்து ஆச்சரியமாக இருந்தது எமிலிக்கு. இந்தச் சந்தர்ப்பத்தில்கூட சுயநலமில்லாது இருக்கும் இந்த இளம்

பெண்ணுக்கு இந்த நிகழ்ச்சிகளின் காரணம் எப்படிப் புரியும்? மெலிதான கவிதை போல் இருக்க வேண்டிய பருவ காலத்தில் எத்தனை ரத்தம்? இப்போதுகூடப் பார்த்த போதெல்லாம் புன்னகைக்கிறாள். இவ்வளவு மேன்மையான பெண் இந்த இடத்திலிருந்து உயிர் தப்பித்துத்தான் ஆக வேண்டும். இல்லையெனில் உலகத்தில் நியாயம் என்பதற்கே அர்த்தமில்லாது போய்விடும். குட்டைச் சுவர்களுக்குப் பின்னால் குனிந்துகொண்டு தத்தம் உடல்களை வேதனையின் எல்லை வரை தண்டித்துக்கொண்டு தொத்தலான பீரங்கிகளைக் கொண்டு அவர்களைவிட மிகவும் பலம் வாய்ந்த தாக்குதலினின்று இதுநாள்வரை காப்பாற்றிவிட்ட அந்த இளம் ஆங்கிலேய அதிகாரிகளைப் பார்த்தாள்.

அதோ இருக்கும் ஒரே ஒரு கிணற்றுக்கு அதிகாரியாக நியமிக்கப்பட்டிருக்கும் காப்டன் மக்கில்லாப் கையால் கயிறு கட்டி அறுபதடி ஆழத்திலிருந்து தண்ணீர் இழுத்துக்கொண்டிருக்கிறார்.

ராட்டினம் எப்போதோ போய்விட்டது. குண்டுவெடி மத்தியில். இப்போது எல்லாம் கயிறு இழுத்துத்தான் தண்ணீர். ஒருமுறை அமிலியாவுக்கு ரத்தம் கலந்த தண்ணீர் வந்தது. அதைப் பார்த்ததுமே அவளுக்கு வயது கூடிவிட்டது போல் ஆகிவிட்டது. இனி தண்ணீர் கேட்கக் கூடாது என்று தீர்மானித்துவிட்டாள்.

எங்கே என்னுடைய வீரதீரக் கணவன்? எல்லோரும் பனாரஸிலோ அலகாபாத்திலோ குடித்துக்கொண்டிருப்பார்கள். இருண்ட தெருக்களில் இருண்ட பெண்கள் கிடைத்தால் கான்பூருக்குச் சாவகாசமாகப் போய்க்கொள்ளலாம் என்று அங்கேயே ராத்திரி தங்கியிருப்பார்கள். நாட்டியப் பெண்களுடன் திளைத்துக்கொண்டிருப்பார்கள். வடக்கே வந்த ஞாபகத்திற்கு இங்கும் ஒரு விதை விதைக்க வேண்டாமா? ஆஷ்லி, நீயும் என் கணவனுடன் சேர்ந்துகொண்டுவிட்டாயா? எல்லோரும் எங்கிருக்கிறீர்கள்? நீங்கள் எல்லோரும் வருகிற செய்தியே இல்லையே! எப்போது, எப்போது வரப்போகிறீர்கள்? நான்கு மணி நேரமாக இந்தப் பக்கத்திலிருந்து பீரங்கிகள் வெடிக்கவே இல்லை. குண்டுகள் தீர்ந்துகொண்டிருக்கின்றன. அவைகளை அதிகம் விரயம் செய்ய விருப்பமில்லாமல் அவ்வப்போதுதான் பதில் வீச்சு செய்து கொண்டிருந்தார்கள். எல்லாமே குறைந்துகொண்டிருக்கிறது. குண்டுகள், உணவுப் பொருட்கள், மனிதர்கள் . . .

இந்த ஒரு வாரத்தில் ஆர்ட்டிலியரியைச் சேர்ந்த அறுபது பேர் இறந்துவிட்டார்கள். இப்போது பீரங்கிகளைச் செலுத்துபவர்கள் பாதிப் பேர் அதில் பயிற்சி இல்லாதவர்கள். அவசரமாகப் பயிற்சி அளிக்கப்பட்டவர்கள். பீரங்கிகளும் பரிதாப நிலையில் இருந்தன. ஹௌவிட்ஸர் அதன் வண்டியிலிருந்து கழன்றிருந்தது. எதிரியின் பீரங்கி பட்டுப் பல

பழுதடைந்திருந்தன. சிலவற்றிற்கு மூக்கு பெயர்ந்திருந்தது. அதற்குள் மருந்து கெட்டிக்கப் பெண்கள் தத்தம் கால்களில் அணிந்திருந்த ஸ்டாக்கிங்குகளை மனமுவந்து அளித்தனர். மருந்தைச் சேகரிக்கப் பழைய ஏற்பாட்டின் பக்கங்களைத் தயக்கமில்லாமல் உபயோகித்தார்கள். கையில் கிடைத்த எதையும் எந்த விதத்திலும் பயன்படுத்தினார்கள். லெப்டினென்ட் டெல்ஃபேஸ் என்ன ஆனாலும் ஆகட்டும் என்று ஒன்பது பவுண்டு பீரங்கியில் மூன்று ஆறு பவுண்டு குண்டுகளைக் கெட்டித்து வைத்தார். பீரங்கி அதிர்ந்து ஏறக்குறைய ஒடிந்துவிட்டது. இருந்தும் எதிர்த் தரப்பில் அந்தக் குண்டு அதிக நாசம் விளைவித்திருக்க வேண்டும். கொஞ்ச நேரம் அங்கே நிலவிய மௌனத்திலிருந்து தெரிந்தது.

என்ட்டிரெஞ்ச்மெண்ட்டில் மாலை பரவ வானத்தில் செம்பழுப்பில் புழுதிப் படலம் பரவியிருந்தது. எங்கும் வெடி மருந்தின் சால் பீட்டர் வாசனை.

எமிலி பாரக் சுவர்களில் கிறுக்கியிருந்த செய்திகளைப் பார்த்தாள். "ஜூன் நாலு: துடையில் குண்டு பட்டுவிட்டது. ஜூன் ஆறு: மறுபடி காலில் குண்டு. இன்னும் உயிருடன் இருக்கிறேன்." மற்றொரு சுவரில் "கடவுளே! இது ஜெருசலம் ஆக்கிரமிப்பைவிடக் கொடுமையானது. என்றைக்கு எங்களைக் காப்பாற்றப்போகிறீர்கள்?"

மற்றொரு இடத்தில், "இந்த இடத்தில்தான் ஒரு குண்டு வீலரைத் தாக்கியது. அவன் மூளையும் ரோமங்களும் இங்கு சிதறியிருக்கின்றன!" ஆம்! இந்த வீலர், ஜெனரல் வீலரின் மகன். காட்ஃப்ரே வீலர்! தன் மகன் இறந்த அதிர்ச்சியில் பெரியவர் மிகவும் சோர்ந்து விட்டார். படுக்கையில் எப்போதும் படுத்தவண்ணம் இருந்தார். 'நான்தான் காரணம், நான்தான் காரணம்,' என்று முணுமுணுத்துக் கொண்டே இருந்தார். ஆணையிடும் திராணியே போய்விட்டது அவருக்கு. கண்களில் கண்ணீர் எப்போதும் உருண்டுகொண்டிருக்க, ஜூன் 24ஆம் தேதி வீலர் லக்னோவிலிருந்து ஹென்றி லாரன்ஸுக்குக் கடைசி வேண்டுகோளாக ஒரு கடிதம் எழுதினார். 'பிரிட்டிஷ் தைரியம் மட்டும்தான் பாக்கியிருக்கிறது. எங்களிடம் ஆயுதங்கள் இல்லை. உணவில்லை, மருந்துகள் இல்லை. இன்னும் பத்து நாட்களில் முழுப் பட்டினியாக இருக்க வேண்டி வரும். நகரத்திலிருந்து உணவு வருவது என்பது சாத்தியமே இல்லை. எல்லாப் பக்கங்களிலும் சூழப்பட்டிருக்கிறோம். மிகக் கொடுமையாக நாங்கள் பிரிக்கப்பட்டு எங்கள் விதியுடன் தனியாக விடப்பட்டுவிட்டோம். எங்களிடம் ஆரம்பத்தில் முழுசாக 220 சோல்ஜர்களே இருந்தார்கள். பெரும்பாலானவர்கள் தாக்கப்பட்டு விழுந்துவிட்டார்கள். ரெயில்வே அதிகாரிகளும், வியாபாரிகளும் இப்போது பீரங்கி சுடப் பழகிக்கொண்டு உதவிக் கொண்டிருக்கிறார்கள். ஆனால் இப்படி எத்தனை நாளைக்குத் தாக்குப்பிடிக்க முடியும்? நாங்கள்

எல்லோரும் பொறியில் அகப்பட்ட எலிகள் போலச் செத்துப்போக உங்களுக்கெல்லாம் விருப்பமா? மற்றொரு கடிதம் சேருமோ சேராதோ!'

என்ட்ரெஞ்ச்மெண்டில் இருந்த ஆங்கிலேயர்கள் பலர் இரண்டு மாதங்களுக்கு முன்தான் நானா சாஹிப்புடனேயே அளவளாவிய சீமான் சீமாட்டிகள்! கலெக்டர் சார்லஸ் ஹில்லர்ஸ்டன் நானாவுடன் முதல் ஒப்பந்தப் பேச்சு வார்த்தைகள் நடத்தினவர் தன் மனைவியின் காலடியில், குண்டடிபட்டுக் குடல் வெளியே வந்து இறந்துபோனார். அவர் மனைவி இரண்டு தினங்களில், மண்டையில் கட்டிடம் இடிந்து விழுந்து இறந்தாள். மேஜர் லிண்ட்ஸே குண்டுச் சிதறல்களில் கண்களை இழந்த அவதியுடன் மூன்று நாள் ஓலமிட்டுக்கொண்டிருந்தார். ரெயில்வே இன்ஜினியர் ஒரு வாரம் கழுத்தில ரத்தம் ஒழுக அசையாமல் படுத்திருந்துவிட்டு உயிரை விட்டார். திருமதி ஒயிட்டின் இரண்டு கைகளும் துண்டிக்கப்பட்டதை எமிலி பார்த்தாள். ஜூன் மாதம் இருபத்து மூன்றாம் தேதி நானா, வீலரின் என்ட்ரெஞ்ச்மெண்டைக் கவர மற்றொரு முயற்சி செய்து பார்த்தார். உள்ளே எத்தனை பேர் இருக்கிறார்கள், எத்தனை வெடிமருந்து வைத்திருக்கிறார்கள் என்பது தெளிவாகத் தெரியாதவரை நேர்த்தாக்குதலில் தயக்கம் இருந்தது. இருந்தும் 23ஆம் தேதி ஒரு கடைசி முயற்சி செய்து பார்த்தார்கள். இந்தியச் சிப்பாய்களின் ரெஜிமெண்டுகள் சில நூறு கஜங்களே தூரத்திலிருநதன. ஒருமுகமாக வடமேற்குக் காவல்ரி குதிரைகளும் கீழே சிவப்புச் சட்டைகள் பளபளக்க ஆயிரக்கணக்கான இன்ஃபண்ட்ரி சிப்பாய்களும் தாக்க முற்பட்ட போது, மிக மிகச் சுலபமாக வீலரின் பாதுகாப்பைத் தகர்த்து உள்ளே நுழைந்திருக்கலாம். முடியவில்லை. காரணம், இந்தியத் தரப்பில் சரியான தலைமை இல்லாததுதான். தாக்குதலைத் துவங்கியதும் ஆங்கிலேயர்கள் மூச்சைப் பிடித்துக்கொண்டு கடைசி முயற்சியாக எப்படியோ தொடர்ந்து, சேர்த்து வைத்திருந்த குண்டுகளை எல்லாம் எதிராக வீச, ஒரு கணத்தில் குதிரைப் படைகள் சற்றே மிரண்டு பின்வாங்கிவிட்டார்கள். தலைமை சரியில்லாததால் அவர்களைத் திரும்ப அழைப்பது கடினமாகிவிட்டது. சுலபமாக வென்றிருக்க வேண்டிய ஒரு சண்டையை ஆங்கிலேயர்கள் சற்றும் எதிர்பார்க்காத விதத்தில் விட்டுக் கொடுத்து விட்டார்கள். நானாவுக்கு பொதுவாக ராஜா பட்டம் கிட்டியிருந்தாலும் இந்தக் கோபக்கார சிப்பாய்களை ஒன்றுபடுத்திக் கட்டுப்படுத்துவது சிரமமாகத்தான் இருந்தது. உட்பூசல்கள் இருந்தன. பொதுவாக மக்கள் ராஜ்யமாகத்தான் இருந்தது. கடைகளைக் கொள்ளையடிப்பதில் எல்லோரும் ஆர்வமாக இருந்தார்கள். ஒழுங்கில்லாமல் இருந்தது. வெள்ளைக்காரன் லேசில் விட மாட்டேன் என்கிறான். எப்படியாவது அவர்களைச் சரணடைய வைத்துவிட வேண்டும். நமக்கு அவனிடத்தில் பயம் இருப்பது போல் அவனுக்கும் நம்மிடம் இருக்குமல்லவா? நானா தீர்மானித்து வீலருக்கு ஒரு செய்தி அனுப்பி வைக்கத் தீர்மானித்துவிட்டார்.

கான்பூர் தாக்குதல் துவங்கி பத்தொன்பதாம் நாள் எந்தவித உதவியும் வராத கடைநிலையில் இருந்த வீலர், ஒரு பெண் ஒரு வெள்ளைக் கொடியைப் பிடித்துக்கொண்டு தம்மை நோக்கி நடந்து வருவதைப் பார்த்தார்.

43

முத்துக்குமரன் சுட்டான். மனதுக்குள், 'சாமி . . . அவன் மேல் படக் கூடாது குண்டு. அதோ ஓடறானே, அவன் விரோதியல்ல. இவங்க எதுக்காகச் சண்டை போடறாங்க, எதுக்காகக் கொல்லறாங்க, எதுக்காக பீரங்கி வீச்சு, ஒண்ணும் புரியலை. எனக்கு விரோதம், வெறுப்பு எல்லாம் ஒரே ஒரு வெள்ளைக்காரன் மேல்தான். அவனைப் பார்த்தா, நேரா சுட்டா எனக்கு மனசாட்சில விரோதமில்லாம இருக்கும்.'

எதிரே என்ட்ரெஞ்ச்மெண்டில் பற்றி எரிவது தெரிந்தது. கரும்புகைச் சூழலில் பெண்களும் குழந்தைகளும் குறுக்கே ஓடுவதும் அவர்களைச் சிப்பாய்கள் குறிபார்ப்பதும் தெரிந்தது.

"வேண்டாங்க," என்று சொல்லிப் பார்த்தான். அதைப் புரிந்து கொள்ள ஆளில்லை.

ஒவ்வொரு குண்டும் எதிரே விழுந்து அங்கே பல இரைச்சல் கேட்கும்போது இவர்கள் குதூகலத்தில் பொங்கி ஆரவாரிப்பதும், ஒருவரை ஒருவர் அணைத்துக்கொள்வதும், பரிசுகள் கொடுத்துக் கொள்வதும் முத்துக்குமரனுக்கு வேதனையைத்தான் தந்தது. மக்கி துரை உள்ளுக்குள் இருக்கிறானா என்பதும் தெரியவில்லை. ஏதோ ஒரு சந்தர்ப்பத்தில் மக்கி துரையைத் தனியாகச் சந்திப்போம் என்கிற நம்பிக்கை அவனுக்கு இருந்தது. சந்திக்கும்போது அவனை, 'அய்யா, நீ செஞ்சது நியாயமான்னு-புரியுதோ புரியலையோ கேட்டுட்டுத் தான் கொல்லப் போறேன். அதுவரைக்கும் இவங்ககூட இசைஞ்சுக் கிட்டுத்தான் இருக்கணும்.'

"என்னய்யா சிப்பாயி, எப்படி இருக்கிறே?" என்ற குரல் கேட்டுத் திரும்ப, பூஞ்சோலையை அடையாளம் கண்டுகொள்வது சிரமமாயிருந்தது. தலையை முடிந்துகொண்டு வடக்கத்திக்காரி நகைகள் அணிந்திருந்தாள். பித்தளையோ வெள்ளியோ சொல்ல முடியாமல் நகைகள் அணிந் திருந்தாள். "இந்தா தண்ணி குடி" என்றாள். "இதுதான் எனக்கு வேலை. களைச்சுப் போயிருக்கறவங்களுக்குத் தண்ணி! எசமானியம்மா அனுப்பிச்சாங்க. அவங்கதான் குதிரை சவாரி எல்லாம் செய்யுறாங்க. கொய்யாப்பளம் கணக்கா சிவப்பு. எனக்கு இதெல்லாம் குடுத்தாங்க," என்று தன் சட்டையைக் காண்பித்தாள்.

"எப்படி இருக்கு?"

"கூத்தாடி மாதிரி," என்றான்.

"கூத்தாடிதான நானு. பானி? பானி? பானி சாஹியே ஸாப்?"

என்றாள்.

“அதெல்லாம் எங்க கத்துக்கிட்ட?”

“அவங்க பேசறது கொஞ்சம் புரியது.” களைத்திருந்த ஒரு சிப்பாய் அவளைப் பார்த்துப் புன்னகைத்து அவள் கையோடு சேர்த்துத் தண்ணீர் பாத்திரத்தை வாங்க, பூஞ்சோலை சாமர்த்தியமாகப் புன்னகை மாறாமல் தடுத்தாள்.

“இங்க நிக்காத, குண்டு விழும்.”

“போனாப் போவட்டும்யா. இந்த மாதிரி உசிரு போவுறது எத்தனையோ மேல். எனக்கு யாரிருக்காங்க செத்தால்கூட? பைராகி கொஞ்ச நேரம் பாவம்னு கூவும்.”

முத்துக்குமரன் மௌனமாக இருந்தான்.

“வாயைத் தொறந்துதான் சொல்லேன். நீ போனா நாங்கூட வருத்தப்படுவேன்.”

“மக்கி துரை!”

“உம் மக்கி துரையைக் கொளுத்து! பானி! பானி!” என்று அவன் பொ-றாமையைத் தூண்டும் வண்ணமாகச் சிரித்துப் பேசிக் கொண்டே மற்றவர்கள் மத்தியில் நீர் அளித்தாள்.

அப்போது ஒற்றைக் குதிரையில் ஒருவன் வேகமாக, “ரோக்கோ, ரோக்கோ,” என்று இரைச்சலிட்டுக்கொண்டு வந்தான். தளத்தில் அதிகாரியிடம் சென்று பேசினான்.

முத்துக்குமரன் பைராகியைத் தேடிப் போனான். சற்று நேரம் குழப்பமாக இருந்தது. குதிரைகள் சிலிர்த்துக்கொண்டு துடிப்பான நிலையில் நின்றுகொண்டிருக்க, பீரங்கிகளுக்கு மறு மருந்து கெட்டித்துக் கொண்டிருந்தார்கள். தெருவில் மற்றவர்களுடன் நடந்தான். சின்னச் சின்ன முடிச்சாகக் கூடிப் பேசிக்கொண்டார்கள். புரியவில்லை. சின்ன முடிச்சாகக் கூடிப் பேசிக்கொண்டார்கள். புரியவில்லை. பைராகி மற்றவர்களிடம் பேசிக்கொண்டிருந்தார். பக்கத்தில் சென்று, “என்னங்க ஆச்சு? என்னை விட்டுட்டு எங்க போய்ட்டிங்க?”

“நிறுத்தச் சொல்லிட்டாங்க. பேஷ்வாகிட்ட இருந்து உத்தரவு வந்திருக்கு.”

“சண்டை அவ்ளதானா?”

“இப்போதைக்கு நிறுத்தச் சொல்லியிருக்காங்க. வெள்ளைக்காரங்க ஏறக்குறைய தோத்துப்போயிட்டாங்க. பொம்பளைங்களையும்

வயசானவங்களையும் விட்டுரலாம்னு இங்கிருந்து ஒரு பொம்பளையத் தூது அனுப்பப் போறாங்க."

"யாரை?"

"அதான் தேடிக்கிட்டிருக்காங்க. இந்தப் பூஞ்சோலையை எங்க காணோம்!"

"சேச்சே, அதை அனுப்ப வேண்டாங்க."

"இதோ வருதே! என்னம்மா! கோட்டைக்குள்ள போவியா?"

"அதுக்கென்ன, போயிட்டாப் போச்சு! என்ன செய்யணும்?"

"ஒண்ணும் செய்ய வேண்டாம். ராசாகிட்ட இருந்து ஒரு காகிதத்தை எடுத்துக்கிட்டுப் போய் வெள்ளைக்காரங்க துரைகிட்ட கொடுத்துட்டு, பதில் வாங்கிட்டு வரணும்."

"சரி போறேன்."

"சேச்சே! என்ன பைராகி! அவங்க சுட்டுப்போட்டாங்கன்னா?"

"ஆமா, பெரிய கவலை இவருக்கு! நீ யாருய்யா, என் புருசனா? நான் போவத்தான் போவேன்."

"அதெல்லாம் சுட மாட்டாங்க. வெள்ளைக் கொடி காட்டிக்கிட்டு போனன்னா ஒருத்தனும் சுட மாட்டான். இந்த மாதிரி ஏதாவது சமாதானச் செய்தி வராதான்னு காத்துக்கிட்டு இருக்காங்க. எல்லோரும் செத்துச் சீவனத்து இருக்காங்க."

"அது சரி, அதுக்கு இந்த பொம்பளையை எதுக்கு அனுப்பணும்?"

"பொம்பளையைத்தான் அனுப்பணும், அதுதான் சமாதானத்துக்கு முறை. அப்பொறம் கைவசம் இங்க இருக்கிறது இந்தப் பொம்பளை ஒண்ணுதான்! வா பூவு."

பூஞ்சோலை முத்துக்குமரனைத் திரும்பிப் பார்த்துக்கொண்டே, "ஆலப்பாக்கம்! போறேன். செத்துகித்து வெச்சன்னா எனக்குச் சின்னதா ஒரு சமாதி கட்டிப் பூப்போடுவியா?" என்று சிரித்துக் கொண்டே சென்றாள்.

"இது பொம்பளை இல்லை," என்றான் முத்துககுமரன்.

எமிலி அந்தப் பெண் வருவதைப் பார்த்தாள். என்ட்ரெஞ்ச்மெண்டில் இருந்த அத்தனை பேரும் மௌனமாக அங்கங்கே நின்றுகொண்டு அந்தப் பெண் வருவதைப் பார்த்தார்கள். எதிர்த்தரப்பு குண்டுவீச்சு நின்றுவிட்டது என்பதையே நம்ப முடியவில்லை. இப்போது ஓர் இந்தியப் பெண் கையில் வெண் கொடி தாங்கி அவர்களை நோக்கி வருகிறாள். இதற்கு என்ன

அர்த்தம்? போர் நிறுத்தம்தானே! இல்லை, இதுவும் நானா சாஹிப்பின் தந்திரமா?

ஜெனரல் வீலர் அப்போது மௌப்ரே தாம்ஸனுடன் இருந்தார். சன்னல் வழியாக அந்த வெண் கொடி தாங்கிய தனியான பெண் தெரிந்தாள். புயற்காட்டில் வெள்ளத்தில் ஒரு சிறு கட்டை! கல்கத்தாவிலிருந்து உதவிப் படை இன்னும் வராத நிலையில்; தன்னிடம் இருக்கும் எல்லா வெடிமருந்துகளும் உணவுப் பொருள்களும் தீர்ந்த நிலையில்; தன் கண் எதிரிலேயே தன் மகன் குண்டு பட்டுத் தலை துண்டித்துச் செத்துப்போவதைப் பார்த்துவிட்ட வீலருக்குச் சமாதானப் போர் நிறுத்தம் மூச்சு போல் தேவையாக இருந்தது.

"தாம்ஸன்! போய் விசாரித்துவிட்டு வா," என்றார்.

"ஏமாற்று வேலையாக இருக்கலாம் ஸர்!"

"போ, முதலில் என்ன செய்தி என்று விசாரித்துவிட்டு வா." என்று சீறினார்.

பூஞ்சோலை கையில் கொடியுடன் அந்த நீளமான மண்சுவரை மெதுவாக நெருங்கினாள். அவள் கையில் அவர்கள் கொடுத்த காகிதம் உறைக்குள் இருந்தது. மனசுக்குள் ஒரு படபடப்பு இருந்தது. "ஒண்ணும் செய்ய வேண்டாம் பூவு. இந்தக் காகிதத்தை அங்க வெள்ளைக்காரங்கிட்ட கொண்டு கொடுத்துட்டு பதில் வாங்கிட்டு வர வேண்டியதுதான்."

சுவரின் அந்தப் பக்கத்தில் நின்றுகொண்டிருந்த சனங்களைப் பார்த்தாள். இறந்த குதிரைகளை மாமிசத்துக்காகத் தோலுரித்துக் கொண்டிருந்தார்கள். எல்லோரும் இளைத்திருந்தார்கள். அவர்களது சீருடைகள் கந்தலாக இருந்தன. முகம் கைகால் எல்லாம் ஒரே அழுக்கு. வெள்ளைக்காரர்கள் என்று அவர்களைச் சொல்ல முடியவில்லை. கீழே உடல்கள் கிடந்தன. நாற்றம் சகிக்கவில்லை. பயந்து பயந்து அந்தச் சுவரை அணுகினாள். யாரோ வெள்ளைக்காரன் வந்து தாழ்வான அந்தச் சுவரின் மேல் நின்றுகொண்டு அவளைப் பார்த்தான்.

"வாட் யூ வாண்ட்?" என்றான்.

பூஞ்சோலை தன் கையில் இருந்த கடின உறையைக் காண்பித்தாள். "அவங்க குடுங்கச் சொன்னாங்க," என்று அந்தப் பக்கம் காட்டினாள்.

தாம்ஸன் கையைத் தழைத்துப் பூஞ்சோலையை அலாக்காகத் தூக்கி அந்தப் பக்கம் இறக்கிவிட்டு அவள் கையில் இருந்த கடிதத்தை வாங்கிக்கொண்டான். பூஞ்சோலை அந்த மனைவிகளையும் மக்களையும் அவர்களது பரிதாபமான சூழ்நிலையையும் பார்த்தாள். ஓரத்தில் ஒரு வயதானவர் சுத்தமாகப் பைத்தியம் பிடித்து அடிக்கடி சிரித்துக் கொண்டும் அலறிக்கொண்டும் இருந்தார்.

தாம்ஸன் அந்த உறையைப் பார்வையிட்டான்.

"மாட்சிமை தங்கிய விக்டோரியா மகாராணியின் பிரஜைகளுக்கு...!" என்று மேலுறையில் ஆங்கிலத்தில் எழுதியிருந்தது. "இரு," என்று பூஞ்சோலையிடம் சைகை காட்டிவிட்டு தாம்ஸன், ஜெனரல் வீலர் தங்கியிருந்த கொட்டகைக்குச் சென்றான். எமிலி பூஞ்சோலையைப் பார்த்தாள். இவங்களை எங்கயோ பார்த்த மாதிரி இருக்குதே என்று நினைத்துக்கொண்டாள். எமிலியைப் பார்த்துச் சிரித்தாள்.

ஜெனரல் வீலர் அந்தக் கடிதத்தைப் படித்தார். ஆங்கிலத்தில்தான் எழுதியிருந்தது. சந்தேகமில்லாமல் அஸிமுல்லாவின் கையெழுத்து.

"டல்ஹவுசி செயல்களுடன் எந்தச் சம்பந்தமுமில்லாதவர்களைத் தண்டிப்பதில் எமக்கு இஷ்டமில்லை."

"உங்கள் ஆயுதங்களைக் கீழே போட்டுவிட்டு வெளியே வந்தீர்கள் என்றால், உங்களைப் பத்திரமாக அலகாபாத் கொண்டு சேர்த்து விடுவது எங்கள் பொறுப்பு."

கீழே கையெழுத்து ஏதும் இல்லை.

வீலர் அதைப் படித்துவிட்டுச் சற்று யோசித்தார். "அந்தப் பெண் இன்னும் இருக்கிறாளா?"

"ஆம்! பதிலுக்குக் காத்திருக்கிறாள்."

எல்லோரும் வீலரையே பார்த்துக்கொண்டிருக்க, "கல்கத்தாவிலிருந்து யாராவது உதவிக்கு வந்துதான் ஆக வேண்டும். அதுவரை சமாளிக்க முடியுமா? எவ்வளவு தூரம் இந்த நானாவை நம்புவது?"

"நாம் இருக்கும் நிலையில் நம்பித்தான் ஆக வேண்டும்," என்றார் தாம்ஸன்.

44

காப்டன் மூர் காட்டமாகப் பேசினான். "கல்கத்தா படை, கல்கத்தா படை! எங்கே அவர்கள்? இருப்பத்துமூன்று நாளைக்கு உணவு, மழைக்காலம் துவங்க இருக்கிறது. எங்கே பாதுகாப்பு? எங்கே நிழல் நமக்கு?"

வீலர் மிகவும் களைத்திருந்தார். சிந்திக்கும் சக்தி அனைத்தையும் இழந்தவர் போலத் தோன்றினார். "காப்டன் மூர்! இந்தச் சந்தர்ப்பத்தில் எது சிறந்தது என்று கொள்கிறாயோ அதைச் செய்."

"இப்போது இந்தப் பெண்ணுக்கு என்ன பதில் சொல்லி அனுப்புவது?"

"யோசித்துக்கொண்டிருக்கிறோம். ராத்திரிக்குள் முடிவு சொல்லி விடுகிறோம் என்று கடிதம் எழுதி அனுப்பிவிடு."

"அதுவரை அவர்கள் காத்திருக்காவிட்டால்?"

"எல்லோரும் இறக்கலாம்! போ, சொற்படி செய்!"

காப்டன் மூர் அவரைச் சற்று நேரம் பார்த்துவிட்டுச் செய்தி கொண்டுவந்த பூஞ்சோலையை நோக்கிச் சென்றான்.

எமிலி பூஞ்சோலையைப் பார்த்துப் புன்னகைத்து, தனக்குத் தெரிந்த தமிழ் வார்த்தைகளில், "பேர் என்ன?" என்றாள்.

"பூஞ்சோலைம்மா. அய்யோ பாவம். சட்டையெல்லாம் கிழிஞ்சு, குளிக்காம அழுக்கா ரத்தக் கறை! எதுக்கம்மா இந்தச் சண்டை? எனக்குப் புரியவே இல்லையே! இத்தனை சனங்க அல்லல்படுதா? இத்தனை குழந்தைகளா? இத்தனை தாத்தாங்களா? சே, இவங்களையா சுட்டுகிட்டு இருக்காங்க?"

எமிலி தன்னைச் சுற்றிலும் பரிதாபமாகப் பார்த்தாள். "கல்கத்தாவிலிருந்து என் கணவர் வரப்போகிறார்," என்று சொன்னாள். பூஞ்சோலைக்குப் புரியவில்லை. அவள் நெற்றியை வருடிக் கொடுத்தாள். "என்கூட வந்துரு. உன்னைக் காப்பாத்தறேன்," என்றாள் அவள்.

அபிநயத்திலிருந்து அவளைப் புரிந்துகொண்ட எமிலி, "எப்படி இத்தனை பேரை விட்டு வருவேன். நீ போ" என்றாள்.

"வெளியே எத்தனை பேர் இருக்கிறார்கள்?" என்று அபிநயித்துக் கேட்டாள்.

"அதுவா? நிறைய! ஆயிரக்கணக்கில், பத்து நூறு, ஆயிரம், பத்தாயிரம்," என்றாள்.

"இவள் சமாதானத்திற்கு வந்திருக்கிறாளா, கேளேன்." என்றாள் அமிலியா.

"எனக்கு அத்தனை அளவு பாஷை தெரியாது."

"வெள்ளைக் கொடி எடுத்துக்கொண்டு ஏதோ செய்தியுடன் வந்தாளாம். நானா நம்மை விட்டுவிடப் போவதாகச் செய்தி அனுப்பித்து இருக்கிறானாம். அதைத்தான் விவாதித்துக் கொண்டிருக்கிறார்களாம். ஏதாவது மார்க்கம் கிடைத்தால் சரி."

"பீரங்கிகள் நின்றுவிட்டன."

"கேட்டுக் கேட்டுப் பழகிப்போய் இன்று ராத்திரி தூக்கம் வராது" என்றாள் அமிலியா.

பூஞ்சோலையை நோக்கிக் காப்டன் தாம்ஸன் வந்து அவளிடம் ஒரு காகிதத்தைக் கொடுத்து, "இதை அவர்களிடம் கொடு," என்றான்.

பூஞ்சோலை அதை வாங்கிப் பத்திரப்படுத்திக்கொண்டு, "நான் வரேம்மா."

"கடவுள் உங்களைக் காப்பாற்றட்டும்" என்றாள் எமிலி.

"முருகன் உன்னைக் காப்பாத்தட்டும்மா," என்று அதே சமயம் பூஞ்சோலையும் சொல்லிவிட்டு, பாதுகாப்பகத்தை விட்டு வெளியே வந்து திரும்பத் திரும்பப் பார்த்துக்கொண்டே நடந்தாள். இருநூறு கஜத்திலேயே அவர்கள் காத்திருந்தார்கள். பூஞ்சோலை வரும்போது கைதட்டி ஆரவாரித்தார்கள். பூஞ்சோலைக்கு வெட்கமாக இருந்தது. "என்ன சொன்னாங்க பூவு?" என்றார் பைராகி.

"ஒண்ணுமில்லை. கடுதாசியை வாங்கிக்கிட்டாங்க. உள்ற போனாங்க. இன்னொரு கடுதாசி கொண்டுவந்து கொடுத்து இதை எடுத்துட்டுப் போன்னு சொன்னாங்க. யோவ்! அங்க எல்லாம் பொம்பளைங்கய்யா, குழந்தைங்கய்யா, வயசானவங்கய்யா, சிப்பாய்ங்க கொஞ்ச பேர்தான் இருக்காங்க. அவங்களைப் போய் இம்மாம் பொளந்து கட்டிட்டிருக்கீங்களே . . . நியாயமில்லைய்யா."

"வெள்ளைக்காரனை உனக்குத் தெரியாது. கம்முன்னு இரு."

பூஞ்சோலை கொண்டுவந்த கடிதம் அதற்குள் குதிரையேறி நானா தங்கியிருந்த சால்வடோர் மாளிகைக்குச் சென்றுவிட்டது.

வீலரின் பாதுகாப்பத்திலிருந்து மூன்று மைல் தென்மேற்காக இருந்த சால்வடோர் மாளிகையின் பிரம்மாண்டமான தோட்டத்தில் நானா சாஹிப் கூடாரம் அமைத்துக்கொண்டு காத்திருந்தார். நானா கோபத்தில் இருந்தார். வெற்றி எதிர்பார்த்த அளவு இல்லை. இன்னும் பாதுகாப்பகம் விழவில்லை. ஒரே தாக்குதலில் அதைக் கொள்ள முடியவில்லை. என்ன என்னவோ சொல்லுகிறார்கள். இருநூறு கழுதைகளை அனுப்பலாமா என்று யாரோ யோசனை சொன்னான். எதிரே மாந்தோப்பில் இந்தியத் துருப்புகள் பொறுமை இன்றி உலவிக்கொண்டிருந்தார்கள். அவர்களிடமிருந்து காப்பகத்தில் மொத்தம் எத்தனை பேர் இருக்கிறார்கள் என்பதைப் பற்றிச் சரியான விவரம் தெரிந்துகொள்ள முடியவில்லை.

நானாவின் புதிய ஆட்சியும் சரியாக இயங்கவில்லை. வாரிஸ் அலி இஷ்டத்துக்கு வரி வசூலித்துக்கொண்டிருக்க, போலீஸ் தலைவனாக நியமிக்கப்பட்ட ஷா அலி கூட்டங்களின் பஸார் கொள்ளைகளைக் கட்டுப்படுத்த மிகவும் சிரமப்பட்டார். நானாவின் சகோதரர் பாபா ராவும் அஸிமுல்லாவும் இஷ்டத்துக்கு நீதி வழங்கிக் கொண்டிருந்தார்கள். திருட்டுக்கு ஐம்பது கசையடி, மூன்று மாதம் கடுங்காவல், சின்னக் குற்றங்களுக்கெல்லாம் செருப்படி, எதுவும் ஒழுங்காக இயங்கவில்லை. வெள்ளைக்காரன் சரண் அடைந்துவிட வேண்டும் என்று மிகவும் எதிர்பார்த்தார்.

பதில் வந்தபோது அவர் பொறுமை எல்லை மீறியிருந்தது. ஆங்கிலத்தில் எழுதியிருந்ததை அஸிமுல்லா படித்துச் சொல்ல நானா கோபத்துடன், “எத்தனை நேரம் இந்தப் பரங்கிகளுக்கு அஸிம்? காத்திருக்கலாமா, தாக்குதலைத் தொடரலாமா?”

“காலை வரை காத்திருக்கலாம் மகாராஜா!”

“காலை வரைதான்! நீயும் பிரிகேடியர் ஜ்வாலா பிரஸாதும் சில துருப்புகளுடன் அங்கே சென்று வெள்ளைக்காரன் கடைசியாக என்ன சொல்கிறான் என்று கேட்டு வாருங்கள்.”

விடிவதற்கு இன்னும் கொஞ்ச நேரமே இருந்தது. காப்டன் தாம்ஸன் இருட்டின் விளிம்பில் பாதுகாப்பகத்திலிருந்து காப்டன் மூர் வெளிவருவதைப் பார்த்தான். அருகே சென்று, “என்ன முடிவெடுத்தீர்கள்?” என்று கேட்டான்.

“எதிரிகளுடன் ஒப்பந்தம் செய்வதாக.”

தாம்ஸன் பெருமூச்சு விட்டான். கடைசியாக எல்லாவற்றிற்கும் முடிவு வரப்போகிறது! ராத்திரி பூராவும் பீரங்கிகள் முழங்கவில்லை. அவர்கள்

சமாதான விருப்பம் உண்மையானதுதான். கிழக்கில் மெல்லிய வெளுப்பைப் பார்த்தான். எதிர்த் திசையில் சில உருவங்கள் வருவதைப் பார்த்தான்.

"அவர்கள் வருகிறார்கள்!" தாம்ஸன் தன் துப்பாக்கியைத் தயாராக்க, மூர், "வேண்டாம்! அவர்கள் சமாதான நோக்கத்துடன்தான் வருகிறார்கள்."

"வா, அவர்களைச் சந்திக்கலாம். உன் துப்பாக்கியை எடுத்துக்கொள். விட்டிங், ரோச், நீங்களும் வாருங்கள்."

இந்தியர்கள் வெளியே காத்திருந்தார்கள். வெள்ளையர்கள் மூவரும் அணுக அஸிமுல்லா, ஜ்வாலா பிரசாத் மற்றும் சிப்பாய்கள் இருந்தார்கள். அஸிமுல்லா அவர்களை ஆங்கிலத்தில் வரவேற்றான். "வாருங்கள். உங்களுக்கு எங்கள் மகாராஜா கருணை காட்டத் தீர்மானித்திருக்கிறார். அதற்குப் பதில் என்ன?"

"சம்மதம்" என்றான் மூர். "உங்கள் ஷரத்துக்கள் என்ன?"

"அவனை இந்தியில் பேசச் சொல்," என்று கோபக் குரல்கள் சிப்பாய்களிடமிருந்து கேட்டன.

"எங்கள் நாட்டைச் சுரண்ட வந்தவன் எங்கள் பாஷையில் பேசட்டும்."

"இந்தியில் பேச வேண்டுமாம்" என்றான் அஸிமுல்லா.

"எனக்குக் கொஞ்சம்தான் தெரியும்."

"போதும். சொல்!"

"பாதுகாப்பகத்தை விட்டுவிடுகிறோம். அதை நீங்கள் பீரங்கிகளுடன் எடுத்துக்கொள்ளலாம். ஆனால் உள்ளே இருக்கும் ஒவ்வொருவரையும் பத்திரமாக நதிக்கரைக்கு அழைத்துச் செல்வது உங்கள் பொறுப்பு. எங்களில் ஆண்கள் ஒவ்வொருவரும் துப்பாக்கி மட்டும் வைத்திருப்போம். ஆளுக்கொரு துப்பாக்கி, மற்றும் அறுபது ரவுண்டு குண்டுகள், அப்போதுதான் சம்மதிப்போம். பெண்களையும் குழந்தைகளையும் காயம்பட்டவர்களையும் அழைத்துச் செல்ல வண்டிகள் வேண்டும். படகுகள் நதிக்கரையில் போதுமான உணவுப் பொருள்களுடன் காத்திருக்க வேண்டும்."

அஸிமுல்லா புன்னகைத்து, "கூடவே வெட்டித் தின்ன ஆடுகளும் தருகிறோம்!" என்றான்.

"எல்லாவற்றையும் ஒரு காகிதத்தில் எழுதிக் கொடு. நானாவை கேட்டுவிட்டுப் பதில் தருகிறேன்" என்றான் அஸிமுல்லா.

அஸிமுல்லாவும் ஜ்வாலா பிரசாதும் திரும்ப நானா சாஹிப்பை நோக்கிச் சென்றனர்.

காலை வெள்ளையர்களுக்குச் செய்தி சொல்லப்பட்டது. "நானா சம்மதித்துவிட்டார். வெள்ளைக்காரர்கள் பத்திரமாக நதிக்கரைக்கு அழைத்துச் செல்லப்பட்டு படகுகளில் அலகாபாத் அனுப்பப்படுவார்கள்."

வெள்ளையர்கள் சந்தோஷத்துடன் இருந்தார்கள். மூன்று பேர் கொண்ட குழு குதிரை மேல் நதிக்கரை வரை இந்தியர்களுடன் சென்ற படகுகளைப் பார்வையிட்டார்கள். நாற்பது படகுகள் காத்திருந்தன. தொண்ணூறு அடி நீளமும் பன்னிரண்டு அடி அகலமும் உள்ள, கூரை வேய்ந்த படகுகள். நானா பொய் சொல்லவில்லை.

உள்ளே அடைந்திருந்த அந்த ஜீவன்களுக்கு அன்றிரவு புத்துயிர் கிடைத்தது. நிஜமாகவே அலகாபாத் போகப்போகிறோம்! உயிர் பிழைத்துவிட்டோம்! சண்டை முடிந்துவிட்டது! பீரங்கிகள் மௌனமாகிவிட்டன.

இரவு மரப் பீப்பாய்கள் மேல் முருங்கைக் காய்களால் தாளம் போட்டு நடனம்கூட ஆடினார்கள். சிலந்திப்பூச்சி போல ஒல்லியாக இருந்த கிழவர்களின் காவி படித்த பற்கள் ரொம்ப நாளைக்கப்புறம் சிரித்தன. நிச்சயம் நானா உண்மைதான் சொல்லியிருக்கிறார். ராத்திரி ஜ்வாலா பிரசாத் என்ட்ரெஞ்ச்மெண்டுக்கே வந்து தங்கினான். ஜெனரல் வீலரின் நிலைமைக்கு அனுதாபம்கூடத் தெரிவித்தான்!

எமிலியும் அமிலியாவும் ராத்திரி பூராவும் தூக்கமின்றிப் புரண்டார்கள். இதுதான் இந்த இடத்தில் கடைசி ராத்திரி.

எமிலிக்குள் ஏதோ விபரீதமோ சந்தோஷமோ நிகழப்போகிறது என்று மனது குறுகுறுத்தது.

ஜுன் 27 காலை புலர்ந்தது.

45

பாதுகாப்பகத்தை விட்டு அவர்கள் எல்லோரும் புறப்படும் வேளை வந்துவிட்டது. அத்தனை குண்டுவீச்சுகளுக்கு மத்தியிலும் சபலங்களும் ஆசைகளும் அவர்களுக்கு இன்னும் விலகிவிடவில்லை என்பது அவர்கள் புறப்படும் ஆயத்தங்களிலிருந்து தெரிந்தது. அங்கங்கே மண்ணில் பள்ளம் பறித்து ஒளித்தும். பெட்டிக்குள் கெட்டியாக மறைத்தும் வைத்திருந்த பொருட்கள் வெளிச்சத்துக்கு வந்தன. வெள்ளி ஸ்பூன்கள், தட்டுகள், தனி முத்துக்கள், நீலக் கற்கள், தங்கக் காசுகள் எல்லாம் வெளிவந்தன. என்றாவது ஒரு நாள் உயிர் பிழைப்போம் என்ற நம்பிக்கையில் உடைகளின் மடிப்புக்களில் மறைத்து வைக்கப்பட்ட சொத்துக்கள் அத்தனையும் வெளிச்சத்துக்கு வந்தன. சிலர் பைபிள்களை அணைத்துக்கொண்டிருந்தனர். சிலர் இறந்து போன பிரியப்பட்டவர்களின் மயிர்க்கற்றைகளைப் பத்திரப்படுத்தி வைத்திருந்தார்கள்.

காப்டன் தாம்ஸன் தன் தலைக் குல்லாய், பைக்குள் எல்லாம் துப்பாக்கிக் குண்டுகளை அடைத்துக்கொண்டான். இந்தியத் தரப்பின் சமாதான உடன்படிக்கையில் அவனுக்கு அத்தனை நம்பிக்கை இல்லை.

எமிலிக்கு எடுத்துச் செல்ல எதுவும் இல்லை. அவள் கவுன்கள் அத்தனையும் காயம்பட்டுக் கிழிக்கப்பட்டுவிட்டன. உள்ளே அணிந்திருந்த பாடிஸ்தான் பாக்கியிருந்தது. அவள் பெட்டிகள் எல்லாம் எப்போதோ சுவர்களைப் பலப்படுத்த உபயோகிக்கப்பட்டு, தாக்குதலுக்கு இலக்காகிச் சிதறிவிட்டன.

எமிலி அந்த வினோத வரிசையைப் பார்த்தாள். கிழ எலும்புக் கூடுகளின் வரிசை, உலர்ந்துபோன குழந்தைகள், பிரமித்துப் போய்த் தளர்ந்து நடக்கும் சிறுவர்கள், காலில் செருப்பில்லாத, சீமாட்டிகள் . . . ராஜ்ஜியத்தை ஆண்டவர்கள். அலங்கோல ஊர்வலமாக அவர்கள் ஏறக்குறைய இரண்டு மாதங்களுக்குப் பின் முதன் முறையாக என்ட்ரெஞ்ச்மெண்டை விட்டு வெளியே வந்தார்கள். எதிரே, எதிர்காலம் ஒரு கேள்விக்குறியாக, அந்த மண்பாதைப் படி தெரிந்தது. சற்றுத் தூரத்தில் எதிர்நோக்கி அவர்களை அழைத்துச் செல்ல வந்திருந்த நானாவின் வரவேற்புக் குழு நெளிந்து நெளிந்து வருவது தெரிந்தது. நெற்றிகளில் அலங்காரப் பட்டயங்கள் கட்டிய பதினாறு யானைகள், தந்த முனைகளில் பித்தளைத் தொப்பிகள் பளிச்சிட ஆடி அசைந்துகொண்டு வருவது வெள்ளைக்காரச் சிறுவர்களுக்கு வேடிக்கையாக இருந்தது. யானைகளுக்குப் பின் சுமார் எண்பது பல்லக்குகள் பெண்களையும், முதியவர்களையும் காயம் பட்டவர்களையும் அழைத்துச் செல்ல

வந்துகொண்டிருந்தன. இந்தியர்கள் பாதுகாப்பகத்துக்குள் நுழைந்தார்கள். ஒரு சிப்பாய் காப்டன் கெம்ப்லாண்டிடம் அவன் துப்பாக்கியைச் சரணளிக்கும்படி கேட்டான். வெள்ளையன் மறுத்து, 'வேண்டுமென்றால் குண்டு சாப்பிடு' என்றான். சிப்பாய் முறைக்க, மற்றொரு இந்திய அதிகாரி குறுக்கிட, சண்டை முற்றாமல் சம்பவம் தவிர்க்கப்பட்டது. ஓர் இடத்தில் சிப்பாய்கள் ஆர்வத்துடன் நுழைந்து பெண்களிடமிருந்து நகைப் பெட்டிகளைப் பிடுங்கிக்கொள்ள முயற்சிக்க, காப்டன் மூர் குறுக்கிட்டுத் தன் துப்பாக்கியை உயர்த்த, சிப்பாய்களும் மூரை நோக்கித் துப்பாக்கியைத் தயார்படுத்த, மூர் மாறாமல் நிற்பதைப் பார்த்துத் துப்பாக்கி வெடிக்கக்கூடிய சூழ்நிலை சற்று நேரம் நிலவியது. சிப்பாய்கள் மனம் மாறி, காப்டன் மூரின் முகத்தில் ஒருவன் துப்பினான். மூர் துடைத்துக்கொள்ளாமல், "எல்லாவற்றிற்கும் திருப்பி வாங்கிக்கொள்ளாமலா போவீர்கள்!" என்றான்.

யானைகள் மேல் அசௌகரியமாக அவர்கள் ஏறிக்கொள்ள, பல்லக்குத் திரைகளை விலக்கிப் பெண்கள் தங்களை திணித்துக் கொள்ள, காலை ஏழு மணிக்கு அந்த வினோத ஊர்வலம் புறப்பட்டது.

என்ட்ரெஞ்ச்மென்ட்டிலிருந்து நதிக்கரை ஒரு மைல் தூரம் இருந்தது. அவர்கள் செல்ல இருந்த நதித் துறைக்குப் பெயர் சதி சௌரா கட்டம். காப்டன் மூர் வரிசையில் முதலில் குதிரை மேல் துப்பாக்கியை உயர்த்திப் பிடித்துக்கொண்டு செல்ல, பின்னால் பல்லக்குகளின் சுமையால் பல்லக்குத் தூக்கிகள் முனக, திரைச் சீலைகளுக்கு வெளியே ரத்தம் படிந்து கட்டுப் போட்ட கைகளும் கால்களும் ஆடிக்கொண்டு வர, யானைகள் அசைய, எருது வண்டிகள் மண் பாதையில் திணற, மெல்ல மெல்ல அவர்கள் அலங்கோல வரிசையாக நதிக்கரையை அணுகினார்கள். ஆங்கிலேயர்கள் இப்போதும் நானாவின் சிப்பாய்களிடம் நம்பிக்கை இல்லாமல், எல்லோரும் துப்பாக்கிகளைத் தூக்கிப் பிடித்துக்கொண்டு, இடுப்பில் கைத்துப்பாக்கிகளைச் செருகி இடமும் வலமும் பார்த்துக் கொண்டுதான் முன்னே நடந்தார்கள்.

நதிக்கரைக்கு முன்னூறு கெஜம் இருக்கும்போது சாலை சற்று சரிந்தது. மழைக்காலத்துக் காட்டாற்றைக் கடக்கும் சரிவு. இப்போது தண்ணீர் இல்லை. கரடுமுரடான பாதை. வேப்ப மரங்களின், அத்தி மரங்களின் நிழல்கள் அந்தச் சாலையில் நீண்டிருந்தன. இங்கிருந்து நதிக்கரை தெரியவில்லை. சரிவில் ஏறி இன்னும் சற்றுத் தூரம் சென்று நதிக்கரையில், மணலில் நூறுக்கு நூற்றைம்பது கெஜ சதுர இடத்தில் கூடினார்கள். சுற்றிலும் பார்த்தார்கள். இடது பக்கம் மேட்டில் ஒரு கோயில் தெரிந்தது. எதிரே காப்பி பழுப்பில் நதி. பின்னால் உவர் நிலத்தில் கள்ளிச் செடிகளும், முட்புதர்களும், வலது புறம் சதிசௌரா கிராமம். அவசரமாக இறங்கும் படிகள்.

இதுவரை யாரும் எதுவும் சந்தேகப்படவில்லை. காப்டன் மௌப்ரே தாம்ஸன் தன்னோடு முன்பு ஒரே கம்பெனியில் பணி செய்து கொண்டிருந்த இந்தியச் சிப்பாய்களுடன் அளவளாவிக்கொண்டிருந்தான். எல்லோரும் அவனை சுகம் விசாரித்தார்கள். ஜெனரல் வீலருக்கு நானா பிரத்தியேகமாக அலங்கரிக்கப்பட்டிருந்த யானை ஒன்று அனுப்பியிருந்தார். வீலர் அதில் தன் மனைவி மக்களை வரச்சொல்லிவிட்டு, தான் பல்லக்கில் வந்தார்.

படகுகள் உண்மையாகக் காத்திருந்தன. படகுகளில் வெள்ளையர்கள் ஏறிக்கொள்வதற்கு ஏற்பாடுகள் சரியில்லாவிட்டாலும் எப்படியோ முழங்கால் அளவு தண்ணீரில் தடுமாறி நடந்து படகுகளில் அவர்கள் ஒவ்வொரு வராகத் தூக்கி ஏற்றப்பட்டனர். படகுகளின் மேல் ஓரத்தில் படகோட்டிகள் அவர்கள் ஏறுவதை மௌனமாகப் பார்த்துக் கொண்டிருந்தார்கள். உதவி செய்யவில்லை.

காலை எட்டரை மணிக்கு அவர்கள் எல்லோரும் படகுகளில் ஏற்றப்பட்டுவிட்டனர். படகுகள் ஏறக்குறையத் தரை தட்டும் அளவுக்கு அதிக பளுவில் அமிழ்ந்திருந்தன. படகோட்டிகள் நீண்ட கோல்களை நதியில் ஊன்றினார்கள். நீண்ட நிழல் தரும் மரங்களில் அணில்கள் துள்ளி விளையாடின. அமிலியாவும், எமிலியும் இரண்டு இளம் சோல்ஜர்களுக்கு நடுவே உட்கார்ந்திருந்தார்கள். எமிலி, அந்தப் பிரதேசத்து அமானுஷ்ய அமைதியில் ஏதோ ஒரு துர்ச்சகுனம், எச்சரிக்கை இருப்பது போல உணர்ந்தாள். ஏன் இத்தனை நேரம்? ஏன் இந்தியர்கள் யாவரும் ஏதோ நிகழக் காத்திருப்பதுபோல் தோற்றமளிக்கிறார்கள்? கரையோரத்திலிருந்து அவர்களைப் பார்க்கும் சிப்பாய்களிடமித்தில் ஏன் ஒரு விதமான குறும்புப் புன்னகை?

ஒன்பது மணி. காலை. கரையோரத்திலிருந்து ஒரு வினோதமான கொம்பொலி கேட்டது. அந்த ஒலி கேட்ட மாத்திரத்தில் அதை எதிர்பார்த்திருந்தவர்கள் போல் படகோட்டிகள், துடுப்புக்காரர்கள் யாவரும் சரேல் என்று தண்ணீரில் குதித்துக் கரை நோக்கி ஓடத் துவங்கினார்கள்.

மௌப்ரே தாம்ஸன் உடனே தன் துப்பாக்கியைத் தயார்படுத்த, நதிக்கரையில் காவல்ரி படையினரின் பதினாறு குதிரைகள் தோன்றின. அவைகளின் மேல் சிப்பாய்கள் யாவரும் தத்தம் கார்பைட் துப்பாக்கிகளை வெள்ளையர்கள் மேல் குறி வைத்து ஒரே சமயத்தில் சுட்டார்கள். அங்கங்கே நதியில் பழுப்புக் கொந்தளிப்புக்கள் குதித்தன.

"மை காட்! ஏமாற்றிவிட்டார்கள்! சுடு! சுடு! என்றான் தாம்ஸன்.

தாம்ஸனும் அவனுடைய மற்ற சக அதிகாரிகளும் உடனே எதிர்த்துச் சுட, இப்போது நதியின் கீழ்ப்புறத்திலிருந்தும் கரையிலிருந்தும் ஐந்து பீரங்கிகள் செயல்படத் துவங்கின."

நதிக்கரையில் மறைந்து காத்திருந்த சிப்பாய்கள் அத்தனை பேரும் வரிசையாக மலர்ந்தார்கள்.

படகுகளின் ஓலைக் கூரைகள் குண்டுவீச்சிலும் படகுக்காரர்கள் விட்டுச்சென்ற நெருப்பிலும் பற்றிக்கொள்ளத் துவங்க, படகில் இருந்தவர்கள் மிரண்டுபோய்ச் சிலர் நதியில் குதிக்க, சிலர் விழ, எமிலி பார்த்துக்கொண்டிருந்தபோதே ஒரு சிறு ஆரஞ்சு அளவே இருந்த குண்டு பட்டு அவள் பக்கத்தில் உட்கார்ந்திருந்தவன் செத்து விழுந்தான். படகு பயங்கரமாகச் சாய்ந்தது.

ஜெனரல் வீலர் இன்னும் கரையில்தான் இருந்தார். தன்னைச் சுற்றிலும் நிகழ்வதை அவரால் முதலில் நம்ப முடியவில்லை. நானா இத்தனை துரோகம் செய்வான் என்று எதிர்பார்க்கவில்லை. படகுகள் வரை நிஜம் போலக் கொண்டுவந்து இப்போது தன்னைச் சுற்றிலும் வெடிக்கும் துப்பாக்கிச் சப்தத்தில் பிரமித்த நிலையில், வீலர் தன் பல்லக்கைத் தூக்கி வந்தவனிடம், "என்னை அந்தப் படகு வரை கொண்டு விட்டுவிட உதவு" என்றார். அந்தக் கூலியாள் உதவ முன்வர, ஒரு சிப்பாய் குறுக்கிட்டு, "விலகு!" என்று வீலரின் முகத்தின் குறுக்கே கத்தி வீசினான். வீலர் முன்புறமாக விழுந்தார். காவல்ரியின் அராபியக் குதிரைகள் சரசரவென்று நதியில் இறங்கின.

எமிலி ஸ்தம்பித்துப் பார்த்துக்கொண்டிருக்க பழுப்பு நீரில் ஒரு வெள்ளைக்கார அதிகாரி தன் முகத்தைக் காப்பாற்றக் கரங்களை முன்னே நீட்ட, மின்னல் போல கத்தி அவன் இரு கரங்களையும் சுத்தமாக வெட்டுவதைப் பார்த்தாள். பெண்கள் படகின் எதிர்ப்பக்கத்தில் குண்டுகளிடமிருந்து தற்காலிக விடுதலை பெறத் தண்ணீரில் ஒளிவதைப் பார்த்தாள். சிலர் கழுத்து வரை தண்ணீரில் தத்தளித்துக் கொண்டிருந்தார்கள். சூரிய வெளிச்சம் அந்தக் கத்திகளில் பளிச்சிட்டது. படகுகள் பற்றிக்கொண்டன. சில ஆங்கிலேயர்கள் தோளில் ரத்தம் வரப் படகை நதியில் தள்ளிக் கிளப்ப முயற்சித்துக்கொண்டிருந்தார்கள். ஓர் ஆங்கிலேய கர்னலின் மகள் எதிரே தண்ணீரில் தன் மேல் துப்பாக்கியைக் காட்டிக்கொண்டிருந்த சிப்பாயிடம், "என் தந்தை எப்போதும் சிப்பாய்களிடம் அன்பாகப் பழகினார். என்னைக் கொல்லாதே! என்னைக் கொல்லாதே!" என்று கெஞ்சிக் கொண்டிருந்தாள்.

படகுகளின் கூரை திகுதிகுவென்று எரிய நெருப்பு தடவின புகைப்படலம் வானை நோக்கிச் கரிய குகைகளாக உயர்ந்தது. நதிப் பழுப்பில் ரத்தம் கோலங்கள் இட்டது. ஒரு சிறுவன், "ஏன் சுடுகிறீர்கள்? சுட மாட்டார்கள் என்று சொன்னார்களே?" என்று யாரையோ கேட்டுக்கொண்டிருந்தான். மரத்தில் மைனாக்கள் பயத்தில் சிறகடித்துப்

பறந்தன. குதிரைகள் பைத்தியம் பிடித்தது போல் சிரித்தன. யானைகள் பிளிறின.

கோயிலுக்குப் பின்னாலிருந்தும் நதிக்கரையிலிருந்தும் சரம்சரமாகத் துப்பாக்கிகள் அவர்களை நோக்கி வெடித்தன. காப்டன் மூர் படகைத் தள்ளும் முயற்சியில் இருக்கையில் நடு மார்பில் குண்டுபட்டு விழுந்தான். காப்டன் மௌப்ரே தாம்ஸன் தன் அம்மாவின் படத்தையும் அப்பாவின் மெடலையும் கங்கையில் எறிந்துவிட்டு நதியோட்டத்தில் நழுவின படகில் தொற்றிக்கொள்ளும்போது குண்டடிப்பட்டான். எமிலி ஜலத்தில் விழுந்தாள்.

46

நதியோடு மிதந்து சென்றுகொண்டிருந்த ஒரே ஒரு தப்பித்த படகில் பாய்ந்து தொற்றிக்கொள்ள. ஒரு சிப்பாய் நிதானமாகக் குறிபார்த்து வெடித்த துப்பாக்கிக் குண்டு தாம்ஸனின் மண்டைக்குள் பாய்ந்தது. உள்ளே ஆள்காட்டி விரல் அளவுக்கு ஆழமாகப் பதிந்து அவன் மூளை தெரிந்தது! தாம்ஸன் பாதி மயக்கத்தில் படகுடன் நீந்தத் துவங்க அவன் படகுக்குள் இழுக்கப்பட்டான்.

நதிக்கரையில் சிப்பாய்கள் வரிசையாக மண்டிபோட்டுக்கொண்டு சுலபமாக ஏதோ குறிபார்க்கப் பழகுகிறவர்கள் போல மிதந்து கொண்டும் தவித்துக்கொண்டும் தடுமாறிக்கொண்டுமிருந்த ஆங்கிலேயர்களை இஷ்டத்துக்குச் சுட்டு வீழ்த்திக்கொண்டிருந்தார்கள். எமிலிக்கு உயிருடன் இருக்கிறோமா என்பதே சந்தேகமாக இருந்தது. எதிரே நெருப்புத் திரையில் அமிலியாவின் படகு மறைவதைப் பார்த்தாள். இருந்த ஒரே சினேகிதியிடமிருந்தும் துண்டிக்கப்பட்டு விட்டாள். அவளுடன் நான் வீற்றிருந்தேனே! எப்போது எப்படிக் கீழே விழுந்தேன்? முழங்காலளவு தண்ணீரில் அளைந்துகொண்டிருக்கிறேன். என்ன ஆயிற்று எனக்கு? எமிலிக்கு எதுவும் புரியவில்லை. எங்கும் ஓலமும், சிப்பாய்களின் உற்சாகக் குரலும் பரவியிருந்தது. நீரில் ரத்த வாசனை மூக்கைத் தாக்கியது. அதனுடன் கந்தக நெடியும் வியர்வையும் படகுகளின் கீற்று எரியும் வாசனையும் கலந்திருந்தன. இரட்டைக்குழல் துப்பாக்கிகளை அணைத்துக்கொண்டு சிப்பாய்கள் அவசரமாகச் சேகரித்த பணப்பைகள், ஏன், நாய்க்குட்டிகள், தங்கக் கெடிகாரங்கள் என்று கிடைத்ததைச் சுருட்டிக்கொண்டு உற்சாகமாக ஜலத்தில் தள்ளாடி நடந்து கரையை நோக்கிச் சென்று கொண்டிருந்தனர்.

காவல்ரி குதிரைகள் சேணம் வரை நீரில் அமிழ்ந்து தலைகளை அசைத்துக்கொண்டு கன்னாபின்னாவென்று முன்னேற, அவைகள் மேல் இருந்த சிப்பாய்கள், வீரிட்டுக்கொண்டிருந்த குழந்தைகளின் சட்டைகளுக்குத் தீ வைத்தார்கள். எமிலியை நோக்கி ஒருத்தன் துப்பாக்கியைக் குறிபார்த்தான். எமிலி திகைத்து நிற்க, அவன் சுடாமல், "இங்கே வா," என்று அழைத்தான். எமிலியைப் பார்த்து புன்னகைத்தான். அந்தப் புன்னகையில் தெரிந்த இஷ்டம் எமிலிக்குப் புரிந்து பயமாக இருந்தது. எமிலி ஓட நினைத்து நீரில் தத்தளித்தாள். உடல் முழுவதும் நனைந்து தன் மார்பகங்கள் வெளிச்சத்தில் தெளிவாகத் தெரிவதை உணர்ந்து தன் கைகளால் குறுக்கே மறைத்துக் கொண்டாள். சிப்பாய் அவளை விடுவதாக இல்லை. குதிரையை உந்தி அவள்பால் வர

ஆரம்பித்தான்.

எமிலி, ''நோ, நோ'' என்று கத்திக்கொண்டே ஓட முயற்சித்து விழுந்து எழுந்து நீரில் தத்தளித்து மறுபடி விழுந்து உடனே எழுந்திருக்க நினைப்பதற்குள் அவன் மிக அருகே வந்துவிட்டான்.

எமிலியின் கரத்தைப் பற்றினான். இறுக்கப் பிடித்தான். இப்போது எமிலி பாதி நடையும் பாதி தொங்கலுமாக அவன் குதிரைக்குப் பக்கவாட்டில் இழுத்துச் செல்லப்பட்டாள்.

எமிலி வீரிட்டாள். யாரும் கேட்கவில்லை. அந்தச் சிப்பாய் அவளைப் பார்த்துச் சிரித்து அப்படியே இழுத்து அவளை மேலே தூக்கித் தன் முன்னால் வைத்துக்கொண்டு குதிரையைச் சீண்டினான். 'கடவுளே, இவன் என்னைக் கொன்றுவிடட்டும்! என்னைக் கொன்றுவிடட்டும்' என்று எமிலி பிரார்த்தனை செய்தாள்.

அவன் அவளைக் கொல்லவில்லை. கரை சேர்ந்து உற்சாகமாக அவளைக் குதிரை மீது ஏற்றிக்கொண்டு ஒரு தோப்பை நோக்கிப் போனான்.

இங்கே சதி சௌரா கட்டத்தில் ஆற்றுப் படுகொலை சட்டென்று நின்றுபோயிற்று. காரணம் நானாவிடமிருந்து உடனே நிறுத்தும்படி செய்தி வந்துவிட்டது.

சட்டென்று எல்லாம் அடங்கிப்போனதை மிச்சமிருந்த ஆங்கிலேயர்கள் நம்பிக்கையின்றிப் பார்த்துக்கொண்டிருந்தார்கள். அவர்கள் உடல்கள் பயத்தில் நடுங்கிக்கொண்டிருந்தன. முகம், உடல், கை, கால் எல்லாம் சோர்ந்து . . .

மிச்சமிருந்த சுமார் நூற்றிருபத்தைந்து பேர், பெரும்பாலும் பெண்கள், குழந்தைகள், முதியவர்கள் எல்லோரையும் சிப்பாய்கள் சிரித்துக்கொண்டே ஆட்டு மந்தையைப் போல் ஓட்டிச் சென்றார்கள்.

இப்போது அந்த இடம் அமைதியாய் இருந்தது. கடைசித் துப்பாக்கி அன்று ஒலித்து முடிந்துவிட்டது. படகுகள் எரிந்துபோன எலும்புக் கூடுகளாக ஆற்றில் கையாலாகாத்தனமாக மிதந்துகொண்டிருந்தன. தப்பித்த படகில் எத்தனை பேர் சென்றார்கள் தெரியவில்லை. கரையோர மரக்கிளைகளின் நிழலில் உடல்கள் மிதந்து கொண்டிருந்தன. சில உடல்கள் சின்னத் தீவுகள் போல நதியோடு சொந்தம் கொண்டாடி நகர்ந்துகொண்டிருந்தன. பெரிய கழுகுகள் தாழ்வாகப் பறந்து அந்த உடல்களை இறக்கையால் மூடிக்கொண்டு கொத்திச் சென்றன.

எமிலியின் கணவன் மக்கின்ஸியும், ஆஷ்லியும் அப்போது அலகாபாத்-கான்பூர் பாதையில் வந்துகொண்டிருந்தார்கள். அவர்கள் கான்பூர் புறப்படத் தாமதமானதற்குப் பல காரணங்கள் இருந்தன.

முக்கியமான காரணம் கர்னல் நீலின் போக்கு. பனாரஸ்ஸிலிருந்து அலகாபாத் போய்ச் சேர்ந்ததுமே நீல் தன் அராஜக அடக்குமுறையை முழுவதும் செயற்படுத்தத் துவங்கிவிட்டார். அலகாபாத்தில் ஆங்கிலேயர் களிடம் விசுவாசிகளாக இருந்த ஆறாவது இன்ஃபண்டரி இந்தியப் படை நீல் வருகிறார் என்று தெரிந்ததுமே, அவர் கொடுமைகளைப் பற்றிக் கேள்விப்பட்டதில், பயந்துபோய் உடனே எதிர்த்துக்கொண்டு கலகத்தில் இறங்கி, தம் ஆங்கில ஆபீசர்கள் எல்லோரையும் கொன்றுபோட்டார்கள். நீல் வருவதற்குள் எல்லாக் குழப்பங்களையும் விளைவித்துவிட வேண்டும் என்ற நோக்கத்துடன் சிறைச்சாலைகளை உடைத்து, தந்திக் கம்பிகளை நொறுக்கி, பஜாரைச் சூறையாடி, ரயில் பாதைகளை நாசமாக்கி, இந்தியக் கிறித்தவர்களைக் கூடப் படுகொலை செய்துவிட்டார்கள். மிச்சமிருந்த ஆங்கிலேயர்கள் எல்லோரும் கோட்டைக்குள் போய் ஒளிந்து கொண்டார்கள். அங்கே விசுவாசம் மாறாத சீக்கியர்கள் உதவியுடன் நூறு ஐரோப்பியர்கள் சமாளித்துக்கொண்டிருந்தார்கள். நீல் வந்து சேர, அவர்கள் பெருமூச்சு விட்டார்கள். நீல் நேரத்தை வீணாக்கவில்லை. அலகாபாத் வந்ததில் அவர் களைத்திருந்தாலும் வந்த நிமிஷமே அலகாபாத் நகரத்தின் மேல் பழி தீர்க்கும் பணியைத் துவங்குவதற்கு ஆணை பிறப்பித்தார். ஐரோப்பியர்களும் சீக்கியர்களும் இப்போது நீலின் படை வந்துவிட்ட தைரியத்தில் அலகாபாத் நகரின் மேல் படையெடுத்தார்கள். வீடுகள் எரிந்தன. முதியோர்கள், பெண்கள், குழந்தைகள் கொல்லப் பட்டனர். கலகத்தோடு சம்பந்தப்பட்டவர்கள் பிரத்தியகேமாகப் போலி விசாரணைகளுக்குப் பின் தூக்கிலிடப்பட்டனர். மரங்களில் காய்த்தது போல உடல்கள் தொங்கவிடப்பட்டன. மரத்துக்கு மரம் இரண்டு மூன்று உடல்கள்! அவைகளை அப்புறப்படுத்தப் பத்துப் பதினைந்து பிண வண்டிகள் பகலிரவாகச் சுறுசுறுப்பாக இருந்தன. ஜூன் மாதம் 17ஆம் தேதி நீல் ஒரு கடிதத்தில் எழுதினார்: "நான் மிகக் கடுமையாக நடந்துகொண்டு விட்டேன் என்றால், கடவுள் நியாயத்தின் மேல் செய்தேன் என்று தீர்மானிக்கட்டும். இந்தச் சூழ்நிலையில் நான் செய்ததற்கு அவர் என்னை மன்னிக்கட்டும்!"

அலகாபாத்தை அடக்கிவிட்டுக் கான்பூர் புறப்பட இருந்தபோது அவர்களிடையே காலரா தோன்றியது. மருந்துகள் எதுவும் இல்லை. இருபத்தெட்டு பேர் இரண்டு நாளில் காலராவில் இறந்துபோனார்கள். ஒருவாறு சமாளித்துவிட்டுக் கான்பூர் போக ஆயத்தமாக இருந்தபோது நீல் அவர்களால் புறப்பட முடியவில்லை. அலகாபாத் வரும் வழியில் நீலின் சைன்யம் தம் பீரங்கிகள் இழுத்து வந்த 1600 எருதுகளை இழந்துவிட்டது. இப்போது புதிதாக சப்ளை வரிசை தொடங்க, தேவைப்பட்ட பொருட்களைத் தர, காண்ட்ராக்டர்கள் முன்வரவில்லை. எனவே நீல் முதலில் கான்பூருக்கு மேஜர் ரெனார்ட் என்பவர் தலைமையில் சென்னை ராணுவத்திலிருந்து நூறு பேரைத் தேர்ந்தெடுத்து அனுப்பினார். அவர்களில் மக்கின்ஸியும் ஆஷ்லியும் இருந்தார்கள்.

ரெனார்டுக்குக் கொடுத்த கட்டளைகளில் நீல் சந்தேகத்துக்கு இடம் வைக்கவில்லை. விவசாயிகளைக் கிராமத்துக்குத் திரும்பிச் செல்ல அனுமதி. அவர்களைக் கொல்ல வேண்டாம். ஆனால் வழியில் கலகக்காரர்களுக்குப் புகல் அளித்த எல்லாக் கிராமங்களையும் அடியோடு நாசமாக்கிவிடு. குறிப்பாக மக்பூர் கிராமத்தில் எல்லோரையும் கொன்றுவிடவும். ஃபத்தேபூரில் கலகத் தலைவர்கள் எல்லோரையும் தூக்கிலிடு. உதவி கலெக்டரின் தலையை வெட்டி, நகரத்தில் உள்ள ஏதாவது ஒரு முக்கியமான முகமதியக் கட்டடத்தில் எல்லோரும் பார்க்கும்படியாகச் செருகிவிட வேண்டும்!

“நீலுக்குப் பைத்தியம்தான்! என்றான் ஆஷ்லி.”

மரத்தடியில் அவர்கள் தற்காலிகமாக இளைப்பாறிக்கொண்டிருக்க, அப்போதுதான் தூக்கிலிடப்பட்ட ஒரு கலகக்காரனின் உடல் இன்னும் துடித்துக்கொண்டிருப்பதை அந்த வரிசையில் இருந்த ஆங்கிலேயர்களோ சீக்கியர்களோ எவரும் கவனிக்கவில்லை. “நாம் செய்வதைச் சரித்திரம் மன்னிக்கவே மன்னிக்காது.”

“கான்பூரில் நம் பெண்டாட்டி குழந்தைகளை அவர்கள் சூழ்ந்துகொண்டு ராப்பகலாகத் தாக்குகிறார்களே!”

“இது நியாயமான போரில்லை. குழந்தைகளையும் வயசனாவர்களையும் பெண்களையும் கொல்வது எப்போதும் நியாயமில்லை!”

“அவர்களும் அதையேதான் செய்கிறார்கள்!”

“எமிலி இப்போது எங்கே இருப்பாள்?”

“யாருக்குத் தெரியும்! பேசாமல் கல்கத்தாவில் இருந்திருக்கலாம். கிழவர் அட்கின்ஸன் பேச்சைக் கேட்டுக் கான்பூரில் வந்து மாட்டிக் கொண்டார்கள். என்ட்ரெஞ்ச்மெண்டில்தான் எல்லோரும் இருக்கிறார்கள் என்று கேள்விப்பட்டேன்.”

“எமிலியை நாம் காப்பாற்ற வேண்டும்!”

“கான்பூரை நாம் காப்பாற்ற வேண்டும். அதுதான் முக்கியம்.”

“எமிலி ரொம்பத் துன்பப்படுவாள். இன்னேரம் எந்த நிலையில் இருக்கிறாளோ!”

“என் பெண்டாட்டிக்காக நீ அதிகம் கவலைப்படுகிறாயே!”

ஆஷ்லி அவனை முறைத்துப் பார்த்து, “நீ அவளுக்கு அருகதையே இல்லை” என்றான்.

"அவள்தான் எனக்கு அருகதை இல்லை. படுக்கையில் என்னைத் தாங்க முடியவில்லை. அவளால். வலி வலி என்று கதறுகிறாள்! அலகாபாத்தில் இந்தியச் சரக்கு பார்த்தோமே. ஒரு மார்பை பிடிக்க இரண்டு கைகளும் தேவைப்பட்டது! என்னை அப்படியே சாப்பிட்டாள்! கலகம் ஓய்ந்ததும் போய் விசாரிக்க வேண்டும்."

ஆஷ்லி அவனை வெறுப்புடன் பார்த்தான். எமிலிக்காகக் கான்பூர் வரை சென்றாக வேண்டும்! அவளைக் காப்பாற்ற! காப்பாற்றின பின் இவன் கையிலா அவளைச் சேர்ப்பது!

47

முத்துக்குமரன் அந்த ரத்த ஆற்றின் எதிரில் சகல புலன்களும் ஓய்ந்துபோய் நின்றான். என்ன கொடூரம் இது? எதற்காக அறியாக் குழந்தைகளையும் பெண்பிள்ளைகளையும் சுட்டு வீழ்த்திக் கொண்டிருக்கிறார்கள்? இது என்ன நியாயம்? என்ன சண்டை? என்ன தர்மம்?

“பைராகி, என்ன இப்படிக் கொல்றாங்களே?”

“சண்டைன்னா அப்படித்தாண்டா முத்து. அவங்க எத்தனை நம்மைக் கொன்னிருக்காங்க தெரியுமா? அலகாபாத், பனாரஸ் எல்லாம் மரத்துக்கு மரம் தொங்குதாம்.”

“இருந்தும் பெண் பிள்ளைங்களையும் குழந்தைகளையும் இந்த மாதிரிக் கொல்றது அநியாயம்.”

“இதெல்லாம் கேள்வி கேக்கக் கூடாது. சண்டைல எல்லாம் நியாயம்தான். கொலை நியாயம், ரத்தம் நியாயம், கற்பழிப்புகூட நியாயம்தான்!”

“பைராகி! வாங்க போயிரலாம். எனக்குத் தாங்கலே!”

“மக்கி துரை?”

“எனக்கு எல்லாமே வெறுத்துப்போச்சு.”

“அவன் உன் அப்பனைக் கொன்னவன். உன் பழி என்ன ஆவுறது?”

“அது என்னவோ ஆவட்டும். எனக்குத் தொண்டை வரை பரிதாபம் அடைச்சிருக்கு.”

“யாருக்கு?”

“இந்த வெள்ளைக்கார சனங்களுக்கு.”

“இத பாரு முத்து. நீ ஒரு பக்கம்தான் பார்த்திருக்கே. அவங்க செஞ்ச கொடுமைகளைப் பார்க்கலை.”

“எனக்கு ஏதும் இனிமே பார்க்க வேண்டாம். பேசாம ஊரைப் பார்க்கப் போய்ச் சேர்ந்தா சரி.”

“நல்ல வேளை தமிழல பேசறே? அவங்க பாசைல இதைச் சொல்லியிருந்தே இந்த நிமிசமே கொன்னுபோட்டிருப்பாங்க.”

முத்துக்குமரன் ஆற்றோரத்தில் பார்த்துக்கொண்டிருக்க, நூற்றுக் கணக்கான ஆங்கிலேயப் பெண்களையும் குழந்தைகளையும் வரிசையாக நடத்தி அழைத்துச் சென்றுகொண்டிருந்தார்கள்.

“இவங்களை எங்க கொண்டுட்டுப் போறாங்க?”

“தெரியலை. எங்கயோ ஒரு சின்ன வீட்டில கொண்டு அடைக்கப் போறாங்களாம்.”

“அய்யோ பாவமே! கொன்னுருவாங்களா?”

“தெரியலை. கொன்னுபோட்டா ஆச்சரியப்படக் கூடாது.”

முத்துக்குமரன் கலவரத்துடன் ஆற்றோரமாக நடந்தான். ஆடு மாடுகளைப் போல் ஆங்கிலேயச் சீமாட்டிகளை விரட்டி அழைத்துச் சென்றுகொண்டிருந்தார்கள்.

வெறுத்தப்போய் ஒரு மரத்தடியில் உட்கார்ந்து வானம் பார்த்தான். கறுப்பாக புகைப்படலம் இன்னும் தயங்கிக்கொண்டிருந்தது. கந்தக வாசனை போகவில்லை. அந்த இடத்தில் சற்று நேரம் முன் நிகழ்ந்த கோர சம்பவங்களுக்குச் சாட்சியாக நொண்டிப் படகு மட்டும் ஆடி அசைந்துகொண்டிருந்தது. தூரத்தே மண்டபம் ஒன்று தெரிந்தது. அதிலிருந்து மெல்லிய ஓலம் கேட்டது. முத்துக்குமரன் அந்தத் திசையில் சென்றான். மண்டபத்தை அணுகச் சப்தம் வலுத்தது. ஒரு பெண் “ஹெல்ப் மீ, ஹெல்ப் மீ,” என்று அலறிக்கொண்டிருந்தாள். முத்துக்குமரன் விரைந்தான். மண்டபத்துக்குப் பக்கத்தில் ஒரு கிணறு தெரிந்தது. மாமர நிழலில் தண்ணீர் சக்கரம் தெரிந்தது. மண்டபத்தின் முன்பகுதி இங்கிருந்து தெரியவில்லை. முத்துக்குமரன் மூலை திரும்பியதும் திகைத்தான். ஒரு சிப்பாய் நின்றுகொண்டிருக்க அவன் கால் பரப்பின் இடையில் அந்த ஆங்கிலேயப் பெண் துவண்டு விழுந்திருந்தாள். அவள் உடைகள் அலங்கோலமாக இருந்தன. சிப்பாய் சிரித்துக்கொண்டிருந்தான். அந்தப் பெண்ணின் செக்கச் சிவந்த மார்பகங்களில் ரத்தக் காயங்கள் இருந்தன. வயிற்றில் கொத்தாகத் துணியைப் பிடித்துக்கொண்டு கொஞ்சநஞ்சம் மிச்சமிருக்கும் மானத்தினைப் பாதுகாக்க முயன்றுகொண்டிருந்தாள். “ஹெல்ப் மீ! ஹெல்ப் மீ!” சிப்பாய் துப்பாக்கியின் பின்புறத்தால் அவள் இடுப்பில் குத்த ஓங்கினான். முத்துக்குமரன் பாய்ந்து தடுத்து, “விட்டுடுங்க, பொம்பளைங்க! விட்டுடுங்க” என்று அலறினான்.

“கோன் ஹோ தும்” என்று திரும்பிப் பார்த்தான் அந்தச் சிப்பாய். அவன் மீசை ஓரத்தில் ரத்தம் உறைந்திருந்தது. தலை கலைத்திருந்தது.

எமிலி அந்தச் சந்தர்ப்பத்தில் உருண்டு தன் மார்பை மறைத்துக் கொண்டு தப்பிக்க முற்பட்டாள். சிப்பாய் அவள் கையை மிதித்தான். அலறினாள். துப்பாக்கியைக் குறிபார்த்தான் முத்துக்குமரன் மேல்.

“வேண்டாம்பா. எதுக்குச் சுடறே! இந்தப் பொம்பளையை விட்டுறத்தானே சொல்றேன்.”

அந்தச் சிப்பாய்க்கு முத்துக்குமரன் சொல்வது ஏதும் புரியாமல் ஒரு வித கிறக்கத்திலும், காமமும் கொலையும் கலந்த இச்சையிலும் அவன் கவனம் சற்று விலக முத்துக்குமரன் கண நேரத்தில் அவன் மேல் பாய்ந்து துப்பாக்கி முனையைப் பிடித்துக்கொண்டுவிட சிப்பாய் தாறுமாறாகச் சுட்டான். மண்டபத்தின் மேற்கூரைக் காரை உதிர்ந்தது. எமிலி எழுந்துவிட இரண்டு பேரும் கீழே விழுந்தார்கள். புரண்டார்கள். முத்துக்குமரன் கால் போன போக்கில் உதைத்தான். எங்கே பட்டது என்று தெரியவில்லை. சமாளித்து எழுந்து முத்துக்குமரன் மேல் படர்ந்த அவன் கழுத்தில் விரல் வைத்துப் பலங்கொண்ட மட்டில் அழுத்த, மூச்சுத்திணறலில் தவித்தான் சிப்பாய். தன் துப்பாக்கியை நேர்ப்படுத்தி அவனைச் சுட முயல்வதற்குள் எமிலி தன் வெட்கத்தை மறந்து அவன் மேல் பாறாங்கல்லை எறிய முயற்சிக்க, குறி தவறிப்போய் முத்து சடுதியில் எழுந்து அவன் மார்பில் முட்ட, மல்லாந்து விழுந்தவனை நெஞ்சில் மிதித்துக்கொண்டு, "நீங்க ஓடிப் போயிருங்கம்மா" என்று எமிலியைப் பார்த்துச் சொன்னான். கீழே விழுந்த துப்பாக்கியை சிப்பாயின் நெஞ்சில் வைத்தான்.

எமிலி தூணின் பின்புறத்திலிருந்து எட்டிப்பார்த்து, "டோண்ட்," முடியாதவாறு உதைத்துவிட்டு, "பொளைச்சுப் போடா! வாங்கம்மா!" என்றான்.

எமிலி தன் உடைகளைச் சரிசெய்துகொண்டாள். முத்துக்குமரன் தந்த மேல்துண்டை மார்பில் போட்டுக்கொண்டு மௌனமாக அவன் பின் சென்றாள். சற்று தூரம் விரைவாக நடந்தார்கள். தூரத்தில் சென்றுகொண்டிருந்த சிப்பாய் வரிசையைப் பார்த்து அவளை ஒரு மரத்தின் பின் ஒளிந்துகொள்ளச் சொன்னான். "யாராவது பார்த்தாங்கன்னா ரெண்டு பேருக்கும் ஆபத்து. இங்கேயே இருங்க," என்று பலத்த அபிநயத்துடன் சொல்லிப் போனான்.

எமிலி மரத்தின் கீழ் சோர்ந்து உட்கார்ந்தாள். மனசுக்குள் கடவுளுக்கு நன்றி சொல்லிப் பிரார்த்தனை செய்தாள். முத்துக்குமரனைப் பார்த்த மாத்திரத்தில் அவளுக்கு நம்பிக்கை ஏற்பட்டுவிட்டது. இவன் கெட்டவன் இல்லை. இவன் கண்களில் கருணை தெரிகிறது. கடவுள் என்னைக் காப்பாற்றத்தான் இவனை அனுப்பியிருக்கிறார். இப்போது என்னால் துணியில்லாமல் செல்ல முடியாது. அவன் எங்கேயோ போய்விட்டு வருகிறேன் என்று சொல்லிப் போயிருக்கிறான். வரும்வரை காத்திருக்கலாம். மண்டபத்தைப் பார்த்தாள். அந்தச் சிப்பாயுடன் நடந்தது கெட்ட கனவு போல் இருந்தது. தன்னைக் கவர்ந்து குதிரை மேல் இழுத்துக்கொண்டு சென்று மேட்டிலும் பள்ளத்திலும் அவளைக் கடத்திக்கொண்டு குதிரையைப் புறக்கணித்து அவளைப் பிரித்து இழுத்துச் சென்று மண்டபத்துக்குள் வீழ்த்தி அவள் நடு மார்பில் அடர்த்தியாகக்

கைகளைப் பரப்பி, ஏற்கெனவே கிழித்திருந்த தன் உடையைக் கிழித்து . . . வேண்டாம் நினைக்காதே, இப்போது தப்பித்துவிட்டேன்!

எமிலி விசித்து விசித்து அழுதாள். இன்னும் என்ன என்ன பாக்கியிருக்கிறதோ!

"வாங்க பைராகி! அந்தம்மா பேசறது புரியவே இல்லை!"

"ஏய், எதுக்குடா வம்பு!"

எமிலி மர விளிம்பிலிருந்து எட்டிப்பார்த்து அந்த இரண்டு முகங்களையும் பார்த்தாள். முத்துக்குமரனைப் பார்த்துப் புன்னகைத்தாள்.

"டேய் வெள்ளைக்காரிடா!"

"ஆமா, பைராகி."

"இவளைப் போய்க் காப்பாத்தினியா!"

"ஆமா."

"இப்ப இவளை வெச்சுக்கிட்டு என்ன செய்யறது?"

"அதை நீங்கதான் சொல்லணும்."

"சரியாப் போச்சு! டேய்! உன்கூட ரோதனையாப் போச்சு."

"பாவம் இந்தப் பொம்பளை! ஒரு சிப்பாய் இவங்களை மானத்தை வாங்க இருந்தான்."

"அவனைக் கொன்னுட்டியா?"

"இல்லை. நல்லா அடிச்சுப்போட்டுட்டேன்; நாலு நாளைக்கு எழுந்திருக்க முடியாது!"

"டேய்! நீ யார் கட்சி? வெள்ளைக்காரன் கட்சியா. இல்லை கறுப்புக் கட்சியா?"

"மனசாட்சியுடைய கட்சி."

"அதெல்லாம் கூடாது! இந்தம்மாவை இங்க விட்டுட்டுப் போனா யாராவது பார்த்தாக்க ஆபத்து .. உனக்குத்தான் இங்கிலீசு தெரியுமே, கொஞ்சம் விசாரியேன்!"

"பார்க்கலாம்!" பைராகி அவளருகில் சென்று எமிலியைப் பார்த்து, "வாட் நேம்?" என்றார்.

"எமிலி! எமிலி மக்கின்ஸி!"

"மக்கின்ஸி! வேர் யூ கம் ஃப்ரம்?"

"மெட்ராஸ்!"

"டேய்! கும்பிடப் போன தெய்வம்டா முத்து!"

"என்னங்கய்யா?"

"இது யாரு தெரியுமா? மக்கி துரையோட சம்சாரம்!"

"அட! அதான் எங்கேயோ பார்த்த மாதிரி இருந்தது!"

"இதை அழைச்சிட்டுப் போக வேண்டியதுதான்! நீ ஒண்ணு செய்யி! பகல் வேளையிலே இதை உள்ளே கொண்டுபோக முடியாது. ராத்திரிதான் முடியும். அதுவும் மூஞ்சில கரி தீத்தித்தான்! நான் வேற ஏற்பாடு செய்யறவரைக்கும் நீ இதுகூட இரு. ஊருக்குள்ள போயி பூஞ்சோலையை அனுப்பி வெக்கிறேன். அதுவரைக்கும் இதை மத்த பேர் கண்ல படாம மட்டைகள்ல ஒளிச்சு வெச்சுரு! அம்மா துரைசாணியம்மா! யூ கோ வித் திஸ் மான்! ஹி வெரி குட்! மக்கி துரையை உன் கால்ல விழ வைக்கிறேன் பாரு! என்றார் பைராகி.

48

கர்னல் நீலை அலகாபாத்தில் விட்டுவிட்டு பிரிகேடியர் ஜெனரல் ஹேவ்லக் கான்பூரை நோக்கி ஜுலை மாதம் 10ஆம் தேதி நான்கு இன்ஃபண்ட்ரி ரெஜிமெண்டிலிருநது தேர்ந்தெடுத்த ஆயிரம் ஆங்கிலேய சிப்பாய்கள், 150 சீக்கியர்கள், ஆறு பீரங்கிகளுடன் புறப்பட்டார். அவர்களுக்கு முன் மேஜர் ரெனார்டின் தலைமையில் சென்றிருந்தவர்களுடன் சேர்ந்துகொள்வது அவர்கள் முதல் நோக்கம். ஹேவ்லக்குக்கு நீலையும் அவர் கொடுத்த ஆணைகளையும் பிடிக்கவில்லை. அவரைப் பார்த்தால் ஒரு பெரிய ராணுவ அதிகாரி என்று சொல்வது கஷ்டம். மிகவும் குள்ளம். சுமார் ஐந்தடி உயரமே இருந்தார். ஆனால் எப்போதும் நிமிர்ந்த நடை. சாப்பிடும்போதும் உடைவாளைக் கழற்ற மாட்டார். மார்பில் மெடல்கள் எப்போதும் ஜொலிக்கும்.

ஹேவ்லக்குக்கு அறுபத்திரண்டு வயது. முழுவதும் வெளுத்துப் போன தலைமயிரும் மீசையும், பழங்காலத்து தாடி ஹென்றி ஹெவ்லக் சின்ன வயசில் ராணுவத்தில் சேர விரும்பினதே இல்லை. ஒரு வழக்கறிஞராகத்தான் இருக்க விரும்பினார். அதற்கான ஆரம்ப முயற்சிகளை எல்லாம் எடுத்துக்கொண்ட பின் பணவசதிக் குறைவின் காரணமாக (அப்பா தொடர்ந்து பணம் கொடுக்க மறுத்து விட்டார்) ராணுவத்தில் சேர்ந்தார். சேர்ந்த பின் அதில் முழு மூச்சாக இறங்கி முன்னேறத் தீர்மானித்துவிட்டார். பதவி உயரச் சந்தர்ப்பங்கள் அதிகம் என்று இந்தியாவுக்கு வர முன்வந்தார். வருவதற்கு முன் பாரசீகம். இந்துஸ்தானி மொழிகள் பயின்றுவிட்டுத்தான் வந்தார்.

அவருடன் வந்த மற்ற ராணுவ அதிகாரிகள் குடிப்பதிலும் குதிரைப் பந்தயத்திலும் நடன மாதர்களிடமும் சிரத்தையாக இருந்தபோது, ஹேவ்லக் பாதிரிமார்களுடன் பழகினார். பைபிள் பாடங்களும் மத சர்ச்சைகளும் தேவலாயத்தில் பாடுவதும், எதிர்ப்பையும் மீறி ஏசுவின் பாதைக்கு மக்களைத் திருப்புவதும் அவர் பொழுதுபோக்காக இருந்தன. ஹேவ்லக் மிகவும் தைரியமும் தந்திரமும் உள்ள ராணுவ அதிகாரி. அவர் திறமை முழுவதையும் காட்ட இப்போது சந்தர்ப்பம் வந்திருக்கிறது. கான்பூர் புறப்பட்ட தன் துருப்புக்களைப் பார்த்து ஆழ்ந்த குரலில் ஆக்ரோஷமாகப் பேசினார்.

“வீரர்களே, நம்மைக் கடமை அழைக்கிறது. நாம் பிரிட்டிஷ் ஆட்சியின் மேன்மையை ஸ்தாபிப்பதற்கும், பிரிட்டிஷ் பெண்களுக்கும் குழந்தை களுக்கும் கான்பூரில் நிகழ்ந்ததற்குப் பழிவாங்குவதற்கும் செல்கிறோம். என் கரத்தை வலுப்படுத்துங்கள்” என்றார். ஹேவ்லக்கின் ஆட்கள்

கைதட்டும் விருப்பம் இருப்பவர்களாகத் தெரியவில்லை.

ஒரு நாளைக்கு எட்டு மைல் வீதம் மெல்லத்தான் அந்தச் சைன்யத்தால் நகர முடிந்தது. நடுவே மழை பெய்தது. கிராண்ட் டிரங்க் ரோடில் கான்பூரை நோக்கிச் செல்லுகையில் வழியெங்கும் நீலின் சைனியத் துணுக்கு, ரெனார்டின் தலைமையில் சென்ற முன் படையினரின் அக்கிரமங்கள் தெரிந்தது. எல்லாக் கட்டிடங்களும் பெயர்ந்திருந்தன. எங்கும் நாசம் தெரிந்தன. மைல்கற்கள் உடைக்கப்பட்டிருந்தன. மரங்களில் பலவற்றிலிருந்து உடல்கள் தொங்கின. அவைகளின் கால் பகுதிகளைக் காட்டுப் பன்றிகள் தின்றிருந்ததால் ரத்த மோழைகளாய் இருந்தன.

ஹேவ்லக்கிற்கு நானாவின் சைனியம் முன்னால் சென்றிருப் பவர்களை எதிர்க்க ஜி.டி.ரோடில் வந்துகொண்டிருக்கிறார்கள் என்று ஒற்றர்களிடமிருந்து செய்தி வந்தது. ஃபத்தேபூர் அடைவதற்கு முன்னமே ஹேவ்ல்க், ரெனார்டின் ஆட்களுடன் சேர்ந்துகொள்ள இருவரும் நானாவை எதிர்க்கத் தயாராயினர்.

ஃபத்தேபூருக்கு நாலு மைலில் பதிண்டாவுக்கு அருகில் ஹேவ்லக்கின் ஆட்கள் கூடாரம் அமைத்தபோது அவர்கள் மிகவும் களைத்துப்போயிருந்தார்கள். மேஜர் ரெனார்டின் நடத்தையை ஹேவ்லக் கவனித்துக்கொண்டிருந்தபோது நானாவின் சைனியத்தினர் தாத்யா தோப்பேயின் தலைமையில் அவர்களைத் தாக்க ஆயத்தமாயினர். தாத்யா அனுப்பி வைத்த 24 பவுண்டு பீரங்கிக் குண்டுதான் ஹேவ்லக்கிற்குக் கான்பூரில் முதல் எதிர்ப்பைத் தெரிவித்தது. தாத்யாவுக்கு ஹேவ்லக்கின் ஆட்கள் வந்து சேர்ந்திருப்பது இன்னும் தெரிந்திருக்கவில்லை.

மைதானத்தில் சாய்ந்துகொண்டு ஆசுவாசத்தில் இருந்த மக்கின்ஸியும் ஆஷ்லியும் உடனே தத்தம் பதவிகளுக்கு ஓட வேண்டியிருந்தது. மக்கின்ஸி உற்சாகமாக ஓட, ஆஷ்லி நிதானமாகத்தான் நடந்தான். மறுபடி ஒரு தாக்குதல்! இந்த முறை இந்தியத் தரப்பில் எதிர்ப்பு அதிகம் இருக்கலாம், கான்பூரை நெருங்கிவிட்டதால், இதுவரை தன் கட்சியினர் செய்த காரியம் எதுவுமே ஆஷ்லிக்குப் பிடிக்கவில்லை. கண்ணில் கண்ட கறுப்பர்களை-யெல்லாம் தூக்கில் தொங்க வைத்தது மிக அநியாயமான செயலாகப் பட்டது. எதிர் அபிப்பிராயம் சொன்னால் உடனே தன்னைச் சதிகாரன் அல்லது கோழை என்று உடனே ஒதுக்கிவிடுகிறார்கள். இந்தக் கெட்ட சொப்பனம் ஓய்ந்தால் சரி என்று தோன்றியது. ஆஷ்லி, எருதுகளால் இழுக்கப்பட்ட எட்டு பீரங்கி வண்டிகள் முன்னே சுறுசுறுப்பாக நகருவதைப் பார்த்தான். ஆர்ட்டிலரி கமாண்டர் காப்டன் மாட் அவர்களை நரம்பு புடைக்க ஆணையிடுவதைப் பார்த்தான். என்ஃபீல்டு துப்பாக்கிகளுடன் நூறு பேர் வரிசையாக, நகரும் சுவர் போல் முன்னேறுவதைப் பார்த்தான். இடது, வலது புறத்தில் காவல்ரி குதிரைகளின் வீரர்கள் நகருவதைப் பார்த்தான்.

எதிரே கலகச் சிப்பாய்களின் குதிரைகள் அவர்களைச் சந்திக்க விரைந்து வருவதைப் பார்த்தான்.

முதல் நேர்முகத் தாக்குதல்! வெண் உடைகளுடன் துடிப்பாகக் கத்த சுழற்றிக்கொண்டு மின்னல் வேகத்தில் தம்மை நோக்கி வரும் சிப்பாய்களின் ஆரவாரத்தையும் ஆர்வத்தையும் பார்த்த ஆஷ்லி ரத்த சேதத்தைப் பற்றிக் கவலைப்பட்டான். இந்தப் பக்கம் வினோத பாவாடை-களில் பைப்பை ஊதிக்கொண்டு கர்னல் ஹாமில்டனின் 78ஆம் ஹைலண்டர்ஸ். எதிர்ப்புறம் வினோத முஸ்லிம் – ஹிந்து கூட்டாக, கரிய முக சிப்பாய்கள் ஆயிரக்கணக்கில்! இருட்டில் மின்னல் போலப் பற்கள் பளிச்சிட அதற்குப் போட்டியாகக் கத்திகள் பளிச்சிட இதோ இரண்டு மாதங்களுக்கு முன் கொஞ்சிக் குலாவினார்கள் எதிர்நோக்கி ரத்த தாகத்துடன் நெருங்குகிறார்கள். சென்னை ராணுவத்தின் புதிய என்ஃபீல்டு ரைஃபிள்களின் உயர்வு அப்போது துல்லியமாகத் தெரிந்துவிட்டது. நாலரை அடி நீளம். முனையில் ஒன்றரை அடி நீளக் கத்தி. ஏறக்குறைய ஆயிரம் கஜ தூரம் செல்ல வல்ல அந்தப் புதிய என்ஃபீல்டுகள் இந்திய சிப்பாய்களைச் சற்றுக் கலங்க வைத்தன. அவர்கள் இவ்வளவு தூரம் துப்பாக்கிக் குண்டுகள் வந்து தாக்கும் என எதிர்பார்க்கவில்லை. சிப்பாய்கள் பின்வாங்க ஆரம்பித்தார்கள். இருந்தும் அவர்கள் ஆர்ட்டிலரியின் பீரங்கிகள் இன்னும் செயல்பட்டுக்கொண்டுதான் இருந்தன. இரண்டு பீரங்கிகள் குறிப்பாக வெள்ளையர் படை மேல் கோபப் பந்துகளை வீசிக்கொண்டிருந்தன.

தாத்யா தைரியமாக யானை மேல் ஏறிக்கொண்டு இந்திய அணியின் தலைமையைக் கவனித்துக்கொண்டிருந்தான். ஆங்கிலத் தரப்பில் இருந்து தாத்யா யானை மேல் அங்குமிங்கும் செல்வது தெளிவாகத் தெரிந்தது. அவன்தான் தாத்யா என்பது ஹேவ்லக்கின் அட்ஜுடண்ட் ஜெனரலுக்குத் தெரிந்திருக்கவில்லை. “அதோ யானை மேல் தைரியமாக அலைகிறானே அவனை வீழ்த்து!” என்று ஆணையிட, பீரங்கிக்காரன் இங்கிருந்து எழுநூறு கஜம் இருக்கும் என்று உத்தேசித்து ஓர் ஒன்பது பவுண்டு குண்டை வீச, அது யானையின் வயிற்றுக்கும் பிற்பகுதிக்கும் இடையே ரத்தப் பந்தாகச் செருகிக்கொள்ள, யானை அப்படியே மரம் போலச் சாய, மிகவும் அதிர்ந்துபோன தாத்யா குதித்துப் பின்வாங்கிவிட, தலைவன் கலைந்ததால் மற்றவர்கள் ஓடிப் போக ஃபத்தேபூர் கைப்பற்றப்பட்டது. இதுவரை சண்டையே பார்த்திராத ஹேவ்லக்கின் முதல் வெற்றி இது! அன்றிரவே அவர் தன் மனைவிக்குக் கடிதம் எழுதினார். “என் பள்ளி நாட்களிலிருந்து வேண்டிக்கொண்டது இன்று நிறைவேறியது. என் முதல் வெற்றி! எனக்கு இந்த வெற்றியைக் கொடுத்த சர்வ வல்லமையுள்ள கடவுளின் உதவியுடன் கான்பூரைக் கைப்பற்ற முன் செல்கிறேன்.”

கான்பூருக்கு வெளியே வெள்ளைக்காரப் படை நெருங்கிக் கொண்டிருக்க சதி சௌரா கட்டத்தில் படகுப் படுகொலைக்குப் பின் கைது செய்யப்பட்ட இருநூற்று ஆறு ஆங்கிலேயக் பெண்களும் குழந்தைகளும் நானாவின் சிப்பாய்களால் பீபிகர் என்ற ஒரு சிறிய வீட்டில் அடைக்கப்பட்டிருந்தனர். அந்த வீடு ஒரு பிரிட்டிஷ் அதிகாரியின் ஆசைநாயகியின் வீடாக இருந்தது. உட்கார இருக்கைகள் இல்லை. படுக்கை ஏதும் இல்லை. அவர்களுக்கு மூங்கில் பாய்கள் கொடுக்கப்பட்டன. சாப்பிடச் சப்பாத்தியும் கொஞ்சம் பருப்பும் கொடுக்கப்பட்டது. குழந்தைகளுக்குப் பால், மண் பாத்திரங்களில் அவர்களுக்கு உணவு அளிக்கப்பட்டது. அவர்களைக் கண்காணிக்க உயரமான, சிவப்பான ஹுஸானி என்ற பெண் நியமிக்கப்பட்டாள். அவளை எல்லோரும் 'பேகம்' என்று அழைத்தார்கள். தினம் தினம் இரண்டு வெள்ளைக்காரச் சீமாட்டிகளைச் சப்பாத்திக்கு மாவரைக்க அழைத்துச் செல்வாள் அந்த பேகம்.

அவர்கள் அடைபட்டிருந்த வீட்டிலிருந்து சிறிது தூரத்தில் இருந்த ஒரு விடுதியில் நானா சாஹிப் தங்கியிருந்து அரசாட்சி செய்தார். வீலரின் படையை முறியடித்த சந்தோஷத்தில் நானா மிகவும் தாராளமான மனத்துடன் விழா கொண்டாடி வெற்றிப் படையைச் சேர்ந்த சிப்பாய்களுக்குச் சன்மானமாக ஒரு லட்ச ரூபாய் அளிக்கப் போவதாக அறிவித்தார். பீரங்கிகள் அந்தச் சந்தோஷ அறிவிப்பை ஆதரித்து ஆரவாரித்தன. நானா தன் சொந்த ஊரான பிட்டூருக்குச் சென்று பேஷ்வாவாகப் பட்டம் சூட்டிக்கொண்டார். நெற்றியில் வெற்றி திலகம் சூட்டிக்கொண்டார்.

அன்று மாலை கான்பூர் நகரமே அலங்கார விளக்குகளின் பொலிவுடன் திகழ்ந்தது. தெருக்களில் மக்கள் வெள்ளம் பெருக, புதிய ராஜாவின் புதிய அறிக்கை அவர்களுக்கு வாசிக்கப்பட்டது. "இந்திய மக்களே! தெய்வத்தின் துணையுடன் டில்லியிலும் மற்ற இடங்களிலும் பரவியிருந்த கிறிஸ்தவர்கள் எல்லோரையும் பக்தியும் கடமை உணர்ச்சியும் மிக்க நம் துருப்புக்கள், நம் மதத்தை மீறாமல், அழித்துவிட்டார்கள். கான்பூரில் மஞ்சள் மூஞ்சிகள் எல்லோரையும் விரட்டியாகிவிட்டது! இந்தக் கணத்தில் நாம் எல்லோரும் சந்தோஷமாக இருப்போம். புதிய அரசாங்கத்திடம் விசுவாசமாக இருப்போம்."

நானாவுக்கு முதலில் திருப்தியாகத்தான் இருந்தது. பீபிகரில் அடைத்து வைத்திருக்கும் ஆங்கிலேயர்களை என்ன செய்வது என்று ஓரத்தில் ஓர் உறுத்தல் இருந்தாலும் நானா உல்லாசமாகவே இருந்தார். அந்தத் தற்காலிக விடுதியில் புதிய வண்ணங்கள் பூசி, புதிய பெண்களிடம் காசுகளை வாரி இறைத்தார். நாட்டியமும் பாட்டும், ஆங்கில அதிகாரிகள்

போல நடந்து காட்டும் கோமாளிகளின் சேஷ்டைகளும் அந்த மாளிகையில் விரவியிருந்தன.

இப்போது இந்தப் புதிய செய்தி அவர் சந்தோஷத்தை முழுவதும் கலைத்துவிட்டது. ஹேவ்லக்கின் படை கான்பூருக்கு வெளியே வந்துவிட்டது.

49

ஹேவ்லக்கின் சைனியம் மெல்ல மெல்லக் கான்பூரை நோக்கி வந்துகொண்டிருந்தது. வழியெங்கிலும் வெறுமை. காலி செய்யப்பட்ட கூடாரங்கள், அனாதை பீரங்கிகள், கருகிப்போன கிராமங்கள், செத்த மிருகங்களைக் கிழித்துக் கொத்திக்கொண்டிருக்கும் கழுகுகள், 'அவ்ங்' என்ற இடத்தில் அவர்களைக் கலக்காரர்கள் ஆக்ரோஷமாக எதிர்த்தார்கள். ஹேவ்லக்கின் தரப்பில் பலர் இறந்தும் போனார்கள். இருந்தும் அந்த எதிர்ப்பைச் சமாளிக்க முடிந்தது. விரைவில் பண்டா நதியை அடைந்தார்கள். அங்கே களைப்பில் விழுந்துவிட்டார்கள். கலகக்காரர்கள் நதியின் பாலத்தை மைன் வைத்து வெடித்துவிடத் தயாராக இருந்தார்கள். ஹேவ்லக் தன் ஆட்களை இளைப்பாற விடாமல் மேலும் முடுக்கினார். அவர்கள் மறுபடி தாக்க, அவசரத்தில் அங்கிருந்து விலகிய கலக்காரர்களின் பாலத்தடி வெடிகள் அரைகுறையாக வெடிக்க, பாலம் தப்பித்துவிட்டது. ஹேவ்லக்கின் சைனியம் பாலத்தை கடந்து முன்னேற, கான்பூருக்கு வாசல் திறந்தாற்போல் ஆகிவிட்டது. ஹேவ்லக் அவசரத்தில் இருந்தார். கான்பூரில் வெள்ளைக்கார பெண்களும் முதியவர்களும் குழந்தைகளும் இருநூறு பேர் பணயக் கைதிகளாக அடைப்பட்டிருக்கிறார்கள் என்கிற செய்தி அவருக்குக் கிடைத்திருக்கிறது. என் இனிய நண்பர்களே! கடவுளின் கிருபையுடன் நம் ஒவ்வொரு உயிரின் கடைசி மூச்சு வரை அவர்களைக் காப்பாற்ற வேண்டும்! அந்தக் குழந்தைகளை, பெண்களை!

நானாவின் தலைமைச் செயலகம் குழப்பத்தில் இருந்தது. பேருக்குப் பேர் யோசனை சொல்லிக்கொண்டிருந்தார்கள். சிலர் பிட்டூருக்குச் சென்றுவிடலாம் என்றனர். சிலர் ஃபத்தேபூருக்குப் போகலாம் என்றனர். சிலர் சற்றுத் தெற்கே பின்வாங்கி அங்கிருந்து சௌகரியமாக ஆங்கிலப் படையை எதிர்க்கலாம் என்றனர். அந்த யோசனை ஒப்புக்கொள்ளப்பட்டது. ஆனால் கைதிகளாகப் பீபிகரில் பிடித்துப் போட்டிருக்கும் வெள்ளையர்களை என்ன செய்வது? அவர்களை உயிருடன் விட்டு வைத்தால் அவர்கள் நதிக்கரைப் படுகொலைக்கு அபாயகரமான சாட்சிகளாக எல்லாவற்றையும் சொல்லிவிடுவார்கள்! வருகிற ஆங்கிலேயப் படை மிகவும் கோபம் கொள்ளக்கூடும். அவர்கள் எல்லோரையுமே கொன்று விட்டால் என்ன? அந்தத் தீர்மானத்துக்கு யார் காரணம் என்பது பற்றிச் சரித்திரத்தில் கொஞ்சம் குழப்பம் இருக்கிறது. நானாவின் அனுமதி இல்லாமல் இது நடந்திருக்க முடியாது. இந்தத் தீச்செயல் சிப்பாய்க் கலகத்தின் சரித்திரத்திலேயே ஒரு கரிய துரோகம். இதன் விளைவாக இறக்கப் போகிற, ஒன்றும் அறியாத இந்தியர்களைப் பற்றி அப்போது

யாரும் கவலைப்பட்டதாகத் தெரியவில்லை. நானாதான் சொல்லியிருக்க வேண்டும். 'சுட்டுத் தள்ளுங்கள்' என்று. இந்தத் தீர்மானத்தை நானாவின் குடும்பத்துப் பெண்கள் அத்தனை பேரும் எதிர்த்ததாகத் தெரிகிறது. ஆனால் அவர்கள் சொன்னதை யாரும் கேட்கவில்லை. பீபிகரில் அடைப்பட்டிருக்கும் அத்தனை ஆங்கிலேயர்களையும் கொன்று விடுவதாகத் தீர்மானம் எடுத்தாகிவிட்டது.

முதலில் ஃபத்தேகரிலிருந்து பிடித்து வந்து அவர்களுடன் அடைத்துப் போட்டிருந்த மூன்று ஆங்கிலேயர்கள் - க்ரீன்வே என்பவரும் அவர் மகனும் மற்றும் ஒரு பதினான்கு வயதுச் சிறுவனும் பீபிகரிலிருந்து வெளியே கொண்டுவரப்பட்டுச் சிப்பாய்களால் சுட்டுக் கொல்லப்பட்டனர். அதன் பின் உள்ளே அடைத்திருக்கும் பெண்களைக் கொல்லுமாறு உத்தரவு கொடுக்கப்பட்டது. சிப்பாய்கள் பெண்களைக் கொல்ல மறுத்துவிட்டனர். அவர்கள் கட்டாயப்படுத்தப்பட்டார்கள். சிப்பாய்கள் மனதில்லாமல் அந்தச் சிறிய வீட்டின் வெளிச் சுவரைக் கடந்து, சன்னல்களில் துப்பாக்கியைச் செலுத்தி, பயத்தால் உறைந்து போயிருந்த அந்த முகங்களைப் பார்த்துப் பரிதாபப்பட்டுச் சுட மனமில்லாமல் அறைகளின் மேற்சுவர்களை நோக்கிச் சுட்டு காரையைப் பெயர்த்துத் தள்ளினார்கள். இதைப் பார்த்த 'பேகம்' வெளியே சென்று எதற்கும் தயங்காத ஐந்து பேரை அழைத்து வந்தாள். இரண்டு விவசாயிகள், இரண்டு கசாப்புக் கடைக்காரர்கள், நானாவின் அந்தரங்கப் படையைச் சேர்ந்த ஒரு தகடான ஆசாமி (அவள் காதலனாம்) ஆகியோரை அழைத்து வந்தாள். அவர்கள் வீட்டுக்குள் துப்பாக்கிகளுடன் புக, அங்கே கிறீச்சிட்ட ஓலங்கள் கேட்டன. முடிவில்லாத ஓலங்கள்! துப்பாக்கிகள் ஓயாமல் பேசின. கொஞ்ச நேரத்தில் அவர்களில் ஒருவன் களைத்துப் போய் ரத்தம் தோய்ந்த பயனட் கத்தியுடன் வெளியே வந்து கொஞ்ச நேரம் ஓய்வு எடுத்துக்கொண்டு மறுபடி உள்ளே சென்றான்! இரவு வரை அந்த ஓலங்கள் தொடர்ந்து கேட்டுக்கொண்டிருந்தன. பின்னிரவில் ஓலங்கள் தொடர்ந்து கேட்டுக்கொண்டிருந்தன. பின்னிரவில் ஓலங்கள் நின்றுபோயின. அவ்வப்போது கொஞ்சம் முனகல்கள் கேட்டன.

பீபிகாரிலிருந்து சுமார் ஐம்பது கெஜ தூரத்தில் நானா தங்கியிருந்த விடுதி இருந்தது. அந்தப் பெண்களின் கூக்குரல்கள் அங்கே கேட்டன. அந்தச் சப்தத்தை மறைக்க நானா தன்னைச் சுற்றிலும் உரத்த குரலில் பாடல்களும் ஆடல்களுமாக இருந்தார். மார்பில் அன்னிய ரத்தக் கறையுடன் நானாவின் அந்தரங்கப் படையினன் அவர் முன் வந்து நிற்க, "எல்லோரையும் கொன்றாகிவிட்டதா?" என்று விசாரித்தார்.

"ஏறக்குறைய," என்றான் அவன். கையை உதறிக்கொண்டான். கொன்று கொன்று அவனுக்குக் கருரத்தம் கட்டித் தசைகள் இறுகியிருந்தன.

"வெண்ணீரில் குளி! காலை எல்லா உடல்களையும் அப்புறப்படுத்தி விடுங்கள்," என்றார். நானா கலக்கத்தில் இருந்தார். கைகள் லேசாக நடுங்கின.

மறுதினம் அதிகாலை பீபகரின் சுவர்களில் கழுகுகள் காத்திருந்தன. சூரிய கோபத்தில் மெல்ல அந்த வீட்டின் மேல் ரத்த ஒளி பூசப்பட, ஒவ்வொன்றாக, இறந்த உடல்களைத் தலைமயிரைப் பிடித்து வெளியே இழுத்துப் போட்டார்கள். கொஞ்சம் விலை உயர்ந்த ஆடைகள் உருவப்பட்டன. மெல்ல மெல்லத் தலைகள் ஆட ஆட, ஒவ்வொரு உடலாக வீட்டுக்கு வெளிப்புறத்தில் இருந்த கிணற்றில் தள்ளப்பட்டன. சிலருக்கு இன்னும் உயிர் இருந்தது. இரண்டு பேர்களால் பேசக்கூட முடிந்தது. "சிப்பாயே, உனக்குப் புண்ணியம் உண்டு! என்னைக் கொன்றுவிடேன். சீக்கிரம் சீக்கிரம்!"

அவர்கள் கவனிக்கவில்லை. ஆங்கிலம் புரியவில்லை. நேரமுமில்லை. எத்தனை உடல்களை அப்புறப்படுத்த வேண்டியிருந்தது! கிணறு நிரம்பிவிட்டது. சில உடல்கள் இன்னும் நெளிந்துகொண்டு இருந்ததை ஒருவருக்கும் கவனிக்க நேரமில்லை. மிச்சமிருந்த உடல்களைக் கங்கைக்கு எடுத்துச் செல்ல வேண்டியிருந்தது.

ஹேவ்லக் கான்பூர் நகர எல்லைகளுக்கு வந்துவிட்டார். நானாவின் ஆட்கள் ஐயாயிரம் பேர் அவர்களை எதிர்க்கத் தயாராக இருந்தார்கள். ஹேவ்லக் நேர்முகமாகத் தாக்குவார் என்று எதிர்பார்த்து அரைச் சந்திர வடிவமாக அவர்கள் காத்திருந்தார்கள். ஹேவ்லக் தாக்கும்போது அப்படியே சூழ்ந்துகொள்ளும் நோக்கத்துடன்.

ஹேவ்லக் அவர்கள் எதிர்பார்த்தபடி செயல்படவில்லை. இடதுபுறத்தில் மாந்தோப்புகளும் வயல்களுமாக இருந்தன. அந்தப் பக்கத்தில் தாக்கத் தீர்மானித்தார்.

இந்தியச் சிப்பாய்க் கலகத்தின் மிக ஆக்ரோஷமான போர் அது. ஜூலை மாதத்து வெய்யில் இரு தரப்பினரையும் வறுத்து எடுத்தது. இந்தியர்களைவிட வெள்ளையர்கள் அதனால் அதிகம் பாதிக்கப்பட்டு அங்கங்கே சுருண்டு சுருண்டு விழுந்தார்கள். 78ஆம், 64ஆம் இன்ஃபண்ட்ரியும், ஸ்காட்லாண்டைச் சேர்ந்த ஹைலாண்டர்ஸ் படையும் பெரும்பாலும் இடது புறத்திலேயே பீறிட்டுத் தாக்கினார்கள். அவர்களைத் தாத்யா தோப்பேயின் தலைமையில் இந்தியர்கள் தீவிரமாக எதிர்த்தார்கள். ஆட்சேதம் இரு தரப்பிலும் கடுமையாக இருந்தது. மேஜர் நார்த் என்பவர் தன் உயிரைப் பற்றிக் கவலையின்றித் தன் படையினரை, இங்கே அங்கே என்று எங்கும் உலவி உற்சாகம் அளித்துக்கொண்டு இருந்தார்.

ஒவ்வோர் அடியாக ஆங்கிலேயர்கள் முன்னேறினார்கள். இந்தியத் தரப்பில் தலைமைக் குழப்பம் இருந்தது. நானா எங்கே என்று எல்லோரும் கேட்டார்கள். ஆங்கிலேயர்களின் இடதுபுறத் தாக்குதலை அவர்கள் எதிர்பார்க்கவே இல்லை. அதனால் அவர்கள் அதற்குத் தயாராக இல்லை.

ஜெனரல் ஹேவ்லக்கின் மகனின் தலைமையில் முழு மூச்சாக ஆங்கிலேயர்கள் செய்த தாக்குதலில் இந்தியப் படையினர் முறிந்தனர்.

அந்தச் சமயத்தில் நானா பிட்டூர் அரண்மனையை நோக்கிக் குதிரை மேல் விரைந்துகொண்டிருந்தார். சிப்பாய்கள் பின்வாங்க, மக்கள் கரை உடைந்த வெள்ளம் போலக் கான்பூர் நகரத்தை விட்டு விலகி, உள்ளே ஆக்ரோஷமாக நுழையும் ஆங்கிலேயர்களின் பழிவாங்கலுக்கு அஞ்சி, பக்கத்துக் கிராமங்களுக்கு ஓடினர்.

கவர்னர் ஜெனரலிடமிருந்து நீலுக்குச் செய்தி வந்திருந்தது. அவரைக் கர்னலிலிருந்து மேஜர் ஜெனரலாகப் பதவி உயர்வு செய்து உடனே அலகாபாத்திலிருந்து கான்பூர் சென்று ஹேவ்லக்குடன் சேர்ந்து கொள்ளும்படி தந்தி மூலம் செய்தி வந்தது.

நீல் ஜுலை 20ஆம் தேதி கான்பூர் வந்து சேர்ந்தார். அவருக்கும் ஹேவ்லக்குக்கும் ஆரம்பத்திலேயே அபிப்பிராய பேதம் இருந்திருக்கிறது. இப்போது, ஹேவ்லக் சரியில்லை; அதற்காகத்தான் தன்னை கவர்னர் ஜெனரல் அனுப்பியிருக்கிறார் என்ற எண்ணத்தில் நீல் வந்த உடனே தன் முக்கியத்துவத்தைச் சற்று மிகையாகக் காட்டத் துவங்கி விட்டார். ஹேவ்லக் அப்போதுதான் கான்பூரை வென்று ஊருக்குள் நுழையும் சமயம். நீல் வந்து சேர்ந்தது அவருக்கு இப்போது இடைஞ்சல் தான். அவரைத் தனியாக அழைத்து, "ஜெனரல் நீல்! நாம் ஆரம்பத்திலேயே ஒருவரை ஒருவர் சரியாகப் புரிந்துகொள்வோம். இங்கே உமக்கு ஒரு அதிகாரமும் கிடையாது! நான் இருக்கும்வரை நீர் எந்த ஆணையும் தரக் கூடாது!" என்றார்.

நீலுக்கு இந்தத் துணிச்சலான பேச்சு அதிர்ச்சியை அளித்தாலும் இந்தச் சமயத்தில் இரண்டு ஜெனரல்கள் சண்டை போட்டுக் கொள்ளக் கூடாது; சமாதான காலத்தில் இவனைக் கவனித்துக் கொள்ளலாம் என்று அவருடன் ஒத்துழைக்க முற்பட்டார்.

ஆஷ்லி, மக்கின்ஸி, ட்ரெவர், மற்றும் சென்னையிலிருந்து புறப்பட்டு கல்கத்தா, பனாரஸ், அலகாபாத் என்று சுற்றி வளைத்துக்கொண்டு, கலகம், போர், கொலை, தண்டனை எல்லாம் பார்த்து அலுத்துப்போன சென்னை ராணுவத்தினர் கான்பூரில் நுழைந்தபோது நகரமே வெறிச்சென்றிருந்தது. அவர்கள் குறிக்கோள் முதலில் அங்கே அடைக்கப்பட்டிருக்கும் பெண்களையும் குழந்தைகளையும் காப்பாற்றுவதுதான். நீல் விசாரித்துக்கொண்டு பீபிகர் கட்டிடத்தை அடைந்து வெளிப்புறச் சுவரின்

கதவை உடைத்துத் திறந்து உள்ளே காலடி வைக்கும்போது நாற்றம் மூக்கைத் தூக்கியது. "எட்வர்ட்! இங்கே வா."

"ஸர்!" என்று மக்கின்ஸி அருகில் வந்தான்.

"உன் மனைவி கான்பூருக்குத்தானே வந்தாள் அந்தக் கிழவன் அட்கின்ஸனுடன்?"

"ஆம்."

"அவள் கிடைத்தாளா?"

"இன்னும் விசாரிக்கவில்லை!"

நீல் மெதுவாக அந்தக் கிணற்றின் அருகில் வந்து எட்டிப்பார்த்தார்.

50

பூஞ்சோலையை ஓட்ட நடையாக அழைத்து வந்தார் பைராகி.

"எங்கய்யா? கல்லு முள்ளெல்லாம் கூட்டியாரே?"

"வந்துதான் பாரேன், தெரியும். ஒரு முக்கியமான ஆளு மாட்டிக் கிட்டிருக்கில்ல?" மண்டபம் திரும்பும்போது மேற்குத் திசையைச் சூரியனும் ஆங்கிலேய பீரங்கியும் சிவக்க வைத்துக் கொண்டிருந்தன. பறவைகளுக்குப் பைத்தியம் பிடித்திருந்தது. மௌனம் அவ்வப்போது உடைந்து கூக்குரல்கள் கேட்டுக்கொண்டிருந்தன. "இன்னேரம் அவுங்க போடு போடுன்னு போட்டாங்க! இப்ப வெள்ளைக்காரங்க. விடிவு காலமே கிடையாது!" என்று பைராகி காட்டுப் பாதையை மிதித்தார். "ஊருக்குள்ள என்ன சமாசாரம்? ஊரே கொல்லுன்னு போயிருச்சி... எல்லாமே ஓடறாங்க! வடக்கால. நானு, நீயி, ஒரு நாயிதான் பாக்கி!" என்றாள் பூஞ்சோலை. "சீலை எதுக்குக் கேட்ட? வேசம் போடவா?"

"வந்து பாரு! சீல வேணும்."

முத்துக்குமரன் கலவரத்துடன் கைகளைப் பிசைந்துகொண்டு காத்திருந்தான்.

"ஆலப்பாக்கம்! நீ இன்னும் குண்டு பட்டுச் சாகலியா?"

"வா வா. எத்தினி நேரம். பைராகி! சொல்லிட்டிங்கல்ல?"

"இன்னும் இல்லை. பூவு, அதோ பாரு."

மண்டப மூலையில் எமிலி முழந்தாளிட்டுத் தன்னைப் பந்தாகச் சுருட்டிக்கொண்டு கால்களுக்கு இடையில் கண்ணும் பதித்துப் பயந்துபோன பூனைக்குட்டி போல உட்கார்ந்திருந்தாள்.

"அட! வெள்ளைக்காரி! இதாரு பைராகி?"

"பட்டணத்துச் சீமாட்டி! யாரு தெரியுமில்ல? மக்கி துரை சம்சாரம். காடு மலை தாண்டிக் கொல்ல வந்திருக்கானே அந்த மக்கி துரை பெண்டாட்டி! எப்படிப் பாக்குது பாரு!"

"கொல்லப்போறீங்களா!" என்றாள் படபடப்புடன்.

"இல்லை. காப்பாத்தப்போறோம். இதும் மேல எனக்கு விரோதமில்லை."

பைராகி அவளிடம் வந்து, "சீலை கொண்டாந்திருக்கல்ல? சுத்து, இந்தம்மாவுக்கு சுத்து. அப்புறம் இந்தா கலர் பொடி, தண்ணீல நனைச்சு முகம், கை, கால் எல்லாம் தீத்திவிடு."

"எதுக்கு?"

"அதை நம்ப ஊர் பெண்ணாக்கு! ஊருக்குள்ள அழைச்சுட்டுப் போகணும்!"

"எதுக்கு?"

"பத்திரமா வெச்சிருந்து இவளை வெள்ளைக்காரங்கிட்ட ஒப்படைக்கணும்."

"ஒப்படைச்சு?"

"சும்மா கேள்வி கேக்காத! வேலையைப் பாரு." பைராகி எமிலியிடம் சென்று, "துரைம்மா! ஷி கிவ்ஸ் சீலே. யூ வேர் சீலே. ஷி மேக்ஸ் யூ பிளாக் லைக் மி. வி கோ டவுன். நைட் ப்ளாக். யூ ஆல்ஸோ ப்ளாக்!" என்றார்.

எமிலி புரிந்துகொண்டு, "ஹெள கேன் ஐ எவர் தாங்க் யூ. யூ ஆர் ஸோ குட்," என்றாள், கண்களில் கண்ணீர் பளபளத்தது.

"வீ ஆல் குட் பீப்பிள். டோண்ட் பியர்!" என்றார் பைராகி. பூஞ்சோலையும் "டோண்ட் பியர்," என்று எதிரொலித்தது. "அப்பால போய் நில்லுங்கய்யா. பொம்பிளை சீல கட்டறதைப் பார்க்க வேண்டாம். வாம்மா," என்றாள்.

எமிலி உயரமாக எழுந்து நிற்க பூஞ்சோலை கிழிசல் கவுனைக் கழற்றினாள். கருஞ்சிவப்புச் சீலையை அவள் இடுப்பில் சுற்றினாள். "ரோசா கணக்கா உடம்பு! பாவிங்களா! எல்லாம் காயம் பாரு! அய்யோ பாவம். வேத்து நாட்டில பொறந்து இங்க வந்து சுடுகாட்டில அல்லல்படணுமுன்னு உன் விதியா! உக்காரு! ஸிட்டு! முகத்தில முதல்ல கரி தீத்திக்க! கறுப்பை நெருப்பாக்கி நெருப்பைக் கறுப்பாக்கி... இந்தக் கண்ணை என்ன செய்யுது! கடல் மாதிரி இருக்குதே! எப்படிக் கறுப்பாக்க முடியும் பைராகி. . ."

"கண்ணை உட்டுரு," என்று அந்தப் பக்கத்திலிருந்து பதில் வந்தது.

"தலை மயிரு? தேன் நிறத்தில இருக்குதே!"

"சும்மா சேலையைப் போட்டு மூடிரு. முகம் கறுத்தாப் போதும்! ஊருக்குள்ள போறப்ப யாரும் கவனிக்கக் கூடாது. அவ்வளவுதான்!"

பூஞ்சோலை தன் கால் கொலுசையும் கழுத்து நகைகள் சிலவற்றையும் எமிலிக்கு அணிவித்தாள். "டாக்கு டாக்குன்னு குதிரை நடை

நடக்காதே! மெல்ல நட! இத பாரு, இந்த மாதிரி குனிஞ்சுக்க. இங்கல்லாம் மூடிக்க! இப்படி! இப்படி!" என்று ஒத்திகை நடந்து காட்டினாள். எமிலி சிரித்தாள்.

"தாங்க்யூ ஸ்வீட் கர்ள்," என்று அவளைக் கண்ணீர் வர முத்தமிட்டாள்.

இருட்டிவிட்டது. கான்பூர் அடிக்கடி குமுறிக்கொண்டிருந்தது. நால்வரும் சோலைக்குள் நடந்தார்கள். எமிலிக்குச் செருப்பில்லாமல் நடப்பது சிரமமாக இருந்தது. அந்த மூவரின் மொழி புரியாவிட்டாலும் சினேகம் புரிந்தது. சென்னையில் முதல் நடனத்தில், கப்பலில் தன் கணவனைத் தாக்க வந்தவனின் முகம் போல இருந்தது...

அது சற்றுக் குழப்பமாகத்தான் இருந்தது. என் கணவனைத் தாக்க வந்தவன் என்னை ஏன் காப்பாற்ற வேண்டும்? என்னைப் பணயமாக வைத்து ஏதாவது செய்யப் போகிறார்களா? இருந்தும் இவர்கள் என்னை நடத்தும் விதம்? எனக்கு உடை உடுத்த ஒரு பெண்ணை அழைத்து வந்தது? என்ன நடக்கிறது பார்க்கலாம். கவலைப்பட்டு அலுத்துப்போய்விட்டது. சென்ற மாதங்களில் பார்த்த அத்தனை கொடுமைகள் முன் அவளுக்கு எல்லாமே வெறுத்துப் போயிருந்தது. ஆனால் கடவுள் எனக்கு உதவி. ஒரு தினம் இந்தப் பயங்கரத்திலிருந்து விடுபட்டு எல்லாவற்றிற்குமே முடிவு உண்டு. சமாதானம் வந்து, சென்னைக்கு வந்து இவர்களைத் தன் வீட்டுக்கு அழைத்து வந்து விருந்து அளிக்க வேண்டும். பெட்டிக்குள் இருக்கும் வைர நகைகளில் ஒன்றை இவளுக்குத் தர வேண்டும். பட்டும் மஸ்லினும் படர்ந்த விலை உயர்ந்த வெளிர் நீல கவுனை இவளுக்கு அளிக்க வேண்டும்!

நகரத்தை அவர்கள் நெருங்க, இருட்டியிருந்தும் பந்த வெளிச்சத்தில் மக்கள் சாரிசாரியாக விலகிக்கொண்டிருந்தார்கள். சொத்துக்களை விட்டுப்போக மனமில்லாமல் சக்திக்கு மீறிய சுமையுடன் எருது வண்டிகளிலும், குதிரைகள் மேலும், வேலைக்காரர்கள் மேலும் பண்டங்கள் நகர்ந்தன. தப்பித் தவறி விட்ட பெட்டிகளிலிருந்து முத்து ரத்தினங்கள் இறைந்தாலும் பொறுக்குவார் இன்றி அவசரத்தில் ஜனத் திரள் வெள்ளைப் பயத்தில் நகர்ந்துகொண்டிருந்தது.

முத்து எமிலியைப் பந்தம் காட்டிப் பார்த்தான். வியர்வைக் கோடு கவலை தந்தது. ஊன்றிப் பார்க்க ஆளில்லைதான். மக்களுக்கு எதிரே நடக்க வேண்டியிருந்தது. மிகுந்த சிரமமாக இருந்தது. ஒவ்வொரு பொழுதில் எமிலி அவன் மேல் சூடாக ஒட்டிக்கொண்டிருந்தாள். முன்னே பூஞ்சோலை திரும்பித் திரும்பிப் பார்த்து ஜன வெள்ளத்தில் கை நீட்டி அவனை இழுத்தாள். பைராகி, இங்கே அங்கே தோன்றினார்.

"வெள்ளைக்காரன்! வெள்ளைக்காரன்! நம் எல்லோரையும் கொல்லப்போகிறான். போ! போ! ஓடு!"

"நானா எங்கே?"

"யாருக்குத் தெரியும்? சிப்பாய்கள் எங்கே? யாருக்குத் தெரியும்? தாத்தா, இன்னும் ஏன் உட்கார்ந்திருக்கிறாய்? கிளம்பு! கிளம்பு!"

"நான் எழுபது வருடமாக கான்பூரில் இருக்கிறேன்.!"

"சரி இங்கேயே இறந்துபோ! சபாஷ்! இது யார் குழந்தை? அப்பா எங்கே, அம்மா எங்கே?"

"யார் குழந்தையோ! தோளில் தூக்கி வா!"

சந்தில் தப்பித்து நால்வரும் மூச்சு விட்டுக்கொண்டார்கள். வயதானவர்கள் கலவரமாகப் பார்த்துக்கொண்டிருந்தார்கள். கர்ப்பிணிகள் அழுதுகொண்டிருந்தார்கள்.

பூஞ்சோலை, முத்து, பைராகி, எமிலி நால்வரும் அந்த வீட்டில் நுழைந்தார்கள். ஒரு மாடு திரிந்துகொண்டிருந்தது. சதா பின்னணியாக ஊருக்கு வெளியே பீரங்கிச் சப்தம் கேட்டது.

"யுவர் பீப்பிள்?" என்றார் பைராகி எமிலியைப் பார்த்து.

"தே ஆர் வெரி லேட்!" என்றாள். பூஞ்சோலை உள்ளே சென்று அடுப்புப் பற்ற வைப்பதை ஆர்வத்துடன் பார்த்தாள். "கான் ஐ ஹெல்ப்?" என்றாள்.

"என்னா கேக்குது பைராகி?"

"ஒத்தாசை செய்யட்டுமான்னு கேக்குது."

"வாசல்ல மாடு நிக்குதே பால் கறக்கச் சொல்லு!"

"அதெல்லாம் தெரியாது!"

"அப்ப சும்மா குந்தியிருக்கச் சொல்லு!"

எமிலிக்கு இருந்த பசியில் கொடுத்ததை எல்லாம் சாப்பிட்டாள். காரத்தில் கண்ணீர் விட்டாள். பூஞ்சோலை அவள் தலையில் தட்டினாள். இருவரும் அருகருகே படுத்துக்கொண்டார்கள். பூஞ்சோலை எமிலியின் விரல்களை எடுத்து தன் விரல்களுடன் ஒட்ட வைத்துப் பார்த்தாள். ரேகை பார்த்தாள். உதடுகளைத் திறந்து பற்களைப் பார்த்தாள்.

ஊரை விட்டுச் சாரிசாரியாக மக்கள் விலகிக்கொண்டிருந்த அதே மாலைதான் ஜெனரல் நீல், எமிலியின் கணவன் மக்கின்ஸி, ஆஷ்லி, ட்ரெவர் மற்றும் சென்னை ராணுவத்தின் மற்ற அதிகாரிகள் பீபிகர் கிணற்றை நெருங்கி எட்டிப்பார்த்தனர்.

நீல் அப்படியே பின்வாங்கி, "மை காட்!" என்றார். அங்கேயே உட்கார்ந்துவிட்டார். "கடவுளே, என்ன ஒரு கொடுமை இது!"

ஆஷ்லி அருகே செல்லத் தயங்கினான். இல்லை! இல்லை! நான் நினைப்பது இல்லை அது! வேறு ஏதோ! அங்கே நான் பார்க்கப்போவது நான் நினைக்கும் காட்சி இல்லை. . . இல்லவே இல்லை.

எட்வர்ட் மக்கின்ஸி முகத்தில் கைக்குட்டை அழுத்தி கிணற்றிற்கு வந்து எட்டிப்பார்த்தான்.

கிணற்றின் விளிம்பு வரை - ஆம்; விளிம்பு வரை உடல்கள் நிரம்பியிருந்தன. தலைகீழாக, நேராக மடங்கி, வளைந்து, வாய் திறந்து, திறவாமல், கண் திறந்து, திறவாமல்... கை விரல்கள் எதையோ பற்றிக்கொள்ள நினைத்த நிலையில்... ரத்தங்கள் உறைந்து, கன்னங்கள் குழிந்து... பெரும்பாலும் பெண்கள், குழந்தைகள், ஒரு சில கிழவர்கள்.

அத்தனை பேரும் ஆங்கிலேயர்கள். சோம்பேறித்தனமாகச் சிறகடித்துப் பறந்து வந்த கழுகுகள் தைரியம் பெற்றுத் திரிந்தன.

மக்கின்ஸி கீழே விழுந்தான். "இட் இஸ் நாட் ட்ரூ எமிலி. என் எமிலி. இதில் இருக்கிறாள். எமிலி! எமிலி!"

ஆஷ்லி, மக்கின்ஸியின் அருகில் சென்று அவனைத் தாங்கிக் கொள்ள மக்கின்ஸி தரை மேல் தலையை மோதிக்கொண்டான். மேஜர் ஜெனரல் நீல் இதற்குள் தன்னைச் சுதாரித்துக்கொண்டு விட்டார். எழுந்தார். "வா ஆஷ்லி! மற்றதையும் பார்த்துவிடலாம்!"

"வேண்டாம் ஸர், என்னால் தாங்க முடியாதென்று நினைக்கிறேன்."

"மக்கின்ஸியின் மனைவி இவர்களுடன் இருந்தாள் என்பது தெரியுமா?"

"நிச்சயமாகத் தெரியாது."

"எமிலி! என் எமிலி!"

"எட்வர்ட்! எமிலி இறந்திருக்க மாட்டாள். விசாரித்துப் பார்க்கலாம்!"

மக்கின்ஸி அந்தக் கழுகுகளை நோக்கிச் சுட்டான். அவை சோம்பேறித் தனமாகப் பறந்து சென்றன. "ஒவ்வொருவரையும் கொல்ல வேண்டும்!"

"யாரை?"

"இந்தியர்களை!"

"இந்தியர்களையா, இதற்குக் காரணமாக இருந்தவர்களையா?"

"ஸர், எனக்கு அந்த முழுப் பொறுப்பையும் அளியுங்கள். நான் பழிவாங்க விரும்புகிறேன்! ஒவ்வொருவரையும்! ஒவ்வொருவரையும்!"

ஜெனரல் நீல், "அதை நான் தீர்மானிக்கிறேன். மற்றதை முதலில் பார்க்கலாம். கடவுளே! இதற்கு யாராவது பதில் சொல்லித்தான் ஆகவேண்டும். யாராவது இறந்துதான் ஆக வேண்டும்."

நீல் மெல்ல பீபிகர் வீட்டை அணுகினார். போகும் வழியில் தரையில் ரத்தத் தடங்களைப் பார்த்தார். உடல்களை இழுத்ததன் அடையாளங்களைப் பார்த்தார். கீழே குனிந்து கொத்தாக சந்தன நிற மயிர்க்கற்றையை எடுத்தார்.

நீல் உணர்ச்சிவசப்படவில்லை. அவர் முகம் இறுகியிருந்தது. உதடுகளும் விரல் நுனிகளும் லேசாகத் துடித்துக்கொண்டிருந்தன.

அந்த வீட்டின் அறைகள் அத்தனையும் காலியாக இருந்தன. ஆனால் அந்த அறைகளில் நடந்த துவம்சத்திற்கும் படுகொலைகளுக்கும் நிறையவே மௌன சாட்சிகள் இருந்தன. சுவர்களில், தரையில் எல்லாம் ரத்தம் சிதறி உறைந்திருந்தது. இரண்டு மூன்று அடி உயரத்தில் சுவர்களில் அந்தக் கைதிகளின் கடைசி நிமிஷக் கிறுக்கல்கள் இருந்தன. துப்பாக்கிக் குண்டுகள் சிதறியதன் வட்ட அடையாளங்கள் லேசான சதைத் துண்டுகளுடன் இங்கும் அங்கும் தெரிந்தன.

ஆஷ்லிக்கு இருநூறு பெண்களின், குழந்தைகளின் மௌன அலறல் செவிப்பறையைத் தகர்த்தது.

நீல் ஒரு குழந்தையின் ஆர்வத்துடன் சுவர்களை ஆராய்ந்து கொண்டு வந்தார். "எட்வர்ட்! ஒவ்வொன்றுக்கும், ஒவ்வொரு ரத்தக் கறைக்கும் அவர்கள் பதில் சொல்லத்தான் போகிறார்கள். கான்பூருக்குள் நுழையும்போது என்னிடம் கொஞ்சம் இரக்கம் மிச்சமிருந்தது. இப்போது? அது முழுவதும் வற்றிப்போய்விட்டது. இவர்களைக் கொல்வதில் இனி மனசாட்சிப் பிரச்சினையே இல்லை. நமக்கு இங்கு தெரியும் ஒவ்வொரு துளி ரத்தத்திற்கும் ஒரு இந்தியனை நாம் கொன்றாக வேண்டும்!"

ஆஷ்லி அடக்கத்துடன், "ஸர், நீங்கள் சொல்வது சரியே. ஆனால் எந்த இந்தியர்களை! யாரைக் கொல்வது? என்பது பற்றிச் சற்றுக் குழப்பமாக இருக்கிறது!"

"யாராவது இந்த ரத்தத்துக்குப் பதில் ரத்தம் தர வேண்டாமா?"

"யார்?"

"யார் என்பது எனக்கு இப்போது பிரச்சினை இல்லை. இந்தியர்கள். அவ்வளவுதான். இதற்கு நாம் தண்டனை கொடுக்கவில்லை என்றால் கடவுள் நம்மை மன்னிக்க மாட்டார். ராணி நம்மை மன்னிக்க மாட்டார். இங்கிலாந்து மக்கள் நம்மை மன்னிக்க மாட்டார்கள். பத்திரிக்கைகள், மக்கள் மன்றம் எதுவும் மன்னிக்காது!"

ஆஷ்லிக்கு வயிற்றில் இரக்கம் கத்திக் குத்தாய்ச் செருகியது. யாரோ செய்ததற்கு, வேறு யாரோ அறியாதவர்கள் இறக்கப் போகிறார்கள்.

"எட்வர்ட், ட்ரெவர், ஆஷ்லி! ராத்திரிக்குள் எல்லா உடல்களையும் ஒவ்வொன்றாக எடுத்து வரிசைப்படுத்த ஏற்பாடு செய்யுங்கள். நாளை இவர்கள் ஒவ்வொருவருக்கும் மரியாதைக்குரிய அடக்கம் தரலாம்!"

மக்கின்ஸி, "ஸர்! எப்போது பழிவாங்குவோம்?" என்றான்.

"நாளைக் காலை! விடியலில் நாம் எல்லோரும் சுத்தமாகக் குளித்துவிட்டு!"

எப்படிப் பழிவாங்க வேண்டும் என்று நீல் விவரித்த முறையைக் கேட்டு ஆஷ்லி அதிர்ந்துபோனான்.

51

'வேண்டாம், வேண்டாம்,' என்று மனதுக்குள் அலறினான் ஆஷ்லி. கொலைக்குப் பதில் இன்னும் குரூரமான கொலை என்றால் இதற்கு முடிவே இல்லை. எத்தனையோ அறியாத ஜனங்கள் இறந்துபோய்விட்டார்கள். இன்னும் அறியாதவர்களை மேலும் பலி வாங்குவதில் என்ன லாபம்? இந்தச் செயலைச் செய்தவர்கள் ஒருவரும் இப்போது கான்பூரில் இல்லை. எல்லோரும் ஓடிப் போய் விட்டார்கள், மிச்சமிருப்பவர்களுக்கும் இந்தக் குற்றத்துக்கும் எந்தவிதத் தொடர்பும் இல்லை.

ஆஷ்லி தயக்கத்துடன் பீபிகருக்குள் நுழைந்தான். பரிதாபகரமான சிறிய இடம். எங்கும் பெண்களின், குழந்தைகளின் உடைகள் இறைந்திருந்தன. உள்ளுடைகள், பாவாடைகள், ஒற்றைச் செருப்புகள், சமாதான காலத்தில் சீமாட்டிகளுக்கு நிழல் தந்த குடைகள் எல்லாவற்றிலும் விதிவிலக்கில்லாமல் ரத்தம்! உறைந்த ரத்தம். பிரார்த்தனை பைபிள்களின் பக்கங்கள் கிழிந்து காற்றில் விளையாடிக் கொண்டிருந்தன. சப்பாத்தித் துண்டங்களும் பண்டங்களும் கிடந்தன. தரை முழுவதும் உறைந்த ரத்தம் தோல் நிறத்தில் பரவியிருந்தது. சன்னல் வழியாக அவர்கள் உடல்களைக் கிணற்றுக்கு இழுத்துச் சென்ற தடம் தெரிந்தது. முட்புதர்களில் ஆடைத் துணுக்குகள் ஒட்டிக்கொண்டிருந்தன. ஒரு பெரிய மரத்தின் அகலமான அடிப்பாகத்தில் குழந்தைகளின் தலைகளை மோதியிருக்கிறார்கள். ஒற்றைக் கண் மட்டும் மரத்தில் ஒட்டிக்கொண்டு பளபளத்துக் கொண்டிருந்தது. நீல் முகம் சிவந்திருந்தார். உணர்ச்சியை அடக்க முடியவில்லை என்பது தெரிந்தது. அவர் சொன்னது ஆஷ்லிக்கு ஞாபகத்துக்கு வந்தது. ஹேவ்லக் இருந்திருந்தால் அதிகம் பழி வாங்குதலைக் கட்டுப்படுத்தியிருப்பார். இப்போது அவர் இல்லை. நீல் தனியாக இருக்கிறார். நீலுக்குத் தெரியும். கல்கத்தாவில் உள்ள மேலதிகாரிகள் தன் முறைக்கு ஒப்புக் கொள்ளப்போவதில்லை. 'அந்த வெள்ளைக்காரப் பிராமணர்கள் என்ன வேண்டுமானாலும் நினைத்துக் கொள்ளட்டும்! இந்தக் கட்டத்தில் படிந்திருக்கும் ஒவ்வொரு திட்டு ரத்தமும் அலம்பப்பட வேண்டும். கிடைத்த கலகக்காரர்கள் எல்லோரையும் இங்கே கொண்டு வரலாம். அவனிடம் பார், நீ என்ன செய்திருக்கிறாய் என்று காட்டலாம்! காட்டின பின் அவனே தன் கையாலும் நாக்காலும் இந்த ரத்தத்தை அலம்பட்டும்! அலம்பின் பின் அருகாமையிலேயே அவனைத் தூக்கிலிட ஏற்பாடுகள் நடக்கட்டும்! சிலரைக் கொல்வதற்குச் சில நளின-மான முறைகளைப் பயன்படுத்துவோம்! பீரங்கி வாயில் அவர்களை வைத்துப் பிளப்போம். கொண்டுவாருங்கள் எல்லோரையும்!"

ஆஷ்லிக்கு உடல் சிலிர்த்தது. மனத்தில் 'எமிலி... எமிலி', என்கிற வார்த்தை திரும்பத் திரும்ப ஒலித்துக்கொண்டிருந்தது. எமிலி இறந்து போயிருப்பாள் என்றுதான் தோன்றியது. எட்வர்ட் மக்கின்ஸி சற்று நேரம் வருத்தப்பட்டுவிட்டுக் கான்பூரில் ஆள் பிடிக்கக் கிளம்பி விட்டான். ஆஷ்லிக் வெறுமையாய் இருந்தது. இந்தக் கணத்திலேயே எல்லாவற்றையும் உதறிவிட்டுப் போய்விடலாம். எதற்காக இனி உயிர் வாழ வேண்டும்? யார் இறந்தால் என்ன? ரத்தம் ரத்தம்தான்! இதுவரை ஆங்கிலேய ரத்தம் சிதறியது. இனி இந்திய ரத்தம். சுவரில் இருக்கும் ரத்தத்தை நீல் சொல்வது போல் சதுர சதுர அடியாக இந்தியர்களை வைத்து நக்கச் செல்லி அழித்துவிடலாம். ஆனால் சரித்திரத்தில் படிந்த ரத்தத்தை? எல்லாமே அபத்தமாக இருக்கிறது. யாருக்கு யார் காரணம்? உடல்களை, முகத்தை மூடிக்கொண்டு ஒவ்வொன்றாக அப்புறப்படுத்திக்கொண்டிருந்தார்கள். அந்த இடத்தை விட்டு விலகி மெல்லக் கான்பூரை நோக்கி நடந்தான். வெள்ளையர்களின் ஆரவாரம் வீதிகளில் கேட்டது. வீடுவீடாகச் சென்று எலிகளை விரட்டுவது போல் இந்தியர்களை மந்தைமந்தையாக வெளியேற்றி அவசரக் கேள்விகளுக்கு உட்படுத்திக்கொண்டிருந்தார்கள். கொஞ்சம் சந்தேகம் இருந்தாலும் அவர்களை உடனுக்குடன் கைது பண்ணிக் கூக்குரல் தொடர அழைத்துக் கொண்டு சென்றார்கள். எல்லோரும் "எனக்குத் தெரியாது சர்க்கார்!" என்று சதா புலம்பிக் கொண்டிருந்தார்கள். கான்பூரை வென்றதும் அகப்பட்ட கைதிகளின் நிலைமையை ஆஷ்லி நினைத்தபோது பரிதாபம் அவனுள் ததும்பியது. திறமையாகச் சண்டையிட்டவர்கள். பீபிகருக்கும் அவர்களுக்கும் சம்பந்தமே இருக்காது. இருந்தும் நாளை எல்லோரும் அங்கே அழைத்துச் செல்லப்பட்டு, "மெல்லக் கொல்லுங்கள்! அவர்கள் ஜாதிகளை அழியுங்கள்! வாயில் பன்றி மாமிசத்தை அடையுங்கள். ஒவ்வொருவனுக்கும் பீபிகரில் ஒரு சதுர அடி! முதலில் அந்த இடத்தை இருப்பதிலேயே கீழ்ச்சாதிகாரன் தண்ணீர் கொண்டு வந்து நனைக்கட்டும். அதன் பின் இவர்கள் மண்டியிடட்டும். அப்புறம் குனிந்து ரத்தக் கறை அழியும்வரை. . . சே! என்ன காட்டுமிராண்டித்தனமான மக்கள் நாங்கள்! இந்தச் செயலை ஆங்கிலேயர்கள் எல்லோரும் ஆதரிப்பார்கள். பத்தொன்பதாம் நூற்றாண்டு ஆங்கிலேயனுக்கு அவன் மனைவியும் குழந்தைகளும் தேவதைகள் போல.

ஆஷ்லி ஒரு சந்துக்குள் நுழைந்தாள். இருட்டு பரவி மயான அமைதியாக இருந்தது. வீடுகள் அனைத்தும் பூட்டியிருந்தன. திறந்த வீடுகளில் தெரு நாய்கள் உலவிக்கொண்டிருந்தன. தன்னந்தனியாகச் சிறு குழந்தை அழுதுகொண்டிருந்தது. அதை யாராவது ஆங்கிலேய அதிகாரி பார்த்தால் உடனே கழுத்தில் கத்தி வீசிவிடுவான். ஆஷ்லி அந்தக் குழந்தைக்கு அருகில் சென்று அதை தூக்கி எடுத்துச் சற்றுத் தனக்கு முன்

நிறுத்திப் பார்த்தான். அது அழுகையை நிறுத்திவிட்டுச் சிரித்தது. ஆஷ்லி அதை வைத்துக்கொண்டு என்ன செய்வது என்று தெரியாமல் சற்று நடந்தான். யாராவது இந்தியர்கள் தென்பட்டால் கொடுத்துவிடலாம் என்று யோசித்தான். யாரும் இல்லை. ஒரு வீட்டில் உள்ளே விளக்கு வெளிச்சம் லேசாகத் தெரிந்தாற்போல் இருந்தது. திண்ணையில் உட்கார்ந்து காத்திருந்தான். உள்ளே சென்றால் யாரிருந்தாலும் வெள்ளைக்காரனைப் பார்த்து ஓடிவிடுவார்கள். குழந்தையை இந்த வீட்டுத் திண்ணையில் உட்கார வைத்துவிட்டுப் போய்விடலாம் என்று தீர்மானித்தான். மெல்லக் கதவு திறந்து ஒரு வெளிச்ச விளிம்பு தெரிந்தது. ஆஷ்லி சப்தமின்றிப் பார்த்துக்கொண்டிருந்தான். அவன் வீற்றிருப்பது தெரிந்திருக்காது. இப்போது கதவு இன்னும் கொஞ்சம் தைரியம் பெற்று ஒருவன் தெரிந்தான். கையில் மூட்டை வைத்திருந்தான். அதன் பின் மற்றொருவன். அதன் பின் ஒரு பெண். அதன்பின் மற்றொரு பெண். ஒரு முகம் தெருவை எட்டிப்பார்க்க, “மிஸ் அம்மா! ரோட் கிளியர், கம் வித் மி க்விக்!”

என்ன இது? ஆங்கிலம்! எதற்காக?

ஃபைராகி! ஹௌ கன் ஐ எவர் தாங்க் யூ? குட்பை மை ஃப்ரெண்ட்ஸ். குட்பை முட்டு! குட்பை பூஞ்சு!”

“என்னய்யா சொல்றாங்க?”

“போய்ட்டு வரேன்றா. துரைம்மா! க்விக்!”

“எமிலி!” என்று இரைந்தான் ஆஷ்லி”

“ஹூ இஸ் இட்?”

“எமிலி! எமிலி! நான்தான் ஆஷ்லி மார்ட்டின்!”

ஆஷ்லி! நீயா”

“ஆம்! என்னால் நம்ப முடியவே இல்லை. எமிலி, நீ இன்னும் உயிருடன் இருக்கிறாய்!”

“டேய், ஓடுறா. வெள்ளைக்காரன்டா!”

ஆஷ்லி தன் துப்பாக்கியை எடுத்து அவர்களை நோக்கிக் குறிபார்த்து, “அங்கேயே நில்லுங்கள்!” என்றான். “சொல் எமிலி. இவர்கள் என்ன செய்தார்கள் உன்னை?”

“ஆஷ்லி, வேண்டாம், சுடாதே! இவர்கள் நல்லவர்கள்! இவர்கள் தான் என்னைக் காப்பாற்றினார்கள். விவரமாக அப்புறம் சொல்கிறேன். ஆஷ்லி, இவன் யார் தெரியுமோ? இவனைப் பார், கிட்டத்தில் பார்.”

முத்துக்குமரன் மேல் விளக்கைக் காட்டினான் எமிலி.

"அட! இவனா? உன் கணவனைத் தாக்கினவன்! எப்படி இங்கே வந்தான்?"

"என் கணவனைத் தாக்கினவன், என்னைக் காப்பாற்றியவன்! பைராகி, இது யார் தெரியுமே?"

முத்துக்குமரன், "அட! இந்தத் துரையை எனக்குத் தெரியும். பைராகி. இவருதான் என்னைக் கப்பல்ல காப்பாத்தினவரு. ரொம்ப நல்லவரு. இவரு நம்மை ஒண்ணும் செய்ய மாட்டார்! ரெண்டு முறை என்னைக் காப்பாத்தியிருக்காரு! பூவு, துரையைக் கும்பிடு!"

"மை ஃப்ரெண்ட்!" என்றான் ஆஷ்லி. முதுகில் தட்டிக்கொடுத்தான். "இவர்கள் இங்கேயிருப்பது ஆபத்து. இவர்களைப் பார்த்தால் வெள்ளைக்காரர்கள் பழிவாங்கக் கைது செய்து அழைத்துச் சென்று விடுவார்கள். நகரம் முழுவதும் ரத்தம் பெருகிக்கொண்டிருக்கிறது."

"எமிலி, நீ இன்னும் உயிருடன் இருக்கிறாயா? நான் உன்னைத் தொட்டுப் பார்க்கலாமா?"

"தொட்டுப் பார் ஆஷ்லி."

"உன் கைகளை முத்தமிடலாமா?"

எமிலி அவனிடம் தன் கைகளைத் தந்தாள். அவளுக்குக் கிடைத்த ஆறுதலில் சந்தோஷத்தில். மனநிறைவில் அந்தக் கைகாரனைத் தன்பால் இழுத்துத் தன் உதடுகளையும் அவனுக்கு அளித்தாள். இதை எதிர்பாராத ஆஷ்லி சுதாரித்துக்கொண்டு அவள் உதடுகளை அழுத்தி இன்னும் அழுத்தி இருட்டில் அவள் இடுப்பைத் தேடி அவள் நாக்கைத் தேடி அவளை முழுசாகத் தன்னுடன் ஒட்ட வைத்துக் கொண்டு மூச்சுத்திணற முத்தமிட்டான்.

"இந்தம்மா புருசன்ய்யாது?"

"இல்லை."

"அட, இந்த மாதிரி நீ என்னைப் பேர்பாதியாவது செய்ய மாட்டியா? ஒத்தரை ஒத்தர் சாப்பிட்டுக்கிறாங்களே!"

"அவங்க நடைமுறை வழக்கம் அப்படியா இருக்கும்!"

"எமிலி, நான் உன்னைக் காதலிக்கிறேன். உனக்காகத்தான் இந்தச் சண்டையிலேயே இருக்கிறேன். உனக்காத்தான் இந்த ஊருக்கே வந்தேன். எனக்கு எதிலும் இஷ்டமில்லை. நினைவுதான் என்னை இதுவரை உயிர் வாழச் செய்திருக்கிறது. எனக்குச் சாமர்த்தியம், சாகசம் எதுவும் போதாது. இல்லையெனில் உன்னைச் சென்னையிலேயே கவர்ந்திருக்க வேண்டியவன். இதோ பார், உன் கைக்குட்டை இன்னும் என்னிடம் இருக்கிறது. உனக்காக.

. . உனக்காக. . ."

"ஆஷ்லி, என் கணவன் வந்திருக்கிறானா?"

"வந்திருக்றேன்! இதோ. உங்கள் அருகிலேயே," என்றான் எட்வர்ட் மக்கின்ஸி.

கண்கள் கலங்கச் சற்றே அவன் தடுமாறிக்கொண்டிருந்தான். அருகே வர மதுவின் நெடி அடித்தது.

"நான் பார்ப்பது மெய்யா? இதோ என் எதிரே இருப்பவள் என் அருமை மனைவி எமிலியா? நண்பன் ஆஷ்லியா அவளை முத்தமிடுவது?"

"எட்வர்ட்!" என்றான் ஆஷ்லி.

முத்துக்குமரன் வந்தவனைக் கவனித்தான். "பைராகி, யார் வந்திருக்கான் பாருங்க. மக்கி துரை நம்மையே தேடிக்கிட்டு வந்திருக்கான்?"

மக்கின்ஸி அவர்கள் மேல் கவனமில்லாமல், "எமிலி! எமிலி! நீதானா உயிருடன் இருப்பது? நீதானா?"

"எட்வர்ட், நான்தான்!" ஆஷ்லியைப் பற்றியிருந்த கரத்தை விடுவித்துக்கொண்டாள்.

மக்கின்ஸி மெல்லத் தன் துப்பாக்கியை உயர்த்தி ஆஷ்லியின் மேல் குறி வைத்தான். "காப்டன் ஆஷ்லி ஃப்ரேஸர்! நான் துரோகிகளை மன்னிப்பதில்லை." துப்பாக்கியின் இயக்கத்தை அவன் பரிசோதித்துப் பார்க்க, ஆஷ்லி, "எட்வர்ட், நில்! கொஞ்சம் யோசி, உணர்ச்சிவசப்பட்டு எதையும் செய்யாதே," என்றான்.

"என் மனைவியை என் கண் முன்னாலேயே கையாண்டுவிட்டு உணர்ச்சிவசப்படாதே என்கிறாயே?" துப்பாக்கி சீராக உயர்ந்து நேராக ஆஷ்லியைப் பார்த்தது.

"எட்வர்ட்! வேண்டாம்," என்று எமிலி அவன் முன் குறுக்கே வந்தாள்.

"ஒதுங்கு என் விசுவாசமில்லாத மனைவியே, உன்னையும் கொல்லத் தயங்க மாட்டேன்!"

"எட்வர்ட்! என்ன இது!"

"விசுவாசம்!"

சென்னையில் நீ நெளிய விட்டிருக்கும் குழந்தைகளைக் கேள், விசுவாசத்தைப் பற்றி!" என்றாள் எமிலி.

“சென்னை என்ன? நான வந்த வழியெங்கிலும் விதைத்துக் கொண்டேதான் வந்தேன். அலகாபாத்தில், பனாரஸில்! இதோ இப்போதுகூட ஒரு கான்பூர் கன்னியைக் கலைத்துவிட்டுத்தான் வருகிறேன்! என் அருமை மனைவியே, அது என் உரிமை.”

“அதேபோல் எனக்கும் ஒரு உரிமை இருக்கிறது.”

“இருக்கிறது – உன் ரோமியோவுடன் இறந்துபோக! ஒதுங்கு விலைமகளே, ஒதுங்கு. உன் காதலனை முதலில் கவனிக்கிறேன்!”

மக்கின்ஸி எதையும் பகுத்தறியும் நிலையில் இருப்பவனாகத் தெரியவில்லை. நீலின் ஆணைகளை விசுவாசமாக மாலை முழுவதும் நிறைவேற்றிய மூர்க்கம் அவன் தலைக்கேறியிருந்தது. அந்த மௌனத்தில் துப்பாக்கியின் விசையைத் திருகும் ஒலி துல்லியமாகக் கேட்டது. ஆஷ்லி உறைந்திருந்தான். ஓடிப்போகிற நிலையில் இல்லை. மிக அருகில் இருக்கிறான். கொஞ்சம் அசைந்தாலும் தூளாக்கிவிடுவான். “எட்வர்ட்! அவசரப்படா. . .”

துப்பாக்கி வெடித்தது. வெடிப்பதற்குள் முத்துக்குமரன் துப்பாக்கியின் மேல் பாய, குண்டு வீட்டின் கூரைப் பகுதியில் பாய்ந்தது, மக்கின்ஸி மறுபடி சுடுவதற்குள் ஆஷ்லி பாய்ந்து துப்பாக்கியைத் தூரத் தள்ளிவிட்டான். மக்கின்ஸி ஓடி அதைப் பொறுக்கிக்கொள்ள முயற்சிக்க, முத்துக்குமரன் துப்பாக்கியை மிதித்துத் தடுத்தான். பந்த வெளிச்சத்தில் முத்துக்குமரன், “துரை! மக்கி துரை! நான் யார் தெரியுமா?” என்றான்.

மக்கின்ஸி நிமிர்ந்து “நீயா?” சரேல் என்று தன் உடைவாளை உருவிக்கொண்டான். “வா என் இந்திய நாயே! என்னைத் தொடர்ந்து வந்திருக்கிறாயா? வா!”

“வா துரை. உனக்குத்தான் இத்தனை யுகமாகக் காத்துக்கிட்டு இருக்கேன்!”

“யோவ், வேண்டாம்யா, வேண்டாம்!” என்று பூஞ்சோலை பதறினாள்.

மக்கின்ஸி விஷ் என்று வீச, “முத்து! முதல்ல அந்தத் துப்பாக்கியைத் தள்ளிரு!” விஷ் என்று கத்தி மறுபடி பேச, முத்துக்குமரன் துப்பாக்கியை உதைத்துத் தள்ளினான். அது தரையில் சரிந்து இருளில் மறைய, மக்கின்ஸி தன் கத்தியுடன் நிமிர்ந்து ரோஷமாக முத்துக்குமரனை நோக்கித் துரத்தி வீச, இருவரின் நிழல்களும் பேய்த்தனமாகச் சுவரில் ஆடின. ஆஷ்லி திகைத்தான். தன் துப்பாக்கியை எடுத்து மக்கின்ஸியைச் சுட்டுவிடலாம். அதற்கு அவன் மெல்லிய சுபாவம் இடம் கொடுக்கவில்லை. மேலும் மக்கின்ஸி அவன் விதியைச் சந்திக்கும் வேளை வந்துவிட்டது.

அவனைப் பழிவாங்கும் எண்ணத்துடன் இவ்வளவு தூரம் தேடி வந்திருக்கிறவனை இந்தச் சரித்திர இரவில் சந்தித்துவிட்டான்!

ஆஷ்லி தன் உடைவாளை உருவி முத்துக்குமரனின்பால் "ஹியர்! டேக் இட்!" என்று வீசி எறிந்தான்.

52

'முத்துக்குமரன் கத்தியை வரவேற்று அதை இரு கைகளாலும் பிடித்துக்கொண்டு, "இப்ப வா துரை" என்றான்.

மக்கின்ஸி உற்சாகமாக, திறமையாக, முத்துக்குமரனை மார்பில் குத்தும் நோக்கத்துடன் முன் வந்து சிரித்துக்கொண்டே ஏமாற்றி அவன் மார்பில் கத்தி முனையால் முத்தமிட்டான்.

"வா கருப்பனே வா!"

"பாத்துரா டேய் முத்து! பின்னால போய்க்க. கொஞ்சம் தூரத்திலேயே இரு. அவன் கத்தியை விட்டுக் கண்ணை எடுக்காதே! ஒத்தக் கைடா, ஒத்தக் கை! சொல்லிக்கொடுத்திருக்கேனில்ல? நேராப் பார்க்காதே. பக்கவாட்டில் நில்லு!" என்று பைராகி பாடங்கள் சொல்ல–

முத்துக்குமரன் பின்வாங்கிக்கொண்டே தனக்குத் தெரிந்த வரை கத்தியால் மக்கின்ஸியின் தாக்குதலைத் தடுத்து, குனிந்து, வளைந்து, மீழுவி, நெருப்பு வெளிச்சத்தில் கத்தியின் கோபச் 'சுள்' கள் சின்னச் சின்ன மின்னல்களாகத் தெரிய, முத்துக்குமரனின் முதுகு எதிர்ச் சுவரில் பதிய மிகுந்த பிரயாசையுடன் கத்தியால் கத்தியைத் தடுத்து வெள்ளைக்காரனைத் தள்ளினான். சற்றே பின் வாங்கிய மக்கின்ஸியின் மேல் அவசரமாகப் பாய்ந்தான். ஒரு வீசலில் அவன் கன்னத்தைத் தொட்டுவிட்டான். இவன் மார்பின் ரத்தத்துக்கு ஈடாக அவன் கன்னத்தில் ரத்தம் தெரிந்தது. "துரை! என் அப்பாவைக் கொன்னியில்ல? எங்க வெட்டின? ஞாபகம் இருக்குதாடா! அங்கதான் வெட்டப்போறேன்."

'ஹப்' என்று மக்கின்ஸி எழுந்து மிகுந்த ஆக்ரோஷத்துடன் அதிவேகத் தாக்குதல் செய்தான். சரியான பயிற்சி இல்லாததால் முத்துவின் கத்தி கலைந்து விழ அவன் எடுக்கப் போகும்போது மக்கின்ஸி காலால் தடுத்து அவனை வீழ்த்தி அவன் மார்பில் மிதித்து, "ஏய் கறுப்பா! இப்போது சொல்!" என்றான்.

"எட்வர்ட், கொல்லாதே! அவன் உன் மனைவியைக் காப்பாற்றினவன்!"

மக்கின்ஸி ஆஷ்லியின் பக்கம் பார்த்துச் சிரித்து முத்துக்குமரனின் நெஞ்சில் கத்தியைச் செலுத்தினான். முத்துக்குமரன் அப்படியே துடித்துத் துவளும்போது அவன் வலது கையில் கீழே கிடந்த கத்தி கிடைத்தது.

"எந்திரிடா! எந்திரி. தண்டச் சோத்துத் தடியா! எந்திரி!" என்றார் பைராகி.

"அய்யோ! அம்மாடி!" என்று கூக்குரலிட்டாள் பூஞ்சோலை.

மக்கின்ஸி தன் ரத்தக் கத்தியை உருவிக்கொண்டு, "இப்போது என் துரோக மனைவியைக் கவனிக்கலாம்" என்று ஆஷ்லியின் அருகே வந்தான்.

முத்துக்குமரன் தன்னிடம் மிச்சமிருந்த பலத்தையெல்லாம் சேர்த்து வைத்து நிமிர்ந்து தள்ளாடி எழுந்து, தொளதொளவென்று நடந்து வந்து கத்தியை இரு கரங்களிலும் சேர்த்துப் பிடித்துக்கொண்டு "துரை! துரை!" என்று மூச்சுத்திணறி, "என் வாழ்க்கையெல்லாம், மூச்செல்லாம் உன்னைய... உன்னையப் பழிவாங்கிறதையே..." அதற்கு மேல் மூச்சுத்திணற மக்கின்ஸி திரும்பிப் பார்ப்பதற்குள் நேராக அவன் மேல் கத்தி முனையுடன் பாய்ந்துவிட்டான்!

இரண்டு பேர்!

வெள்ளைக்காரன், இந்தியன் இருவரும் நீண்ட நாள் நண்பர்கள் போல ஒருவரை ஒருவர் ஆலிங்கனம் செய்துகொண்டு ஒரு கணம் சரித்திரத்தில் உறைந்து அப்படியே நின்றனர். பின் மக்கின்ஸியின் கழுத்து வளைய, முகம் ஆகாயம் பார்க்க, ஆ... ஆ... என்று மூச்சுக்குத் திணறி முத்துக்குமரன் மேலேயே வழிந்து சரிந்தான். அவன் மேல் முத்துக்குமரனும் விழுந்தான்.

அவர்கள் இருவரின் ரத்தமும் ஒரே நிறமாகக் கலந்து இந்திய மண்ணில் வடிந்தது.

காலை கங்கை நதிக்கரையில் கான்பூரின் அவஸ்தையைப் பற்றிக் கவலைப்படாமல் மெலிதாகக் காற்று வீச, ஒரே ஒரு கோபக்காரனாகச் சூரியன் தீ முகத்துடன் எழுந்துகொண்டிருந்த வேளை. கோவிலில் மணிகள் மௌனமாக இருந்தன. எவரும் புண்ணியம் தேடி நதி தீரத்துக்கு வரவில்லை. இருள் பிரிந்து கொண்டிருக்க, பைராகி தனக்கு முன் எரியும் சிதையைப் பார்த்துக் கொண்டிருந்தார். நெருப்பு நடனத்தின் ஊடே பூஞ்சோலை தெரிந்தாள். விசித்து அழுதுகொண்டிருந்தாள்.

"யோவ் ஆலப்பாக்கம்! போய்ட்டியேய்யா! எங்கிட்ட ஒரு வார்த்தை பேசமா அநியாயமாப் போய்ட்டியேய்யா... 'தண்ணி'ன்னு கேட்டியே! ஊத்தறதுக்குள்ளே உசிரை விட்டுட்டியே...!"

தரையில் உட்கார்ந்துகொண்டு கைகளைத் தேய்த்துத் தேய்த்து அழுதாள்.

பைராகி அவளருகில் வந்து அவள் தோளைப் பரிவுடன் தொட்டார், "அழாத பூவு!"

"பைராகி! நான் எங்க போவேன்? என்ன செய்வேன்? இந்தாளை நம்பிப் பரதேசம் வந்து... எனக்கு இனி யாரு இருக்காங்க! பைராகீ!" என்று

குலுங்கிக் குலுங்கி அழுதாள். அவள் சீலையை ஒரு சின்னக் கரம் பற்றியிழுத்தது. திரும்பிப் பார்த்தாள். இரவு கண்டெடுத்த அந்த அனாதைக் குழந்தை அவளைப் பார்த்துச் சிரித்தது.

"பூவு! இதை எடுத்து வளக்கலாமே நீ! இத பாரு, எவ்ள அழகா இருக்குது! தாய் யாரு, தகப்பன் யாரு தெரியாது. உனக்கும் இனிமே வாழ்க்கையிலே ஒரு குறிக்கோள் வரும். நான் சொல்றதைக் கேளு. இதுக்கு முத்துக்குமரன்னு பேர் வையி. இதை வளர்த்து ஆளாக்கு. எடுத்துக்க பூவு! பாரு, உன்னைப் பார்த்துச் சிரிக்குது! பாரு! முத்து செத்துப்போகலை. மறுபடி உங்கிட்ட வந்திருக்கான். டேய் முத்து, சிரிடா... சிரிடா..."

குழந்தை தன்னிச்சையாகப் பூஞ்சோலையின் நெஞ்சத்தை நாடியது.

அவள் அதை எடுத்து அதன் கன்னத்தைக் கண்ணீரால் தேய்த்தாள்.

பின்குறிப்புகள்

இந்தக் கதையின் பெரும்பகுதி சரித்திர ஆதாரமான நிகழ்ச்சிகளைக் கொண்டே அமைக்கப்பட்டது. அந்த ஆதாரங்களைச் சொல்வதற்கு முன், கதையின் சில முக்கிய பாத்திரங்கள் கதை முடிந்த பிறகு என்ன ஆனார்கள் என்பதைப் பார்க்கலாம்.

பூஞ்சோலை

முத்துக்குமரன் இறப்பதற்கு முன் அவளுடன் ஒரே ஒரு வார்த்தைதான் பேசினது மிகப் பெரிய குறையாக இருந்தது பூஞ்சோலைக்கு. முத்துக்குமரன் கங்கைக் கரையில் எரிக்கப்பட்டதும் முதல் தினங்களில் பித்துப் பிடித்தவள் போல இருந்தாள். இருந்தும் அவனுடன் இறந்துபோனதாகவோ அல்லது திரும்பத் தன் ஊருக்குச் சென்றதாகவோ தகவல் இல்லை. ஃபத்தேகரில் ஒரு கரும்பு வியாபாரியின் வீட்டில் அவருடைய ஏராளமான பிள்ளைகளுடன் சேர்ந்து கொண்டு தன் பிள்ளை-களையும் வளர்த்ததாகத் தெரிகிறது. இன்று ஃபத்கேர் பிரதேசத்தில் இந்தி பேசும் இளைஞன் ஒருவன் தன் பெயர் முத்துக்குமரன் என்று சொன்னபோது ஆச்சரியப்பட்டேன். அவனுக்கு ஒரு வார்த்தை தமிழ் தெரியவில்லை. விசாரித்ததில் அவன் கொள்ளுத் தாத்தா ஒருத்தரைக் கலகத்திலிருந்து காப்பாற்றி ஒரு 'மதராஸிப் பெண்' வளர்த்ததாகச் சொல்கிறான்.

பைராகி

முத்துக்குமரன் இறந்த மறுதினமே கான்பூர் நகரத்தை விட்டு விலகி, தன் குருநாதரைத் தரிசிக்க இமாலயப் பகுதிக்குச் சென்றுவிட்டதாகத் தெரிகிறது.

எட்வர்ட் மக்கின்ஸி

கான்பூரில் புதைக்கப்பட்டான். சமீபத்தில் ஓர் ஆங்கிலேய மாது, சிப்பாய்க் கலகத்தில் இறந்துபோன ஆங்கிலேயர்களின் கல்லறைகளை எல்லாம் தேடிக்கொண்டு வந்து ஒரு புத்தகம் எழுதியிருக்கிறார். அதில் எட்வர்ட் மக்கின்ஸியின் பெயரும் இருக்கிறது.

எமிலி

கணவன் இறந்த பின் சில தினங்களே துக்கத்தில் இருந்தாள். விரைவில் காப்டன் ஃப்ரேசரைக் கல்யாணம் செய்துகொண்டாள். அவர்களுக்கு இரண்டு பெண் குழந்தைகளும் ஒரு ஆண் குழந்தையும் பிறந்தன. ஒரு பெண்ணுக்குச் செல்லப் பெயர் 'பூஞ்ச்' ஆணுக்கு 'முட்'!

காப்டன் ஆஷ்லி மார்ட்டின் ஃப்ரேசர்

அந்தச் சம்பவங்களுக்குப் பிறகு ராணுவத்திலிருந்து ஓய்வு எடுத்துக்கொண்டு மனைவி எமிலியுடன் இங்கிலாந்து திரும்பிச் சென்று அங்கே புத்தகம் வெளியிடும் நிறுவனம் ஒன்றில் சேர்ந்து, முன்னுக்கு வந்து, அந்த நிறுவனத்தின் பங்குதாரராகி தொண்ணூறு வயது வரை இருந்தான்.

பிரிகேடியர் ஜெனரல் நீல்

கான்பூரில் நடந்த பழிவாங்குதல் சம்பவங்களுக்கு எல்லாம் இவர் காரணமாக இருந்தாலும், இவரைப் பொறுத்தவரையில் அவை எல்லாம் 'கடவுள் பாவப்பட்டவர்களுக்குக் கொடுத்த தண்டனை' என்றே நம்பினார். அவர் எடுத்துக்கொண்ட பழிவாங்கல் நடவடிக்கைகளின் கொடூரத்தை ஆங்கிலேயர்கள் தாங்க முடியாமல், அது நியாயம் என்று குறிப்பெழுதி இருக்கிறார்கள். நீல் பல பேரைக் கொல்லப் பயன்படுத்திய 'நளினமான, முறைகளில் ஒன்று வருமாறு: கைதி முதலில் பீரங்கிக்கு அருகே கொண்டுவரப்பட்டான். அவன் கண் முன்னாலேயே அவன் சமாதிக்குக் குழி பறிக்கப்பட்டது. சில சமயம் அவனையே பறிக்கச் சொன்னார்கள். அவன் கரங்கள் இரண்டையும் பீரங்கி வண்டியின் இரண்டு சக்கரங்களுடன் பிணைத்துக் கட்டினார்கள். பீரங்கியின் வாயை அவன் விலாவின் மேல் படும்படி அமைத்துக்கொண்டார்கள். பீரங்கி, குண்டு இல்லாமல், வெறும் சார்ஜ் என்று சொல்லப்படும் வெடிமருந்து மட்டும் கெட்டிக்கப்பட்டுத் தயாராக இருக்க, மற்ற ஆங்கிலேயர்கள் வேடிக்கை பார்த்துக் கொண்டிருக்க, பீரங்கி வெடிக்கப்படுமாம். அதன் வாயில் பிணைத்திருந்த கைதி உடனே காணாமற் போய்விடுவானாம்! சக்கரங்களுடன் பிணைந்த இரண்டு கைத்துண்டங்கள் மட்டும்தான் இருக்குமாம். சில செகண்டுகள் கழித்து வானத்திலிருந்து அவன் தலை மட்டும் 'சொத்'தென்று விழும்! நீல் கான்பூரைக் கலக்கிவிட்டு அதன் பின் லக்னோ சென்றார். அங்கே லாரன்ஸுடன் அடைப்பட்டிருந்த ஆங்கிலேயர்களைக் காப்பாற்றுவதற்கு. வெற்றி பெறப்போகும் கடைசிக் கணத்தில் கோட்டையின் முன்வாசலில், மண்டையில் சிப்பாயின் குண்டுபட்டு இறந்துபோனார்.

ஜெனரல் ஹென்றி ஹேவ்லக்

கான்பூரில் அவர் இருந்திருந்தால் அத்தனை தண்டனைகள் நிகழ்ந்திருக்காது. அவசரமாக லக்னோவுக்கு அனுப்பப்பட்டவர். அங்கே லாரன்ஸையும் அவருடன் அடைப்பட்டிருந்த வெள்ளைக்காரர்களையும் காப்பாற்றுவதில் முக்கிய பங்கெடுத்துக்கொண்டார். லக்னோ தில்குஷா மாளிகையில் காலரா வந்து, 1857 நவம்பர் 23ஆம் தேதி இறந்து போனார். வியாதியின் தீவிரத்தால் மிகுந்த சிரமப்பட்டாலும், கடைசிவரை சிரித்த முகத்துடனேயே இருந்தார். "சென்ற நாற்பது வருடங்களாக

என்னைத் தயார்படுத்திக்கொண்டிருக்கிறேன், சாவு வரும்போது எப்படிப் பயமின்றி அதை எதிர்கொள்வது என்று ஒரு உண்மையான கிறித்தவன் எப்படி இறக்க முடியும் என்பதைப் பார்," என்று சொல்லிவிட்டு இறந்து போனார்.

நானா சாஹிப்

கான்பூர் தோல்விக்குப் பிறகு நானா தப்பித்து இந்திய எல்லையைக் கடந்து நேபாளத்திற்குச் சென்றுவிட்டதாகத் தெரிகிறது. நானாவின் மரணமும் ஒரு மர்மம்தான். முதலில் போகிற வழியிலேயே கங்கையில் மூழ்கிச் செத்துவிட்டதாக ஒரு வதந்தி பரப்பிவிட்டுத்தான் சென்றார். 1859 வரை நேபாளத்தில் இருந்ததாகத் தெரிகிறது. அதன் பின் அங்கே சுரம் வந்து இறந்துபோனதாகச் சொல்லப்பட்டாலும், 1895 வரைகூடப் பலர் 'நான்தான் நானா' என்று சொல்லிக்கொண்டு அலைந்ததாகவும், சில காலம் ஆங்கிலேயர்களால் அவர்கள் கைது செய்யப்பட்டு விசாரிக்கப்பட்டு விடுவிக்கப்பட்டதாகவும் குறிப்புகள் உள்ளன. நானாவின் மரணத்தைப் பற்றி ஆராய்ந்தால் சரித்திரத்தில் ஒரு பிஎச்.டி. பண்ணலாம்.

அமீலியா ஹார்ன்

எமிலியுடன் கான்பூர் பாதுகாப்பகத்தில் சினேகமாக இருந்த இந்த ஆங்கிலேய இந்தியப் பெண்ணின் கதை வசீகரமானது. முஹமத் லியாகத் அலி என்கிற சிப்பாயால் காப்பாற்றப்பட்டு, மதம் மாற்றப்பட்டு, அவருடன் இருந்து ஐந்து மாதம் கழித்து மறுபடி ஆங்கிலேயர்களால் மீட்கப்பட்டு, வில்லியம் பென்னட் என்கிற ரயில்வே சூப்ரண்டை மணந்து, கல்கத்தா ஹெளரா பகுதியில் 71 வயது வரை உயிர்வாழ்ந்தாள். குழந்தைகளுக்குப் பியானோ சொல்லிக்கொடுத்தாள். தன் அனுபவங்களைப் புத்தகமாக எழுதியிருக்கிறாள்.

தாத்யா தோப்பே

நானாவின் திறமை வாய்ந்த படைத்தலைவன். இறுதி வரை ஆங்கிலேயர்களை அலைக்கழித்துவிட்டு ஜான்ஸி ராணியுடன் சேர்ந்து கொண்டு மிகுந்த தீரத்துடன் சண்டை செய்து கடைசியில் ஓர் இந்தியனாலேயே காட்டிக்கொடுக்கப்பட்டு ஆங்கிலேயர்களிடம் அகப்பட்டு, குற்றம் விசாரிக்கப்பட்டு தூக்கிலிடப்பட்டான்.

ஏராளமான புத்தகங்கள் இந்தக் கதையை எழுதுவதற்கு எனக்கு உதவின. அவற்றில் முக்கியமான சிலவற்றைச் சொல்கிறேன்:

நாட்டுப் பாடல்கள்:

செங்கல்பட்டு மாவட்டம், உலகத் தமிழ் ஆராய்ச்சிக் கழகம்

தமிழ் நாட்டுப் பாடல்கள். மா.வரதராஜன்.

பைராகிய பற்றிய குறிப்புகள்:

கடற்கரை மீன்கள்: அபிதான சிந்தாமணி.

வெள்ளைக்காரர்களின் பழக்கவழக்கங்கள், உடைகள், விருந்து, அவர்கள் விளையாட்டுக்கள் முதலியன.

Plain Tales of the Raj - Charles Allen ; The Memsahibs - Pat Barr.

எமிலி - மக்கின்ஸி திருமணம்:

மதுரை தியலாஜிகல் ஸெமினரியைச் சேர்ந்த ஓர் ஆங்கிலேய ஆராய்ச்சியாளர்.

சென்னை பற்றிய குறிப்புகள்:

The Madras Guide Book, குமுதம் அலுவலகத்திலிருந்த ஒரு பழைய புத்தகம்.

முட்டை நடனம்:

யானை மிதித்தல், வழிப்பறிக்காரர்கள், ஒட்டக சவாரி, பிரயாண முறைகள், ஆஷ்லி பார்த்த நடனம், ஆஷ்லியும் மக்கின்ஸியும் பார்த்த உடன்கட்டை ஏறுதல், பூகோள அமைப்பு. பறவைகள்: Traveller's India-An Anthology, H.K. Kaul.

சிப்பாய்க் கலகத்தைப் பற்றிய சரித்திரக் குறிப்புகள்:

மதராஸ் ஆர்மியின் கல்கத்தா பயணம், நீலின் கல்கத்தா–பனாரஸ் பயணம், அலகாபாத் சம்பவங்கள், கான்பூர், வீலரின் தவிப்பு, சதிசௌரா கட்ட சம்பவங்கள், படகுப் படுகொலை, பீபிகர் சம்பவங்கள். . . நீல், கானிங், வீலர், ஹேவ்லக் தோற்ற அமைப்புக்கள்:

The Great Mutiny - Christopher Hilbert; The Indian Mutiny - Richard Collier; The Indian War of Independence - V.D. Savarkar; Eyewitness Accounts of the Mutiny மற்றும் Edwardes, Majumdar, Russel, இன்னும் பலர்.

உதவிய நூலகங்கள்:

பிரிட்டிஷ் நூலகம், பொது நூலகம், பெங்களூர், சேலம்; நேஷனல் ஆர்க்கைவ்ஸ், புது டில்லி; மற்றும் கோட்டை அருங்காட்சியகம்.

சிப்பாய் கலகம் என்று அழைக்கப்படும் முதல் இந்திய சுதந்திரப் போரின் பின்புலத்தில் எழுதப்பட்டது சுஜாதாவின் 'ரத்தம் ஒரே நிறம்,' இந்தியா ஒரு புதிய யுகத்தை நோக்கி நகர்ந்த இக்காலகட்டத்தின் பச்சை ரத்தப் படுகொலைகளும் குரூரங்களும் வரலாற்றின் பக்கங்களிலிருந்து உயிர்த்தெழுகின்றன. தனிமனித விருப்பு வெறுப்புகளும், இலட்சியவாதமும் ஒன்றிணையும் புள்ளியின் உணர்ச்சிப் பெருக்கையும் துயரங்களையும் பிரமாண்டமாகச் சித்தரிக்கும் சுஜாதா சரித்திரப் புனைகதை வடிவிற்கு ஒரு புதிய பரிமாணத்தை அளிக்கிறார். குமுதத்தில் 'கறுப்பு சிவப்பு வெளுப்பு' என்ற பெயரில் சில அத்தியாங்கள் வெளிவந்து கடும் சர்ச்சைகளைத் தோற்றுவித்ததால் நிறுத்தப்பட்டு மீண்டும் 'ரத்தம் ஒரே நிறம்' என்ற பெயரில் எழுதப்பட்டது இந்த நாவல்.